മതം സ്വത്വം ദേശീയത

Matham Swathwam Desheeyatha
Study/Politics

K N Panikkar

CHINTHA PUBLISHERS
Thiruvananthapuram

First Edition
June 2022

Published & Typesetting
Chintha Publishers, Thiruvananthapuram

Cover Design
Vinod Mangoes

ISBN : 978-93-93468-79-6

CO - 3111 / 5999

Email: chinthapublishers@gmail.com
Website: www.chinthapublishers.com

A version is available at National Libraries
Kolkata, Mumbai, Chennai and Delhi

Distribution
DESHABHIMANI BOOKHOUSE
H O Thiruvananthapuram 695035

Branch
Head Office Kunnukuzhi • Statue Thiruvananthapuram
KSRTC Bus Terminal Thampanoor • Saphalyam Complex Thiruvananthapuram
KSRTC Bus Station Alappuzha • KSRTC Bus Station Ernakulam
Machingal Lane Thrissur • IG Road Kozhikode
Mavoor Road Kozhikode • NGO Union Building Kannur
Central Bus Terminal Complex Thavakkara Kannur

മതം സ്വത്വം ദേശീയത

കെ എൻ പണിക്കർ

ചിന്ത പബ്ലിഷേഴ്സ്
തിരുവനന്തപുരം-695 035

ഡോ. കെ എൻ പണിക്കർ

1936 ൽ തൃശൂർ ജില്ലയിലെ തൈക്കാട് ഗ്രാമത്തിൽ ജനനം. ആദ്യകാല വിദ്യാഭ്യാസം ചാവക്കാട് ബോർഡ് ഹൈസ്കൂളിൽ. പാലക്കാട് ഗവ. വിക്ടോറിയ കോളേജിൽനിന്ന് ബിരുദപഠനം പൂർത്തിയാക്കിയശേഷം ഉപരിപഠനം രാജസ്ഥാൻ സർവ്വകലാശാലയിൽ. അവിടെനിന്ന് ചരിത്രത്തിൽ ഗവേഷണ ബിരുദം നേടി. 1962–63 ൽ രാജസ്ഥാൻ യൂണിവേഴ്സിറ്റി ചരിത്ര വിഭാഗത്തിൽ അദ്ധ്യാപകനായി സേവനമനുഷ്ഠിച്ചു. 1963 മുതൽ 65 വരെ ഇന്ത്യൻ ഇൻസ്റ്റിറ്റ്യൂട്ട് ഓഫ് പബ്ലിക് അഡ്മിനിസ്ട്രേഷനിൽ റിസർച്ച് ഓഫീസറായിരുന്നു. തുടർന്ന് ഡൽഹി യൂണിവേഴ്സിറ്റിയുടെ ഭാഗമായ ഹൻസ്രാജ് കോളേജിൽ 7 വർഷം അദ്ധ്യാപകനായി. 1972 ൽ JNU സെന്റർ ഫോർ ഹിസ്റ്റോറിക്കൽ സ്റ്റഡീസിൽ അസോസിയേറ്റ് പ്രൊഫസറായി നിയമിതനായി. 1983 മുതൽ 2000 വരെ ആധുനിക ചരിത്രത്തിൽ പ്രൊഫസറായി JNU ൽ തുടർന്നു. ചരിത്രവിഭാഗം അദ്ധ്യക്ഷനായും സേവനമനുഷ്ഠിച്ചു. സ്കൂൾ ഓഫ് സോഷ്യൽ സയൻസസിന്റെ ഡീനായും ആർക്കൈവ്സ് ഓഫ് കണ്ടമ്പററി ഹിസ്റ്ററിയുടെ ചെയർമാനായും പ്രവർത്തിച്ചു. നിരവധി സാമൂഹ്യശാസ്ത്ര – വിദ്യാഭ്യാസ ഗവേഷണ സ്ഥാപനങ്ങളുടെ ഉപദേശക സമിതിയിലും ഭരണസമിതിയിലും അംഗം. *El Colegio de Mexico, Maison de sciences l' homme,* പാരീസ് തുടങ്ങി നിരവധി വിദേശ സർവ്വകലാശാലകളിൽ വിസിറ്റിങ് പ്രൊഫസർ. സെന്റർ ഫോർ ഓറിയന്റൽ സ്റ്റഡീസ്, ബർലിൻ, ബ്രിട്ടീഷ് കൗൺസിൽ, ലണ്ടൻ, റോക്ക് ഫെല്ലർ സ്റ്റഡി & റിസർച്ച് സെന്റർ, ഇറ്റലി എന്നിവിടങ്ങളിൽ റിസർച്ച് ഫെല്ലോ ആയിരുന്നു. 2008 ൽ ഇന്ത്യൻ ചരിത്ര കോൺഗ്രസ് അദ്ധ്യക്ഷനായി തെരഞ്ഞെടുക്കപ്പെട്ടു. കേരള കൗൺസിൽ ഓഫ് ഹിസ്റ്റോറിക്കൽ റിസർച്ചിന്റെ സ്ഥാപക ചെയർമാനും കേരള ഹയർ എഡ്യൂക്കേഷൻ കൗൺസിൽ വൈസ്–ചെയർമാനും ആയി പ്രവർത്തിച്ചു. കേരള ചരിത്ര കോൺഗ്രസിന്റെ സ്ഥാപക അദ്ധ്യക്ഷനുമായിരുന്നു.

2000–2004 ൽ ശ്രീ ശങ്കരാചാര്യ സർവ്വകലാശാല വൈസ് ചാൻസലർ ആയി പ്രവർത്തിച്ചു. ഗുജറാത്ത് കലാപ (2002) ത്തെക്കുറിച്ച് അന്വേഷിച്ച ജനകീയ കമ്മീഷൻ അംഗം. ഇന്ത്യയിലെ വിവിധ സാമൂഹ്യ സാംസ്കാരിക സംഘടനകളുടെ പ്രവർത്തകനായും മുഖ്യ സംഘാടകനായും പ്രവർത്തിച്ചു. അധിനിവേശ കാലഘട്ടത്തിലെ സാംസ്കാരിക ഭൗതിക ചരിത്രമാണ് പ്രധാന ഗവേഷണ മേഖല. ബൗദ്ധിക ചരിത്രം, പ്രാദേശിക ചരിത്രം എന്നീ ശാഖകൾ വികസിപ്പിക്കുന്നതിൽ മുഖ്യ പങ്കുവഹിച്ചു. കേരളത്തിൽ പ്രാദേശിക ചരിത്ര രചനയ്ക്ക് പ്രോത്സാഹനം നല്കി. ജനകീയ ചരിത്രരചനയ്ക്ക് രീതിശാസ്ത്രം രൂപപ്പെടുത്തുന്നതിൽ ബദ്ധശ്രദ്ധനായിരുന്നു. ഇംഗ്ലീഷിലും മലയാളത്തിലുമായി മുപ്പതിലധികം കൃതികൾ രചിച്ചിട്ടുണ്ട്.

പ്രധാന കൃതികൾ: *എഗൈൻസ്റ്റ് ലോർഡ് ആന്റ് സ്റ്റേറ്റ്സ്: റിലിജിയൻ ആന്റ് പെസന്റ് അപ്റൈസിങ് ഇൻ മലബാർ, കൾച്ചർ ആന്റ് കോൺഷ്യസ്നസ് ഇൻ മോഡേൺ ഇന്ത്യ, കൾച്ചർ, ഐഡിയോളജി ആന്റ് ഹെജിമണി: ഇന്റലചൽസ് ആന്റ് സോഷ്യൽ കോൺഷ്യസ്നെസ് ഇൻ കോളോണിയൽ ഇന്ത്യ, കലുഷിതമായ കാലം, ഒരു ചുവന്ന സൂര്യന്റെ ഓർമ്മ, എസേസ് ഓൺ ദി ഹിസ്റ്ററി ആന്റ് സൊസൈറ്റി ഓഫ് കേരള.*

ഭാര്യ	:	ഉഷ
മക്കൾ	:	രാഗിണി, ശാലിനി
വിലാസം	:	9 ബി, നികുഞ്ജം ഫോർച്യൂൺ ജവഹർ നഗർ, തിരുവനന്തപുരം
ഫോൺ	:	0471–231534, 9846497794
Email	:	knpanikkar@gmail.com

ഉള്ളടക്കം

പ്രസാധകക്കുറിപ്പ്

മതബോധത്തിലധിഷ്ഠിതമായ മദ്ധ്യകാല യുഗത്തിലെ പാശ്ചാത്യ നാഗരികത ഭൂമിയല്ല പ്രപഞ്ചകേന്ദ്രമെന്നു പറഞ്ഞ ബ്രൂണോയെ ചുട്ടു കൊന്ന അതേ നൂറ്റാണ്ടിലാണ് ദിൻ ഇലാഹിയിലൂടെ വിവിധ വിശ്വാസ ധാരകളെ സമന്വയിപ്പിക്കാൻ അക്ബർ ചക്രവർത്തി ഇന്ത്യയിൽ ശ്രമിച്ചത് എന്ന കാര്യം ഇന്ന് നമുക്ക് അവിശ്വസനീയമായി തോന്നാം. അഞ്ചു നൂറ്റാണ്ടുകൾക്കിപ്പുറം അതേ ഇന്ത്യ ഏറ്റവും സങ്കുചിതമായ മത ദേശീയ വികാരങ്ങളുടെ കേന്ദ്രമായി മാറുന്ന കാഴ്ചയാണ് നാം കാണുന്നത്.

ഏറെ ആഴത്തിൽ പഠിക്കപ്പെടേണ്ട വിഷയമാണ് മതത്തിന്റെയും സങ്കുചിത സാംസ്കാരിക ബോധങ്ങളുടെയും അടിസ്ഥാനത്തിൽ ജനങ്ങളെ രാഷ്ട്രീയമായി സംഘടിപ്പിക്കാനുള്ള ശ്രമങ്ങൾ. ആധുനിക സെക്കുലർ ചിന്തകൾ ആഴത്തിൽ വേരോടാത്ത ഒരു സമൂഹത്തിൽ, ഫ്യൂഡൽ സാംസ്കാരിക പരിസരങ്ങളിൽനിന്ന് മുക്തരാകാത്ത ഒരു ജനതയെ, മത ചിഹ്നങ്ങൾ ഉയർത്തിക്കാട്ടി രാഷ്ട്രീയമായി സംഘടിപ്പിക്കുക എളുപ്പമാണ് എന്ന് സംഘപരിവാര ശക്തികൾ ചുരുങ്ങിയ കാലയളവിനുള്ളിൽ നേടിയ തിരഞ്ഞെടുപ്പ് നേട്ടങ്ങൾ കാട്ടിത്തരുന്നു. പക്ഷേ, ഇവർ വിതയ്ക്കുന്ന വെറുപ്പിന്റെ വിത്തുകൾ ഇന്ത്യ എന്ന രാഷ്ട്രത്തെത്തന്നെ എന്നന്നേക്കുമായി ഇല്ലായ്മചെയ്യാൻ പര്യാപ്തമാണ് എന്ന് തിരിച്ചറിയപ്പെടേണ്ടതുണ്ട്. അതിനെ ചെറുത്തുതോല്പിക്കുക ഇന്ത്യ എന്ന ആശയത്തിന്റെ തന്നെ നിലനില്പിന് അനിവാര്യമാണ്.

സ്വത്വബോധങ്ങൾ എങ്ങനെയാണ് രൂപംകൊള്ളുന്നത്, അവ എങ്ങനെയാണ് രാഷ്ട്രീയ ശക്തിയായി മാറുന്നത് തുടങ്ങിയ പഠനങ്ങൾ

ഈ പശ്ചാത്തലത്തിൽ ഏറെ പ്രസക്തമാണ്. ഈ ദിശയിലുള്ള അന്വേഷണങ്ങൾക്ക് ഇന്ത്യയിൽ നേതൃത്വം നല്കിയ ചരിത്രകാരന്മാരിൽ പ്രമുഖനാണ് കെ എൻ പണിക്കർ. മത സ്വത്വബോധം രാഷ്ട്രീയ രൂപമാർജ്ജിക്കുന്നതെങ്ങനെയെന്ന ചോദ്യത്തിന് ഉത്തരം തേടുന്നവർക്ക് ഈ സമാഹാരം തീർച്ചയായും വലിയൊരു മുതൽക്കൂട്ടാകും.

ചിന്ത പബ്ലിഷേഴ്സ്

സ്വത്വബോധത്തിൽനിന്ന് വർഗ്ഗ രാഷ്ട്രീയത്തിലേക്ക്: ഒരു ഗ്രാംഷിയൻ പരിപ്രേക്ഷ്യം

സ്വത്വരാഷ്ട്രീയത്തിന്റെ സ്വാധീനം ഇന്ന് പല ജനവിഭാഗങ്ങളിലും പ്രകടമാണ് – മദ്ധ്യവർഗ്ഗവും തൊഴിലാളികളും കർഷകരും ബുദ്ധിജീവികളുമടക്കം. തല്ഫലമായി സ്വത്വരാഷ്ട്രീയമാണ് യഥാർത്ഥമെന്ന് പ്രചരിപ്പിക്കപ്പെടുന്നു. കൊളോണിയൽ വിരുദ്ധ സമരകാലത്ത് നാമെടുത്ത ഈ പ്രവണത സ്വാതന്ത്ര്യാനന്തര കാലഘട്ടത്തിൽ ശക്തിയാർജ്ജിക്കുകയും സമകാലീന രാഷ്ട്രീയത്തിൽ അനിഷേദ്ധ്യമായ സാന്നിദ്ധ്യമായി മാറുകയും ചെയ്തിരിക്കുന്നു. ജനാധിപത്യ പ്രക്രിയ സ്വത്വബോധത്തെ ശക്തിപ്പെടുത്താൻ സഹായിക്കുകയാണുണ്ടായത്. ജനങ്ങളുടെ രാഷ്ട്രീയ പിന്തുണ ലഭിക്കാൻ ജാതി, മതം, ഭാഷ തുടങ്ങിയ സ്വത്വബോധങ്ങളെ ഉപകരണമായി പലരും ഉപയോഗിച്ചു. ഈ സാദ്ധ്യത ഉരുത്തിരിഞ്ഞു വന്നത് സ്വത്വബോധം ഒരു സാമൂഹ്യ യാഥാർത്ഥ്യമായി ഇന്ത്യൻ സമൂഹത്തിൽ നിലനിന്നുപോന്നു എന്നതുകൊണ്ടാണ്. ജാതി മത പരിഷ്കാരങ്ങളിൽ ഊന്നിയ നവോത്ഥാനത്തിനോ, ലിബറൽ ആശയങ്ങളിൽ വിശ്വസിച്ച ദേശീയ സമരപ്രസ്ഥാനത്തിനോ പരമ്പരാഗത സ്വത്വബോധങ്ങളെ നിർമ്മാർജ്ജനം ചെയ്യാൻ കഴിഞ്ഞില്ല. അവയിൽ പലതും വർഗ്ഗഘടനയെപ്പോലെയും വർഗ്ഗാവബോധത്തെപ്പോലെയും സമൂഹത്തിൽ നിലനിന്നുപോന്നു. സ്വാഭാവികമായും അവ സൃഷ്ടിച്ച സാമൂഹ്യാവബോധം സങ്കീർണ്ണവും വൈരുദ്ധ്യാത്മകവുമായിരുന്നു. ഈ സങ്കീർണ്ണതയും വൈരുദ്ധ്യങ്ങളും അവ സൃഷ്ടിച്ച ആശയബന്ധങ്ങളെ തിരിച്ചറിയാൻ വിഷമമുള്ളതാക്കിത്തീർക്കുന്നു.

സ്വത്വരൂപീകരണം ചരിത്രപരമായി ഉരുത്തിരിഞ്ഞ സാമൂഹ്യയാഥാർത്ഥ്യമാണ്. അതിന്റെ വേരുകൾ ഉല്പാദനപ്രക്രിയയിലും തല്ഫലമായുണ്ടായ സാമൂഹ്യവ്യതിരിക്തതയിലും എത്തിനില്ക്കുന്നു. അതായത്

മനുഷ്യചരിത്ര പ്രക്രിയയിൽ അവബോധവൈവിദ്ധ്യങ്ങൾ വ്യത്യസ്തഘട്ടങ്ങളിൽ പ്രത്യക്ഷപ്പെടുകയും സാമൂഹ്യബോധത്തിന്റെ ഭാഗമായോ ഒറ്റപ്പെട്ടോ നിലനില്ക്കുകയും ചെയ്യുന്നു. അവയുടെ അസ്തിത്വം അധികാരവും മേല്ക്കോയ്മയും പ്രതിരോധവുമൊക്കെയായി കെട്ടുപിണഞ്ഞു കിടക്കുന്നതാണ്. സ്വത്വരാഷ്ട്രീയത്തെ തിരിച്ചറിയണമെങ്കിലും ഈ സാമൂഹ്യയാഥാർത്ഥ്യത്തെ വിശകലന വിധേയമാക്കേണ്ടിയിരിക്കുന്നു.

സ്വത്വരാഷ്ട്രീയത്തിന്റെ അടിത്തറ സമുദായം (Community) എന്ന സങ്കല്പനമാണ്. ഈ സങ്കല്പനത്തിൽ സമുദായം വ്യതിരിക്തതകളില്ലാത്ത ഏകതാനമായ, സർവ്വസമത്വമുള്ള സാമൂഹ്യഘടകമാണ്. വർഗ്ഗം എന്നതിനു പകരമായി നവ കൊളോണിയൽ പഠനകേന്ദ്രങ്ങൾ മുന്നോട്ടുവെച്ച പരികല്പനയാണിത്. 1970 കൾക്കുശേഷം പടിഞ്ഞാറൻ സർവ്വകലാശാലകളിൽ ഈ സങ്കല്പനത്തിന്റെ ചട്ടക്കൂട് ഉപയോഗിച്ചുകൊണ്ടുള്ള പഠനങ്ങൾ നടന്നു. ഇന്ത്യയെക്കുറിച്ചും കേരളത്തെക്കുറിച്ചും അത്തരം ഉദ്യമങ്ങൾ പലതുമുണ്ടായിട്ടുണ്ട്. തല്ഫലമായി സമൂഹത്തിന്റെ ഘടനയിൽ തൊഴിലാളി, കർഷകൻ, മുതലാളി എന്നീ സംവർഗ്ഗങ്ങൾ (Catogories) പുറംതള്ളപ്പെടുകയും തൽസ്ഥാനത്ത് ജാതി, മത, ലിംഗ പരികല്പനകൾ അവരോധിക്കപ്പെടുകയും ചെയ്തു. ചില പണ്ഡിതന്മാർ സമുദായങ്ങൾക്ക് അവരുടേതായ നിയമമുണ്ടാക്കാനുള്ള അധികാരം ലഭ്യമാക്കണമെന്നും വാദിച്ചു. ഉത്തരാധുനികതയുടെ സന്തതിയായ ഈ അഭിപ്രായത്തിന് ഒരു തീവ്രപുരോഗമനസ്വഭാവം (accute radicalism) സിദ്ധിക്കുകയും ചെയ്തു. മുസ്ലിങ്ങളെയും ഹിന്ദുക്കളെയും സ്ത്രീകളെയുമൊക്കെ ആന്തരികമായ വ്യതിരിക്തതയും വൈരുദ്ധ്യങ്ങളുമില്ലാതെ പരിഗണിക്കുന്നതിലെ അപാകത മറച്ചുവെക്കുകയോ ചർച്ച ചെയ്യപ്പെടാതിരിക്കുകയോ ചെയ്തു.

അതേ സമയത്തുതന്നെ സാമൂഹ്യ അവബോധമണ്ഡലത്തെ കണക്കിലെടുക്കുമ്പോൾ അതിന്റെ ഭാഗമായി നിലനില്ക്കുന്ന സ്വത്വബോധങ്ങളെ കാണാതിരുന്നുകൂട. പ്രത്യേകിച്ച് അവയുടെ പ്രത്യയശാസ്ത്രപരമായ സ്വാധീനം. സമൂഹത്തെ വർഗ്ഗങ്ങളുടെ ആകത്തുകയായി പരിഗണിക്കുമ്പോൾ അവയിൽ അന്തർദ്ധാരയായി, പ്രത്യയശാസ്ത്രമായി നിലനില്ക്കുകയും സ്വാധീനം ചെലുത്തുകയും ചെയ്യുന്ന ഘടകങ്ങളുണ്ടെന്ന് തിരിച്ചറിയേണ്ടതുണ്ട്. അത്തരം സ്വത്വബോധങ്ങളെ മറികടക്കാൻ സഹായിക്കുന്നതാണ് വർഗ്ഗബോധം. ഒന്നിന് പകരം മറ്റൊന്ന് എന്നത് തികച്ചും തെറ്റായ ധാരണയാണ്. വർഗ്ഗബോധത്തിന് ബദലായി സ്വത്വബോധത്തെ പ്രതിഷ്ഠിക്കുമ്പോൾ വൈരുദ്ധ്യാത്മക സമീപനം നഷ്ടപ്പെട്ടു പോകുന്നു. വർഗ്ഗസമീപനം സ്വത്വബോധത്തെ മറികടക്കാൻ വഴിതെളിക്കുന്ന സൈദ്ധാന്തിക പരിപ്രേക്ഷ്യമാണ്.

ഈ പരിതഃസ്ഥിതി സൃഷ്ടിക്കുന്ന ഏറ്റവും പ്രധാനപ്പെട്ട പ്രശ്നം എങ്ങനെയാണ് വിമർശനാത്മകമായി സ്വയം സ്വത്വത്തെ തിരിച്ചറിയുക എന്നതാണ്. അതിന്റെ പാതയെന്താണെന്ന് അന്റോണിയോ ഗ്രാംഷി

ചൂണ്ടിക്കാണിക്കുകയുണ്ടായി – 'Critical understanding of self taken place... through a struggle of "political hegemonies" and of opposing direction, first in the ethical field and then in that of politics proper, inorder to arrive at the working out at a higher level of one's own conception of reality.'

ഗ്രാംഷിയുടെ നിരീക്ഷണത്തെ സൂക്ഷ്മവായനയ്ക്ക് വിധേയമാക്കുകയാണെങ്കിൽ രാഷ്ട്രീയ മേല്ക്കോയ്മയ്ക്കുവേണ്ടിയുള്ള സംഘർഷങ്ങളുടെ പ്രാധാന്യം ചൂണ്ടിക്കാണിക്കുന്നതായി കാണാം. കാരണം പ്രത്യേക രാഷ്ട്രീയ മേല്ക്കോയ്മയുടെ ഭാഗമാകുന്നത് പുരോഗമനാത്മകമായ അവബോധത്തിന്റെ ആദ്യപടിയാണ്. എന്നാൽ വ്യക്തിയോ സമൂഹമോ പുരോഗമന അവബോധത്തിന്റെ ഭാഗമാകുന്നത് സ്വത്വബോധ രാഷ്ട്രീയത്തിലൂടെയല്ല. പക്ഷേ, സ്വത്വബോധ രാഷ്ട്രീയത്തിന്റെ നിഷേധം സ്വത്വബോധത്തിന്റെ നിഷേധമല്ല. സ്വത്വബോധത്തെ കണക്കിലെടുത്തുകൊണ്ട്, വിമർശനാത്മകമായി സമീപിച്ചുകൊണ്ട്, ബദൽ സാംസ്കാരിക മേഖലകൾ തുറന്നിട്ടു കൊണ്ടുമാത്രമേ സ്വത്വബോധ രാഷ്ട്രീയത്തെ മറികടക്കാൻ കഴിയൂ.

ജാതി മത സ്വത്വബോധങ്ങൾ ചരിത്രപരമായി രണ്ടുതരം ദൗത്യം നിറവേറ്റിയതായി കാണാം. ഒന്നാമതായി, നിലവിലുള്ള വ്യവസ്ഥയെ നിലനിർത്തുകയും പരിപോഷിപ്പിക്കുകയും ചെയ്തു. രണ്ടാമതായി, പുരോഗതിയുടെ വാതിൽ തുറന്നുവയ്ക്കാനുള്ള ശ്രമങ്ങൾക്ക് നേതൃത്വം കൊടുത്തു. പല പ്രസ്ഥാനങ്ങളിലും സമരങ്ങളിലും സ്വത്വബോധത്തിന്റെ ഈ രണ്ട് മുഖങ്ങളും കാണാം. മലബാർ കലാപത്തിൽ മതപുരോഹിതന്മാർ കലാപത്തിനു നേതൃത്വം കൊടുത്തത് സുപ്രസിദ്ധമാണ്. അതേസമയത്തുതന്നെ മതം ഒരു പ്രതിലോമശക്തിയായി പ്രവർത്തിക്കുകയും ചെയ്തു. പല ജാതി സംഘടനകൾക്കും സംഭവിച്ചത് അതുതന്നെ.

പുരോഗമനശക്തികൾ നേരിടുന്ന അടിസ്ഥാനപരമായ പ്രശ്നം സ്വത്വബോധത്തെ സ്വീകരിക്കണമോ വേണ്ടയോ എന്നതല്ല. വ്യത്യസ്ത സ്വത്വബോധങ്ങളില്ലാത്ത ഒരു സമൂഹമില്ല. സ്വത്വബോധത്തെ കണ്ണടച്ച് നിഷേധിച്ചുകൊണ്ട് ആവിഷ്കരിക്കേണ്ടവയല്ലതാനും. ഉദാഹരണമായി, ജാതി ഇന്ത്യൻ സമൂഹത്തിൽ വളരെയേറെ സ്വാധീനം ചെലുത്തുന്ന ഒരു ഘടകമാണ്. അതിന്റെ പ്രവർത്തനവും സ്വാധീനവുമെല്ലാം വ്യത്യസ്ത പ്രദേശങ്ങളിൽ വ്യത്യസ്തമാണ്. കേരളത്തിൽ ജാതി ഒരു സാമൂഹ്യ പ്രതിഭാസമെന്നതിനേക്കാൾ രാഷ്ട്രീയശക്തിയായി മാറിയിരിക്കുന്നു. ഉത്തരേന്ത്യയിൽ 'ഉന്നത' ജാതികളുടെ മേല്ക്കോയ്മ നിലനില്ക്കുന്നു. അതുകൊണ്ട് ജാതിയും വർഗ്ഗവും എങ്ങനെ കെട്ടുപിണഞ്ഞു കിടക്കുന്നു എന്നത് കണക്കിലെടുക്കുന്നത് അത്യന്താപേക്ഷിതമാണ്. അതിലൂടെ മാത്രമേ സ്വത്വബോധത്തിൽനിന്ന് വിമുക്തി നേടാനും വർഗ്ഗബോധം സൃഷ്ടിക്കാനും സാദ്ധ്യമാവുകയുള്ളൂ. ഉല്പാദനപ്രക്രിയയുടെ ഏതെങ്കിലുമൊരു ശ്രേണിയിൽ സ്ഥാനവല്ക്കരിക്കുന്നതുകൊണ്ടുമാത്രം വർഗ്ഗം

രൂപംകൊള്ളുന്നില്ല; വർഗ്ഗബോധമുണ്ടാക്കുക അനിവാര്യമാണ്. വർഗ്ഗരൂപീകരണ പ്രക്രിയയ്ക്ക് വിഘാതമായി പലപ്പോഴും ഇടപെടുന്നത് സ്വത്വബോധങ്ങളാണ്. വിപുലമായ അർത്ഥത്തിൽ ഓരോ സമൂഹത്തിലും നടക്കുന്ന നിരന്തരമായ വർഗ്ഗസമരങ്ങൾ ഈ പ്രക്രിയയുടെ ഭാഗമാണ്. പൂർണ്ണമായ വർഗ്ഗബോധം ഒരുപക്ഷേ, ഒരിക്കലുമുണ്ടായി എന്നുവരില്ല. സ്വത്വബോധത്തിന്റെ–ജാതി, മത, ലിംഗ, ഭാഷാബോധങ്ങൾ – അംശങ്ങൾ അവശേഷിക്കാത്ത മനുഷ്യമനസ്സുകളുണ്ടാവില്ല. പുരോഗമന സിദ്ധാന്തങ്ങൾ ഉൾക്കൊള്ളേണ്ടതിന്റെ ആവശ്യകതയുടെ ഒരു വശമാണത്. ജനങ്ങളെ ധൈഷണികമായി സമ്പന്നമാക്കേണ്ടതിന്റെ പ്രാധാന്യത്തിന് ഗ്രാംഷി അടിവരയിടുന്നത് അതുകൊണ്ടാണ്.

മനുഷ്യന്റെ രണ്ടുവിധ 'സൈദ്ധാന്തിക അവബോധ' (Theorotical Consciousness) ങ്ങളെ ഗ്രാംഷി വിശകലനം ചെയ്യുന്നത് ഈ സന്ദർഭത്തിൽ ഇങ്ങനെയാണ്: Man-in-the mass has two theorotical consciousness-one which is implicit in his activity and which in reality unite him with all his fellow workers in the practical transformation of the real world; and one superficially explicit or verbal which he has inherited from the past and uncritically absorbed. But this verbal conception is not without consequences. It holds together a specific social group, it influences moral conduct and the direction of will, with varying efficacity, but often powerfully enough to produce a situation in which the contradictory state of consciousness does not permit of any action, any decision or any choice, and produces a condition of moral and political passivity. അത്തരമൊരു അരാഷ്ട്രീയവല്ക്കരണമാണ് സ്വത്വരാഷ്ട്രീയം നിർവ്വഹിക്കുന്നത്, സ്വത്വബോധപരമായ പ്രശ്നങ്ങളുമായി വർഗ്ഗതാല്പര്യങ്ങളെ കൂട്ടിച്ചേർക്കാത്ത സന്ദർഭങ്ങളിൽ.

ഇന്ത്യയിലെ മുസ്ലിങ്ങളുടെ സ്ഥിതി ഇതിന് നല്ലൊരു ഉദാഹരണമാണ്. ഒരു ന്യൂനപക്ഷം എന്ന നിലയ്ക്ക് അവർ ഭൂരിപക്ഷ വർഗ്ഗീയതയുടെ ആക്രമണത്തിന് ശരവ്യമാകാൻ സാദ്ധ്യതയുള്ളവരാണ്. വടക്കേ ഇന്ത്യയുടെ പല ഭാഗങ്ങളിലും അടുത്തകാലത്ത് ഗുജറാത്തിലും സംഭവിച്ചപോലെ. പക്ഷേ, അവരുടെ ഇടയിൽ ഒരു വലിയ വിഭാഗം പരമദരിദ്രരാണ്. കേരളത്തിലെ മുസ്ലിങ്ങളെക്കുറിച്ച് നടത്തിയ ഒരു പഠനത്തിൽ ഏകദേശം പത്ത് ശതമാനത്തിന്റെ മാസവരുമാനം മുന്നൂറു രൂപയിൽ കുറവാണെന്ന് ചൂണ്ടിക്കാണിക്കുന്നു. സ്വാഭാവികമായും മുസ്ലിം എന്ന സ്വത്വബോധത്തെ അപ്രസക്തമാക്കുന്ന മറ്റു പല ജീവിത യാഥാർത്ഥ്യങ്ങളുമുണ്ട്. ആ യാഥാർത്ഥ്യങ്ങളെ കണക്കിലെടുക്കാത്തതാണ് സ്വത്വബോധരാഷ്ട്രീയം. അത് ഇന്ന് പ്രചാരം സിദ്ധിച്ചുകൊണ്ടിരിക്കുന്ന മദ്ധ്യവർഗ്ഗപ്രേരിതമായ ജാതിമതലിംഗഭാഷാ പ്രസ്ഥാനങ്ങൾക്കൊക്കെ ബാധകമാണ്.

സ്വത്വരാഷ്ട്രീയത്തിൽ അത്തരമൊരു താല്പര്യം പതിയിരിക്കുന്നു എന്ന് ചൂണ്ടിക്കാണിക്കുന്നതുകൊണ്ട് സ്വത്വബോധത്തിന്റെ പ്രാധാന്യത്തെ ചുരുക്കിക്കാണുന്നുവെന്നോ നിഷേധിക്കുന്നുവെന്നോ അർത്ഥമാകുന്നില്ല. മറിച്ച് സ്വത്വബോധപ്രശ്നങ്ങളെ അഭിസംബോധന ചെയ്യാതെ ഇടതുപക്ഷരാഷ്ട്രീയത്തിന് മുന്നോട്ടുപോകാൻ സാധിക്കുകയില്ല എന്നാണ് വിവക്ഷ. ഒരുപക്ഷേ, ഇതുവരെ ദേശീയതലത്തിൽ വളരെയേറെ മുന്നോട്ടുപോകാൻ സാധിക്കാതെപോയത് ആധുനികവല്ക്കരിക്കപ്പെടാത്ത, യാഥാസ്ഥിതികമായ ഇന്ത്യൻ സമൂഹത്തിൽ, നിലനില്ക്കുന്ന സ്വത്വബോധപ്രശ്നങ്ങൾക്ക് പരിഹാരം കാണാനും അവരെ സമരോന്മുഖരാക്കാനും കഴിഞ്ഞില്ലെന്നതാണ്. വാസ്തവത്തിൽ സ്ത്രീ സ്വത്വത്തിനുവേണ്ടി നിലകൊള്ളുന്നവർ ഇടതുപക്ഷമാണല്ലോ. ന്യൂനപക്ഷ അവകാശങ്ങൾ പൂർണ്ണമായും സ്വീകരിക്കുന്നവരും അവർതന്നെ. ദളിതർ ഇടതുപക്ഷം പ്രതിനിധാനം ചെയ്യുന്ന നിസ്വവർഗ്ഗത്തിന്റെ ഭാഗവും. അതുകൊണ്ട് സ്വത്വബോധത്തെ വർഗ്ഗരാഷ്ട്രീയത്തിൽ ഉൾക്കൊള്ളൽ പക്ഷേ, അവയെ ദൃഢീകരിക്കാനോ ന്യായീകരിക്കാനോ അല്ല, സാമൂഹ്യ അവബോധ പരിവർത്തനത്തിനുള്ള ശ്രമമെന്ന നിലയ്ക്കാണ്. സ്വത്വബോധത്തിൽനിന്ന് വർഗ്ഗരാഷ്ട്രീയത്തിലേക്കുള്ള പരിണാമത്തിന് സൈദ്ധാന്തികമായ ഇടപെടലുകളും പ്രത്യയശാസ്ത്ര പ്രവർത്തനവും അനിവാര്യമാണ്. അവ ശക്തമല്ലെങ്കിൽ മദ്ധ്യവർഗ്ഗം സ്വത്വബോധ ആശയങ്ങളിലേക്കും രാഷ്ട്രീയത്തിലും വഴുതിവീണുകൊണ്ടിരിക്കും. ഇന്ത്യയിലെ പ്രാന്തവല്ക്കരിക്കപ്പെട്ട വിഭാഗങ്ങളിൽ അത്തരമൊരു പ്രവണത വളർന്നുകൊണ്ടിരിക്കുന്നു. ഇതിനെ പ്രതിരോധിക്കാൻ വർഗ്ഗരാഷ്ട്രീയം കൈക്കൊള്ളേണ്ട നിരന്തരവും സങ്കീർണ്ണവുമായ പ്രവർത്തനങ്ങളെക്കുറിച്ച് ഗൗരവപൂർവ്വമായ സൈദ്ധാന്തിക ചർച്ച ആവശ്യമാണ്.

(2010)

ആരുടെ ദേശം? ആരുടെ ദേശീയത?

സമീപകാലത്ത് ജെ എൻ യു വിദ്യാർത്ഥികൾക്കെതിരെ രാജ്യദ്രോഹക്കുറ്റം ചുമത്തപ്പെട്ട നിന്ദ്യമായ സംഭവത്തിന്റെ പരിണതഫലമായ, സ്വാഗതാർഹമായ ഒരു കാര്യം സങ്കീർണ്ണവും പല അടുക്കുകളുള്ളതുമായ ഇന്ത്യൻ ദേശീയതയെപ്പറ്റി വ്യാപകമായ ചർച്ചയ്ക്ക് തുടക്കംകുറിച്ചു എന്നതാണ്. ദൃശ്യമാധ്യമങ്ങൾ ചർച്ചയെന്നും വാർത്താവിശകലനമെന്നുമുള്ള പേരിൽ ആഘോഷിച്ച 'ആക്രോശങ്ങളെ'യല്ല, ദേശീയതയുടെ അർത്ഥവും അതിന്റെ മാറുന്ന തലങ്ങളും കണ്ടെത്താൻ രാജ്യത്തെ വിവിധ സർവ്വകലാശാലകളിലെ അദ്ധ്യാപകരും വിദ്യാർത്ഥികളും നടത്തിയ ശ്രമങ്ങളെയാണ് ഞാനുദ്ദേശിക്കുന്നത്. അതിൽ ശ്രദ്ധേയവും പുതുമയാർന്നതുമായിരുന്നു ജെ എൻ യുവിലെ അദ്ധ്യാപകരും വിദ്യാർത്ഥികളും ചേർന്ന് സംഘടിപ്പിച്ച സംവാദ പരമ്പര. അതിൽ വിവിധ മേഖലകളിൽനിന്നുള്ള വിദഗ്ദ്ധർ ദേശീയതയെ സംബന്ധിച്ച പ്രകോപനപരവും അന്വേഷണാത്മകവുമായ ചോദ്യങ്ങളുയർത്തി. ഒരു സർവ്വകലാശാലയുടെ ലക്ഷ്യം തന്നെ അത്തരം ചോദ്യങ്ങളുയർത്തുക എന്നതാണല്ലോ. അക്കാദമികമായ പരിപാടി ആയിരുന്നെങ്കിൽക്കൂടിയും ദേശീയതയുടെ പേരിലുള്ള ഭരണകൂട ധാർഷ്ട്യത്തിനെതിരെ മൗലികമായൊരു പ്രതിഷേധം കൂടിയായിരുന്നു അത്. ജെ എൻ യു എന്ന സ്ഥാപനത്തെയും അവിടത്തെ വിദ്യാർത്ഥികളെയും ദേശദ്രോഹികളായും ഭീകരരായും അരാജകവാദികളായും പൈശാചികവല്ക്കരിക്കുകയും അവരുടെ പ്രവൃത്തികൾ രാജ്യദ്രോഹത്തിൽ കുറയാത്ത മറ്റൊന്നുമല്ലെന്ന് അപകീർത്തിപ്പെടുത്തുകയും ചെയ്തതാണ് ഇത്തരത്തിൽ പുതുമയാർന്ന പ്രതിഷേധത്തിനിടയാക്കിയത്.

കൊളോണിയൽ ഭരണത്തിനുശേഷം സ്വാതന്ത്ര്യത്തിന്റെ എഴുപത്

വർഷങ്ങൾ കഴിഞ്ഞിട്ടും, അതും പൗരസ്വാതന്ത്ര്യത്തിനായുള്ള സുദീർഘവും ജനകീയവുമായ സമരംകൊണ്ട് നേടിയെടുത്ത സ്വാതന്ത്ര്യമാണെന്നിരിക്കെ, അഭിപ്രായവ്യത്യാസത്തെയും ആവിഷ്കാര സ്വാതന്ത്ര്യത്തെയും അടിച്ചമർത്താൻ പണ്ട് കൊളോണിയൽ ഭരണാധികാരികൾ ഉപയോഗിച്ച അതേ നിയമങ്ങൾതന്നെ ഈ സ്വതന്ത്രരാഷ്ട്രം ഉപയോഗിക്കുന്നുവെന്നത് തികച്ചും വിരോധാഭാസമാണ്. എന്നാലത് യാദൃച്ഛികമല്ല. ഇന്ത്യൻ ഭരണകൂടത്തെ ബി ജെ പി എന്ന വർഗ്ഗീയ വലതുപക്ഷം കൈയടക്കിയതും അതിന്റെ പരിണതഫലമായി ആർ എസ് എസും അനുബന്ധ സംഘടനകളും നേതൃത്വം നല്കുന്ന ഹിന്ദു മതമൗലികവാദത്തിന്റെ ഉയിർത്തെഴുന്നേല്പുമാണ് അതിനിടയാക്കിയത്.

ദേശീയത എന്ന സങ്കല്പം

ദേശീയപ്രസ്ഥാനം അതിന്റെ ജനകീയഘട്ടത്തിലേക്ക് കടന്ന 1920 കളിൽ ദേശീയതയിൽ അന്തർലീനമായിരുന്ന വ്യത്യസ്ത സാദ്ധ്യതകൾ നിർണ്ണായക സൂക്ഷ്മപരിശോധനയ്ക്ക് വിധേയമായി. നിസ്സഹകരണ പ്രസ്ഥാന കാലഘട്ടത്തിൽ പൊട്ടിപ്പുറപ്പെട്ട കലാപത്തിനു തൊട്ടുപിന്നാലെ നടന്ന ടാഗോറും ഗാന്ധിജിയുമായുള്ള സംഭാഷണം ആക്രമണോത്സുക ദേശീയത ഉയർത്തിയ ഉൽക്കണ്ഠയിലേക്കും ആശങ്കകളിലേക്കുമുള്ള ചൂണ്ടുപലകയാണ്. ഗാന്ധിജി ദേശീയതയുടെ വിമോചനപരമായ സാദ്ധ്യതയിലൂന്നിയപ്പോൾ ടാഗോർ അതിന്റെ ആക്രമണോത്സുക സ്വഭാവത്തിലേക്ക് ശ്രദ്ധ ക്ഷണിച്ചു. അധികം താമസിയാതെ ജവഹർലാൽ നെഹ്റു തന്റെ *ഇന്ത്യയെ കണ്ടെത്തൽ* എന്ന ഏറെ പ്രശംസിക്കപ്പെട്ട പുസ്തകത്തിലൂടെ ദേശീയതയുടെ ചരിത്രപരമായ വേരുകൾ കണ്ടെത്താനൊരു ശ്രമം നടത്തി. എല്ലാ ഭാരതീയനും വായിച്ചിരിക്കേണ്ടൊരു പുസ്തകമാണത്. ഈ രണ്ടുദാഹരണങ്ങളല്ലാതെ ഈ ദിശയിൽ ശ്രദ്ധേയമായ മറ്റു പരിശ്രമങ്ങളൊന്നും നടന്നിട്ടില്ല. സാമ്രാജ്യത്വവിരുദ്ധ പോരാട്ടത്തിൽ പങ്കെടുത്തിട്ടുള്ള മറ്റുള്ളവരാരും ആ ചർച്ച മുന്നോട്ട് കൊണ്ടുപോകാഞ്ഞതിനു കാരണം അപ്പോഴേക്കും ദേശീയത സ്വാധീനശക്തിയുള്ള മനോവികാരമായി മാറിക്കഴിഞ്ഞതാവണം. മറ്റു ബൗദ്ധികവും രാഷ്ട്രീയവുമായ കാരണങ്ങളുമുണ്ടാകാം. അതോ, ഈ മൂന്നുപേരുടെ ബൗദ്ധിക നിലവാരത്തോടൊപ്പം നില്ക്കാൻ പോന്നവരായ അധികമാരും ഇല്ലാതിരുന്നതുകൊണ്ടാണോ? അതല്ലെങ്കിൽ, ജനകീയഭാവനയിൽ ദേശഭക്തിയും ദേശീയതയും തമ്മിൽ വ്യതിരേകത ഇല്ലാത്തതാണോ? ഭരണകൂടമെന്നതിനെ വൈദേശികമായ അടിച്ചേല്പിക്കലായും ദേശത്തെ ചരിത്രത്തിൽനിന്ന് സ്വയമാർജ്ജിച്ചതായുമാണ് വീക്ഷിച്ചത്. ദേശീയതയുടെ സാദ്ധ്യമായ അപഭ്രംശങ്ങളോടല്ല, ബഹുസ്വരത ദേശീയതയുടെ വൈവിദ്ധ്യങ്ങളിലും അതിന്റെ ചരിത്രപരമായ സഞ്ചാരപഥങ്ങളിലുമാണ് ധൈഷണിക ഇടപെടലുകൾ നടന്നിട്ടുള്ളത്.

താരതമ്യത്തിനായി ചൈനയുടെ ചരിത്രത്തിലേക്ക് ഞാനൊരല്പം

വ്യതിചലിക്കുകയാണ്. ഇതേതരത്തിൽ സങ്കീർണ്ണമായ സാഹചര്യത്തെ അഭിമുഖീകരിക്കേണ്ടിവന്ന ചൈനക്കാർ കൈക്കൊണ്ടത് പ്രായോഗിക മാർഗ്ഗമാണ്. 1911 ലെ ദേശീയ വിപ്ലവത്തിനുശേഷം, ചൈനയുടെ വിവിധ ഭാഗങ്ങളിലായി യുദ്ധപ്രഭുക്കൾ അധികാരകേന്ദ്രങ്ങളായി ഉടലെടുത്തു തുടങ്ങിയിരുന്നു. ഭരണകൂടത്തിന്റെ ആധിപത്യം ദുർബ്ബലമാവുകയും അധികാരത്തിന്റെ പല കേന്ദ്രങ്ങളുണ്ടാവുകയും ചെയ്തു. ദേശത്തിന് പരസ്പരാശ്രിതത്വം നഷ്ടമാവുകയും ജനങ്ങളെ ഒന്നിച്ചുനിർത്താൻ പ്രാപ്തമായ ഉൾപ്രേരണ ഇല്ലാതാവുകയും ചെയ്തു. ദേശീയ വിപ്ലവത്തിന്റെ നേതാവായ സൺയാത് സെൻ ചൈനയുടെ അപ്പോഴത്തെ അവസ്ഥയെ അഴിഞ്ഞ മണലിനോട് സാദൃശ്യപ്പെടുത്തിയതിലൂടെ രാജ്യത്തിന്റെ ഏകത്വവും നാനാത്വവും വെട്ടിമുറിക്കപ്പെട്ട രാജ്യതന്ത്രവും അതിൽനിന്ന് ഒരൊറ്റ ശക്തിയായി മാറേണ്ടതിന്റെ ആവശ്യകതയുമാണ് വിശദമാക്കാൻ ശ്രമിച്ചത്. അത് നേടിയെടുക്കാൻ ഒരു രാഷ്ട്രമാണെന്ന ചിന്ത ഉടലെടുക്കേണ്ടത് ജനസാമാന്യത്തിന്റെ ബോധത്തിലാണെന്ന് സൺയാത് സെൻ വിശ്വസിച്ചു. അതവസാനിച്ചത് രാജ്യത്തിലുടനീളം നടത്തിയൊരു യാത്രയിലാണ്. തികച്ചും വ്യത്യസ്തമായ കാരണങ്ങൾക്കാണെങ്കിലും ആ യാത്ര ദക്ഷിണാഫ്രിക്കയിൽനിന്ന് മടങ്ങിയെത്തിയതിനുശേഷം ഗാന്ധിജി നടത്തിയ യാത്രയെ ഓർമ്മിപ്പിക്കുന്നതാണ്. ഗാന്ധിജിയുടേത് തിരിച്ചറിവിന്റെ യാത്രയായിരുന്നുവെങ്കിൽ സൺയാത് സെന്നിന്റേത് ദേശീയതയുടെ സാംസ്കാരിക-രാഷ്ട്രീയ യുക്തിക്കുള്ളിൽ നിന്ന് രാജ്യത്തിന്റെ വിഭിന്നമായ മൂല്യങ്ങളെ ഒന്നിച്ചുകൊണ്ടുവരാനുള്ള യാത്രയായിരുന്നു. പക്ഷേ, ഒരു കാര്യത്തിൽ സാമ്യമുണ്ട്: ജനസമൂഹവുമായി താദാത്മ്യം പ്രാപിച്ചാൽ മാത്രമേ തങ്ങളുടെ ലക്ഷ്യം നേടാൻ കഴിയൂ എന്നുള്ള ദൃഢവിശ്വാസം ഇരുവരും പങ്കിട്ടിരുന്നു. ആറ്റൻബറോയുടെ വിഖ്യാത ചലച്ചിത്രമായ *ഗാന്ധി*യിൽ ഗാന്ധിജി തന്റെ മേൽവസ്ത്രമുപേക്ഷിക്കുന്ന ഒരു രംഗമുണ്ട്. തന്റെ ജീവിതത്തെ സാധാരണക്കാരുമായി കണ്ണിചേർക്കുന്നതിന്റെ പ്രതീകമാണത്. അത്തരമൊരു താദാത്മ്യം സൃഷ്ടിക്കാഞ്ഞതുകൊണ്ട് സൺയാത് സെന്നിന്റെ ദേശീയവാദ പദ്ധതി തകരാറിലായി. അതേസമയം, ഗാന്ധിജി ദരിദ്രരോട് സഹാനുഭൂതി പുലർത്തുക മാത്രമല്ല, സ്വന്തം ജീവിതശൈലി അവരോട് സദൃശമാക്കാൻ പരിശ്രമിക്കുകയും ചെയ്തു. സാമാന്യജനവുമായുള്ള ഈ താദാത്മ്യമാണ് സാമ്രാജ്യത്വ ഭരണത്തിൽനിന്ന് സ്വതന്ത്ര ഇന്ത്യയിലേക്ക് രാജ്യത്തെ പരിവർത്തനം ചെയ്തെടുക്കാൻ അദ്ദേഹത്തെ സഹായിച്ചത്. പരിവർത്തനത്തിന്റെ അത്ഭുതകരമായ ഈ കഥയിൽ ഇന്ത്യയുടെ ആധുനിക ദേശീയതയെ നിർമ്മിച്ചെടുത്ത സത്തയടങ്ങിയിരിക്കുന്നു.

ദേശവും ദേശീയതയും

ദേശീയവാദത്തിനുമുമ്പ് ഇന്ത്യ ഒരു ദേശമായി നിലനിന്നിരുന്നില്ലെന്നത് വാദയുക്തമാണെങ്കിലും ഇൻഡസ് നദീതട സംസ്കാരത്തോളം

എത്തിനില്ക്കുന്നു അതിന്റെ പുരാതനത്വമെന്ന് സ്ഥാപിച്ചെടുക്കാനുള്ള പരിശ്രമങ്ങൾ ഇന്ന് ശക്തമാണ്. മുമ്പ് ഈ അവകാശവാദം വേദകാല ഘട്ടത്തിൽ അവസാനിച്ചിരുന്നെങ്കിൽ നരേന്ദ്രമോദി പകർന്നുകൊടുത്ത ആത്മവിശ്വാസത്തിൽ ഹിന്ദുക്കളുടെ ഉല്പത്തി, കുറഞ്ഞത് ഒരു സഹസ്രാബ്ദമെങ്കിലും പിറകിലേക്ക് എത്തിനില്ക്കുകയാണ്. ഈ അവകാശവാദം ശരിയാണെങ്കിൽത്തന്നെ ഏണസ്റ്റ് ഗെൽനർ പ്രസ്താവിച്ചതുപോലെ "ദേശങ്ങൾ ദേശീയത സൃഷ്ടിക്കുകയില്ല. മറിച്ച്, ദേശീയതയാണ് ദേശങ്ങളെ സൃഷ്ടിക്കുന്നത്." എന്നുമാത്രമല്ല, "ദേശീയത ദേശങ്ങളുടെ ആത്മാവബോധത്തിലേക്കുള്ള ഉയിർത്തെഴുന്നേല്പല്ല, അതില്ലാത്ത ദേശങ്ങളെ നിർമ്മിക്കലാണ്" എന്ന് ബെനഡിക്ട് ആൻഡേഴ്സൺ പറയുന്നു. ഒരു ദേശത്തിന്റെ നിർമ്മാണം സംഭവ്യമാകുന്നത് തിരിച്ചറിയപ്പെട്ട പൊതു താല്പര്യങ്ങളെ അടിസ്ഥാനമാക്കിയുള്ള രാഷ്ട്രീയ സമൂഹത്തെ സങ്കല്പിക്കാനുള്ള കഴിവിലൂടെയാണ്. ഇന്ത്യയിൽ കൊളോണിയൽ ആധുനികത്വം സൃഷ്ടിച്ച നിയന്ത്രിത വ്യവസ്ഥയാണ് ഈ സാമാന്യത ഉണ്ടാക്കുന്നത്. ഇതിനു വിരുദ്ധമായി, ഹിന്ദു ദേശീയവാദികൾ ദേശീയതയെ വേദകാലഘട്ടത്തിൽ അടയാളപ്പെടുത്തുന്നു. അവർ ചരിത്രത്തെ പിന്നോട്ടുവായിക്കുകയും നിലവിലുള്ളതുമായി ബന്ധപ്പെടുത്തി അതിനെ ആഘോഷിക്കുകയും ചെയ്യുന്നു. ഈ വളച്ചൊടിക്കലിന്റെ തിളങ്ങുന്ന ഉദാഹരണമാണ് അശോകന്റെ ജീവിതകഥ ആധാരമാക്കിയുള്ള ഹിന്ദി സീരിയലിൽ നിത്യവും അഖണ്ഡ ഭാരതത്തെച്ചൊല്ലി പ്രതിജ്ഞയെടുക്കുന്ന അശോകൻ.

ഇന്ത്യയുടെ ചരിത്രത്തിൽ മൗര്യന്മാർ. ചേരന്മാർ, പാണ്ഡ്യന്മാർ, ചാലുക്യർ, മുഗളർ എന്നിങ്ങനെ നിരവധി സാമ്രാജ്യങ്ങളും രാജാധിപത്യങ്ങളും ഉണ്ടായിരുന്നു, പക്ഷേ, ദേശമോ ദേശീയവാദമോ ഉണ്ടായിരുന്നില്ല. ഈ രാജത്വങ്ങൾ മദ്ധ്യകാലീന വിശിഷ്ടതയായ വാഴുന്നവനോടുള്ള ദേശഭക്തി അതിന്റെ ഔന്നത്യത്തിൽ ഉളവാക്കിയിരുന്നു. ദേശീയത ഭൂതകാലത്തിൽനിന്ന് പ്രചോദനം നേടിയിരുന്നില്ലെന്നല്ല ഇതിനർത്ഥം. ചരിത്രത്തിൽനിന്നും സംസ്കാരത്തിൽനിന്നും രാഷ്ട്രതന്ത്രത്തിൽ നിന്നും ഭൂമിശാസ്ത്രത്തിൽ നിന്നുമെല്ലാം നല്ലൊരളവുവരെ അതുണ്ടായിട്ടുണ്ട്. പൂർവ്വകാലത്തിനോടുള്ള ആകർഷണത്തിന് രണ്ട് ധാരകളുണ്ട് – മതേതരവും മതാധിഷ്ഠിതവും. സാമ്രാജ്യത്വ വിരുദ്ധ ദേശീയത അതിന്റെ ധർമ്മസിദ്ധാന്തം രൂപവല്കരിച്ചത് മതേതര പാരമ്പര്യത്തിൽനിന്നാണ്. ഇത് ഇന്ത്യൻ സാമൂഹിക–മതചിന്തയിലെ സാർവ്വദേശീയ പ്രവണതയെ പ്രബലമാക്കി. അങ്ങനെ അശോകനും അക്ബറും ഒരുവശത്തും റാം മോഹനും വിവേകാനന്ദനും മറുവശത്തും ദേശീയവാദിയുടെ പൊതുസഭാമണ്ഡലത്തിന്റെ ഭാഗമായി മാറി. അതേസമയത്തുതന്നെ ശിവജിയിലും റാണാ പ്രതാപിലും ഔറംഗസേബിലുംനിന്ന് പ്രചോദനം നേടിയവരുമുണ്ട്.

ദേശീയതയുടെ സത്തയെന്തെന്ന് നിർവ്വചിക്കാൻ പ്രയാസമാണ്. വിവിധ സ്രോതസ്സുകളിൽനിന്നാണതിന്റെ പ്രചോദനം. പ്രാദേശികമായ

ദേശഭക്തി, സാംസ്കാരിക വ്യക്തിത്വം, രാഷ്ട്രീയ പാരമ്പര്യം എന്നിവയൊക്കെ അതിന്റെ നിർമ്മാണത്തിന് സഹായകമാവുന്നുണ്ട്. പക്ഷേ, അതിലുപരി അത് സമൂഹത്തിലെ ഘടനാപരമായ മാറ്റങ്ങളുടെയും പുതിയ വർഗ്ഗത്തിന്റെയും പുതിയ സാങ്കേതികത്വത്തിന്റെയും ഉദയത്തിന്റെ ഫലമാണ്, പല രാജ്യങ്ങളിൽ ദേശീയത പലവിധത്തിൽ ആവിർഭവിക്കുന്നതുപോലെ. യൂറോപ്പിൽ അത് ദേശരാഷ്ട്രങ്ങളുടെ രൂപവല്ക്കരണത്തിലൂടെയാണ് പ്രത്യക്ഷമായതെങ്കിൽ ഇന്ത്യയിലത് സാമ്രാജ്യത്വത്തിനെതിരെയുള്ള പോരാട്ടത്തിന്റെ സൃഷ്ടിയായിരുന്നു. ഇന്ത്യയിലെ ജനങ്ങളെ ഒരു പൊതുവേദിയിലേക്ക് ഒന്നിപ്പിച്ചത് സാമ്രാജ്യത്വവിരുദ്ധതയായിരുന്നു. ഒത്തുചേരലിന് കാരണമായത് സാമ്രാജ്യത്വഭരണമായിരുന്നെങ്കിലും ഇന്ത്യൻ ദേശീയത സാമ്രാജ്യത്വത്തിന്റെ സംഭാവനയായിരുന്നില്ല. അതിന്റെ ആവിർഭാവം സാമ്രാജ്യത്വം കാരണമല്ല, മറിച്ച് സാമ്രാജ്യത്വമുള്ളതുകൊണ്ടായിരുന്നു. അത് തീർത്തും വിരുദ്ധമായ പ്രസ്ഥാനമായിരുന്നില്ല, പക്ഷേ, രാജ്യനിർമ്മാണത്തിന്റെ കർത്തവ്യങ്ങളെ അഭിസംബോധന ചെയ്തിരുന്ന ഒന്നായിരുന്നു. ആധുനിക പ്രതിഭാസം എന്നതിനോടൊപ്പം ദേശീയത ആധുനീകരിക്കുന്ന ഒരു പ്രതിഭാസം കൂടിയായിരുന്നു, അതിന്റെ തത്ത്വശാസ്ത്രപരമായ പൈതൃകം മാനവികത്വം, യുക്തിവാദം, സാർവ്വലൗകികത്വം എന്നിവയുടെ പരിജ്ഞാനത്തിൽ വേരൂന്നിയ ലിബറലിസമാണ്. ആധുനികതയുമായി ഒത്തിണങ്ങാത്ത സാമൂഹികവും മതപരവുമായ സമ്പ്രദായങ്ങളെ വിമർശിച്ചുകൊണ്ടുള്ള ആദ്യകാലത്തെ ദേശീയ ഉണർവ്വിന് ഇന്ത്യയിൽ കാരണമായതും ഇതാണ്. മതഗ്രന്ഥങ്ങളിൽ പറയുന്ന പഴയകാല സമ്പ്രദായങ്ങളെ തിരിച്ചുവിളിക്കുന്നത് നവീകരണത്തിന്റെ ഭാഗമായുള്ള കൗശലമാണ്, അല്ലാതെ പാരമ്പര്യത്തെ പുനർനിർമ്മിക്കാനുള്ള ശ്രമമല്ല. പാരമ്പര്യത്തോടുള്ള സമീപനം വിമർശനാത്മകവും പുതിയതും ഉപകരണ സ്വഭാവമുള്ളതുമായിരുന്നു.

തത്ത്വചിന്താപരമായ വിശദീകരണമായാലും രാഷ്ട്രീയവഴക്കമായാലും സാമ്രാജ്യത്വവിരുദ്ധ ദേശീയതയുടെ നിർവ്വചനാത്മകമായ ഗുണം മതനിരപേക്ഷതയാണ്. അത് ഇന്ത്യൻ സമൂഹത്തിന്റെ സാംസ്കാരിക-മതപര വൈവിദ്ധ്യത്തെ അംഗീകരിക്കുകയും ജാതിയുടെയും മതത്തിന്റെയും അടിസ്ഥാനത്തിലുള്ള വിവേചനത്തിനെതിരായി നിലകൊള്ളുകയും ചെയ്തു. ഹിന്ദുമത വേദഗ്രന്ഥങ്ങളിലും പത്തൊമ്പതാം നൂറ്റാണ്ടിലെ നവോത്ഥാന നായകരുടെ പ്രബോധനങ്ങളിലും വിവരിക്കപ്പെട്ടിട്ടുള്ള സാർവ്വലൗകികവും മാനവികവുമായ ആചാരങ്ങളും മതപരവും സാംസ്കാരികവുമായ സംവാദങ്ങളിലൂടെ ജനങ്ങൾ വളർത്തിയെടുത്ത പാരസ്പര്യവും മതനിരപേക്ഷ-ലിബറൽ ജനാധിപത്യമെന്ന ആശയത്തിലേക്ക് നയിച്ചു. ലിബറലിസമായിരുന്നു അതിന്റെ രാഷ്ട്രീയ തത്ത്വസംഹിത. ദേശീയ വിമോചന സമരത്തിലുടനീളം അതിന്റെ കാഴ്ചപ്പാടുകളും വ്യവഹാരങ്ങളും ലിബറലിസത്തിന്റെ തത്ത്വങ്ങൾകൊണ്ട് രൂപം കൊടുത്തവയായിരുന്നു. വിപ്ലവ ദേശീയവാദികളും കമ്യൂണിസ്റ്റുകളുമൊഴിച്ച്,

ബ്രിട്ടീഷുകാർക്കെതിരെ പോരാടുമ്പോൾപോലും ഇന്ത്യൻ ദേശീയവാദികൾ ബ്രിട്ടീഷ് ഉദാരവാദത്തിന്റെ ആരാധകരായിരുന്നത് അഭിപ്രായ ഭിന്നതയ്ക്കും ചർച്ചയ്ക്കുമുള്ള ഇടമുണ്ടാക്കിക്കൊടുത്തു. അടിസ്ഥാന പൗരാവകാശങ്ങളായ സംസാരിക്കാനും ആവിഷ്കാരത്തിനുമുള്ള സ്വാതന്ത്ര്യം പോലുള്ളവയെ ആധാരമാക്കി ഒരു രാഷ്ട്രീയ സംവിധാനം സ്ഥാപിക്കാനുള്ള ശ്രമങ്ങൾ സ്വാതന്ത്ര്യലബ്ധിക്ക് മുമ്പും ശേഷവും നടന്നിട്ടുണ്ട്. അതൊരു തരത്തിൽ കരകവിയുന്ന ദേശീയതയ്ക്കൊരു തടയിടുന്ന സാർവ്വലൗകികതയുടെ അവബോധം പ്രോത്സാഹിപ്പിച്ചു. ബാബാസാഹിബ് അംബേദ്കർ മുഖ്യശില്പിയായ ഇന്ത്യൻ ഭരണഘടന രൂപം കൊണ്ടത് ജനാധിപത്യ-മതനിരപേക്ഷ-ലിബറൽ തത്ത്വങ്ങളെ പ്രതിനിധാനം ചെയ്യുന്ന ഒരുപകരണമായാണ്. തത്ത്വത്തിൽ, ഇന്ത്യൻ ദേശീയതയുടെ കാതലാണ് ഭരണഘടന.

ദേശീയവാദത്തിന്റെ ദൗർബല്യങ്ങൾ

ഇന്ത്യയിലേതുപോലെ അത്രയധികം വിവേചനങ്ങളുള്ള ഒരു സമൂഹത്തിൽ ആദർശമെന്നതൊരിക്കലും സത്യമല്ല. ദേശീയ വിമോചനത്തിന്റെ രാഷ്ട്രീയപദ്ധതിയെ അലട്ടിയ ഒരുപാട് പിളർപ്പുകൾ സമൂഹത്തിലുണ്ടായിരുന്നു. അതിലേറ്റവും പ്രകടമായത് പാർശ്വവല്കരിക്കപ്പെട്ടവരെ ദേശീയതയിൽ ഉൾപ്പെടുത്താതിരുന്നതായിരുന്നു. ഇന്ത്യയിലെ ജനങ്ങളും സാമ്രാജ്യത്വവും തമ്മിലുള്ള എല്ലാത്തിനുമുപരിയായ വൈരുദ്ധ്യത്തിന്റെ ആവിഷ്കരണമാണ് ദേശീയതയെന്ന സങ്കല്പം ശരിയായിരിക്കാം. പക്ഷേ, 'ജനം' എന്നത് വിഭിന്ന താല്പര്യങ്ങളുള്ള സാംസ്കാരിക, രാഷ്ട്രീയനിരകൾ ഒത്തുചേരുന്ന ഒരു സമൂഹമാണ്. അതിലേതെങ്കിലും ഒരു വിഭാഗത്തിന്റെ താല്പര്യം സന്ധിചെയ്യപ്പെടുമ്പോൾ ദേശീയതയ്ക്കത് തിരിച്ചടിയാവുന്നു. ദേശീയ പ്രസ്ഥാനം സാമൂഹിക വ്യതിയാനങ്ങളെക്കുറിച്ച് അവബോധമുണ്ടാക്കുന്നുണ്ടെങ്കിലും ആഭ്യന്തര വൈരുദ്ധ്യങ്ങൾ പരിഹരിക്കാനുള്ള മാർഗ്ഗമൊന്നും കണ്ടെത്തിയിട്ടില്ല. അതിന്റെ ഫലമായി സമൂഹത്തിലെ പാർശ്വവല്ക്കരിക്കപ്പെട്ട വിഭാഗങ്ങളായ ആദിവാസികൾ, ദളിതർ, ന്യൂനപക്ഷങ്ങൾ, സ്ത്രീകൾ എന്നിവരൊന്നും സാമ്രാജ്യത്വ വിരുദ്ധ ദേശീയതയുടെ മുഖ്യധാരയുടെ ഭാഗമായില്ല. ഉപദേശം, ഗുണദോഷം, പൂർണ്ണ വിസമ്മതം തുടങ്ങി പലതരം നയങ്ങളിലൂടെ ഇതിനെ മറികടക്കാൻ ഗാന്ധിജി ശ്രമിച്ചു. പക്ഷേ, അവരുടെ ദുഃഖങ്ങൾ ദേശീയവാദ രാഷ്ട്രീയത്തിന്റെ പരിധികൾക്കുള്ളിൽ പരിഹരിക്കപ്പെട്ടില്ല. കാരണം, അതിന്റെ ശ്രദ്ധ ജനങ്ങൾക്കും സാമ്രാജ്യത്വത്തിനുമിടയിലുള്ള ദ്വന്ദ്വ വൈരുദ്ധ്യത്തിലായിരുന്നു. ആഭ്യന്തര വൈരുദ്ധ്യങ്ങൾ പരിശോധിക്കപ്പെട്ടില്ല. എന്നാൽ, അവ പ്രാഥമിക വൈരുദ്ധ്യത്തിന്റെ ആവശ്യങ്ങൾക്കു കീഴിലേക്ക് ഒതുക്കപ്പെട്ടു. ആഭ്യന്തര വൈരുദ്ധ്യങ്ങളായ ജാതി, വർഗ്ഗം, ലിംഗം തുടങ്ങിയവയിലും സമൂഹത്തിൽ അടിച്ചമർത്തപ്പെട്ടവരുടെയും പാർശ്വവല്കരിക്കപ്പെട്ടവരുടെയും അവകാശങ്ങളിലും

ശ്രദ്ധ കേന്ദ്രീകരിച്ചവർ മുഖ്യധാര ദേശീയതയ്ക്കു പുറത്തായി. പെരിയോർ രാമസ്വാമിയുടെയും ബി ആർ അംബേദ്കറുടെയും ദേശീയ പ്രസ്ഥാനത്തോടുള്ള നിർണ്ണായകമായ നിലപാട് മുഖ്യമായും ഈ കാഴ്ചപ്പാടിൽനിന്നാണ് ഉടലെടുക്കുന്നത്. സാമ്രാജ്യത്വവിരുദ്ധ ദേശീയതയുടെ പരിമിതികളെ ചോദ്യംചെയ്ത പെരിയോറിന്റെ പ്രസിദ്ധവും ആലങ്കാരികവുമായ ചോദ്യമിതായിരുന്നു: "ബ്രാഹ്മണഭരണം പറയനു സ്വരാജ്യമാണോ? പൂച്ചയുടെ ഭരണം എലിക്കു സ്വരാജ്യമാണോ? ജന്മിയുടെ ഭരണം അടിയാനു സ്വരാജ്യമാണോ? മുതലാളിയുടെ ഭരണം തൊഴിലാളിക്കു സ്വരാജ്യമാണോ?" ദൗർഭാഗ്യകരമെന്നു പറയട്ടെ, ഈ ചോദ്യങ്ങളിന്നും പ്രസക്തമായി നിലനില്ക്കുന്നു. എങ്ങനെയായാലും ആരുടെ താല്പര്യത്തെയാണ് ദേശീയത പ്രതിനിധാനം ചെയ്യുന്നതെന്ന ഏറ്റവും പ്രധാനപ്പെട്ട ചോദ്യം അത് മുന്നോട്ടുവെക്കുന്നു.

ന്യൂനപക്ഷങ്ങളുടെ സ്ഥാനം എവിടെയാണെന്ന ചോദ്യവും പ്രസ്ഥാനത്തിനകത്ത് ആയാസമുണ്ടാക്കി. മതനിരപേക്ഷ ലക്ഷ്യംതേടിയുള്ള സുഗമമായ യാത്രയുടെ കഥയല്ല ദേശീയ പ്രസ്ഥാനത്തിന്റേത്. അതിനു വിപരീതമായി, ഹിന്ദുക്കൾക്കും മുസ്ലീങ്ങൾക്കുമിടയിലുള്ള മതപര സാമുദായിക അവബോധത്തിന്റെ വളർച്ചയ്ക്കൊപ്പമായിരുന്നു ദേശീയപ്രസ്ഥാനത്തിന്റെയും പുരോഗതിയാരംഭിച്ചത്. പത്തൊമ്പതാം നൂറ്റാണ്ടിലെ സമുദായത്തിലൂന്നിയുള്ള മത നവോത്ഥാന പ്രസ്ഥാനങ്ങളിലേക്കാണ് ഈ വേർതിരിവിന്റെ വേരുകൾ ചെന്നെത്തുന്നത്. ആദ്യകാല പ്രസ്ഥാനങ്ങളായ ബ്രഹ്മസമാജവും പ്രാർത്ഥനാ സമാജവും സാർവ്വദേശീയമായ കാഴ്ചപ്പാടുള്ളവയായിരുന്നു. എന്നാൽ, പിന്നീടുവന്ന ആര്യസമാജം പോലുള്ളവയ്ക്ക് പുനരുദ്ധാരണത്തിലേക്കായിരുന്നു ചായ്വ്. സാമ്രാജ്യത്വത്തിനെതിരെ സാംസ്കാരിക പ്രതിരോധത്തിനോടുള്ള അവരുടെ അഭിരുചി അവർക്കൊരു സാമൂഹിക അടിത്തറ നല്കി. ഹിന്ദുക്കൾക്കിടയിൽ മതപരമായൊരു ഐക്യദാർഢ്യം ഉണ്ടാക്കിയെടുക്കാൻ പോന്ന ശക്തമായൊരു റോൾ ആയിരുന്നു ആര്യസമാജത്തിന്റേത്, പ്രത്യേകിച്ചും വടക്കേ ഇന്ത്യയിൽ. അതുപോലെ വഹാബി, അലീഗഢ് പ്രസ്ഥാനങ്ങൾ മുസ്ലീം മതാവബോധം ഉണ്ടാക്കിയെടുക്കാൻ പ്രേരകമായി. ഈ അടിസ്ഥാനത്തെ ആധാരമാക്കി മതപരമായ സംസ്സർഗ്ഗമുള്ള രാഷ്ട്രീയ പാർട്ടികളായ മുസ്ലീംലീഗും (1905) ഹിന്ദുമഹാസഭയും (1904) പോലുള്ളവയുടെ രൂപവല്ക്കരണത്തോടെ മതപരമായ കാഴ്ചപ്പാടുള്ള രാജ്യത്തിന് അടിത്തറയിട്ടു. എന്നിരുന്നാലും ദേശീയപ്രസ്ഥാനം മതാത്മക സ്വത്വത്തിൽനിന്ന് അകന്നുനില്ക്കാൻ ശ്രമിച്ചെങ്കിലും ആ വേർപെടൽ യാഥാർത്ഥ്യമാക്കുന്നതിൽ അത്ര വിജയിച്ചില്ല. ദേശീയപ്രസ്ഥാനത്തിലുടനീളം ഹിന്ദുക്കൾക്കും മുസ്ലിങ്ങൾക്കുമിടയിൽ മതാത്മക സ്വത്വത്തിന്റെ അടിയൊഴുക്ക് നിലനിന്നിരുന്നു. മതബോധത്തിൽനിന്ന് സാംസ്കാരികതയെ വേർതിരിക്കുന്നതിലുള്ള അപര്യാപ്തതയുടെ ഫലമാണോ അത്? മതത്തെ അടിസ്ഥാനമാക്കിയുള്ള സാംസ്കാരിക വ്യത്യാസങ്ങൾ ശക്തമായി തുടരവെ

തന്നെ, സാംസ്കാരികോദ്ഗ്രഥനത്തിൽ ഇന്ത്യൻ ദേശീയത പരിധിയില്ലാത്ത വിശ്വാസമർപ്പിച്ചു. വിടവുകൾ വർദ്ധിപ്പിക്കുന്നതിന് സാമ്രാജ്യത്വം മറ്റൊരർത്ഥത്തിൽ സംഭാവനയൊരുക്കുകയായിരുന്നു.

സാമ്രാജ്യത്വവിരുദ്ധ സമരത്തിൽനിന്ന് ഉരുത്തിരിഞ്ഞ ഇന്ത്യൻ ദേശീയത ചിതറിയ ഒന്നായിരുന്നു – മതം, ജാതി, വർഗ്ഗം എന്നിവയുടെ ആഭ്യന്തര വൈരുദ്ധ്യങ്ങളാൽ കീറിപ്പറിഞ്ഞ് വേർപെട്ടത്. വിഭജനവും പാകിസ്ഥാന്റെ രൂപവല്ക്കരണവും സംഭവിച്ചിട്ടും ഇന്ത്യയെ ഒരു മതേതര ജനാധിപത്യ റിപ്പബ്ലിക്കായി രൂപമെടുക്കാൻ സഹായിച്ചത് മതമൗലികവാദത്തിനോടുള്ള സാമ്രാജ്യത്വവിരുദ്ധ ദേശീയതയുടെ സന്ധിയില്ലായ്മയാണ്. സാമ്രാജ്യത്വ വിരുദ്ധ സമരം വാദിക്കുകയും പരിശീലിക്കുകയും ചെയ്ത ദേശീയതയുടെ മതേതര ജനാധിപത്യ സ്വത്വത്തിന്റെ ഗുണമായി, ഭാഗികമാണെങ്കിലും ഈ വിജയത്തെ വിശേഷിപ്പിക്കാവുന്നതാണ്.

മതാത്മക ദേശീയതയുടെ ഉദയം

അതേസമയം, രാഷ്ട്രീയ സംവാദത്തിന്റെ അവിഭാജ്യ ഭാഗമായി മതാത്മക ഘടകം മാറി. അതിന്റെ ഫലമായി ദേശീയതയുടെ പുതിയ ആഖ്യാനം ഉദയംചെയ്തു – മതാത്മക ദേശീയതയുടെ ആഖ്യാനം. 1947 ൽ പാകിസ്ഥാനെന്ന ഇസ്ലാമിക് സ്റ്റേറ്റ് രൂപംകൊണ്ടെങ്കിലും സ്വതന്ത്ര ഇന്ത്യയിൽ ഹിന്ദു വർഗ്ഗീയതയുടെ സാന്നിദ്ധ്യം പ്രകടമാവാൻ പിന്നെയും കാലമേറെയെടുത്തു. 1924 ൽ രൂപമെടുത്ത ആർ എസ് എസിന്റേത് വ്യക്തമായും ധാരാളം ഉയർച്ച താഴ്ചകളുള്ള കാലഗതിയായിരുന്നു. അത് സാമ്രാജ്യത്വവിരുദ്ധ പ്രസ്ഥാനവുമായി പങ്കുചേർന്നില്ലെന്നു മാത്രമല്ല, സാമ്രാജ്യത്വവുമായി സഹവർത്തിക്കുകയും ചെയ്തു. ആ രാജ്യവിരുദ്ധ നിലപാട് തുടക്കത്തിലെ കുപ്രസിദ്ധിക്കു കാരണമായി. ഗാന്ധിജിയുടെ ഘാതകനായ നാഥുറാം ഗോഡ്സെയുടെ ആർ എസ് എസ് ബന്ധം അതിനെ ഒരു രാഷ്ട്രീയ അവമതിക്കു കാരണമാക്കിത്തീർത്തു. അടിയന്തരാവസ്ഥ ചുമത്തപ്പെടുന്നതുവരെ ആർ എസ് എസിന് കാര്യമായ പുരോഗതിയുണ്ടാക്കാൻ കഴിഞ്ഞിരുന്നില്ല. അതിനൊരു ആക്കം നല്കി മുഖ്യധാരയിലേക്കു പ്രവേശിക്കാൻ സഹായിച്ചത് അടിയന്തരാവസ്ഥയാണ്. അടിയന്തരാവസ്ഥ ഇന്ത്യൻ ജനാധിപത്യത്തിനുനേരെയുള്ള ഒരു കടന്നുകയറ്റം മാത്രമായിരുന്നില്ല, വർഗ്ഗീയശക്തികൾക്ക് ഭാവിവിജയത്തിലേക്കുള്ള വാതിൽതുറക്കൽ കൂടിയായിരുന്നു.

അടിയന്തരാവസ്ഥയ്ക്കുശേഷമുണ്ടായ സ്ഥിതിവിശേഷം ജനസംഘത്തിനെ (ബി ജെ പിയുടെ ആദ്യാവതാരം) അതിന്റെ രാഷ്ട്രീയ ഒറ്റപ്പെടലിനെയും അസ്പൃശ്യതയെയും കുടഞ്ഞെറിയാൻ വലിയ തോതിൽ സഹായിച്ചു. അടിയന്തരാവസ്ഥയെ നേരിടാൻ സൃഷ്ടിച്ച സംവിധാനത്തിന്റെ ഭാഗമായി മാറിക്കൊണ്ട് അത് രാഷ്ട്രീയ അംഗീകാരം നേടിയെടുക്കുകയും ചെയ്തു. ഭരണകൂട അധികാരത്തിലേക്കുള്ള ഈ പ്രവേശത്തിന്റെ പ്രധാന ഗുണഭോക്താവ് ആർ എസ് എസ് ആയിരുന്നു. ദളിതർ,

ആദിവാസികൾ, മറ്റു പിന്നാക്ക വിഭാഗക്കാർ എന്നിങ്ങനെ തങ്ങൾക്ക് മുമ്പ് പ്രവേശമില്ലാതിരുന്ന മേഖലകളിലേക്ക് അങ്ങേയറ്റം സ്വാധീനം ചെലുത്താനായി ഈ അവസരം അത് മുതലെടുത്തു. അത് ഭാവി പ്രതിരോധത്തിന്റെ ചവിട്ടുപലക സ്ഥാപിക്കാൻ സഹായകമായി. പുരോഗമനശക്തികളുടെ തളർച്ചയും ഇടതിന്റെ തകർച്ചയും അവരെ ഭരണകൂട അധികാരം നേടുകയെന്ന ലക്ഷ്യം കൈവരിക്കാൻ സഹായിച്ചു. പരിണതഫലമായി ഇന്ന് മിക്കവാറും എല്ലാ ഭരണകൂട ഉപകരണങ്ങളെയും ആർ എസ് എസ് നിയന്ത്രിക്കുന്നു. സാങ്കേതികമായി ബി ജെ പിയാണ് രാജ്യം ഭരിക്കുന്നതെങ്കിലും യഥാർത്ഥ അധികാരം ആർ എസ് എസിൽ നിക്ഷിപ്തമാണ്. ആർ എസ് എസിന്റെ ആജ്ഞ നിറവേറ്റുന്ന മരപ്പാവയാണ് നരേന്ദ്ര മോദി. രാഷ്ട്രീയ–സാംസ്കാരിക മേഖലകൾക്കിടയിൽ സൗകര്യപ്രദമായൊരു വ്യവസ്ഥ നടപ്പാക്കപ്പെടുന്നു എന്നുവേണം കരുതാൻ. രാഷ്ട്രീയ നേതാക്കൾക്ക് തങ്ങളുടെ വലതുപക്ഷ പദ്ധതികൾ, പ്രാവർത്തികമാക്കാനാവശ്യമായ ഇടവും സ്വാതന്ത്ര്യവും നല്കപ്പെടുമ്പോൾ, സാംസ്കാരിക മാഫിയക്കാവട്ടെ ഹിന്ദു രാഷ്ട്രത്തിന്റെ നിർമ്മിതിക്കു സഹായകമാകുന്ന ഭിന്നിപ്പിക്കൽ പ്രവൃത്തികൾ ആവിഷ്കരിക്കാനുള്ള സൗകര്യമാണ് ലഭിക്കുന്നത്.

ഇന്ന് ലിബറൽ–ജനാധിപത്യ–മതനിരപേക്ഷ ദേശീയത ശ്രദ്ധേയമാം വിധം പ്രതിസന്ധിയിലാണെന്നു മാത്രമല്ല, മതാത്മക സ്വത്വത്തിലൂന്നുന്ന സമാന്തരമായൊരു ദേശീയവാദത്തെ ഭരണകൂട ഇടപെടലിലൂടെ അതിനു പകരംവെക്കാനുള്ള ശ്രമവും നടത്തുന്നു. അമ്പതുവർഷങ്ങളായി, സാമൂഹിക ജീവിതത്തിന്റെ ഏതാണ്ട് എല്ലാ മേഖലകളിലും ഇടപെടാൻ കഴിയുന്നവിധത്തിൽ വൈവിദ്ധ്യമാർന്ന സജ്ജീകരണങ്ങൾ സംഭാവന ചെയ്ത് ആർ എസ് എസ് അതിന്റെ വലവിരിക്കുകയായിരുന്നു. സാംസ്കാരിക സംഘടനയെന്ന് സ്വയം പരസ്യപ്പെടുത്തി ഗ്രാമങ്ങളിലും നഗരങ്ങളിലുമുള്ള എല്ലാ പ്രധാന വിശേഷാവസരങ്ങളിലും അത് അതിന്റെ സാന്നിദ്ധ്യം അടയാളപ്പെടുത്തി. അങ്ങനെ ചെയ്യുന്നതിലൂടെ തെരഞ്ഞെടുപ്പ് വേളയിൽ സഹായകമാകുന്നതരത്തിലുള്ള സല്പേര് സൃഷ്ടിക്കുന്നതിൽ അത് വിജയിച്ചു. ഇത്തരത്തിൽ സാമൂഹിക സ്വാധീനമുള്ള ആർ എസ് എസിനെ അധികാരഭ്രഷ്ടരാക്കുക അത്ര എളുപ്പമല്ല.

സർക്കാർ സ്വീകരിച്ച നവ–ഉദാരീകരണ നയങ്ങൾ കാരണം രണ്ടു ദശകങ്ങളായി സമൂഹത്തിലെ ചില ഘടനാപരമായ മാറ്റങ്ങൾ ബി ജെ പിയുടെ ലക്ഷ്യങ്ങളെയും സഹായിച്ചിട്ടുണ്ട്. ഈ നയത്തിന്റെ ഒരു അനന്തരഫലം പ്രതിസന്ധികളുള്ള വലിയൊരുവിഭാഗം മദ്ധ്യവർഗ്ഗത്തിന്റെ വളർച്ചയായിരുന്നു. പ്രധാനമായും അവർക്കുണ്ടായിരുന്ന പ്രതിസന്ധി സാംസ്കാരികമായിരുന്നു. പുതുതായി കണ്ടെത്തിയ ആധുനികതയെ പാരമ്പര്യസിദ്ധമായ സാംസ്കാരിക പിന്നാക്കാവസ്ഥയുമായി യോജിപ്പിക്കാനുള്ള ബുദ്ധിമുട്ടായിരുന്നു അത്. ഹിന്ദു മൗലികവാദികളായ സംഘടനകൾ പ്രചരിപ്പിക്കുന്ന അന്ധവിശ്വാസത്തിലും വിജ്ഞാനവിരോധവാ

ദത്തിലുമാണ് ഇതിനുള്ള പ്രതിവിധി അവർ അന്വേഷിച്ചത്. രാജ്യത്തെ ഒരു സ്വർഗ്ഗമാക്കുമെന്ന നരേന്ദ്ര മോദിയുടെ പൊള്ളയായതും നിരർത്ഥകവുമായ അലങ്കാരവാക്കുകളും വാഗ്ദാനങ്ങളും ഈ നിരാശരായ വർഗ്ഗത്തിന്റെ ദുരഭിമാനത്തെ തൃപ്തിപ്പെടുത്താൻ പോന്നതായിരുന്നു. മതാധിഷ്ഠിതമായ രാഷ്ട്രത്തിലേക്കുള്ള ഇന്ത്യയുടെ മാറ്റത്തിന് ചുക്കാൻ പിടിക്കുന്നതിന്റെ കുത്തകാവകാശം മോദി നല്കിയത് ദേശീയവും അന്തർദ്ദേശീയവുമായ കോർപ്പറേറ്റുകൾക്കാണ്. കോർപ്പറേറ്റിസത്തിന്റെയും മതമൗലികവാദത്തിന്റെയും കൂടിച്ചേരൽ ആർ എസ് എസിന് സാമ്പത്തിക പിന്തുണയും പ്രത്യയശാസ്ത്രപരമായ പ്രചോദനവും ഉറപ്പാക്കി.

സ്വേച്ഛാധിപത്യത്തിലേക്ക്

ഏതാണ്ടെല്ലാ ഭരണകൂട സംവിധാനങ്ങളും നിയന്ത്രിക്കുന്ന ആർ എസ് എസ് ലിബറൽ –മതനിരപേക്ഷ–സാമ്രാജ്യത്വവിരുദ്ധ ദേശീയതയെ പരുഷമായ ഹിന്ദുമതാധിഷ്ഠിത ദേശീയതയായി, വർഗ്ഗീയതയുടെ ഭാഷയിൽ പറഞ്ഞാൽ സാംസ്കാരിക ദേശീയതയായി പുനഃപ്രതിഷ്ഠിക്കാനുള്ള പരിശ്രമത്തിലാണ്. സാംസ്കാരിക ദേശീയതയ്ക്കും മതനിരപേക്ഷ ദേശീയതയ്ക്കുമിടയിൽ ഒരു ചേർച്ചക്കേടുണ്ടെന്ന തോന്നലാണ് അതുണ്ടാക്കുന്നത്. വാസ്തവത്തിൽ അതൊരു വ്യാജ വേർതിരിവാണ്. സാംസ്കാരിക ദേശീയതയെന്നത് മതനിരപേക്ഷ ദേശീയതയുടെ ഭാഗം തന്നെയാണ്. പ്രശ്നം സംസ്കാരത്തെ എങ്ങനെ സ്വാംശീകരിക്കുന്നു എന്നതിലാണ്. ആർ എസ് എസിന് ഇന്ത്യൻ സംസ്കാരമെന്നാൽ 'ഹിന്ദുത്വ'യിൽ വിനായക് ദാമോദർ സവർക്കറും ഒരുകൂട്ടം കത്തുകളിൽ എം എസ് ഗോൾവൾക്കറും നിർവ്വചിച്ച ഹിന്ദു സംസ്കാരമാണ്, ഈ ഉറവിടങ്ങളെ ആധാരമാക്കി സംഘ്പരിവാർ ശ്രമിക്കുന്നത് കാലത്തിനനുരൂപമല്ലാത്തൊരു ദേശീയതയെ മുന്നോട്ടുവെക്കാനാണ്. അത് അടിസ്ഥാനപരമായി അടിത്തറയിടുന്നത്, മീരാ നന്ദ വിശേഷിപ്പിച്ചതുപോലെ, "ഇണക്കിയെടുത്ത ഭൂതകാലത്തിലൂടെ കെട്ടിപ്പടുത്ത പൈതൃക"ത്തിലാണ്. ഇന്ത്യയിലെ ജനങ്ങളുടെ ചരിത്രപരമായ അനുഭവങ്ങൾ തെല്ലും കണക്കിലെടുക്കാതെ അത് ശ്രമിക്കുന്നത് ശാസ്ത്രം, സാങ്കേതികത, തത്ത്വശാസ്ത്രം എന്നുവേണ്ട എല്ലാ ധാരകളിലും ഭാരതവർഷം ലോകത്തെ അതിശയിച്ച ഒരു സാങ്കല്പിക പ്രതാപകാലഘട്ടത്തിലേക്ക് ചരിത്രത്തെ മരവിപ്പിച്ചു നിർത്താനാണ്. ഭൂതകകാലത്തെക്കുറിച്ച് തെറ്റായൊരു അഭിമാനബോധം സൃഷ്ടിക്കാനുള്ള ശ്രമമാണത്. അത് ചരിത്രത്തെ ഐതിഹ്യംകൊണ്ടും ശാസ്ത്രത്തെ കാവികൊണ്ടും മറച്ചുപിടിക്കുന്നു. ലിബറൽ മതനിരപേക്ഷ ദേശീയതയിൽ നിന്നും ഒരു മതമൗലിക ദേശീയതയിലേക്കുള്ള പരിവർത്തനത്തിനാണ് നാം സാക്ഷിയാവുന്നത്.

ഇതിൽനിന്നും ഉയിരെടുക്കുന്ന ഭാവി ഭയാനകമാണ്. ഗോൾവൾക്കർ മുസ്ലിങ്ങളെയും കമ്യൂണിസ്റ്റുകളെയും രാഷ്ട്രത്തിന്റെ ശത്രുവായി കണ്ടതിനു സമാനമായി ഭിന്നതയുടെ സ്വരമുയർത്തുന്നവരെല്ലാം രാജ്യദ്രോ

ഹികളായി മുദ്രകുത്തപ്പെടുന്നു. അതിനേറ്റവും പുതിയ ഉദാഹരണമാണ് ജെ എൻ യുവിലെ വിദ്യാർത്ഥി നേതാവായ കനയ്യ കുമാർ. ഇത് അവസാനത്തേതാവാനിടയില്ല. വിവേചനത്തിൽനിന്നും അടിമത്തത്തിൽ നിന്നുമുള്ള മോചനത്തിനായി ശബ്ദമുയർത്തിയതിന് ഈ വിദ്യാർത്ഥി നേതാവിനെ ദേശദ്രോഹക്കുറ്റം ചുമത്തി അറസ്റ്റുചെയ്ത് പതിമൂന്ന് ദിവസം ജയിലിലിട്ടു. ഇതേ കാരണത്താൽത്തന്നെ മറ്റു വിദ്യാർത്ഥികളും അറസ്റ്റിലായി. ഇത്തരത്തിലുള്ള സംഭവങ്ങൾ രാജ്യത്താകമാനമുള്ള സർവ്വകലാശാലകളിലും സാംസ്കാരിക സ്ഥാപനങ്ങളിലും ഉണ്ടാകുന്നു. അവയൊന്നും പരക്കെ അറിയപ്പെടുന്നില്ല, കാരണം മാധ്യമങ്ങൾ അവ പരസ്യമാക്കുന്നില്ല. ബനാറസ്, ലഖ്നൗ, ഡൽഹി, രാജസ്ഥാൻ, പൂണെ എന്നിവിടങ്ങളിലെല്ലാമുള്ള സർവ്വകലാശാലകളിൽ വിദ്യാർത്ഥികൾ അവരുടെ രാഷ്ട്രീയ നിലപാടുകൾ കാരണം പ്രതിയാക്കപ്പെടുന്നു. അലീഗഡ് മുസ്ലിം സർവ്വകലാശാലയിലെ വൈസ് ചാൻസലർ അദ്ദേഹത്തിന്റെ സഹപ്രവർത്തകരുടെ മുന്നിൽ അപമാനിക്കപ്പെട്ടു. രോഹിത് വെമുലയുടെ ആത്മഹത്യയിൽ നിർണ്ണായകമായ അഭിപ്രായം പ്രകടിപ്പിച്ചതിന്റെ പേരിൽ Indian Institute of Mass Communication ൽ ആദരിക്കപ്പെടുന്ന ധൈഷണികനായ അമിത് സെൻ ഗുപ്തയെ ഡൽഹിയിൽനിന്ന് തുരത്തി. രാജ്യത്തിന്റെ മുക്കിലും മൂലയിലും സംഘ്പരിവാർ രാജ്യദ്രോഹികളെ തേടുകയാണെന്നു തോന്നുന്നു. ബാബറി മസ്ജിദ് തകർത്ത സമയത്ത് ജെ എൻ യു കൈക്കൊണ്ടത് ദേശവിരുദ്ധനയമാണെന്ന് ബി ജെ പി പ്രസിഡന്റ് അമിത് ഷാ അടുത്തിടെ കണ്ടെത്തി. അസ്സഹിഷ്ണുതയുടെയും അപമാനത്തിന്റെയും കാലാവസ്ഥ രാജ്യത്തെ ഭരിക്കുകയാണിപ്പോൾ.

ഇന്ത്യൻ ഭരണകൂടം സ്വേച്ഛാധിപത്യത്തിലേക്ക് നീങ്ങുകയാണെന്നതിന് ആവശ്യത്തിലധികം സൂചനകളായി. ഫാസിസത്തിന്റെ സ്വഭാവമായി ഉമ്പർട്ടോ എക്കോ ചൂണ്ടിക്കാണിച്ചവയെല്ലാം മിക്കവാറും ഇന്ത്യയിൽ പ്രകടമായിക്കഴിഞ്ഞു. എങ്കിലും ഇന്ത്യ ഇനിയുമൊരു ഫാസിസ്റ്റ് രാഷ്ട്രമായി മാറിക്കഴിഞ്ഞിട്ടില്ല. സ്വഭാവനിർണ്ണയം പ്രധാനമാണ്. കാരണം, ഈ പ്രതിഭാസത്തെക്കുറിച്ചുള്ള നമ്മുടെ വായനയാണ് പ്രതിരോധത്തിന്റെ സ്വഭാവത്തെ നിർണ്ണയിക്കുന്നത്. ഫാസിസം ജനങ്ങളെ പൊതുസ്ഥലത്ത് ഒത്തുകൂടാനോ ഭരണകൂടത്തിനെതിരെ പ്രതിഷേധമുയർത്താനോ അനുവദിക്കില്ല. എന്നാൽ, ഉയർന്നുവരുന്ന ഫാസിസ്റ്റ് പ്രവണതകളായ സ്വേച്ഛാധിപത്യം, മതവിദ്വേഷം, കലാപം, ഭൂതകാലത്തെ വർത്തമാനത്തിൽ ആഘോഷിക്കൽ എന്നിവക്കൊരു മാറ്റവുമില്ല. എന്നാലും സമരതന്ത്രങ്ങൾക്ക് കുറച്ചിടം ഇനിയുമുണ്ട്. ഭരണകൂട സംവിധാനം മുഴുവനായും അധീശവല്ക്കരിക്കപ്പെടുകയോ കീഴടങ്ങാൻ നിർബ്ബന്ധിക്കപ്പെടുകയോ ചെയ്തിട്ടില്ലാത്തതുകൊണ്ട് അത് സാദ്ധ്യവുമാണ്. ഈ സാഹചര്യത്തിൽ ഭരണകൂടത്തിന്റെ ഉപകരണങ്ങളാണെങ്കിൽക്കൂടിയും – ഒരു ജനാധിപത്യത്തിൽ നിഷ്പക്ഷമായി പ്രവർത്തിക്കുമെന്ന് കരുതുന്ന സൈന്യത്തിനും ക്രമസ

മാധാന പാലകർക്കും നീതിന്യായ സംവിധാനത്തിനും സുപ്രധാനമായൊരു പങ്കുവഹിക്കേണ്ടതുണ്ട്. ജെ എൻ യുവിലെ വിദ്യാർത്ഥികളെ കൈകാര്യം ചെയ്യുമ്പോൾ ഡൽഹി പൊലീസ് മുഖ്യൻ കാണിച്ചതുപോലെ, സർക്കാരിന്റെ സമ്മർദ്ദത്തിനു പെട്ടെന്ന് വഴങ്ങുമെന്ന് സംശയിക്കപ്പെടുന്നവരാണ് പൊലീസുകാർ. സ്വതന്ത്ര അധികാരഘടനയും ബഹുവംശ സമ്മിശ്രവുമായ സൈന്യത്തിന്റെ ഭിന്നജാതീയ സവിശേഷതയും നിഷ്പക്ഷവും സ്വതന്ത്രവുമായ നീതിന്യായ സംവിധാനവുമാണ് സ്വേച്ഛാധിപത്യത്തിന്റെ കടന്നുകയറ്റത്തിനെതിരെ സാദ്ധ്യമായ സംരക്ഷകർ.

ഇന്ന് ഇന്ത്യയിൽ സംഭവിക്കുന്നത് ഇന്ത്യൻ ദേശീയതയുടെ ജനാധിപത്യ-മതനിരപേക്ഷ-ലിബറൽ ദേശീയതയെ മതമൗലികതയിലേക്ക് പരിവർത്തനം ചെയ്യാനുള്ള മനഃപൂർവ്വമായ ശ്രമമാണ്. രാജ്യത്തിന്റെ ലിബറൽ ജനാധിപത്യ സ്വഭാവത്തെ സംരക്ഷിക്കാനുള്ള ശ്രമത്തിൽ ഈ പദ്ധതിയെ എതിർക്കുന്ന ആരെയും ദേശവിരുദ്ധരായി മുദ്രകുത്തുകയും ദേശദ്രോഹക്കുറ്റത്തിന് ശിക്ഷിക്കുകയും ചെയ്യും. ഈ വർഗ്ഗീയ അജണ്ടയുടെ ജയവും പരാജയവും വലിയൊരളവിൽ പൗരസമൂഹത്തിന്റെ പ്രതിരോധത്തെ ആശ്രയിച്ചാണിരിക്കുന്നത്. ഈ വെല്ലുവിളിയോട് പൗരസമൂഹം എങ്ങനെ പ്രതികരിക്കുമെന്നത് ദേശത്തെ സംബന്ധിച്ചിടത്തോളം വളരെ പ്രധാനമാണ്.

ഈയവസരത്തിൽ പൗരാവകാശത്തെ സംരക്ഷിക്കുന്നതിനുള്ള വഴി തെളിക്കാനായി ജനങ്ങൾ ആശ്രയിക്കുക സമൂഹത്തിന്റെ രണ്ടു മേഖലകളിലുള്ളവരെയാണ് - ധൈഷണികരെയും മാധ്യമപ്രവർത്തകരെയും. സ്ഥാപനങ്ങളുടെ കാവിവല്ക്കരണത്തിനും ആവിഷ്കാര സ്വാതന്ത്ര്യത്തെ നിഷേധിക്കുന്നതിനുമെതിരായി പ്രതിഷേധിക്കാൻ ബുദ്ധിജീവികൾ വലിയൊരളവിൽ ശക്തമായി രംഗത്തെത്തിയത് നല്ല ലക്ഷണമാണ്. ഇന്ത്യൻ ഭരണകൂടം ഏതു ദിശയിലേക്കാണ് നീങ്ങുന്നതെന്ന് മനസ്സിലാക്കാനുള്ള കഴിവ് അവർക്കുണ്ട്. അതേസമയം, വലിയൊരു ശതമാനം നിശ്ശബ്ദരായിരിക്കാനാണ് തീരുമാനിച്ചത്. മാധ്യമങ്ങളുടെ അവസ്ഥയും ഇതുതന്നെ. ഒരുവിഭാഗം നിർണ്ണായകമാവുമ്പോൾ മറുവിഭാഗം ഒന്നുകിൽ നിഷ്പക്ഷമോ അല്ലെങ്കിൽ കൃത്യമായി പക്ഷപാതികളുമായിരിക്കുന്നു. ചിലർ ഭരണകൂടത്തിന്റെ ബ്രാൻഡ് അംബാസഡർമാരും പതാകവാഹകരുമായി മാറുകയും ചെയ്തു.

"ദേശീയത ഒരു വലിയ ഭീഷണി"യാണെന്ന് വളരെ മുമ്പുതന്നെ ടാഗോർ നമുക്ക് മുന്നറിയിപ്പ് തന്നിരുന്നു. ദേശീയത ഒരു വലിയ ഭീഷണിയായിത്തീർന്ന കാലത്താണോ നാമിപ്പോൾ ജീവിക്കുന്നതെന്ന ചോദ്യം പ്രസക്തമാണെന്നു തോന്നുന്നു.

(2016)

ഇടതുപക്ഷ പൊതുമണ്ഡലത്തിന്റെ അനിവാര്യത

ജനകീയ പ്രസ്ഥാനങ്ങളിലൂടെയും ജനാധിപത്യ പ്രക്ഷോഭങ്ങളിലൂടെയും കഴിഞ്ഞ രണ്ടു ദശാബ്ദക്കാലം നമ്മുടെ പൗരസമൂഹമാർജ്ജിച്ച മഹത്തായതെല്ലാം ദ്രുതഗതിയിൽ നഷ്ടമാവുന്നതിന് നാമിന്ന് സാക്ഷിയാവുകയാണ്. നീതിനിഷ്ഠമായ സമൂഹം സ്വപ്നം കാണുന്നവർക്കെല്ലാം ഈ പിറകോട്ടടി പുതിയ വീണ്ടുവിചാരങ്ങൾക്ക് പ്രേരകമാവുന്നു. കുറെക്കാലമായി നാംകണ്ട ഇടതുപക്ഷ പൊതുമണ്ഡലത്തിന്റെ തകർച്ച നമ്മുടെ ഇടതുപ്രവർത്തകർക്കിടയിലും ബുദ്ധിജീവികൾക്കിടയിലും ചില വിമർശാത്മകമായ ചിന്തകൾക്ക് പ്രചോദനമായിട്ടുണ്ട്. വിജയ് പ്രഷാദിന്റെ *ഇന്ത്യൻ കമ്യൂണിസത്തിന്റെ ഭാവി*, പ്രഫുൽ ബിദ്വായിയുടെ *ഉയിർത്തെഴുന്നേല്പിന്റെ കാലം, ഇടതുപക്ഷം നേരിടുന്ന വെല്ലുവിളികൾ* (പ്രസിദ്ധീകരിക്കപ്പെടാനിരിക്കുന്ന കൃതി) (*The Phoenix Moment: The Challenges of the Left* - Praful Bidwai) തുടങ്ങിയ ഗ്രന്ഥങ്ങൾ ഇത്തരം വീണ്ടുവിചാരങ്ങൾക്ക് ഉദാഹരണങ്ങളാണ്. നമ്മുടെ ഭാഷയിലെ ഇത്തരമൊരു വീണ്ടുവിചാരങ്ങൾക്ക് മികച്ച ഉദാഹരണങ്ങളാണ്. നമ്മുടെ ഭാഷയിലെ ഇത്തരമൊരു വീണ്ടുവിചാരങ്ങളുടെ മികച്ച ഉദാഹരണമാണ്, *മാധ്യമം* ആഴ്ചപ്പതിപ്പ് പ്രസിദ്ധീകരിച്ച ബി രാജീവിന്റെ, 'ഇടതുപക്ഷ പൊതുമണ്ഡലത്തിന്റെ പുനർനിർമ്മിതി'യെന്ന ചിന്തോദ്ദീപകമായ ലേഖനം.

നിലനില്ക്കുന്ന ഇടതുപൊതുമണ്ഡലം അതിന്റെ ലക്ഷ്യം സാക്ഷാൽക്കരിക്കപ്പെടാത്തതുകൊണ്ടാണ് പുനർനിർമ്മിതിയെന്ന ആശയം പ്രസക്തമാവുന്നത്. 19-ാം ശതാബ്ദത്തിന്റെ പ്രാരംഭത്തിലാണ് ഇന്ത്യയിൽ പൊതുമണ്ഡലം രൂപംകൊള്ളുന്നത്. വിദ്യാഭ്യാസ സ്ഥാപനങ്ങൾ, സംവാദസ്മിതികൾ, സാമൂഹിക സംഘടനകൾ, സാഹിത്യക്ലബ്ബുകൾ തുടങ്ങിയ

വയായിരുന്നു കൊളോണിയൽ ഭരണകാലത്ത് ഇവിടെ രൂപംകൊണ്ട പൊതുമണ്ഡലത്തിന്റെ അടിത്തറ. ഈ സ്ഥാപനങ്ങളുടെ പൂമുഖങ്ങളിൽ നിന്നാണ് ജനാധിപത്യം, സ്വാതന്ത്ര്യം തുടങ്ങിയ മഹത്തായ ആശയങ്ങളുമായി ബന്ധപ്പെട്ട് ഇന്ത്യൻ ധൈഷണികർ തീക്ഷ്ണ സംവാദങ്ങളിലേർപ്പെട്ടത്. ഭാവി രാഷ്ട്രീയ സമൂഹത്തെ രൂപപ്പെടുത്താൻ പര്യാപ്തമായ ഒരു മദ്ധ്യവർഗ്ഗസമൂഹവും ഇതുമായി ബന്ധപ്പെട്ട് വളർന്നുവരാൻ തുടങ്ങി. ബ്രിട്ടീഷുകാർ തുടങ്ങിവെച്ച സാമൂഹിക നിർമ്മാണപ്രവർത്തനങ്ങളും ഭരണപരമായ വികസനവും ഈ പ്രക്രിയയെ ത്വരിതപ്പെടുത്തി. ഈ പൊതുമണ്ഡലത്തിന് ദ്വിമുഖ സ്വഭാവമുണ്ടായിരുന്നു. കൊളോണിയൽ ഭരണത്തിനും ഇന്ത്യൻ വ്യവസ്ഥാപിത സാമൂഹികക്രമത്തിനുമെതിരായി ഉയർന്നുവന്ന വിമർശാത്മക ചിന്തയായിരുന്നു ഒന്നാമത്തേത്. കൊളോണിയൽ ഭരണത്തിനു കീഴിലാണ് അവർ പ്രവർത്തിച്ചിരുന്നതെങ്കിലും കൊളോണിയൽ വിരുദ്ധ രാഷ്ട്രീയബോധത്തിന്റെ ഉയിർപ്പു രൂപം കൊള്ളുന്നതിവിടെനിന്നായിരുന്നു എന്നതാണ് രണ്ടാമത്തേത്. അങ്ങനെ ഒരു ബൂർഷ്വാ പൊതുമണ്ഡലം ഇന്ത്യയിൽ ആവിർഭവിച്ചു. അത് കൊളോണിയലിസത്തിന്റെ സ്വാധീനവലയത്തിലായിരുന്നു പ്രവർത്തിച്ചിരുന്നതെങ്കിലും ആധുനികതയുടെ പ്രണേതാവെന്ന നിലയിലാണത് അതിന്റെ ധർമ്മം നിർവ്വഹിച്ചത്.

കൊളോണിയൽ ബുദ്ധിജീവികളെ സംബന്ധിച്ചിടത്തോളം, ഫ്യൂഡൽ മൂല്യങ്ങളും വിജ്ഞാന വിരോധത്തിലധിഷ്ഠിതമായ സാംസ്കാരിക പ്രയോഗങ്ങളും സമന്വയിച്ച സാമൂഹികാന്തരീക്ഷത്തിൽ കൊളോണിയൽ ബുദ്ധിജീവികളെ സംബന്ധിച്ചിടത്തോളം ലിബറലിസമെന്നത് പ്രതീക്ഷയുടെ ഒരു പുതിയ പ്രകാശം തന്നെയായിരുന്നു. ബുദ്ധിജീവികൾക്കുമേൽ ലിബറൽ ആശയങ്ങൾക്കുള്ള സ്വാധീനം ദ്വിമുഖമായിരുന്നു. ഒരുഭാഗത്ത്, ഇത് പരമ്പരാഗത സാമൂഹിക ക്രമത്തിനെതിരായ വിമർശത്തെ സാധിതമാക്കി. മറുഭാഗത്ത് ഇത് കൊളോണിയൽ മേധാവിത്തത്തിനെതിരായ ചെറുത്തുനില്പുകളെ പ്രചോദിപ്പിച്ചു. ഇന്ത്യയിൽ കൊളോണിയലിസം സൃഷ്ടിച്ച വൈരുദ്ധ്യങ്ങളെ ഉയർത്തിക്കാണിക്കുന്നതോടൊപ്പം കൊളോണിയൽ വിരുദ്ധമായ ഒരു പ്രസ്ഥാനത്തെ രൂപപ്പെടുത്തുന്നതിലും ഈ ബുദ്ധിജീവി വിഭാഗം വ്യാപൃതരായിരുന്നു. ഈ പ്രക്രിയയിൽ കൊളോണിയൽ അധിനിവേശത്തെ എതിർത്ത് പകരം ഒരു ജനാധിപത്യ-മതനിരപേക്ഷ ബോധം വളർത്താൻ അവർ പരിശ്രമിച്ചു. എന്നാൽ, ഇതിന്റെ ഫലം പരിമിതമായിരുന്നു. ജനകീയ പങ്കാളിത്തവുമായി ബന്ധപ്പെട്ട് ഇന്ത്യൻ ചരിത്രത്തിൽ ഉയർന്നുവന്ന വിപുലമായ ദേശീയ വിമോചന പ്രസ്ഥാനമായിരുന്നു, കൊളോണിയൽ വിരുദ്ധപ്രസ്ഥാനമെങ്കിലും അതിന്റെ സാമൂഹികപരിമിതി കാണാതിരുന്നുകൂടാ.

ഒരു പരിഷ്കൃത സമൂഹത്തെ അത് വിഭാവനം ചെയ്തിരുന്നെങ്കിലും പ്രയോഗത്തിൽ അത് നമ്മുടെ ജാതീയവും വർഗ്ഗപരവുമായ വൈരുദ്ധ്യങ്ങളെ ഇല്ലായ്മ ചെയ്യുന്നതിൽ വിജയിച്ചില്ല. അതിനുപകരം ജാതീയവൈ

രുദ്ധ്യങ്ങളെ പ്രക്ഷുബ്ധമാക്കുകയാണത് ചെയ്തത്. സമകാലിക പൊതുമണ്ഡലത്തിലെ ജാതീയവും വർഗ്ഗീയവുമായ സാന്നിദ്ധ്യം 19 ഉം 20 ഉം നൂറ്റാണ്ടുകളിലെ ഈ സംഭവ വികാസങ്ങളുമായി ബന്ധപ്പെടുത്തിവേണം പരിശോധിക്കാൻ.

ഇടതു പൊതുമണ്ഡലത്തിന്റെ ആവിർഭാവം

20–ാം നൂറ്റാണ്ടിലെ ഇടതു പൊതുമണ്ഡലത്തിന്റെ ആവിർഭാവം ഗുണപരമായി ഭിന്നമായ ഒരു പൊതുമണ്ഡലത്തിന് വഴിതെളിയിച്ചു. ലിബറൽ ജനാധിപത്യാശയങ്ങളും സോഷ്യലിസ്റ്റാശയങ്ങളും ഒരുമിച്ചു ചേർന്നുകൊണ്ട് നമ്മുടെ പൊതുമണ്ഡലത്തിലുയർത്തിയ പുതിയ സംവാദമുഖങ്ങൾ അതിന്റെ വളർച്ചയ്ക്ക് ഗുണപരമായ ഒരു മാനം നല്കി. ഇതുകൊണ്ടാണ് സ്വതന്ത്ര ഇന്ത്യയിലെ ആദ്യ ദശകങ്ങളിൽ ഇടതു ബുദ്ധിജീവികൾക്ക് ഇന്ത്യൻ സമൂഹത്തിൽ നേതൃപരമായ പങ്കുവഹിക്കാൻ കഴിഞ്ഞത്. ജനാധിപത്യം, സോഷ്യലിസം, മതനിരപേക്ഷത തുടങ്ങിയ ആശയങ്ങളെ എങ്ങനെ പ്രയോഗവല്ക്കരിക്കാം എന്നതിനെക്കുറിച്ചുള്ള ആലോചനകൾ ഇക്കാലത്തുയർന്നു വന്നു. ഇടതുപക്ഷം നെഹ്റുവിന്റെ സാമ്പത്തിക നയങ്ങളെ വിമർശിച്ചിരുന്നെങ്കിലും ജനാധിപത്യ–മതനിരപേക്ഷ–സോഷ്യലിസ്റ്റ് ഇന്ത്യയെന്ന ആശയം പൊതുമണ്ഡലത്തിൽ ഉയർത്തിപ്പിടിക്കുന്നതിൽ ഇടതുപക്ഷം മുൻകൈ എടുത്തിരുന്നു. അതോടൊപ്പം തന്നെ യാഥാസ്ഥിതിക–വലതുപക്ഷ പ്രവണതകളും നമ്മുടെ പൊതുമണ്ഡലത്തിൽ ഇടംപിടിച്ചു. ലിബറൽ ജനാധിപത്യശക്തികളോട് എതിർത്തുനിന്ന യാഥാസ്ഥിതിക–വലതുപക്ഷശക്തികൾക്ക് കൊളോണിയലിസത്തെ വെല്ലുവിളിക്കാനായില്ല. പകരം അവർ അവരുടെ വിഭാഗീയ താല്പര്യങ്ങൾ സംരക്ഷിക്കാൻവേണ്ടി കൊളോണിയൽ ഭരണകൂടവുമായി സഹകരിച്ചു.

ലിബറൽ ജനാധിപത്യ–ഇടതുപക്ഷ–വർഗ്ഗീയ പ്രവണതകളെല്ലാം ഇടകലർന്നതായിരുന്നു ഇന്ത്യൻ പൊതുമണ്ഡലത്തിന്റെ സ്വഭാവം. ഭരണഘടനയുടെ പരിധിക്കകത്തുനിന്നുകൊണ്ട്, ഭരണകൂടം നിർദ്ദേശിക്കുന്ന നിയമങ്ങൾ അനുസരിച്ചുകൊണ്ട് ഈ പൊതുമണ്ഡലം പ്രവർത്തിച്ചു. ഭരണകൂടത്തിന്റെ നിയമങ്ങളനുസരിക്കാത്തവർക്ക് പൗരാവകാശങ്ങൾ നിഷേധിക്കപ്പെട്ടു. ഇത്തരമൊരു സാഹചര്യത്തിലാണ് ചില ഇടതു നേതാക്കൾ, മാവോവാദികളെ ഭരണകൂടം കുറ്റവാളികളെപ്പോലെ പരിഗണിച്ചപ്പോൾ അവരുടെ (മാവോവാദികളുടെ) മനുഷ്യാവകാശത്തിനുവേണ്ടി വാദിച്ചത്. സായുധകലാപത്തിൽ വിശ്വസിക്കുന്ന ഇവർക്ക് അടിയന്തരാവസ്ഥക്കാലത്തും മനുഷ്യാവകാശങ്ങൾ നിഷേധിക്കപ്പെട്ടിരുന്നു. നമ്മുടെ പൊതുമണ്ഡലത്തിന്റെ ലിബറൽ മുഖത്തിനേറ്റ കനത്ത പ്രഹരമായിരുന്നു ഇത്. ചരിത്രം ഇവിടെ ആവർത്തിക്കുകയാണ്. ബി ജെ പി സർക്കാരിനു കീഴിൽ ഇന്ന് ലിബറൽ പൊതുമണ്ഡലം കടുത്ത ആക്രമണങ്ങൾ നേരിടുകയാണ്.

ചരിത്ര വികാസത്തിന്റെ ഓരോ ഘട്ടത്തിലും വർഗ്ഗബന്ധങ്ങളാണ്

പൊതുമണ്ഡലത്തിന്റെ മുഖ്യസ്വഭാവത്തെ നിർണ്ണയിക്കുന്നത്. എന്നാൽ, യൂറോപ്പിലെ ഫാസിസം പ്രത്യയശാസ്ത്രപരമായ കാലുഷ്യം സൃഷ്ടിക്കുന്ന അതിന്റെ രാഷ്ട്രീയ ശക്തി പ്രയോഗിച്ചുകൊണ്ട് പൊതുമണ്ഡലത്തിനുമേൽ ആധിപത്യം സൃഷ്ടിക്കുന്നു. ഫാസിസ്റ്റ് കാലഘട്ടത്തിൽ ദശലക്ഷക്കണക്കിനാളുകൾ ഉന്മൂലനം ചെയ്യപ്പെട്ടത് വലിയൊരു വിഭാഗത്തിന്റെ ബോധപൂർവ്വമായ പങ്കാളിത്തത്തോടെയോ മൗനസമ്മതത്തോടെയോ ആയിരുന്നു. ഒരു വംശീയമിത്തിന്റെ സഹായത്തോടെ നിർമ്മിക്കപ്പെട്ട അധികാര പ്രത്യയശാസ്ത്രമാണ് ഇത് സാദ്ധ്യമാക്കിയത്. ഇന്ത്യയിലിന്ന് മഹാഭൂരിപക്ഷവും സമൂഹത്തിൽനിന്ന് പാർശ്വവല്ക്കരിക്കപ്പെട്ട പാവങ്ങളാണ്. പൊതുമണ്ഡലത്തിലെ ലിബറൽ വിഭാഗം ഈ പാവങ്ങളുടെ പേരിൽ സംസാരിക്കുകയാണെങ്കിലും അവരുടെ താല്പര്യങ്ങൾക്കുവേണ്ടി പ്രവർത്തിക്കുന്നില്ല. വികസനത്തിന്റെ വാചാലതയിൽ സാധാരണക്കാരുടെ ദൈനംദിന പ്രശ്നങ്ങൾ അവഗണിക്കുകയാണ്. സാധാരണക്കാർ അവരുടെ പ്രശ്നങ്ങൾ പരിഹരിക്കപ്പെടാൻവേണ്ടി ആയിരക്കണക്കിന് വർഷങ്ങൾ കാത്തിരിക്കേണ്ടിവരുകയാണ്.

ജീവിതപ്രശ്നങ്ങൾ പരിഹരിക്കപ്പെടാത്തതിനാൽ അവർ നിരാശരാണ്. അധികാരകേന്ദ്രങ്ങളിൽനിന്നും അകലങ്ങളിലേക്ക് മാറ്റിനിർത്തപ്പെട്ട സാധാരണക്കാരന്റെ നിരാശയുടെ സ്പഷ്ടമായ സാക്ഷ്യമാണ് ആം ആദ്മി പാർട്ടിയുടെ വിജയം. മുമ്പ് മറ്റൊരു രാഷ്ട്രീയപാർട്ടിയും പ്രയോഗിക്കാത്ത രീതിയിലാണ് ആപ് സാധാരണക്കാരുടെ ക്ഷോഭത്തെയും ഇച്ഛാഭംഗത്തെയും അഭിസംബോധന ചെയ്തത്. പുരോഗമനപരമായ രാഷ്ട്രീയബോധത്തിന്റെ പെട്ടെന്നുള്ള ഉയിർപ്പിന്റെ വിജയമായിരുന്നില്ല അത്. ആപിന്റെ വിജയം സവിശേഷമായും ജനവികാരത്തിന്റെ പ്രതിഫലനമായിരുന്നു. അവകാശങ്ങൾ നിഷേധിക്കപ്പെട്ടവരുടെ നിരാശയെയും ഇടത്തരക്കാരിൽ പിന്നാക്കം നില്ക്കുന്നവരുടെ സ്വന്തം താല്പര്യങ്ങളെയും ഉണർത്തിവിട്ടാണ് ഈ വിജയം സാദ്ധ്യമായത്. അണ്ണാഹസാരെ പ്രസ്ഥാനത്തിലെ ആദർശവാദത്തിന്റെയും ആത്മസമർപ്പണത്തിന്റെയും ഘടകങ്ങൾ ഈ ലക്ഷ്യത്തെ വളർത്തിയെടുക്കാൻ സഹായിച്ചു. ജനങ്ങളെ വിശേഷിച്ചും യുവജനങ്ങളെ ആകർഷിക്കാൻ പര്യാപ്തമായ ഒരു ഉട്ടോപ്യൻ വീക്ഷണം അതുയർത്തിപ്പിടിച്ചു. സമൂഹം നേരിടുന്ന പ്രശ്നങ്ങൾക്ക് രാഷ്ട്രീയപരിഹാരം കാണുന്നതിലല്ല, ഭരണപരമായ പരിഹാരം കാണുന്നതിലാണ് അത് ശ്രദ്ധിച്ചത് – ഇതാണതിന്റെ മുഖ്യദൗർബല്യം (ചിലരുടെ അഭിപ്രായത്തിൽ ഇതവരുടെ ശക്തിയാണ്). പ്രത്യയശാസ്ത്രത്തിന്റെ അഭാവം ഒരു ഗുണമായി അംഗീകരിക്കപ്പെട്ടു.

പൊതുമണ്ഡലത്തിലെ ഇടതുപക്ഷം

ബുദ്ധിജീവികളിൽ ഗണ്യമായൊരു വിഭാഗം ഇടതുപക്ഷ പ്രത്യയശാസ്ത്രത്തിന്റെ ചില ആശയങ്ങൾ ഉൾക്കൊള്ളുന്നവരാണ്. രാഷ്ട്രീയമായി വലിയൊരു ശക്തിയല്ലെങ്കിലും (മൂന്നു സംസ്ഥാനങ്ങളിൽ മാത്രമേ

ഇടതുപക്ഷം നിർണ്ണായക ശക്തിയായിരുന്നിട്ടുള്ളൂ) സ്വതന്ത്ര ഇന്ത്യയിലെ ബൗദ്ധിക സംവാദങ്ങൾക്ക് ഒരു ഇടതുസ്വഭാവമുണ്ടായിരുന്നു. അക്കാദമിക്, സാംസ്കാരിക വ്യവഹാരങ്ങളിൽ ഇടതുപക്ഷം നേതൃത്വപരമായ സാന്നിദ്ധ്യമായിരുന്നു. ചരിത്രം, സാമ്പത്തികശാസ്ത്രം, രാഷ്ട്രതന്ത്രം, സാഹിത്യം, സർഗ്ഗാത്മക കലകൾ എന്നീ മേഖലകളിലെല്ലാം ഇത് വ്യക്തമാണ്. എന്നാൽ, രാഷ്ട്രീയമണ്ഡലത്തിൽ അതിന്റെ സാന്നിദ്ധ്യം പരിമിതമായിരുന്നു. ഇന്ന് രാഷ്ട്രത്തിന്റെ വലിയൊരു ഭാഗവും ഇടതുപക്ഷത്തിന്റെ സ്വാധീനത്തിൽനിന്ന് പുറത്താണ്. രാഷ്ട്രത്തിലെ മഹാഭൂരിപക്ഷം വരുന്ന പാർശ്വവല്കൃതരും പാവങ്ങളുമായ ജനതയ്ക്ക് ഇടതുപക്ഷ പ്രത്യയശാസ്ത്രം ആകർഷകമായിരുന്നെങ്കിലും ഇടതുപക്ഷത്തിന് അവരുടെ സമീപമെത്താൻ കഴിഞ്ഞില്ല. യഥാർത്ഥത്തിൽ ഈ മേഖലകളിലേക്ക് അതിന്റെ സ്വാധീനശക്തി വളർത്തിയെടുക്കാൻ ഇടതുപക്ഷം ഗൗരവപൂർണ്ണമായ ശ്രമങ്ങളൊന്നും നടത്തുകയുണ്ടായില്ല.

തൂക്കു പാർലമെന്റിനെ തുടർന്ന് 1996 ൽ രാഷ്ട്രത്തിന്റെ പ്രധാനമന്ത്രിപദം ഇടതുപക്ഷത്തിന്റെ പ്രതിനിധിക്കായി വാഗ്ദാനം ചെയ്യപ്പെട്ടത്, ഇടതുപക്ഷത്തിന് അതിന്റെ പുരോഗമനപരമായ പ്രതിച്ഛായ ദേശീയതലത്തിൽ പ്രതിഷ്ഠിക്കാനുള്ള സാദ്ധ്യതയായിരുന്നു. അതൊരു ചരിത്രപരമായ സന്ദർഭമായിരുന്നു. ഇടതുപക്ഷത്തിന് ഭരണകൂട ശക്തിയാവാൻ കഴിയുമോ എന്ന പ്രശ്നത്തിൽ ഒതുങ്ങുന്നതായിരുന്നില്ല അതിന്റെ പ്രാധാന്യം. അതൊരുപക്ഷേ, ദീർഘകാലം നിലനിന്നുവെന്നും വരില്ല. എന്നാൽ, ഈ വാഗ്ദാനം സ്വീകരിച്ചിരുന്നെങ്കിൽ, അന്നത്തെ രാഷ്ട്രീയ സാഹചര്യത്തിൽ, ഇടതുപക്ഷത്തിന് പൊതുമണ്ഡലത്തിൽ അതിന്റെ സ്വാധീനം വളർത്താൻ മുമ്പെങ്ങുമില്ലാത്ത സാദ്ധ്യതകൾ തുറക്കപ്പെടുമായിരുന്നു. ഇടതുപക്ഷം പാർലമെന്റിൽ ന്യൂനപക്ഷമായതുകൊണ്ട് സഖ്യശക്തികളുടെ സമ്മർദ്ദങ്ങൾക്ക് വഴങ്ങാൻ സാദ്ധ്യതയുണ്ടെന്ന ആശങ്കകൾ സ്വാഭാവികമായിരുന്നു. ആ സന്ദർഭത്തിൽ ഇന്ത്യയിലെ ഗണ്യമായൊരു വിഭാഗം ഇടതുപക്ഷ ബുദ്ധിജീവികൾ പ്രസ്തുത അവസരം ഉപയോഗിക്കാൻ ഇടതുപാർട്ടികളോടഭ്യർത്ഥിച്ചു. എന്നാൽ, ഇടതുപാർട്ടികളിലെ നിർണ്ണായകശക്തിയായ സി പി ഐ (എം) ഈ അഭ്യർത്ഥന നിരസിക്കുകയായിരുന്നു. മുന്നണി രാഷ്ട്രീയത്തിൽ തീരുമാനങ്ങളെടുക്കുകയെന്നത് ഒട്ടേറെ പ്രതിസന്ധികളുണ്ടെങ്കിലും അന്നെടുത്ത ആ വാഗ്ദാനം നിരസിച്ചത് ബുദ്ധിപരമായ തീരുമാനമല്ലെന്ന് സംശയിക്കേണ്ടിയിരിക്കുന്നു. അങ്ങനെ ചെയ്യുകവഴി ഇടതുപാർട്ടികൾക്ക് നഷ്ടമായത് രാഷ്ട്രത്തിന്റെ പ്രധാനമന്ത്രിപദം മാത്രമായിരുന്നില്ല. ഭരണകൂടത്തിന്റെ പ്രത്യയശാസ്ത്ര ഉപകരണങ്ങളിലൂടെ ഒരു നീതിനിഷ്ഠമായ സമൂഹത്തിന്റെ സൃഷ്ടിക്കുവേണ്ട പദ്ധതികൾക്കടിത്തറയിടാനും അതുവഴി രാഷ്ട്രീയ പൊതുമണ്ഡലത്തിനകത്ത് ഇടതുപക്ഷത്തിന് അതിന്റെ അതിർത്തികൾ വിസ്തൃതമാക്കാനും അനുയോജ്യമായ ഒരുപക്ഷേ, ആദ്യത്തേതും അവസാനത്തേതുമായ ഒരു സന്ദർഭമാണ് അങ്ങനെ നഷ്ടമാ

യത്. ആറുമാസത്തിനകം തന്നെ ഇടതുപക്ഷം വോട്ടെടുപ്പിലൂടെ അധികാരത്തിൽനിന്ന് പുറത്തായാൽ പോലും (അന്നത്തെ രാഷ്ട്രീയ-സാമൂഹിക ബലാബലത്തിൽ അതിന് ഏറെ സാദ്ധ്യതയുമുണ്ടായിരുന്നു) ഇടതുബദൽ എന്ന ആശയത്തെ മുന്നോട്ടുവെക്കുന്നതിന് പറ്റിയ സന്ദർഭമായിരുന്നു അത്. തീർച്ചയായും മുന്നണി രാഷ്ട്രീയമെന്നത് ഇടതുപക്ഷത്തിന് അന്യമായിരുന്നില്ല. ബംഗാളിലും കേരളത്തിലും മുന്നണി രാഷ്ട്രീയത്തിലൂടെയാണ് ഇടതുപക്ഷം അതിന്റെ രാഷ്ട്രീയ വളർച്ച നേടിയത്. ഇടതുപക്ഷത്തിന് അതിന്റെ സ്വാധീനം വളർത്താൻ പറ്റിയ സുവർണ്ണാവസരമായിരുന്നു അത്. അതുവഴി പൗരസമൂഹത്തിൽ മേൽക്കൈ നേടാനും രാഷ്ട്രീയ പൊതുസമൂഹത്തിന്റെ സ്വഭാവത്തെ പരിവർത്തിപ്പിക്കാനും കഴിയുമായിരുന്നു. അതിന് ഘടകവിരുദ്ധമായി ഭാരതീയ ജനതാപാർട്ടി അധികാരം പിടിച്ചെടുക്കാനുള്ള ആദ്യ അവസരം ഉപയോഗപ്പെടുത്തുകയും അതിന്റെ സ്വാധീനം പരമാവധി വികസിപ്പിക്കുകയുമാണിന്ന്. ഓരോ സാമൂഹിക സ്ഥാപനങ്ങളെയും ഒന്നിനു പിറകെ ഒന്നായി കോളനീകരിച്ചുകൊണ്ട് ബി ജെ പി ഈ പ്രക്രിയ തുടരുകയാണ്.

കൃഷിക്കാരും തൊഴിലാളികളുമാണ് ഇടതുപാർട്ടികളുടെ സാമൂഹികാടിത്തറകൾ. എന്നാൽ, അവർ ഇടതിന്റെ മാത്രം കുത്തകമേഖലകളല്ല. സാങ്കേതിക പരിവർത്തനങ്ങളുടെയും മുതലാളിത്തത്തിന്റെ ഘടനയിൽവന്ന മാറ്റങ്ങളുടെയും ഫലമായി കൃഷിക്കാരുടെയും തൊഴിലാളികളുടെയും ജീവിതം നിർണ്ണായകമായ പരിവർത്തനങ്ങൾക്ക് വിധേയമായിട്ടുണ്ട്. ചൂഷണത്തിന്റെ പ്രകൃതത്തിൽ മാറ്റം സംഭവിച്ചിരിക്കുന്നു. പ്രത്യയശാസ്ത്രപരമായ പ്രവർത്തനരീതികൾ കൂടുതൽ വൈവിദ്ധ്യപൂർണ്ണവും തീക്ഷ്ണവുമായിരിക്കുന്നു. തൊഴിലാളിവർഗ്ഗത്തിന്റെ അഭിനിവേശങ്ങൾ പറന്നകന്നു പോയിരിക്കുന്നു. ഭൂരിപക്ഷത്തിന്റെ കഷ്ടപ്പാടുകളോടൊപ്പം തന്നെ സമൂഹത്തിലെ ചില വിഭാഗങ്ങൾ ആപേക്ഷികമായി സുഭിക്ഷതയിലേക്ക് വികസിച്ചിരിക്കുന്നു. ഇടതുപക്ഷത്തിന് ഈ പുതിയതും സങ്കീർണ്ണവുമായ യാഥാർത്ഥ്യത്തെ അഭിസംബോധന ചെയ്യാനും അതിന്റെ തന്ത്രവും അടവും പുനരാലോചനയ്ക്ക് വിധേയമാക്കാനും പുതിയ ചലനാത്മക പ്രവർത്തനത്തിന്റെ രൂപങ്ങൾ വികസിപ്പിക്കാനും കഴിയുന്നില്ല. തൊഴിലാളികളിലെയും കർഷകരിലെയും കേഡർമാരിലെ മാന്ദ്യമോ തകർച്ചയോ ആയിരിക്കാം ഇതിന്റെ അനിവാര്യമായ ഫലം. ഇവിടെ പരാമർശിച്ച തകർച്ച എണ്ണത്തിന്റെ അടിസ്ഥാനത്തിൽ മാത്രമല്ല പങ്കാളിത്തത്തിന്റെയും പ്രതിബദ്ധതയുടെയും ഗുണത്തിലുള്ള തകർച്ചയും കൂടിയാണ്. ഇടതുരാഷ്ട്രീയ പൊതുമണ്ഡലത്തെക്കുറിച്ചുള്ള പ്രതീക്ഷ ഇന്ന് അസ്തമിച്ചുകൊണ്ടിരിക്കുകയാണ്. ഇതിനനുരോധമായി വളർന്നുവരുന്ന മറ്റൊരു പ്രവണതയുണ്ട്: ഇടതു രാഷ്ട്രീയ പ്രയോഗത്തെക്കുറിച്ച് മദ്ധ്യവർഗ്ഗത്തിനിടയിൽ വളർന്നുവരുന്ന ഇച്ഛാഭംഗമാണത്.

നിയോലിബറൽ നയങ്ങളുടെ ഫലമായി രൂപംകൊണ്ട സാമൂഹിക-സാമ്പത്തിക സാഹചര്യങ്ങളിലെ പ്രതിഭാസികമായ പരിവർത്തനങ്ങ

ളാണ് ഈ തകർച്ചയ്ക്ക് കാരണമെന്ന് വാദിക്കാവുന്നതാണ്. ഈ മാറ്റങ്ങൾ ജനങ്ങളുടെ അഭിലാഷങ്ങളിൽ ഗണ്യമായ ഉയർച്ച സൃഷ്ടിച്ചിട്ടുണ്ട്. മുതലാളിത്തത്തിന്റെ തിളങ്ങുന്ന പുറംമോടികളിൽ ആകൃഷ്ടരായ പുതിയ തലമുറ ഇടതു പ്രത്യയശാസ്ത്രത്തിന്റെ പരമ്പരാഗത രീതികളോട് വിമുഖത കാണിക്കുന്നവരാണ്. കഴിഞ്ഞ കാലങ്ങളിൽ ഇടതുപക്ഷം പൊതുമണ്ഡലത്തിൽ നടത്തിയ വ്യവഹാരശൈലികൾ പുതുതലമുറയിലെ വലിയൊരു വിഭാഗത്തിനും ആകർഷകമായിരിക്കില്ല. പുതിയ സാഹചര്യം ഇടതുപക്ഷത്തിന്റെ പ്രവർത്തനപദ്ധതികളെക്കുറിച്ച് വീണ്ടുവിചാരം ആവശ്യപ്പെടുന്നു.

സാദ്ധ്യമായ ഒരു മാറ്റമെന്ന് പറയുന്നത് അണികളെ മാത്രം സംഘടിപ്പിക്കുന്നതിൽ ഊന്നൽ കൊടുക്കുന്നതിനുപകരം ബഹുജനങ്ങളെ ചലനാത്മകമാക്കുക എന്നതാണ്. ഹർത്താലുകൾ, പ്രകടനങ്ങൾ, മാർച്ചുകൾ എന്നിവ നടത്താൻവേണ്ടി കേഡർമാരെ സംഘടിപ്പിക്കുന്നതിന് ഊന്നൽ കൊടുക്കുന്നതാണ് ഇന്നത്തെ രീതി. ഇതെല്ലാം കേഡർമാരെ പ്രവർത്തനക്ഷമതയുള്ളവരാക്കും. പക്ഷേ, കേഡർശക്തിയെ വളർത്തുന്നതിന് വളരെയധികം സഹായിക്കുകയില്ല. ഇത് ഇടതുരാഷ്ട്രീയ പൊതുമണ്ഡലത്തെ വികസിപ്പിക്കുന്നില്ല. ജനകീയ വിഷയങ്ങൾക്ക് നേതൃത്വം കൊടുക്കുന്നതിലൂടെയും സർഗ്ഗാത്മകമായ പദ്ധതികളിലൂടെയും അതിന്റെ സാമൂഹികാടിത്തറ വികസിപ്പിച്ചുകൊണ്ട് മാത്രമേ ഇടതുരാഷ്ട്രീയ പൊതുമണ്ഡലം ശക്തിപ്പെടുകയുള്ളൂ. അങ്ങനെ ചെയ്യാൻ നമുക്ക് പഴയൊരു മുദ്രാവാക്യം മാതൃകയാക്കാം. വെള്ളത്തിൽ മത്സ്യങ്ങളെന്നപോലെ ജനങ്ങൾക്കിടയിൽ പ്രവർത്തിക്കുക. എ കെ ഗോപാലൻ, തന്റെ ആത്മകഥയിൽ നിരീക്ഷിച്ചത് വളരെ ഉൾക്കാഴ്ചയുള്ള ഒന്നായിരുന്നു: ബാഡ്മിന്റൺ കളിക്കുന്നതുപോലും ഒരു വിപ്ലവ പ്രവർത്തനമാണ്. ധാരാളം ആളുകൾ ഇന്ന് സ്വത്വരാഷ്ട്രീയത്തിൽ കുരുങ്ങിക്കിടക്കുകയാണ്. ഇതിനുകാരണം ജാതിയും മതവും കൂടിച്ചേർന്ന സാംസ്കാരിക സ്വത്വത്തെക്കുറിച്ചുള്ള തെറ്റായ ബോധമാണ്. പരമ്പരാഗത സ്വത്വങ്ങൾ പൊതുവിൽ എതിർക്കപ്പെടേണ്ടവയല്ല, മാനിക്കപ്പെടേണ്ടതാണ്. അവ ജീവിത യാഥാർത്ഥ്യങ്ങളാണ്. അത്തരം ബോധങ്ങളിൽ പരിവർത്തനം സൃഷ്ടിക്കാൻ അവ മാനിക്കപ്പെട്ടാൽ മാത്രമേ കഴിയൂ. ഈ ആദരവ് ഒരിക്കലും അംഗീകരിക്കലാവണമെന്നില്ല.

പൊതുമണ്ഡലത്തിലെ ഇടതുപക്ഷ തകർച്ച

വർഗ്ഗീയവാദികളുടെയും യാഥാസ്ഥിതിക ശക്തികളുടെയും കടുത്ത വെല്ലുവിളികളെ നേരിടുകയാണിന്ന് ഇടതുപക്ഷ പൊതുമണ്ഡലം. സ്വാതന്ത്ര്യലബ്ധിക്കു മുമ്പുതന്നെ വർഗ്ഗീയശക്തികൾ അവരുടേതായ വർഗ്ഗീയ അജണ്ട രൂപവല്ക്കരിച്ചിട്ടുണ്ട്. മതവിശ്വാസങ്ങളെയും വിജ്ഞാനവിരോധത്തെയും അന്ധവിശ്വാസങ്ങളെയും ഉപയോഗപ്പെടുത്തിക്കൊണ്ടാണവർ പ്രവർത്തിക്കുന്നത്. ഇതിന്റെയെല്ലാം ഫലമായി അവർ പാർശ്വതലത്തിൽ

നിന്ന് കേന്ദ്രതലത്തിലേക്ക് വളർന്നുവന്നിരിക്കുകയാണ്. മതനിരപേക്ഷ -സാംസ്കാരിക സമിതികളെ നിയന്ത്രിക്കാനും അവരുടെ പ്രത്യയ ശാസ്ത്രം അവിടെ വളർത്താനുമാണവർ ശ്രമിക്കുന്നത്. ഹിന്ദുരാഷ്ട്ര മാക്കി ഇന്ത്യയെ മാറ്റാനാണവരുടെ ശ്രമം. ഈ പ്രക്രിയയ്ക്കിടയിൽ എല്ലാ സാംസ്കാരിക-വിദ്യാഭ്യാസ സ്ഥാപനങ്ങളും ഹിന്ദുവർഗ്ഗീയ നിയന്ത്രണ ത്തിൽ കൊണ്ടുവരുകയാണ്. ഇടതുപക്ഷം പ്രവർത്തിച്ചിരുന്ന ലിബറൽ ഡെമോക്രാറ്റിക് പൊതുമണ്ഡലത്തിന്റെ ചെലവിലാണവർ അതുചെയ്യു ന്നത്. ഇതിന്റെ ഫലമായി പൊതുമണ്ഡലത്തിന് പുരോഗമനാത്മകവും ആധുനികവുമായ അതിന്റെ മുഖം നഷ്ടപ്പെടുകയാണ്.

ദീർഘകാലത്തെ സാന്നിദ്ധ്യവും പുരോഗമനാത്മകമായ വീക്ഷ ണവും ഉണ്ടായിട്ടും ഇടതുപക്ഷത്തിന് ബഹുഭൂരിപക്ഷ ജനതയുടെ ഭാവ നയെ സ്വാധീനിക്കാൻ കഴിയാത്തതെന്തുകൊണ്ട് എന്നത് ഒരു നിർണ്ണാ യകമായ ചോദ്യമാണ്. അതിന്റെ വ്യാപകമായ സ്വീകാര്യതയ്ക്ക് ഇവി ടത്തെ വസ്തുനിഷ്ഠ സാഹചര്യങ്ങൾ അനുയോജ്യമല്ലേ? അല്ലെങ്കിൽ ഇടതുപക്ഷത്തിന്റെ തന്ത്രത്തിലും അടവുകളിലും വല്ല പിഴവുകളുമുണ്ടോ? ഈ രാഷ്ട്രീയ പ്രധാനമായ ചോദ്യങ്ങളെ മുൻനിർത്തിയാണ് പാർട്ടി നേതൃത്വം വളരെക്കാലം സംവാദം നടത്തിയത്. ഇന്ന് മുമ്പത്തേതിനെ ക്കാൾ കൃത്യമായി ഈ സംവാദം തുടരുന്നുവെന്ന് നമുക്ക് പ്രതീക്ഷിക്കാം. സ്പഷ്ടമായും കഴിഞ്ഞ 60 വർഷക്കാലത്തിനിടയ്ക്ക് കമ്യൂണിസ്റ്റ് പാർട്ടി കൾക്കിടയിൽ വ്യത്യസ്തമായ അഭിപ്രായങ്ങൾ ഉയർന്നുവന്നിട്ടുണ്ട്. ഈ അഭിപ്രായ ഭിന്നതകളുടെ അടിസ്ഥാനത്തിൽ ഇടതുപാർട്ടികൾ വിഭിന്ന വിഭാഗങ്ങളായി പിരിഞ്ഞുപോയി. ഇടതുപക്ഷത്തിന്റെ ദൗർബല്യത്തിന്റെ മുഖ്യകാരണവും ഇതുന്നെയാണ്. പ്രസ്തുത വിഷയം ഈ ലേഖനത്തിന്റെ പരിധിയിൽപ്പെടുന്നതല്ല. എന്നാൽ, ഇടതുപക്ഷ പൊതുമണ്ഡലത്തിന്റെ പുനർനിർമ്മിതിയുമായി ബന്ധപ്പെട്ട രണ്ട് പ്രധാനവിഷയങ്ങൾ ചൂണ്ടി ക്കാണിക്കേണ്ടതാണ്.

കലാസാഹിത്യാദികളിലൂടെ വിനിമയം ചെയ്യപ്പെട്ടതും രാഷ്ട്രീയ ത്തിൽ പ്രയോഗവല്ക്കരിച്ചതുമായ ഇടതുപക്ഷ പൊതുമണ്ഡലത്തിന്റെ വീക്ഷണത്തെക്കുറിച്ചാണ് പറയാനുള്ളത്. ഹ്യൂമനിസം, യുക്തിപരത, സമത്വം തുടങ്ങിവയുടെ ആശയ പ്രചാരത്തിലൂടെയാണ് ഇടതുപക്ഷ പൊതുമണ്ഡലം പ്രവർത്തിച്ചത്.

വിജ്ഞാനവിരോധത്തിലും അന്ധവിശ്വാസത്തിലും ആണ്ടുകിട ക്കുന്ന സമൂഹത്തെ സംബന്ധിച്ചിടത്തോളം ഈ ആശയങ്ങൾ അവരുടെ പരമ്പരാഗത വിശ്വാസ വ്യവസ്ഥയുമായി പൊരുത്തപ്പെടുന്നതായിരുന്നില്ല. മതവിരുദ്ധവും ജാതിവിരുദ്ധവും സ്വകാര്യസ്വത്തു വിരുദ്ധവുമായി ഇടതു പക്ഷം പ്രതിനിധാനം ചെയ്യപ്പെട്ടു. പരമ്പരാഗത വിശ്വാസങ്ങൾ ആഴ്ന്നി റങ്ങിയ സമൂഹത്തിൽ ഇടതുപക്ഷത്തിന് അതിന്റെ പ്രവേശം ലഭിക്കാ തെപോയി. അതിന്റെ ഫലമായി മഹാഭൂരിപക്ഷം വരുന്ന ജനതയുടെ അനുഭാവമാർജ്ജിക്കാൻ ഇടതുപക്ഷത്തിന് സാദ്ധ്യമായില്ല. യാന്ത്രിക

മാർക്സിസത്തിന്റെ സമീപനരീതിയെ മറികടക്കാൻ കഴിയാത്തതിനാൽ ഇടതുപക്ഷത്തിന് ഒരു ബദൽ അന്വേഷണം നടത്താനോ ഗാന്ധിയൻ പ്രസ്ഥാനത്തിന്റെ വിജയത്തിൽനിന്ന് പാഠമുൾക്കൊള്ളാനോ സാധിച്ചില്ല. വസ്തുനിഷ്ഠവും ആത്മനിഷ്ഠവുമായ കാരണങ്ങൾ അതിന്റെ പരാജയത്തിന് കാരണമായി. രാഷ്ട്രീയപരമായ തെറ്റുകളും സൈദ്ധാന്തികമായ അപര്യാപ്തതയുമാണ് അവ. അതോടൊപ്പം ജനങ്ങളുടെ സാംസ്കാരിക ജീവിതവുമായി ബന്ധപ്പെട്ട് ചില സങ്കല്പനങ്ങളിൽ ആശയ വ്യക്തത കൈവരുത്താൻ കഴിയാത്ത അവസ്ഥയും വന്നുചേർന്നു.

ഏറ്റവും പ്രധാനപ്പെട്ട ഒരുദാഹരണം ജാതിയും വർഗ്ഗവും തമ്മിലുള്ള ബന്ധത്തെക്കുറിച്ചുള്ളതായിരുന്നു. ഗ്രാമങ്ങളിലെ രാഷ്ട്രീയ പ്രവർത്തനവുമായി ബന്ധപ്പെട്ട് എല്ലാ ഇടതുപ്രവർത്തകരും അഭിമുഖീകരിച്ച വിഷയമായിരുന്നു ഇത്. വർഗ്ഗത്തിൽ ജാതിയും ജാതിയിൽ വർഗ്ഗവുമുണ്ട്. ഈ സന്ദർഭത്തിൽ മാർക്സിന്റെ ഒരു നിരീക്ഷണം സ്മരിക്കുന്നത് നന്നായിരിക്കും. വർഗ്ഗത്തിലൊതുങ്ങുന്ന വർഗ്ഗവും വർഗ്ഗത്തിൽനിന്ന് വളരുന്ന വർഗ്ഗവും (Class in itself and Class for itself). ഇടതുരാഷ്ട്രീയത്തിന്റെ കേന്ദ്രം വർഗ്ഗമായിരിക്കുന്നതിനാൽ ജാതിയും വർഗ്ഗവും തമ്മിലുള്ള ബന്ധം പരിഗണിക്കപ്പെട്ടില്ല. അതൊരു കീറാമുട്ടിയായി അവശേഷിക്കുകയായിരുന്നു. ബിഹാറിലെ ഗ്രാമങ്ങളിൽ പ്രവർത്തിച്ച നക്സലൈറ്റുകൾക്കുപോലും ജാതിവ്യവസ്ഥ അവരുടെ വിപ്ലവപദ്ധതികൾക്ക് തടസ്സമായി. സാമൂഹികബന്ധങ്ങളെ വിശകലനം ചെയ്യാൻ ഇടതുപക്ഷം എക്കാലവും വിനിയോഗിച്ച പരികല്പനാപരമായ ഗണം വർഗ്ഗമാണ്. അതു ശരിയുമാണ്. എന്നാൽ അത് യാഥാർത്ഥ്യത്തിന്റെ ഒരുവശം മാത്രമാണ്. ഒരേ സാമൂഹിക യാഥാർത്ഥ്യത്തിന്റെ ഭാഗമാണ് വർഗ്ഗവും ജാതിയും. നിരവധി സ്ഥാപനങ്ങളും പ്രത്യയശാസ്ത്രങ്ങളും ഇടപെടുന്നതാണ് വർഗ്ഗബന്ധങ്ങൾ. ജാതി അതിലൊന്നാണ്. വർഗ്ഗബോധത്തിന്റെ രൂപവല്കരണമെന്നത് നിരവധി പ്രതിബന്ധങ്ങൾ തരണംചെയ്ത് രൂപപ്പെടേണ്ട ഒന്നാണ്. സങ്കീർണ്ണമായ ഈ പ്രക്രിയകൾ പരിഗണിക്കാതെ മൂർത്ത യാഥാർത്ഥ്യത്തിന്റെ മൂർത്ത വിശകലനം സാദ്ധ്യമാവുകയില്ല. അത് സാദ്ധ്യമാവാത്തതുകൊണ്ടുതന്നെ ഇടതുപക്ഷ പൊതുമണ്ഡലത്തിന്റെ വൈപുല്യം തടസ്സപ്പെട്ടു.

ഇടതു പൊതുമണ്ഡലത്തിന്റെ പുനർനിർമ്മിതി

സമൂഹത്തിലെ വിഭിന്ന വർഗ്ഗഗണങ്ങൾക്കുമേലുള്ള മേൽക്കൈയുമായി ബന്ധപ്പെട്ടതാണ് ഇടതു പൊതുമണ്ഡലത്തിന്റെ രൂപവല്ക്കരണം. ഈ പറഞ്ഞ മേൽക്കൈ സാദ്ധ്യമാവണമെങ്കിൽ വൈവിദ്ധ്യപൂർണ്ണവും സങ്കീർണ്ണവും സാമൂഹികവും സാംസ്കാരികവുമായ കണ്ണിചേർക്കപ്പെടലുകളെ കണക്കിലെടുക്കേണ്ടതുമാണ്. ഇന്ത്യൻ സാമൂഹിക യാഥാർത്ഥ്യം വളരെയധികം സങ്കീർണ്ണമാണ്; സമഗ്ര യാഥാർത്ഥ്യത്തെ പ്രശ്നവല്ക്കരിക്കാൻ ഒരൊറ്റ അളവുകോൽ മതിയാവുകയില്ല. ഉദാഹരണത്തിന് ആദി

വാസി, ദളിത്, സിഖ്, ഈഴവ കർഷകരുടെ സാഹചര്യങ്ങൾ, ഉല്പാദന ബന്ധങ്ങൾ എന്നിവയെല്ലാം വിശദീകരിക്കാൻ ഒരേ സങ്കല്പനപരമായ ഗണങ്ങൾ പര്യാപ്തമല്ല. പാരിസ്ഥിതികപരമായ വൈവിദ്ധ്യങ്ങളും ഭൂമി സംബന്ധമായ സവിശേഷതകളും മാത്രമല്ല അവരുടെ കാർഷിക പ്രവർത്തനങ്ങളെ സ്വാധീനിക്കുന്നത്. മറിച്ച്, അവരുടെ സാംസ്കാരിക സംവേദനങ്ങളും സാമൂഹികബന്ധങ്ങളും പരിഗണിക്കപ്പെടേണ്ടതുണ്ട്. വർഗ്ഗം, വർഗ്ഗസമരം, മതത്തിന്റെ പങ്ക്, ജനാധിപത്യ കേന്ദ്രീകരണത്തിന്റെ പ്രസക്തി എന്നിങ്ങനെ മാർക്സിസ്റ്റ് രാഷ്ട്രീയ പ്രയോഗങ്ങളെയെല്ലാം പുനരാലോചനയ്ക്ക് വിധേയമാക്കേണ്ടതുണ്ട്. മാർക്സിസത്തിന്റെ സാർവ്വലൗകിക പ്രാധാന്യം അംഗീകരിച്ചുകൊണ്ടുതന്നെ കഴിഞ്ഞ രണ്ട് നൂറ്റാണ്ടുകാലത്തെ രാഷ്ട്രീയാനുഭവങ്ങളുടെയും സാംസ്കാരികവും ബൗദ്ധികവുമായ സവിശേഷതകളുടെയും വെളിച്ചത്തിൽ ഒരു വീണ്ടുവിചാരം മേല്പറഞ്ഞ വിഷയങ്ങളെക്കുറിച്ച് നാം നടത്തേണ്ടതുണ്ട്.

വർഗ്ഗങ്ങളുടെ സ്വഭാവത്തിൽവന്ന മാറ്റങ്ങളോടൊപ്പം വർഗ്ഗസമരത്തിന്റെ സ്വഭാവത്തിലും മാറ്റങ്ങൾ വന്നിരിക്കുന്നു. സാമ്പത്തികവും സാങ്കേതികവുമായ പരിവർത്തനങ്ങൾ വർഗ്ഗഘടനയെ സ്വാധീനിച്ചിരിക്കുന്നു. ഇന്നൊരൊറ്റ വർഗ്ഗവും അനങ്ങാപ്പാറയല്ല. ഇവിടെ ഇ പി തോംസൺ വർഗ്ഗങ്ങളില്ലാതെയുള്ള വർഗ്ഗസമരത്തെക്കുറിച്ച് പറഞ്ഞത് ശ്രദ്ധേയമാണ്. മതത്തോടുള്ള കാഴ്ചപ്പാടും വളരെ പ്രധാനപ്പെട്ട ഒരു മേഖലയാണ്. മതം മനുഷ്യനെ മയക്കുന്ന കറുപ്പ് മാത്രമല്ല. അത് വേദനയനുഭവിക്കുന്ന മനുഷ്യർക്ക് ആശ്വാസം നല്കുന്നതുമാണ് എന്ന മാർക്സിന്റെ നിരീക്ഷണം ഒരു മന്ത്രമെന്നപോലെ കണക്കിലേറെ ആവർത്തിക്കപ്പെട്ടിട്ടുണ്ട്. താത്ത്വികമായി ഇത് ശരിയുമാണ്. എന്നാലിന്ന് മർദ്ദിതർക്കും പാവങ്ങൾക്കും ആശ്വാസം നല്കുന്നതിനേക്കാൾ മതം, സമ്പന്നതുടെ പരിചാരികയായി പ്രവർത്തിക്കുകയാണ് ചെയ്യുന്നത്. എക്കാലവും ഈ പ്രവണതയ്ക്കായിരുന്നു മുൻതൂക്കം. ഇന്ന് മതത്തെ പ്രമോട്ട് ചെയ്യുന്നത് കോർപ്പറേറ്റ് മേഖലയാണ്. മതത്തിന്റെ പ്രവർത്തനരീതി, സംഘടനാശേഷി, പ്രത്യയശാസ്ത്ര പ്രാധാന്യം എന്നിവയ്ക്കൊപ്പം നാടകീയമായ പരിവർത്തനങ്ങൾ സംഭവിച്ചിരിക്കുന്നു. മതപരമായ ആചാരങ്ങളെ നിയന്ത്രിക്കുന്നത് ഇന്ന് കൂടുതലായും മതബാഹ്യമായ ശക്തികളാണ്. മതവിശ്വാസവും അതുമായി ബന്ധപ്പെട്ട അന്ധവിശ്വാസങ്ങളും ഇന്നത്തെ ജീവിതത്തിന്റെ പ്രധാന ഭാഗമായി മാറിയിരിക്കുന്നു. ഹേബർമാസ് നിരീക്ഷിച്ചതുപോലെ ആധുനികത, മതാത്മകതയെ ദുർബ്ബലമാക്കുകയല്ല ശക്തിപ്പെടുത്തുകയാണ് ചെയ്തിട്ടുള്ളത്. ഇടതു പൊതുമണ്ഡലത്തിന്റെ രൂപവല്ക്കരണത്തിന്റെ പ്രധാന തടസ്സം ജാതിഭേദവും മതവിശ്വാസവുമാണ്. ജനപ്രിയ സംസ്കാരത്തിലെ ഈ നിർണ്ണായക വിഷയങ്ങളെ എങ്ങനെ അഭിസംബോധന ചെയ്യാമെന്നത് ഇടതുപക്ഷ പൊതുമണ്ഡല നിർമ്മിതിയെ സംബന്ധിച്ചിടത്തോളം സുപ്രധാനമാണ്. അമർത്തിവെക്കലും അടിച്ചുതീർക്കലും പരിഹാരമല്ല.

പരിഗണിക്കപ്പെടേണ്ട മറ്റൊരു പ്രധാന വിഷയം ജനാധിപത്യ കേന്ദ്രീകരണത്തിന്റെ പ്രവർത്തനവും പ്രാധാന്യവുമാണ്. വ്യക്തി എന്നത് ശ്രദ്ധാകേന്ദ്രമാകുന്ന ഒരു ലോകത്ത് ഇതിന് സവിശേഷ പ്രാധാന്യമുണ്ട്. ജനാധിപത്യത്തിന്റെ സമകാലിക സംജ്ഞ ബൂർഷ്വാ എന്നാണെങ്കിലും സൈദ്ധാന്തികമായും പ്രായോഗികമായും ഇടതുപക്ഷം ജനാധിപത്യത്തിന്റെ ശക്തമായ പ്രണേതാവാണ്. സോഷ്യലിസത്തിന്റെ കേന്ദ്രമായി അവതരിപ്പിക്കപ്പെടുന്നതും ജനാധിപത്യമാണ്. എന്നാൽ, ജനാധിപത്യ കേന്ദ്രീകരണത്തിൽ കേന്ദ്രീകരണത്തിന് പ്രായോഗികതലത്തിൽ പ്രാമുഖ്യം ലഭിക്കുന്നു. സമഗ്രാധിപത്യഭരണത്തിനുള്ള ഭരണപരവും രാഷ്ട്രീയപരവുമായ മൃദുവാക്യമാണ് ജനാധിപത്യ കേന്ദ്രീകരണമെന്നൊരു പൊതുവായ സംശയവും നിലവിലുണ്ട്. വിപ്ലവാനന്തര സോവിയറ്റ് യൂണിയനിൽ ലെനിനാണ് ഈ ആശയം അവതരിപ്പിച്ച് നടപ്പിലാക്കിയത്. പാർട്ടി ഐക്യവും അച്ചടക്കവും സ്ഥാപിക്കാൻവേണ്ടി നടപ്പാക്കിയ ജനാധിപത്യകേന്ദ്രീകരണം അന്നത്തെ നിലയിൽ ഒരുപക്ഷേ, നീതീകരിക്കാവുന്നതാണ്. ലെനിൻ അതിലടങ്ങിയ വിപത്തിനെക്കുറിച്ച് തീർത്തും ബോധവാനായിരുന്നു. അദ്ദേഹത്തിന്റെ ബോദ്ധ്യം സ്റ്റാലിൻ യുഗത്തിൽ ശരിയാണെന്ന് തെളിയുകയും ചെയ്തു. ജനാധിപത്യ കേന്ദ്രീകരണം സൈദ്ധാന്തികമായി പറഞ്ഞാൽ പാർട്ടിക്കകത്ത് സംവാദവും ചർച്ചകളും നടത്താൻ ഇടം അനുവദിക്കുന്നുണ്ട്. എന്നാൽ, അതിന്റെ സ്വാഭാവികപ്രവണത സമീകരിക്കുന്നതിലാണ്, ചോദ്യം ചെയ്യുന്നതിലല്ല. പുരോഗമനത്തിന്റെ അനിവാര്യമായ മുന്നുപാധിയാണ് ചോദ്യം ചെയ്യാനുള്ള അന്തരീക്ഷം.

ജനാധിപത്യ കേന്ദ്രീകരണം അത്തരമൊരന്തരീക്ഷം സൃഷ്ടിക്കുന്നതിന് പ്രായോഗികമായി പ്രോത്സാഹനം നല്കുന്നുണ്ടോ എന്ന സംഗതി ചർച്ച ചെയ്യേണ്ടതാണ്. തുടർച്ചയായി ഇടതുപക്ഷം തെറ്റുകൾ ചെയ്യുകയും പിന്നീടത് തുറന്നു സമ്മതിക്കുകയും ചെയ്യുന്ന പ്രവണത, ജനാധിപത്യ കേന്ദ്രീകരണത്തിന്റെ സഹജമായ ദൗർബല്യത്തിന്റെ അനന്തരഫലമല്ലേ എന്ന് ചിന്തിക്കേണ്ടിയിരിക്കുന്നു.

സർഗ്ഗാത്മകമായ ആശയങ്ങൾ രൂപപ്പെടുന്നത് വ്യക്തികൾക്ക് അഭിപ്രായം പ്രകടിപ്പിക്കാനുള്ള സ്വാതന്ത്ര്യമുണ്ടാവുമ്പോഴാണ്. ഇത് അഭിപ്രായ സ്വാതന്ത്ര്യത്തിന്റെ അടിസ്ഥാനത്തിലുള്ള ജനാധിപത്യമാണ്. ഇതിനെ തുരങ്കം വെക്കുന്നതല്ലേ ജനാധിപത്യകേന്ദ്രീകരണം? വ്യത്യസ്തമായ അഭിപ്രായങ്ങൾ സൈദ്ധാന്തികമായാലും അടവുപരമായാലും സ്വാഗതം ചെയ്യപ്പെടേണ്ടതും പരിപോഷിപ്പിക്കപ്പെടേണ്ടതുമാണ്. Critical insider പാർട്ടിയെ ദുർബ്ബലപ്പെടുത്തുകയല്ല ശക്തിപ്പെടുത്തുകയാണ് ചെയ്യുന്നത്. രാഷ്ട്രീയ പൊതുമണ്ഡലത്തിലെ ഇടതുപക്ഷവളർച്ച ആശ്രയിച്ചു നില്ക്കുന്നത്, പൊതുസമൂഹത്തിലും സ്വന്തം കേഡർമാരിലും അത് പരിപോഷിപ്പിക്കുന്ന തുറന്ന സംവാദങ്ങളുടെ മികവിനെയാണ്.

വിശാലമായ അർത്ഥത്തിൽ പൊതുമണ്ഡലത്തിലെ വർഗ്ഗസമരത്തിന്റെ സുദീർഘമായ പ്രക്രിയയിലൂടെ നേതൃപരമായ മേൽക്കൈ നേടി

യെടുത്തുകൊണ്ട് മാത്രം ഭരണകൂടാധികാരം പിടിച്ചെടുക്കാൻ കഴിയുന്ന ജനങ്ങളുടെ രാഷ്ട്രീയ രൂപവല്ക്കരണത്തെയാണ് അന്തിമമായി ഇടതുപക്ഷം എന്നുപറയുന്നത്.

ഇന്ത്യൻ സമൂഹം അതിന്റെ ചരിത്രത്തിലെ നിർണ്ണായകമായ ഒരു ഘട്ടത്തിലൂടെ കടന്നുപോകുകയാണ്. ലിബറലുകൾ കഴിവുകെട്ടു പോകുകയും വലതുപക്ഷം ഭരണകൂടാധികാരം കരസ്ഥമാക്കുകയും ചെയ്തിരിക്കുന്നു. ഫാസിസ്റ്റ് ഭരണകൂടത്തിന്റെ ദുരന്തങ്ങളെ ചെറുത്തുനില്ക്കാനുള്ള സന്നദ്ധതയ്ക്ക് സാദ്ധ്യതയുള്ളതോ ശേഷിയുള്ളതോ ആയ മറ്റൊരു രാഷ്ട്രീയശക്തി ഇല്ല. ഈ സന്ദർഭത്തിൽ ഇടതുപക്ഷത്തിന്റെ പദ്ധതികൾക്ക് പ്രാധാന്യമുണ്ട്. ഈ അവസരത്തിൽ വലതുപക്ഷ ശക്തികളുടെ വീണ്ടുമൊരു ശക്തിസമാഹരണത്തെ തടയുന്നതിന് ഇടതുപക്ഷത്തിന് ചരിത്രപരമായ പങ്ക് നിർവ്വഹിക്കാനുണ്ട്. എന്നാൽ, പാവങ്ങളുടെയും പാർശ്വവല്കൃതരുടെയും രാഷ്ട്രീയശക്തിയെ ഉണർത്തിവിട്ടും ഇതരസമൂഹങ്ങളിലേക്ക് അതിന്റെ നേതൃപരമായ മേൽക്കൈ വികസിപ്പിച്ചും ഈ വിഷയത്തെ അഭിസംബോധന ചെയ്യാനുള്ള അടിയന്തര ബോധം ഇടതുപക്ഷം ഇതുവരെ പ്രകടമാക്കിയിട്ടില്ല. ഇതു സാദ്ധ്യമാവാൻ ഇടതുപക്ഷം ഒരു വീണ്ടെടുപ്പിന് വിധേയമാവേണ്ടതുണ്ട്. അത് മാർക്സിസ്റ്റ് ഘടനയ്ക്കുള്ളിൽത്തന്നെ എന്നാൽ വിഭാഗീയമോ യാന്ത്രികമോ ആവാതെ വേണം സാദ്ധ്യമാവാൻ. അങ്ങനെ ക്രോണി ക്യാപിറ്റലിസത്തിൽനിന്ന് കമ്മ്യൂണിസത്തിലേക്കുള്ള വിമോചനത്തിനുവേണ്ടിയുള്ള ജനങ്ങളുടെ പ്രസ്ഥാനത്തിന്റെ നേതൃത്വം ഇടതുപക്ഷം ഏറ്റെടുക്കേണ്ടതുണ്ട്.

(2015)

സ്വത്വവും രാഷ്ട്രീയവും

ദക്ഷിണേഷ്യയിൽ കഴിഞ്ഞ രണ്ട് നൂറ്റാണ്ടുകളായി സ്വത്വരാഷ്ട്രീയം കൈയാളുന്ന സ്വാധീനത, വ്യത്യസ്തങ്ങളായ അക്കാദമിക് പഠനമേഖലകളുടെ അന്വേഷണങ്ങൾക്ക് വിഷയീഭവിച്ചുകൊണ്ടിരിക്കുകയാണ്. ചരിത്രകാരന്മാർ ഏറക്കുറെ വൈകിയാണ് ഈ പഠനമേഖലകളിലേക്ക് കടന്നുചെല്ലുന്നത്. സ്വത്വരാഷ്ട്രീയത്തിന്റെ സമകാലിക ആശയ പ്രവണതകളെ നീതീകരിക്കേണ്ടതിന്റെയോ അല്ലെങ്കിൽ അതിന്റെതന്നെ ആവിർഭാവത്തെ സാധൂകരിക്കേണ്ടതിന്റെയോ ബാദ്ധ്യത ചരിത്രശാസ്ത്രത്തിന്റെ തലയിൽവീഴുന്ന ഘട്ടത്തിലാണ് ചരിത്രകാരന്മാർ പ്രസ്തുത പഠനമേഖലയിലേക്ക് വലിച്ചെറിയപ്പെടുന്നത്. അങ്ങനെ ചരിത്രശാസ്ത്രം സ്വത്വരാഷ്ട്രീയത്തെക്കുറിച്ചുള്ള അന്വേഷണങ്ങളിൽ അഗാധമായി ആഴ്ന്നിറങ്ങിയപ്പോൾ, സ്വത്വരാഷ്ട്രീയത്തിന്റെ മുൻകാല ചരിത്രത്തെക്കുറിച്ചും അതിന്റെ അർത്ഥതലങ്ങളെക്കുറിച്ചും വിശദീകരിക്കേണ്ടുന്ന ബാദ്ധ്യത ചരിത്രകാരന്മാരിൽ നിക്ഷിപ്തമായി. എന്നിരുന്നാലും ചരിത്രകാരന്മാരുടെ താല്പര്യങ്ങൾ ഏറിയകുറും സാമുദായിക സ്വത്വങ്ങളെക്കുറിച്ചും (Communal Identity) ദേശീയ രാഷ്ട്രീയത്തിൽ അതിന്റെ സ്വാധീനഫലങ്ങളെക്കുറിച്ചുമുള്ള പഠനരംഗങ്ങളിലാണ് ചുറ്റിക്കറങ്ങിയത്. അങ്ങനെ, സാമൂഹിക-രാഷ്ട്രീയ മണ്ഡലങ്ങളിൽ തിങ്ങിനിറഞ്ഞുനില്ക്കുന്ന മറ്റു സ്വത്വരൂപങ്ങളെക്കുറിച്ചുള്ള താല്പര്യങ്ങൾ അവഗണിക്കപ്പെട്ടു. ആ ശൂന്യതയെ നികത്താനുള്ള പരിശ്രമമല്ല ഈ പ്രബന്ധമെന്ന് പറഞ്ഞുകൊള്ളട്ടെ. ദക്ഷിണേന്ത്യയിലെ സ്വത്വരാഷ്ട്രീയ രൂപീകരണത്തിന്റെ ബലതന്ത്രങ്ങളെക്കുറിച്ചുള്ള വിശദീകരണം വളരെ വിശാലവും സങ്കീർണ്ണവുമായ ഒരു വിഷയപരിസരമാണ്. എന്നാൽ എന്തുകൊണ്ടാണ് സ്വത്വരാഷ്ട്രീയം ഒരു അധീശശക്തിയായി (Domimant Force) ദക്ഷിണേഷ്യൻ മേഖലകളിൽ രൂപാന്തരപ്പെട്ടത്. ഈ വിഷയത്തെക്കുറിച്ച് ചിലത് സൂചിപ്പിക്കാനാണ് ഞാനീ പ്രബന്ധത്തിൽ ശ്രമിക്കുന്നത്.

ദക്ഷിണേഷ്യയിലെ മതപരമായ പ്രതിസന്ധി

ദക്ഷിണേഷ്യയിലെ ആധുനിക രാഷ്ട്രങ്ങളിൽ പൊതുവായി പങ്കുവയ്ക്കപ്പെടുന്ന ഒരുപാട് സവിശേഷതകളുണ്ട്. ഈ രാഷ്ട്രങ്ങളിലെ ബഹുസാംസ്കാരിക പരിസരവും ബഹുമത പരിസരവുമാണ് ആ സവിശേഷതകളിൽ ഏറ്റവും ശ്രദ്ധേയമായത്. ഈ പരിസരങ്ങളാണ് അവിടങ്ങളിലെ ജനസംഖ്യാവിധാനത്തെ രൂപപ്പെടുത്തുന്നതും, സാമൂഹ്യബന്ധങ്ങളെ സ്വാധീനിക്കുന്നതും, സാംസ്കാരിക ജീവിതത്തിന്റെ നാനാതുറകളെ നിർവ്വചിക്കുന്നതും. അതിനെക്കാളുപരിയായി, ഈ മേഖലയിലെ വ്യത്യസ്ത രാജ്യങ്ങൾ തമ്മിലുള്ള പരസ്പര ബന്ധഘടനകൾക്ക് ചില മാനദണ്ഡങ്ങളും ഈ പരിസരങ്ങൾ ഏർപ്പെടുത്തുന്നുണ്ട്.

പൊതുവായി പങ്കുവയ്ക്കപ്പെട്ട ചരിത്രാനുഭവങ്ങളുടെ പശ്ചാത്തലം പ്രത്യേകിച്ച് കൊളോണിയൽ അടിച്ചമർത്തലിന്റെയും അതിനെതിരെയുള്ള പ്രതിരോധത്തിന്റെയും ചരിത്രാനുഭവങ്ങൾ കണക്കിലെടുക്കുമ്പോൾ, സാംസ്കാരികമായ ഐക്യപ്പെടലിലൂടെയും സാമ്പത്തികമായ സഹകരണത്തിലൂടെയും രാഷ്ട്രീയമായ സഹവർത്തിത്വത്തിലൂടെയും വളരെ വ്യതിരിക്തമായ ഒരു വ്യക്തിത്വം കരുപ്പിടിപ്പിച്ചെടുക്കാൻ ഈ ദക്ഷിണേഷ്യൻ മേഖലയ്ക്ക് കഴിയേണ്ടതായിരുന്നു. അതിനുള്ള കഴിവ് അതിനുണ്ടായിരുന്നു താനും.

എന്നാൽ, കഴിഞ്ഞ അറുപത് വർഷത്തെ ദക്ഷിണേഷ്യൻ ചരിത്രം പരിശോധിച്ചാൽ ഈയൊരു സാദ്ധ്യത യാഥാർത്ഥ്യവല്ക്കരിക്കപ്പെട്ടില്ല എന്ന് കാണാൻ കഴിയും. അതിനുപകരം, ഈ രാഷ്ട്രങ്ങൾ തമ്മിലുള്ള പരസ്പരബന്ധത്തെ നിർണ്ണയിച്ചുകൊണ്ടിരിക്കുന്നത് ഭാവിയെക്കുറിച്ചുള്ള സാദ്ധ്യതകളല്ല, അതിനെക്കാളുപരിയായി ഭൂതകാലത്തിലെ കുറ്റപ്പെടുത്തലുകളാണ്. ഇത് പരസ്പര സംശയങ്ങളിലേക്കും അസംതൃപ്തികളിലേക്കും ചിലപ്പോൾ ശത്രുതയിലേക്കും മറ്റു ചിലപ്പോൾ സൈനിക സംഘർഷങ്ങളിലേക്കും വഴിമാറിക്കൊണ്ടിരിക്കുകയാണ്. ഈയൊരവസ്ഥ സംജാതമായതിന് ഒരുപാട് കാരണങ്ങളുണ്ട്. അതിൽ പ്രധാനപ്പെട്ട ഒരു ഘടകം ഇതായിരുന്നു. അതായത് രാഷ്ട്രങ്ങളിലെ ന്യൂനപക്ഷ ജനവിഭാഗങ്ങളുടെ അവസ്ഥകളുമായി ബന്ധപ്പെടുത്തി ഈ രാഷ്ട്രങ്ങൾ കൈക്കൊണ്ടിരുന്ന 'പരസ്പര ജാഗ്രത' യുടെ (mutual vigil) സമ്മർദ്ദങ്ങളും സംഘർഷങ്ങളുമായിരുന്നു ആ ഘടകം. മതപരമായ അടിച്ചമർത്തലുകളോ അല്ലെങ്കിൽ മതപരമായ വിവേചനങ്ങളോ സംഭവിക്കപ്പെടുമ്പോൾ, ഔദ്യോഗികമായി ഉണ്ടാകുന്ന പ്രതികരണങ്ങൾ മാത്രമല്ല, പൊതുജനങ്ങളുടെ അഭിപ്രായ പ്രകടനങ്ങളും, പരസ്പരം നിലനില്ക്കുന്ന സംഘർഷാവസ്ഥയെ കൂടുതൽ വഷളാക്കുകയാണ് ചെയ്യുന്നത്. ഓരോ രാഷ്ട്രത്തിനുള്ളിലും നിലനില്ക്കുന്ന മതപരമായ അവസ്ഥ ആ രാഷ്ട്രത്തിന്റെ ആഭ്യന്തരാവസ്ഥയെ മാത്രമല്ല ബാധിക്കുന്നത്; മറിച്ച് ആ മേഖലയിലെ രാജ്യങ്ങൾ തമ്മിലുള്ള പരസ്പരബന്ധങ്ങളെയും അത് സ്വാധീനിക്കും.

ഇത്തരം താല്പര്യങ്ങളെയും അതിന്റെ ഫലമായുണ്ടാകുന്ന ജാഗ്ര തയെയും സാദ്ധ്യമാക്കുന്നതെന്താണ്? ഈ രാജ്യങ്ങളിലെ മതപരമായ ജനസംഖ്യാ വിതരണത്തിന്റെ സ്വഭാവമാണ് ഇത് സാദ്ധ്യമാക്കുന്നത്. ദക്ഷി ണേഷ്യയിലെ ജനസംഖ്യാ വിതാനത്തിന്റെ സ്വഭാവമാണ് ആ മേഖല യിലെ ഓരോ രാജ്യങ്ങളിലും സ്വത്വരാഷ്ട്രീയത്തിന് ഊർജ്ജം പകർന്നത്. ഉദാഹരണത്തിന്, പാകിസ്ഥാനിലെയും ബംഗ്ലാദേശിലെയും വർഗ്ഗീയ വ്യവ ഹാരങ്ങൾക്കുള്ളിൽ 'ഇന്ത്യ'യുടെ സാന്നിദ്ധ്യമുണ്ട്. സിംഹള-തമിഴ് സംഘർഷ പ്രശ്നത്തിൽ ഇന്ത്യയിലെ തമിഴ് നേതാക്കന്മാർ വൈകാരിക മായി ഇടപെടുകയുണ്ടായി. ഈ രാജ്യങ്ങളിലെ വംശീയവും മതപരവു മായ അംഗവിതാനമാണ് ആ രാജ്യങ്ങളിൽ സ്വത്വരാഷ്ട്രീയത്തിന്റെ രൂപീ കരണത്തിനും ആശയാവലികൾക്കും കളമൊരുക്കിയ പ്രധാന ഘടകം. എന്തായാലും, ഇവിടങ്ങളിലെല്ലാം സ്വത്വരാഷ്ട്രീയം ദേശീയവും മതേ തരവുമായ രാഷ്ട്രീയധാരകളോട് നിരന്തരം സംഘർഷത്തിലേർപ്പെട്ടു കൊണ്ടിരിക്കുകയാണ്. ഇന്ത്യയിൽ സ്വത്വരാഷ്ട്രീയത്തിന്റെ വേരുകൾ കൊളോണിയൽ വിരുദ്ധ ദേശീയ പ്രസ്ഥാനത്തിന്റെ കാലഘട്ടത്തിലേക്ക് നീളുന്നു. പ്രസ്തുത കൊളോണിയൽ വിരുദ്ധ ദേശീയപ്രസ്ഥാനത്തിന്റെ അന്തർദ്ധാരയായി ജാതി-മത സ്വത്വ രൂപങ്ങളുടെ സാന്നിദ്ധ്യം പ്രകടമാ യിരുന്നു.

ഇന്ത്യയിലെ മുസ്ലീം ന്യൂനപക്ഷത്തിന്റെയും പാകിസ്ഥാനിലെയും ബംഗ്ലാദേശിലെയും ഹിന്ദു ന്യൂനപക്ഷത്തിന്റെയും ശ്രീലങ്കയിലെ തമിഴ് ന്യൂനപക്ഷത്തിന്റെയും ആധികളും വ്യാകുലതകളും ഈ മേഖലയിലെ ഇതേ മത വിഭാഗത്തിൽപ്പെട്ട മറ്റു രാജ്യങ്ങളിലെ ജനവിഭാഗങ്ങളിലേക്കും സന്നിവേശിപ്പിക്കപ്പെട്ടു. പാകിസ്ഥാനിലെയും ബംഗ്ലാദേശിലെയും ഹിന്ദു ക്കളുടെ താല്പര്യത്തിന് സംരക്ഷണം നല്കുക എന്നത് തങ്ങളുടെ ഉത്ത രവാദിത്വമായി ഇന്ത്യയിലെ ഹിന്ദുക്കൾ കണ്ടുതുടങ്ങി. അതുപോലെ ഇന്ത്യയിൽ ജീവിക്കുന്ന മുസ്ലീം ന്യൂനപക്ഷങ്ങളെ കാത്തുരക്ഷിക്കേണ്ടത് തങ്ങളുടെ കടമയാണെന്ന് പാകിസ്ഥാനിലെയും ബംഗ്ലാദേശിലെയും മുസ്ലീങ്ങളും വിശ്വസിച്ചു. ഈ രാജ്യങ്ങളോരോന്നും ഈ മേഖലയിലെ മറ്റു രാജ്യങ്ങളിലെ തങ്ങളുടെ മതവിഭാഗക്കാരുടെ സംരക്ഷകരായി സ്വയം അവരോധിച്ചു. ഇത്തരത്തിലുള്ള മതപരമായ സ്ഥാനനിർണ്ണയം രണ്ടു തരത്തിലുള്ള ഫലങ്ങൾ ഉളവാക്കി. ഒന്ന്, ഇത് ഓരോ രാജ്യത്തിനും ഓരോ തരത്തിലുള്ള മതപരമായ അസ്തിത്വം പകർന്നു നല്കി. മതേതരരാഷ്ട്ര മാണെന്ന് പ്രഖ്യാപിക്കപ്പെട്ട ഇന്ത്യയെപ്പോലുള്ള രാജ്യങ്ങളും അതിൽനിന്നും ഒഴിവാക്കപ്പെട്ടില്ല. രണ്ട്, മറ്റു രാജ്യങ്ങളുടെ ആഭ്യന്തരകാ ര്യങ്ങളിലാണ് അത് ഇടപെട്ടുകൊണ്ടിരിക്കുന്നതെന്ന വസ്തുത തമസ്ക രിക്കപ്പെട്ടു.

ദക്ഷിണേഷ്യൻ മേഖലയിലെ ഏറ്റവും ശക്തമായ രാജ്യമെന്നനില യിൽ, അയൽരാജ്യങ്ങളിലെ കുഴപ്പങ്ങൾ പരിഹരിക്കൽ (Course Correction) ദൗത്യം ഇന്ത്യ ഏറ്റെടുക്കുകയുണ്ടായി. കിഴക്കൻ പാകിസ്ഥാൻ,

ശ്രീലങ്ക, നേപ്പാൾ എന്നിവിടങ്ങളിലെ കൈകടത്തൽ ഇതിന് ഉദാഹരണങ്ങളാണ്. ജനാധിപത്യത്തെ സംരക്ഷിക്കാനെന്ന നാട്യത്തിൽ കിഴക്കൻ പാകിസ്ഥാനിലേക്ക് ഇന്ത്യ സൈന്യത്തെ അയച്ചു. അതുപോലെ ശ്രീലങ്കയിലെ വംശീയ സംഘർഷത്തെ പരിഹരിക്കുന്നതിനുവേണ്ടി അവിടേക്കും സൈന്യത്തെ അയച്ചുകൊടുത്തു. ഈ അടുത്തകാലത്ത്, നേപ്പാളിലുണ്ടായ ആഭ്യന്തര പ്രശ്നങ്ങളിലും ഇന്ത്യ അനാവശ്യമായ താല്പര്യം പ്രകടിപ്പിക്കുകയുണ്ടായി. ഇത്തരത്തിലുള്ള സ്വയം പ്രഖ്യാപിത ഉത്തരവാദിത്വ പ്രകടനങ്ങൾ, സ്വാതന്ത്ര്യത്തിനുശേഷമാണ് ഇന്ത്യയിൽ ശക്തി നേടുന്നത്. ഇത്തരത്തിലുള്ള സ്വയം അവരോധിത ഉത്തരവാദിത്വ പ്രകടനങ്ങൾ അതാത് രാജ്യങ്ങളിലെ സ്വത്വരാഷ്ട്രീയത്തിന്റെ മൃതസഞ്ജീവനിയാണ്. ഏറ്റവും മ്ലേച്ഛമായ രീതിയിൽ അത് മറ്റുള്ളവരെയും മറ്റു രാജ്യങ്ങളെയും ശത്രുപാളയത്തിൽ അവരോധിക്കും. ഇത് അതിഭീതിദമായ, അവാന്തരഫലങ്ങൾ വിളിച്ചുവരുത്തുകയും ചെയ്തു. മുൻ പ്രധാനമന്ത്രി രാജീവ്ഗാന്ധിയുടേതുൾപ്പെടെ ഒരായിരം ജീവിതങ്ങൾ പൊലിഞ്ഞത് ഈ പ്രക്രിയയിലൂടെയാണ്. ഇത് അയൽരാജ്യങ്ങൾ തമ്മിൽ സൗഹൃദത്തിന്റെ ആകാശങ്ങളെയല്ല വളർത്തുന്നത്; മറിച്ച് വ്യത്യസ്ത മതസമൂഹങ്ങൾ തമ്മിലുള്ള തീവ്ര സംഘർഷങ്ങളിലേക്കായിരിക്കും അത് വഴിതെളിക്കുന്നത്.

വ്യത്യസ്തങ്ങളായ സംവർഗ്ഗങ്ങൾ

സ്വത്വത്തെ അടിസ്ഥാനപ്പെടുത്തിയുള്ള രാഷ്ട്രീയ വ്യവഹാരത്തിൽ വ്യത്യസ്തങ്ങളായ താല്പര്യങ്ങൾ നിലനില്ക്കുന്നുണ്ട്. ഈ താല്പര്യങ്ങൾക്ക് അടിസ്ഥാനമായിട്ടുള്ളത് ഒരു സമൂഹത്തിൽ നിലനില്ക്കുന്ന അവബോധത്തിന്റെ വ്യത്യസ്തതലങ്ങളാണ്. വിശാലമായ അർത്ഥത്തിൽ രണ്ട് സംവർഗ്ഗങ്ങ (category) ളായി ഇതിനെ തരംതിരിക്കാം. ഒന്ന്, അധീശത്വത്തിന്റെ രാഷ്ട്രീയം, രണ്ട് പ്രതിരോധത്തിന്റെ രാഷ്ട്രീയം. ആദ്യം അവതരിപ്പിച്ച സംവർഗ്ഗത്തിന്റെ പ്രധാന താല്പര്യം അധികാരമാണ്. അധികാരത്തിനുവേണ്ടിയാണ് അത് സ്വത്വത്തെ ഉപയോഗപ്പെടുത്തുന്നത്. രണ്ടാമത് അവതരിപ്പിച്ച കാറ്റഗറിയുടെ പ്രധാന താല്പര്യം അവകാശങ്ങളുടെ രാഷ്ട്രീയമാണ്. അവകാശങ്ങൾ നേടിയെടുക്കുന്നതിനുള്ള സമരപോരാട്ടങ്ങൾക്കായി ആഭ്യന്തരമായ ഐക്യം ഊട്ടിയുറപ്പിക്കുന്നതിനുവേണ്ടിയാണ് അത് സ്വത്വത്തെ കൂട്ടുപിടിക്കുന്നത്. ഭൂരിപക്ഷ മതസമൂഹത്തിന്റെ സ്വത്വരാഷ്ട്രീയം അധീശത്വത്തിനുവേണ്ടിയുള്ള രാഷ്ട്രീയമാണ്. എന്നാൽ ദളിതരും ആദിവാസികളും ഉൾപ്പെടെയുള്ള ന്യൂനപക്ഷ വിഭാഗങ്ങളുടെ സ്വത്വരാഷ്ട്രീയം അവകാശങ്ങൾക്കുവേണ്ടിയുള്ള പോരാട്ടമാണ്. മതപരമായ സ്വത്വം, രാഷ്ട്രീയ പ്രസ്ഥാനങ്ങളുടെ കേന്ദ്രസ്ഥാനത്ത് നിലയുറപ്പിക്കുന്നതിന്റെ വിവിധങ്ങളായ ഉദാഹരണങ്ങൾക്ക് കഴിഞ്ഞ രണ്ട് നൂറ്റാണ്ടുകളായി ദക്ഷിണേഷ്യൻ രാജ്യങ്ങൾ സാക്ഷ്യം വഹിച്ചിട്ടുണ്ട്. എന്നാൽ, അത്തരം പ്രസ്ഥാനങ്ങളിൽ ബഹുഭൂരിപക്ഷവും

ആഭ്യന്തര വൈരുദ്ധ്യങ്ങളിൽപ്പെട്ട് തകർന്നടിയുകയാണുണ്ടായത്. ഇവിടങ്ങളിലെല്ലാം ജനങ്ങളെ കൂട്ടിച്ചേർക്കുന്നതിൽ (mobilisation) മതപരമായ സ്വത്വം ശക്തമായ മാദ്ധ്യമമായി പ്രവർത്തിച്ചിട്ടുണ്ട്. അതേസമയം രാഷ്ട്രീയമായ അയഥാർത്ഥ്യങ്ങളെയാണ് അത് വാരിപ്പുണർന്നിരുന്നത്.

രാഷ്ട്രീയമായി ജനങ്ങളെ കൂട്ടിച്ചേർക്കുന്നതിൽ മതപരമായ സ്വത്വം വഹിച്ച പങ്കിനെ വെളിവാക്കുന്ന ഒരുപാട് ഉദാഹരണങ്ങൾ ദക്ഷിണേഷ്യൻ പശ്ചാത്തലത്തിൽനിന്നും കണ്ടെടുക്കാവുന്നതാണ്. പാകിസ്ഥാൻ രൂപീകരണത്തിനുവേണ്ടിയുള്ള പ്രസ്ഥാനവും അയോദ്ധ്യയിൽ രാമക്ഷേത്ര നിർമ്മിതിക്കുവേണ്ടിയുള്ള പ്രസ്ഥാനവും പ്രധാനപ്പെട്ട ഉദാഹരണങ്ങളാണ്. പെട്ടെന്നുള്ള രാഷ്ട്രീയ പിന്തുണ ആർജ്ജിക്കാനുള്ള ഒരു വൈകാരിക ചിഹ്നരൂപമായി മതപരമായ സ്വത്വം പ്രവർത്തിക്കുന്നുണ്ടെങ്കിലും, ഒരു പരമാധികാര രാഷ്ട്രത്തിന്റെ തുടർച്ചയായ നിലനില്പിന് ഇത് പര്യാപ്തമല്ലെന്ന് തെളിയിക്കപ്പെട്ടിട്ടുണ്ട്. പാകിസ്ഥാനിൽനിന്നുള്ള പാഠങ്ങൾ അതാണ് നല്കുന്നത്. പാകിസ്ഥാനിലുണ്ടായ സംഭവവികാസങ്ങളുടെ ക്ലൈമാക്സ് ബംഗ്ലാദേശിന്റെ വിമോചനത്തിലേക്കാണ് നയിച്ചത്. പാകിസ്ഥാനിലെ കിഴക്കും പടിഞ്ഞാറും മേഖലകളിലെ ബഹുഭൂരിപക്ഷം ജനങ്ങളും ഒരേ മതവിശ്വാസം പങ്കുവയ്ക്കുന്നവരായിരുന്നു. എങ്കിലും ഒരു രാഷ്ട്രമായി അവർക്ക് സഹവർത്തിക്കാനായില്ല. പടിഞ്ഞാറൻ പാകിസ്ഥാനിലെ ഭരണവർഗ്ഗം നടപ്പാക്കിക്കൊണ്ടിരുന്ന ആഭ്യന്തര കൊളോണിയലിസമായിരുന്നു അതിനു കാരണമെന്ന് പറയാം. കിഴക്കൻ പ്രദേശങ്ങളും പടിഞ്ഞാറൻ പ്രദേശങ്ങളും തമ്മിൽ സാംസ്കാരികമായ അസന്തുലിതാവസ്ഥയിലായിരുന്നു നിലനിന്നിരുന്നത്. സാംസ്കാരികമായ അവഗണന, സാംസ്കാരികമായ അടിച്ചമർത്തലായിട്ടാണ് ബൗദ്ധികവൃന്ദത്തിന് അനുഭവപ്പെട്ടത്. ബംഗ്ലാദേശിന്റെ വിട്ടുപോകലിനുള്ള പ്രധാനപ്പെട്ട കാരണം ഈ സാംസ്കാരികമായ മർദ്ദനമായിരുന്നോ എന്നത് സംശയകരമാണ്. എന്നാൽ സംസ്കാരം ആ വിട്ടുപോകലിന് പ്രചോദനവും സാദ്ധ്യതയും നല്കുകയുണ്ടായി എന്നത് യാഥാർത്ഥ്യമാണ്. പാകിസ്ഥാന് ജന്മം നല്കിയ അതേ സ്വത്വരാഷ്ട്രീയത്തിന്റെ നിഷേധമാണ് ബംഗ്ലാദേശിന്റെ രൂപീകരണത്തോടെ വാസ്തവത്തിൽ സംഭവിച്ചത്.

പാകിസ്ഥാന്റെ രൂപീകരണവും ബംഗ്ലാദേശിന്റെ വിമോചനവും ഒരായിരം മനുഷ്യരെ കൊന്നൊടുക്കുകയും വസ്തുവകകളെ കൂട്ടത്തോടെ തകർത്തെറിയുകയുമുണ്ടായി. ഇതൊന്നും ഇന്ത്യയിൽ മതസ്വത്വത്തെ അടിസ്ഥാനപ്പെടുത്തിയുള്ള രാഷ്ട്രീയത്തിന്റെ വളർച്ചയ്ക്ക് ഒരു വിഘാതവും ഏല്പിച്ചില്ല. നേരെമറിച്ച് അത്തരം സംഭവവികാസങ്ങൾ വലിയൊരു കുതിച്ചുചാട്ടമാണ് ഇന്ത്യൻ സ്വത്വരാഷ്ട്രീയത്തിന് നല്കിയത്. കോളനി വിരുദ്ധ സമരത്തിന്റെ അവസാനഘട്ടം വരെ, ഹിന്ദു മഹാസഭയുടെയോ രാഷ്ട്രീയ സ്വയംസേവക സംഘത്തിന്റെയോ നേതൃത്വത്തിലുള്ള ഹിന്ദു ഫണ്ടമെന്റലിസ്റ്റ് ഗ്രൂപ്പുകൾക്ക് വലിയ തരത്തിലുള്ള പിന്തുണയൊന്നും ഇന്ത്യയിൽ ലഭിച്ചിരുന്നില്ല. വിഭജനം സമ്മാനിച്ച മുറിവുകളെ

അവർ ഫലപ്രദമായി ഉപയോഗിച്ചു. പുറന്തള്ളപ്പെട്ട (displaced) ഹിന്ദുക്കളുടെ പിന്തുണ അവർക്ക് ആർജ്ജിക്കാനായി. പാകിസ്ഥാനിൽനിന്നുമെത്തിയ ഹിന്ദുക്കൾ താമസമാക്കിയ ഇടങ്ങളിലെല്ലാം, മതപരമായ സ്വത്വത്തിന്റെ അടിസ്ഥാനത്തിൽ വർഗ്ഗീയരാഷ്ട്രീയം ആഴ്ന്നിറങ്ങി. അതോടൊപ്പം ശത്രുതയും സമാനതകളില്ലാതെ വളർന്നു. ഹിന്ദുമതസ്വത്വത്തിന്റെ അടിസ്ഥാനത്തിലുള്ള വലിയതരത്തിലുള്ള കൂടിച്ചേരലുകൾക്ക് അങ്ങനെ വിഭജനം തിരിയിട്ടു.

വിഭജനാനന്തര ഇന്ത്യയിൽ ഹിന്ദു സ്വത്വരാഷ്ട്രീയത്തിന്റെ നിർമ്മിതിക്ക് ഒരുപാട് ഘടകങ്ങൾ ശക്തിപകർന്നിട്ടുണ്ട്. ഒരു 'അന്യനെ' ഉയർത്തിക്കാട്ടുകയും ശത്രുവായി അവതരിപ്പിക്കുകയും ചെയ്തു. അതുപോലെ ഇന്ത്യയുടെ ഭൂതകാല പാരമ്പര്യത്തിന്റെ ഉദാത്തത ഉയർത്തിക്കാട്ടപ്പെടുകയുണ്ടായി. ഹിന്ദു സ്വത്വരാഷ്ട്രീയത്തിന്റെ നിർമ്മിതിയിൽ പ്രധാന പങ്കുവഹിച്ച ഘടകങ്ങളാണിത്. ഇക്കാരണങ്ങളാൽത്തന്നെ ഹിന്ദു സ്വത്വരാഷ്ട്രീയത്തിന്റെ മർമ്മ പ്രധാനമായ ഭാഗമായി ചരിത്രശാസ്ത്രം മാറ്റപ്പെട്ടു. വി ഡി സവർക്കറും നവരത്ന രാജാറാമും *ഹിന്ദു ചരിത്ര*മെന്നപേരിൽ എഴുതിയ കെട്ടുകഥകളിൽ മുസ്ലീം ജനവിഭാഗത്തെ പ്രാകൃതന്മാരായ ആക്രമണകാരികളായി അവതരിപ്പിക്കുകയും മുസ്ലീങ്ങളാണ് മതപരമായ ലക്ഷ്യത്തോടെ ഇന്ത്യൻ സംസ്കാരത്തെയും നാഗരികതയെയും തകർത്തു തരിപ്പണമാക്കിയതെന്ന് വാദിച്ചുറപ്പിക്കുകയും ചെയ്തു. മുസ്ലീങ്ങൾ അധിനിവേശം നടത്തിയത് ഇവിടെയുള്ള സമ്പത്ത് കൊള്ളയടിക്കാൻവേണ്ടി മാത്രമായിരുന്നില്ല; മറിച്ച് ക്ഷേത്രങ്ങളെ തകർക്കലും മതപരിവർത്തനവുമായിരുന്നു അവരുടെ ലക്ഷ്യങ്ങൾ. ഇങ്ങനെയൊക്കെയാണ് അവർ വാദമുഖങ്ങൾ ഉയർത്തിവിട്ടത്. ഇതിന് വിപരീതമായി, ഹിന്ദുക്കളുടെ സാംസ്കാരികവും ബൗദ്ധികവുമായ ഉന്നതിയെയും നേട്ടങ്ങളെയും ഭരണപരമായ പ്രാഗത്ഭ്യങ്ങളെയും കുറിച്ച് അവർ പാടിപ്പുകഴ്ത്തി. ഇത്തരം വാദമുഖങ്ങളുടെ സാംഗത്യം തെളിയിക്കുന്നതിനായി അവർ ഉപനിഷത്തുകളിലെ ദാർശനിക പദാവലികൾ ഉരുവിടാൻ തുടങ്ങി; അസുഖങ്ങളെ സുഖപ്പെടുത്താനുള്ള ആയുർവ്വേദത്തിന്റെ അപാരമായ കഴിവിനെ അവർ ഉദ്ധരണികൾകൊണ്ട് നിറച്ചു. ഗുപ്തരാജാക്കന്മാരുടെയും ചോള രാജാക്കന്മാരുടെയും ഭരണപരമായ നൈപുണികളെയും രാഷ്ട്രീയമായ അപദാനങ്ങളെയുംകുറിച്ച് അവർ ഊറ്റം കൊണ്ടു. മുസ്ലീങ്ങളുടെ ആക്രമണവും അധിനിവേശവും ഒരു ഭാഗത്ത്, ഹിന്ദു സംസ്കാരത്തിന്റെ അധഃപതനം മറുഭാഗത്ത്; പരസ്പരം ബന്ധപ്പെട്ടു കിടക്കുന്ന ഈ രണ്ട് വാദമുഖങ്ങളിലൂടെയാണ് ഹിന്ദുസ്വത്വരാഷ്ട്രീയം അതിന്റെ നങ്കൂരമിട്ടത്. ഇത്തരം പശ്ചാത്തലങ്ങളുടെ വെളിച്ചത്തിൽ ഇന്ത്യയുടെ ഉദാത്തമായ ഭൂതകാലത്തിന്റെ ആത്മവിശ്വാസവും ആത്മാഭിമാനവും ഉത്തേജിപ്പിക്കാനും, ആ ഭൂതകാലത്തോട് മുസ്ലീങ്ങൾ ചെയ്ത 'ചരിത്രപരമായ തെറ്റു'കളെ തിരുത്താനുമുള്ള ദൗത്യം തങ്ങളിൽ നിക്ഷിപ്തമാണെന്ന് ഹിന്ദു സ്വത്വരാഷ്ട്രീയം സ്വയം പ്രഖ്യാപിക്കു

കയായിരുന്നു.

മുകളിൽ സൂചിപ്പിച്ച രണ്ട് ആശയപരിസരങ്ങളെയും വ്യത്യസ്തങ്ങളായ പ്രതീകാത്മക പ്രവർത്തനങ്ങളിലൂടെ ജനങ്ങൾക്കിടയിൽ അവതരിപ്പിക്കാനും പ്രചരിപ്പിക്കാനും കഴിഞ്ഞു എന്നതിലാണ് ഹിന്ദു സ്വത്വരാഷ്ട്രീയത്തിന്റെ വിജയം പ്രധാനമായും കുടികൊള്ളുന്നത്. ഏറക്കുറെ എല്ലാ രാഷ്ട്രീയ പാർട്ടികളും ഒന്നുകിൽ വ്യത്യസ്തരൂപങ്ങളിൽ ഹിന്ദു സ്വത്വരാഷ്ട്രീയത്തിന്റെ യുക്തികളുമായി ബന്ധപ്പെട്ടുനില്ക്കുകയോ അല്ലെങ്കിൽ പൊതുമതവികാരങ്ങളെ വ്രണപ്പെടുത്തുന്നതിൽനിന്നും ബോധപൂർവ്വം ഒഴിഞ്ഞുനില്ക്കുകയോ ആണ് ചെയ്തുകൊണ്ടിരിക്കുന്നത്. ഹിന്ദുക്കളെ കൂട്ടിയോജിപ്പിക്കുന്നതിനുള്ള ചില കാര്യപരിപാടികളിലൂടെ ഹിന്ദുസ്വത്വ രാഷ്ട്രീയത്തെ രാഷ്ട്രീയാധികാരത്തിനുള്ള വേദിയാക്കി മാറ്റിയത് ഭാരതീയ ജനതാ പാർട്ടിയാണ്. അവർ അവതരിപ്പിച്ച ഹിന്ദു സ്വത്വത്തിന്റെ സ്വഭാവം രൂപത്തിലും ഭാവത്തിലുമെല്ലാം ബ്രാഹ്മണിക്കലായിരുന്നു. ഈ ബ്രാഹ്മണിക്കൽ സ്വത്വത്തിന് വ്യത്യസ്തങ്ങളായ ജാതി വിഭാഗങ്ങളുടെമേൽ അധീശത്വം ലഭിക്കുകയും ചെയ്തു. ബാബറിപ്പള്ളിയെ തകർത്തു തരിപ്പണമാക്കിയ പ്രസ്ഥാനമായിരുന്നു ഹിന്ദു സ്വത്വ രാഷ്ട്രീയത്തിന്റെ പ്രകടമായ ഉദാഹരണം.

മതം: രണ്ട് പ്രവണതകൾ

മദ്ധ്യകാലഘട്ടത്തിലെ വിദേശസഞ്ചാരികളുടെ വിവരണങ്ങൾ പരിശോധിച്ചാൽ, ദക്ഷിണേഷ്യയിലെ ജനവിഭാഗങ്ങളെ മതാത്മകതയിൽ അലിഞ്ഞുചേർന്ന വിഭാഗമെന്ന നിലയിലാണ് അവതരിപ്പിച്ചിട്ടുള്ളത്. ഇത്തരം വാർപ്പുമാതൃകകൾക്കായിരുന്നു കൂടുതൽ പ്രചാരം ലഭിച്ചിരുന്നതും. അത്തരത്തിലുള്ള ഒരു വാർപ്പു രൂപത്തിനനുഗുണമായ സവിശേഷതയാർന്ന മതജീവിതമൊന്നും ദക്ഷിണേഷ്യയിലെ ജനവിഭാഗങ്ങൾ നയിച്ചിരുന്നില്ല എന്നതാണ് വാസ്തവം. പൊതുവായി നടത്തപ്പെട്ടിരുന്ന ആചാരങ്ങളും തീർത്ഥാടനകേന്ദ്രങ്ങളിലേക്കുള്ള ഭക്തരുടെ സഞ്ചാരവുമൊക്കെയാകണം ഇത്തരത്തിലുള്ളൊരു നിരീക്ഷണത്തിലേക്ക് മദ്ധ്യകാല സഞ്ചാരികളെ നയിച്ചിട്ടുണ്ടാവുക. യഥാർത്ഥത്തിൽ പഴയകാലങ്ങളിൽ തീർത്ഥാടന കേന്ദ്രങ്ങളുടെ എണ്ണം വളരെ പരിമിതമായിരുന്നു. തീർത്ഥാടനം തന്നെ വളരെയേറെ ബുദ്ധിമുട്ടുള്ള ഒരു പ്രക്രിയയുമായിരുന്നു. അതുകൊണ്ടുതന്നെ വളരെക്കുറച്ച് ആൾക്കാർ മാത്രമേ തീർത്ഥയാത്ര നടത്തിയിരുന്നുള്ളൂ. എന്നാൽ പുതിയ കാലഘട്ടത്തിൽ, ഈ മേഖലയിൽ വളരെ പ്രകടമായ മാറ്റം സംഭവിച്ചിട്ടുണ്ട്. വാർത്താവിതരണ സംവിധാനങ്ങളുടെയും യാത്രാസൗകര്യങ്ങളുടെയും വിപുലീകരണം, പശ്ചാത്തല സൗകര്യമേഖലകളിലുണ്ടായ വികാസം, സമ്പൽസമൃദ്ധമായ ഒരു മദ്ധ്യവർഗ്ഗ ജനവിഭാഗത്തിന്റെ വളർച്ച, അതുപോലെ തീർത്ഥാടനം, യാത്രകൾക്കായുള്ള ഭരണകൂടത്തിന്റെ സഹായസഹകരണങ്ങൾ എന്നിവയെല്ലാം തീർത്ഥാടനത്തിലുള്ള ജനപങ്കാളിത്തത്തെ വളരെയധികം വർദ്ധിപ്പിച്ചി

ട്ടുണ്ട്. തീർത്ഥാടനകേന്ദ്രങ്ങളിലേക്ക് ഒഴുകുന്ന ആൾക്കാരുടെ എണ്ണം പതിന്മടങ്ങ് വർദ്ധിച്ചു എന്നുമാത്രമല്ല; പുതിയ തീർത്ഥാടന കേന്ദ്രങ്ങൾ നിരന്തരം തുറക്കപ്പെട്ടുകൊണ്ടിരിക്കുകയും ചെയ്യുന്നു. ഇതിന്റെയൊക്കെ ഫലമായി ജനജീവിതത്തിന്റെ സമസ്തമണ്ഡലങ്ങളിലും മതാത്മകത പടർന്നു കയറിക്കൊണ്ടിരിക്കുകയാണ്. അതുകൊണ്ടുതന്നെ മദ്ധ്യകാല സഞ്ചാരികളുടെ പ്രസ്തുത നിരീക്ഷണം ഈ പുതിയ കാലഘട്ടത്തിനാണ് കൂടുതൽ ചേരുന്നത്.

പരസ്പരബന്ധിതമായ രണ്ടുതരം പ്രവണതകളാണ് രാഷ്ട്രീയത്തിന്റെ മതവല്ക്കരണവും മതത്തിന്റെ ചരക്കുവല്ക്കരണവും. ഇത് പരസ്പരബന്ധിതമായാണ് വികാസം പ്രാപിച്ചുകൊണ്ടിരിക്കുന്നത്. ഇത് സ്വത്വരാഷ്ട്രീയത്തിനും ശക്തിപകരുന്നു. എല്ലാ വിഭാഗങ്ങളിലെയും ആൾക്കാർക്കിടയിൽ വർദ്ധിച്ചുകൊണ്ടിരിക്കുന്ന മതാത്മക പ്രവണതകൾക്കുള്ളിലാണ് ഈ രണ്ടുതരം പ്രവണകളുടെയും വേരുകൾ കിടക്കുന്നത്. മതത്തിലുള്ള വിശ്വാസത്തിൽനിന്നും വ്യതിരിക്തമായിത്തന്നെ മതാത്മകതയെ മനസ്സിലാക്കേണ്ടതുണ്ട്. അതുപോലെതന്നെ ദക്ഷിണേഷ്യൻ മേഖലയിലെ അതിവേഗം മാറിക്കൊണ്ടിരിക്കുന്ന ഭൗതിക ജീവിതാവസ്ഥകളെയും കണക്കിലെടുക്കേണ്ടതുണ്ട്. മതാത്മകത ഒരു ആഗോള പ്രതിഭാസമാണെങ്കിൽക്കൂടി, ദക്ഷിണേഷ്യൻ പശ്ചാത്തലത്തിൽ അതിന്റെ സ്വാധീനശക്തിയെ സവിശേഷമായിത്തന്നെ പരിഗണിക്കേണ്ടതുണ്ട്. ഇതിനുപിന്നിൽ വ്യത്യസ്തതലങ്ങളിലുള്ള ശക്തികൾ പ്രവർത്തിക്കുന്നുണ്ട്. മതസ്ഥാപനങ്ങളുടെ അഭൂതപൂർവ്വമായ വളർന്നുപെരുകൽ, ആൾദൈവങ്ങളിലൂടെയും അമ്മദൈവങ്ങളിലൂടെയും വളരെ സമൃദ്ധമായി വിറ്റഴിക്കപ്പെടുന്ന മതാത്മകമായ ആശയപരിസരങ്ങൾ, മഹാകാഴ്ചകളായി (grand spectacles) മാറ്റപ്പെടുകയും ക്രമീകരിക്കപ്പെടുകയും ചെയ്തുകൊണ്ടിരിക്കുന്ന ഉത്സവക്കാഴ്ചകൾ, തീർത്ഥാടന കേന്ദ്രങ്ങളിലെ പശ്ചാത്തല സൗകര്യങ്ങൾ വിപുലീകരിക്കുന്നതിനുവേണ്ടിയുള്ള വലിയതരത്തിലുള്ള നിക്ഷേപങ്ങൾ തുടങ്ങി വ്യത്യസ്തങ്ങളായ ഒരുപാട് ബലതന്ത്രങ്ങൾ ഇതിനുപിന്നിൽ പ്രവർത്തന സജ്ജമാകുന്നുണ്ട്. ഇത്തരം മതാത്മകവല്ക്കരണവും നിഗൂഢമായ മതപ്രയോഗങ്ങളും പൊതുമണ്ഡലത്തെ കീഴടക്കുന്നതോടെ, മതേതരമൂല്യങ്ങൾ പൊതുമണ്ഡലത്തിൽനിന്നും പതിയെ അപ്രത്യക്ഷമാകും.

മതപരമായ വിഭജനങ്ങളുടെയും അതിന്റെ പേരിലുള്ള കൂടിച്ചേരലുകളുടെയും ഫലമായി ദക്ഷിണേഷ്യൻ രാജ്യങ്ങളിലെ മതസമൂഹങ്ങൾ ആഭ്യന്തരമായ 'മതയുദ്ധ'ങ്ങൾക്ക് (religious wars) സാക്ഷ്യംവഹിച്ചുകൊണ്ടിരിക്കുകയാണ്. ഈ മതയുദ്ധങ്ങൾ ഒരേ സമയംതന്നെ ശാരീരികവും പ്രത്യയശാസ്ത്രപരവുമായ മണ്ഡലങ്ങളിൽ നടന്നുകൊണ്ടിരിക്കുകയാണ്. എന്നാൽ അത് പഴയകാലങ്ങളിൽ നടന്ന മതയുദ്ധങ്ങളുടെ രീതിശാസ്ത്രങ്ങളല്ല പിന്തുടരുന്നത്. ഈ മതയുദ്ധങ്ങൾ, ശാരീരികമായ ഏറ്റുമുട്ടലുകളിലൂടെ ആരംഭിക്കുകയോ അവസാനിക്കുകയോ ചെയ്യുന്നില്ല.

അവ യഥാർത്ഥത്തിൽ പ്രത്യയശാസ്ത്രപരവും സാംസ്കാരികവുമായ യുദ്ധങ്ങളാണ്. ശാരീരികമായ ഏറ്റുമുട്ടലുകൾ നിലനില്ക്കുന്നില്ലെങ്കിലും 'പ്രത്യയശാസ്ത്രപരവും സാംസ്കാരികവുമായ യുദ്ധങ്ങൾ' തുടർച്ചയായി നിലനിന്നുകൊണ്ടിരിക്കും. ആക്രമണത്തിന്റെയോ പ്രതിരോധത്തിന്റെയോ മണ്ഡലങ്ങളിൽ എല്ലാ മതങ്ങളും മത ഗ്രൂപ്പുകളും യുദ്ധങ്ങൾക്ക് സംഭാവനകൾ നല്കിക്കൊണ്ടിരിക്കുകയാണ്. ഇതിന്റെയൊക്കെ ഫലമായി, ദക്ഷിണേഷ്യൻ രാജ്യങ്ങളിലെ സമൂഹങ്ങൾ മതത്തിന്റെ അടിസ്ഥാനത്തിൽ അഗാധമായി പിളർന്നുകൊണ്ടിരിക്കുന്നു. ഈ പ്രക്രിയയിൽ, മതം വലിയൊരു നിർണ്ണായക ഘടകമായി മാറിത്തീർന്നിട്ടുണ്ട്.

അതാത് മതവിഭാഗങ്ങളിലെ അനുയായികൾക്കിടയിൽ വളർന്നുവന്നിട്ടുള്ള വലിയതരത്തിലുള്ള ആഭ്യന്തരമായ ഐക്യപ്പെടലിനാണ് കഴിഞ്ഞ നൂറ്റാണ്ടിൽ ദക്ഷിണേഷ്യൻ രാജ്യങ്ങൾ സാക്ഷ്യംവഹിച്ചത്. സ്വയം പ്രതിരോധത്തിന്റെ സമ്മർദ്ദങ്ങളും സംഘർഷങ്ങളുമാണ് ഇത്തരത്തിലുള്ള ആഭ്യന്തരമായ ഐക്യപ്പെടലിനെ സാദ്ധ്യമാക്കിത്തീർത്തത്. പടിഞ്ഞാറൻ സാമ്രാജ്യത്വ താല്പര്യങ്ങളുടെ സാംസ്കാരികവും രാഷ്ട്രീയവുമായ തുളച്ചുകയറലുകൾ മുസ്ലീം ജനവിഭാഗങ്ങളെ മതസ്വത്വത്തിന്റെ അടിസ്ഥാനത്തിൽ ഐക്യപ്പെടുത്തി. ഇതിനെത്തുടർന്ന്, ഇസ്ലാമികവല്ക്കരണത്തിന്റെ മൂല്യവിചാരങ്ങൾക്ക് പിന്തുണയും സ്ഥിരീകരണവും ഏറിവന്നു. ഈ ഘട്ടങ്ങളിൽ, വ്യത്യസ്തരീതികളിലുള്ള പ്രതികരണങ്ങളെ പ്രതിനിധീകരിച്ചുകൊണ്ട് മുസ്ലീങ്ങൾക്കിടയിൽനിന്നും വലിയ അളവിലുള്ള വിഘടിത ഗ്രൂപ്പുകൾ (splinter groups) രംഗത്തുവന്നു. ക്രിസ്ത്യൻ മിഷണറി പ്രവർത്തനങ്ങളും വീണ്ടും ശക്തിയാർജ്ജിച്ചു. മുൻകാലങ്ങളിലെപ്പോലെ മനുഷ്യസ്നേഹപരമായ സേവനസന്നദ്ധരായിരുന്നില്ല; മറിച്ച് സുവിശേഷ പ്രഘോഷണങ്ങൾക്കും അതുവഴിയുള്ള മതവല്ക്കരണത്തിനുമായിരുന്നു അവർ കൂടുതൽ ശ്രദ്ധ നല്കിയിരുന്നത്.

ദളിതരെയും ആദിവാസികളെയും സ്വന്തം മണ്ഡലങ്ങളിലേക്ക് ഉൾച്ചേർത്തുകൊണ്ട് ആഭ്യന്തരമായ അതിന്റെ ഉൾക്കരുത്ത് വർദ്ധിപ്പിക്കുന്നതിനായി ഹിന്ദു മൗലികവാദം തീവ്രമായി ശ്രമിച്ചുകൊണ്ടിരിക്കുകയാണ്. ഹിന്ദു മതമൗലികവാദത്തിന്റെ പ്രവർത്തനമണ്ഡലം രാജ്യാതിർത്തിക്കുള്ളിൽ ഒതുങ്ങിനില്ക്കുന്ന ഒന്നല്ല, മറിച്ച്, മറ്റിടങ്ങളിൽ കഴിയുന്ന സമാന മതപരിസരങ്ങളിൽപ്പെട്ടവരെക്കൂടി സ്വന്തം മതദേശീയവാദത്തിന്റെ പ്രവർത്തനപഥങ്ങളിലേക്ക് വലിച്ചടുപ്പിക്കുന്ന അതിവിദൂരമായ ഒരു പ്രവർത്തനമണ്ഡലത്തെയാണ് അത് വളർത്തിയെടുത്തു കൊണ്ടിരിക്കുന്നത്. മതബോധം പടർത്തുന്നതിലും ഈ മതബോധത്തിന്റെ അടിസ്ഥാനത്തിലുള്ള ഐക്യപ്പെടുത്തലുകളിലുമാണ് മതസംഘടനകൾ വ്യാപരിച്ചുകൊണ്ടിരിക്കുന്നത്. ഇത്തരം മതസംഘടനകൾക്ക് സർക്കാരുകളിൽനിന്നും സഹായസഹകരണങ്ങൾ ലഭിക്കുന്നുമുണ്ട്. സ്വന്തം ഭൗതിക താല്പര്യങ്ങൾക്കുവേണ്ടി മതത്തെ ഉപയോഗിച്ചുകൊണ്ടിരിക്കുന്ന മതസംഘടനകളുടെയും വ്യക്തികളുടെയും വളരെ വിപുലമായ ഒരു നെറ്റ്വർക്കിലൂടെയാണ്

ഇത്തരം സംഭവവികാസങ്ങൾ ആസൂത്രണം ചെയ്യപ്പെട്ടുകൊണ്ടിരിക്കുന്നത്. അങ്ങനെ പൗരസ്ഥാപനങ്ങളുടെ (civic institutions) ഇടങ്ങളിൽ മതം നിറഞ്ഞു കവിയുകയും പൊതു വ്യവഹാരങ്ങളുടെ എല്ലാ മണ്ഡലങ്ങളിലും അത് ഒരു പ്രധാന ഘടകമായി രൂപാന്തരപ്പെടുകയും ചെയ്യുന്നു. ദക്ഷിണേഷ്യൻ രാജ്യങ്ങളിൽ, കൊളോണിയൽ, കൊളോണിയലനന്തര കാലഘട്ടത്തിൽ വികസിച്ചുവന്ന സാമൂഹ്യ-രാഷ്ട്രീയാവബോധത്തിൽ മത പ്രവണതകളുടെ ശക്തമായ സ്വാധീനം പ്രകടമായിരുന്നു. വംശീയവും മതപരവും ജാതീയവുമായ വ്യത്യസ്തതകളിലാണ് അത് ഊന്നിയിരുന്നത്. അതുകൊണ്ടുതന്നെ അത് ഒന്നുകിൽ മത കേന്ദ്രീകൃതമോ അല്ലെങ്കിൽ ജാതി കേന്ദ്രീകൃതമോ ആയിരുന്നു.

ആദ്യഘട്ടങ്ങളിൽ മതസംഘടനകൾ പരിഷ്കരണ പ്രവർത്തനങ്ങളിൽ സജീവമായി ഇടപെട്ടിരുന്നു. എന്നാൽ അതിനുശേഷം അവയിൽ മിക്കതും സാമുദായികമായ കൂട്ടിച്ചേർക്കലുകൾക്കും ധ്രുവീകരണങ്ങൾക്കും വേണ്ടിയാണ് ഇടപെട്ടത്. സ്വന്തം സമുദായത്തിന്റെ മാത്രം അവകാശങ്ങളിലൂന്നിനിന്നുകൊണ്ട് പ്രവർത്തിച്ച ഇത്തരം മതസംഘടനകളുടെ പ്രവർത്തനരീതികളിൽനിന്നും സ്വത്വരാഷ്ട്രീയത്തിന്റെ ആരംഭത്തെക്കുറിച്ചുള്ള വിവരങ്ങൾ കണ്ടെടുക്കാനാകും. അന്ന് നിലനിന്നിരുന്ന സാഹചര്യങ്ങൾ കണക്കിലെടുക്കുമ്പോൾ സാമുദായികമായ സമ്മർദ്ദങ്ങളിലൂടെയാണ് അധികാരത്തിലേക്കുള്ള പാതയും ഭരണതലത്തിലുള്ള പ്രാതിനിദ്ധ്യവും നിറവേറ്റപ്പെട്ടിരുന്നത്. അങ്ങനെ രാജ്യത്താകമാനമുള്ള ജാതി മത സംഘടനകൾ, പരിഷ്കരണ പ്രയത്നങ്ങളിൽനിന്നും വിട്ടുമാറുകയും സാമൂഹ്യ-രാഷ്ട്രീയ അവകാശങ്ങളെ സംബന്ധിച്ചുള്ള ഡിമാന്റുകളുമായി മുന്നോട്ടുവരുകയും ചെയ്തു. ജാതിയെക്കുറിച്ചോ മതത്തെക്കുറിച്ചോ ഉള്ള സ്വയം ധാരണകൾ (self-perception) ഒരാളിൽ രൂപപ്പെടുത്തിയെടുക്കുന്നതിൽ, കോളനിവാഴ്ചക്കാലത്തെ ജനസംഖ്യാ കണക്കെടുപ്പ് കാരണമായിത്തീർന്നിട്ടുണ്ടെന്ന് ഒരുപാട് ചരിത്രകാരന്മാർ വാദിക്കുന്നുണ്ട്. മറ്റ് ഒരുപാട് ഘടകങ്ങളെപ്പോലെ ഇതും ഒരു ഘടകമായിരുന്നിരിക്കാം. എന്നാൽ 19-ാം നൂറ്റാണ്ടിന്റെ രണ്ടാം പകുതിയിൽ ജാതിയെക്കുറിച്ച് എഴുതപ്പെട്ട അനേകം ചരിത്രഗ്രന്ഥങ്ങൾ ഉണ്ട്. ജാതിഘടനയ്ക്കുള്ളിലെ ശ്രേണീബദ്ധതയെ സാധൂകരിക്കുന്നതിന്റെ ഭാഗമായിട്ടു മാത്രമല്ല; മറിച്ച് വംശീയമായ സ്വത്വത്തെ പ്രഖ്യാപിക്കുന്നതിനു വേണ്ടികൂടിയാണ് ആ ചരിത്രഗ്രന്ഥങ്ങൾ രചിക്കപ്പെട്ടിട്ടുള്ളത്. ഇരുപതാം നൂറ്റാണ്ടിൽ, മുമ്പ് നിലനിന്നിരുന്നതോ അല്ലെങ്കിൽ പുതുതായി രൂപപ്പെട്ടതോ ആയ ജാതീയബോധം, രാഷ്ട്രീയമായ കൂടിച്ചേരലുകൾക്ക് (political mobilisation) പ്രചോദനമായിത്തീർന്നു.

മതാത്മകമായ പരിസരങ്ങളിൽ സംഭവിച്ചിട്ടുള്ള ഇത്തരം പ്രവണതകളെ ദക്ഷിണേഷ്യയിൽ സ്വത്വരാഷ്ട്രീയം അതിന്റെ ഊർജ്ജമായി സ്വീകരിച്ചിട്ടുണ്ട്. സ്വത്വരാഷ്ട്രീയത്തിന് സുദീർഘമായ ഒരു ചരിത്രമാണുള്ളത്. അതിന്റെ വേരുകൾ കോളനിവാഴ്ചക്കാലത്തെ ആദ്യഘട്ടങ്ങൾവരെ

നീളുന്നു. കൊളോണിയലിസത്തിന്റെ അധീശത്വത്തിനും അടിച്ചമർത്ത ലുകൾക്കുമെതിരെ ദേശീയമായ ഉയർത്തെഴുന്നേല്ക്കലിനായുള്ള സാംസ് കാരികമായ വിഭവങ്ങൾ തേടിയുള്ള അന്വേഷണങ്ങൾ ഹിന്ദുക്കളുടെയും മുസ്ലീങ്ങളുടെയും മതപരമായ പാരമ്പര്യങ്ങളിലേക്കാണ് നിരന്തരം ചെന്നു പെട്ടുകൊണ്ടിരുന്നത്. അതിന്റെ ഫലമായി, കൊളോണിയൽ വിരുദ്ധ പ്രസ്ഥാനത്തിനുള്ളിൽ, മതത്തിൽനിന്നും പ്രചോദനം ഉൾക്കൊണ്ടതും പ്രത്യേക മതവിഭാഗങ്ങളുടെ അനുയായികൾക്ക് പ്രാതിനിദ്ധ്യമുള്ളതുമായ രാഷ്ട്രീയ പ്രസ്ഥാനങ്ങൾ ഉദയംകൊണ്ടു. 1906 ൽ മുസ്ലീംലീഗിന്റെയും 1914 ൽ ഹിന്ദുമഹാസഭയുടെയും രൂപീകരണം സ്വത്വരാഷ്ട്രീയത്തിന്റെ സ്ഥാപനവല്ക്കരണത്തിനും, അതാത് പ്രസ്ഥാനങ്ങളിൽ അതാത് മത ക്കാരുടെ അനുയായികളുടെ സന്നിവേശത്തിനും വഴിമരുന്നിട്ടു. കോള നിയാനന്തര കാലഘട്ടത്തിൽ, മതവും ഭരണകൂടവും തമ്മിലുള്ള അവി ശുദ്ധ ബന്ധങ്ങളിലൂടെയാണ് പൗരസമൂഹത്തിനുള്ളിൽ മതാത്മകത വീണ്ടും ശക്തിപ്രാപിക്കുന്നത്. ദക്ഷിണേഷ്യൻ മേഖലയിലെ എല്ലാ രാജ്യ ങ്ങളിലും നേരിട്ടോ അല്ലാതെയോ ഭരണകൂടവും മതവും തമ്മിൽ ഇട പെട്ടുകൊണ്ടിരിക്കുകയാണ്. മതേതരത്വവുമായുള്ള കുറച്ചുകാലത്തെ ബാന്ധവത്തിനുശേഷം, പാകിസ്ഥാൻ ഇസ്ലാമിക രാഷ്ട്രത്തിന്റെ പാത തെരഞ്ഞെടുത്തു. ബംഗ്ലാദേശും ആ വഴിക്കുതന്നെ നീങ്ങി. ശ്രീലങ്കയിൽ, ബുദ്ധിസമാണ് ഔദ്യോഗിക മതം. എന്നാൽ, ഭരണകൂടത്തിന്റെ ഉപകര ണസാമഗ്രികൾ മതേതരത്വത്തിന്റെ മൂല്യങ്ങളിൽനിന്നും വിട്ടുമാറുകയും വ്യതിചലിക്കുകയും ചെയ്തിട്ടുള്ള ഒരുപാട് സന്ദർഭങ്ങളുണ്ടായിട്ടുണ്ടെ ങ്കിലും, ഇന്ത്യ ഒരു മതേതര രാഷ്ട്രമായി തുടരുകയാണ്.

പ്രാന്തവല്കൃത ഗ്രൂപ്പുകൾ

ഇതിൽനിന്നും വിരുദ്ധമായി, പ്രതിരോധത്തിന്റെയും പ്രതിഷേധത്തി ന്റെയും തലങ്ങളിലാണ് പ്രാന്തവല്ക്കരിക്കപ്പെട്ടവരുടെയും അടിച്ചമർത്ത പ്പെട്ടവരുടെയും സ്വത്വരാഷ്ട്രീയത്തിന്റെ വേരുകൾ ആഴ്ന്നിറങ്ങിയിട്ടു ള്ളത്. അവരുടെ പ്രാന്തവല്കൃതാവസ്ഥയാണ് അവരുടെ സ്വത്വത്തെ നിർവ്വചിക്കുന്നത്. ഉൾപ്പെടുത്തലും (inclusion) സമത്വവുമാണ് ഏറിയ കൂറും ഇവിടങ്ങളിൽനിന്നും ഉയർന്നുവരുന്ന സ്വത്വരാഷ്ട്രീയത്തിന്റെ ലക്ഷ്യതലം. ഇത്തരത്തിലുള്ള സ്വത്വരാഷ്ട്രീയം ഹിന്ദുമതസ്വത്വത്തെ അടിസ്ഥാനപ്പെടുത്തിയുള്ള സ്വത്വരാഷ്ട്രീയത്തിൽനിന്നും അടിസ്ഥാന പരമായും വ്യത്യസ്തമാണ്. ഹിന്ദുമതസ്വത്വത്തെ അടിസ്ഥാനപ്പെടുത്തി യുള്ള സ്വത്വരാഷ്ട്രീയത്തിന്റെ അടിസ്ഥാനലക്ഷ്യം പ്രാന്തവല്ക്കരിക്ക പ്പെട്ട ജനസമൂഹങ്ങളുടെമേൽ അധീശത്വം സ്ഥാപിക്കലാണ്. എന്നാൽ പ്രാന്തവല്കൃതരുടെ സ്വത്വരാഷ്ട്രീയത്തിന്റെ പ്രധാന പ്രമേയം പ്രതിരോ ധവും പ്രതിഷേധവുമാണ്.

സാമൂഹ്യാധികാരത്തിന്റെയോ അധീശത്വ പ്രത്യയശാസ്ത്രത്തി ന്റെയോ സ്വാധീനവലയങ്ങളിൽപ്പെട്ട് ഈ അടുത്തകാലംവരെ പ്രാന്തവ

ല്കൃത ജനസമൂഹങ്ങളുടെ സ്വത്വത്തെ ഒന്നുകിൽ അവഗണിക്കുകയോ അല്ലെങ്കിൽ മറച്ചുപിടിക്കുകയോ ആണ് ചെയ്തിട്ടുള്ളത്. ഉദാഹരണത്തിന്, സ്ത്രീകൾ വീടകത്തളങ്ങളിൽ തളയ്ക്കപ്പെട്ടിരിക്കുകയാണ്. പുരുഷാധിപത്യ പ്രത്യയശാസ്ത്രത്തിന്റെ അധികാരബന്ധങ്ങൾക്കുള്ളിൽ അവർ രണ്ടാം തരക്കാരായി കഴിയുന്നു. യഥാർത്ഥത്തിൽ സ്ത്രീകൾ, ഇത്തരം സ്ത്രീ വിരുദ്ധമായ പ്രത്യയശാസ്ത്രങ്ങളെ ഒരു സ്വാഭാവികതയെന്നോണം ആന്തരവല്ക്കരിച്ചിട്ടുമുണ്ട്. പൊതുഇടങ്ങളിൽ പങ്കുകൊണ്ടിരുന്ന സ്ത്രീകളുടെ, ആദ്യകാല ആത്മകഥനങ്ങൾ ഇത്തരം വൈരുദ്ധ്യങ്ങളെ വെളിവാക്കുന്നുണ്ട്. അതുകൊണ്ടുതന്നെ, സ്ത്രീവിമോചനത്തിനുവേണ്ടിയുള്ള രാഷ്ട്രീയ പോരാട്ടത്തിൽ, പുരുഷാധിപത്യത്തിനെതിരെയുള്ള പോരാട്ടത്തിന്റെ അത്രതന്നെ പ്രാധാന്യം, സ്ത്രീകൾ സ്വാഭാവികതയെന്നോണം ആന്തരികവല്ക്കരിച്ചിട്ടുള്ള പുരുഷാധിപത്യ പ്രത്യയശാസ്ത്രത്തിന്റെ മുൻവിധികൾക്കെതിരെയുള്ള പോരാട്ടങ്ങൾക്കും അനിവാര്യമായിരുന്നു. കുടുംബത്തിനുള്ളിൽ പുരുഷാധികാരത്തെ ഒരു പ്രതിഷേധവും കൂടാതെ സ്വീകരിക്കുക മാത്രമല്ല സ്ത്രീകൾ ചെയ്യുന്നത്; മറിച്ച് പ്രസ്തുത അധികാരത്തിന്റെ സംരക്ഷകരും നടത്തിപ്പുകാരുമെന്ന കർത്തവ്യവും അവർ നിറവേറ്റിക്കൊടുക്കുന്നു. സ്വന്തം വിമോചനത്തിനുവേണ്ടിയുള്ള ഇടപെടലുകളെപ്പോലും അവർ പുരുഷന്റെ പരിലാളനകൾക്കായി സമർപ്പിക്കുന്നു. കുടുംബഘടനയ്ക്കുള്ളിൽ പുരുഷൻ നിലനിർത്തിപ്പോരുന്ന അധീശത്വത്തെയാണ് ഇത് വരച്ചുകാട്ടുന്നത്.

കുടുംബ പരിസരങ്ങൾക്കു പുറത്തും, സ്വന്തം ആശയാഭിലാഷങ്ങളും അവകാശങ്ങളും ഉന്നയിക്കുന്നതിനാവശ്യമായ മതിയായ സ്ഥലികൾ കണ്ടെത്തുന്നതിന് സ്ത്രീകൾക്ക് പുരുഷന്മാരെ ആശ്രയിക്കേണ്ടതുണ്ടായിരുന്നു. ഇതിന്റെ ഫലമായി, ആദ്യഘട്ടങ്ങളിൽ, പരമ്പരാഗതമായ തീട്ടൂരങ്ങളെ പൊട്ടിച്ചെറിയുന്നതിനുള്ള സ്ത്രീകളുടെ പരിശ്രമങ്ങളിൽ പുരുഷന്മാർ രാസത്വരകമായി പ്രവർത്തിച്ചിട്ടുണ്ട്. ഈ പ്രാധാന്യത്തെ എടുത്തുപറയുമ്പോൾതന്നെ, സമത്വത്തെ സംബന്ധിച്ചുള്ള അന്വേഷണങ്ങളെ യാഥാർത്ഥ്യവല്ക്കരിക്കുന്നതിൽ അത് തടസ്സം നില്ക്കുകയാണ് ചെയ്തിട്ടുള്ളതെന്ന് തെളിഞ്ഞിട്ടുണ്ട്. നവോത്ഥാന കാലഘട്ടത്തിലും സ്വാതന്ത്ര്യസമരത്തിന്റെ കാലഘട്ടത്തിലും സ്ത്രീകൾക്ക് അനുവദിച്ചുകിട്ടിയത് വളരെ പരിമിതമായ സ്വാതന്ത്ര്യമായിരുന്നു. പുരുഷന്മാരുടെ നിയന്ത്രണത്തിൽനിന്നും സ്വയം പുറത്തുകടക്കാനും സ്വതന്ത്രമായ ഒരു ഗ്രൂപ്പായി സ്വയം ഉയരാനും കഴിഞ്ഞപ്പോൾ മാത്രമാണ്, സമത്വത്തിന്റെ ചെറുതുരുത്തുകളെങ്കിലും സ്ത്രീകൾക്ക് നേടിയെടുക്കാനായത്. ഈ പരിവർത്തനം സ്ത്രീകൾക്ക് സ്ത്രീകളുടെ രാഷ്ട്രീയം എന്ന അവസ്ഥയ്ക്ക് ഉദയംകൊടുത്തു. ഇതാകട്ടെ സ്വന്തം സാമൂഹ്യ പരിസരങ്ങളെ നിർവ്വികാരതയോടെയാണ് വീക്ഷിക്കുന്നതും.

സമൂഹത്തിന്റെ മുഖ്യധാരാ ജീവിത പരിസരങ്ങളിൽനിന്നും പരമ്പരാഗതമായി ആട്ടിപ്പുറത്താക്കപ്പെട്ടിരുന്ന കീഴാളജാതി വിഭാഗങ്ങളിൽ

നിന്നുമാണ് സ്വത്വരാഷ്ട്രീയത്തിന്റെ ഏറ്റവും ശക്തമായ ധാരകൾ ഉദയം കൊണ്ടത്. ദളിത് അവബോധം രൂപംകൊള്ളുന്നത് നവോത്ഥാന കാലഘട്ടത്തിലാണ്. മഹാരാഷ്ട്ര, കേരളം, തമിഴ്നാട് എന്നിവിടങ്ങളിലൊഴികെ നവോത്ഥാനം അഭിസംബോധന ചെയ്തിരുന്നത് മുഖ്യമായും മേൽജാതി വിഭാഗങ്ങൾ അഭിമുഖീകരിച്ചുകൊണ്ടിരുന്ന പ്രശ്ന പരിസരങ്ങളെയായിരുന്നു. ഭൗതികതലത്തിലും ആത്മീയതലത്തിലും ദളിതർ തിരസ്കൃതരായിരുന്നു. ഇങ്ങനെ ഇരട്ടതിരസ്ക്കാരമാണ് ദളിതർ അനുഭവിച്ചിരുന്നത്. അവർക്ക് ഗ്രാമങ്ങളിലെ കിണറുകളിൽനിന്നും വെള്ളമെടുക്കാൻ അവകാശമുണ്ടായിരുന്നില്ല. പൊതുനിരത്തുകളിൽ നടക്കാൻ അവകാശമുണ്ടായിരുന്നില്ല. അവരുടെ കുഞ്ഞുങ്ങൾക്ക് സ്കൂളുകളിൽ പ്രവേശനമുണ്ടായിരുന്നില്ല. ഇങ്ങനെ എല്ലാവിധ പൊതുസൗകര്യങ്ങളിൽനിന്നും അവർ മാറ്റിനിർത്തപ്പെട്ടു. ഗ്രാമങ്ങളിലെ പ്രാന്തമായ ഒഴിഞ്ഞമൂലകളിൽ ജീവിതങ്ങളെ തള്ളിനീക്കാൻ അവർ നിർബ്ബന്ധിക്കപ്പെട്ടു. അവർക്ക് ക്ഷേത്രങ്ങളിൽ പ്രവേശനമുണ്ടായിരുന്നില്ല. ജനന–മരണ വേളകളിൽപോലും ഒരാചാരവും അനുവർത്തിക്കാൻ അവർക്ക് അനുവാദമുണ്ടായിരുന്നില്ല. എല്ലായിടങ്ങളിലും ബ്രാഹ്മണ പൗരോഹിത്യം അതിന്റെ സാന്നിദ്ധ്യം ഉറപ്പിച്ചിരുന്നു.

ഇത്തരം തിരസ്കൃതാവസ്ഥകളുടെ സാദ്ധ്യതകൾക്കുള്ളിൽവെച്ചാണ്, ബ്രാഹ്മണിക്കൽ വ്യവസ്ഥയ്ക്ക് വിരുദ്ധമായി, ദളിത് സ്വത്വം രൂപംകൊള്ളുന്നത്. കീഴാളജാതി വിഭാഗങ്ങൾക്കുമേൽ അധീശത്വം ഊട്ടിയുറപ്പിച്ചുകൊണ്ടാണ് ബ്രാഹ്മണിക്കൽ വ്യവസ്ഥ നിലനിന്നിരുന്നത്. ദളിത് സ്വത്വംപോലും വലിയ തോതിൽ വിഘടിതമായാണ് നിലയുറപ്പിച്ചിരുന്നത്. കാരണം ദളിതർക്കിടയിലും വ്യത്യസ്ത നിലവാരങ്ങളിലുള്ള ജാതിവിഭാഗങ്ങൾ നിലനില്ക്കുന്നുണ്ട്. സത്യശോധക് സമാജിന്റെ പ്രവർത്തനമണ്ഡലങ്ങളിലൂടെ ദളിതർക്കിടയിൽ പ്രത്യയശാസ്ത്രപരമായ ഒരു ഏകത്വം ഉണ്ടാക്കിയെടുക്കാൻ ജ്യോതിബാ ഫുലെ ശ്രമിച്ചു. സാമൂഹ്യവും രാഷ്ട്രീയവുമായ അവകാശങ്ങൾക്കുവേണ്ടിയുള്ള പ്രക്ഷോഭങ്ങളിലൂടെ അനിവാര്യമായ ഒരു രാഷ്ട്രീയ ഉള്ളടക്കം പകർന്നു കൊടുക്കാൻ അംബേദ്ക്കർ ശ്രമിച്ചു. ഐക്യത്തിനുവേണ്ടിയുള്ള ഒരു ദാർശനികമായ അടിത്തറയെക്കുറിച്ച് ശ്രീനാരായണഗുരു ഉദ്ബോധിപ്പിച്ചു. സ്വത്വത്തെ ഉയർത്തിവിടുന്നതിനാവശ്യമായ പ്രായോഗിക പ്രവർത്തനങ്ങൾക്ക് പെരിയോർ ഇ വി രാമസ്വാമിയും നേതൃത്വം നല്കി. എന്നാൽ ഇവരാരും ജാതിയുടെ തുടർച്ചയായ നിലനില്പിനുവേണ്ടിയോ ആവശ്യകതയ്ക്കുവേണ്ടിയോ വാദിച്ചവരായിരുന്നില്ല. മറിച്ച്, അവർ എന്താണ് ചെയ്യാൻ ശ്രമിച്ചത്? അന്ന് നിലനിന്നിരുന്ന ജാതീയമായ ബോധത്തെ അഭിസംബോധന ചെയ്യുകയാണ് അവർ ചെയ്തത്. അവർ അങ്ങനെ ചെയ്തത്, ജാതിയെ തന്നെ മറികടക്കുന്നതിനുവേണ്ടിയായിരുന്നു. ജാതിക്കപ്പുറം പോകുന്നതിനുവേണ്ടിയായിരുന്നു. അവരുടെ സങ്കല്പനങ്ങളിൽ തുടിച്ചു

നിന്നിരുന്നത് ജാതി ഉന്മൂലനമായിരുന്നു. മാനവികതയുടെ ഒരേയൊരു ജാതിയെയാണ് അവർ മനുഷ്യർക്കിടയിൽ പടർത്താൻ ശ്രമിച്ചിരുന്നത്.

പഴയകാലത്തെ ഇത്തരം നിലപാടുകളിൽനിന്നും തികച്ചും വ്യത്യസ്തമായി, സമകാലിക ഇന്ത്യയിൽ ജാതിസ്വത്വങ്ങൾ അതിന്റെ സാന്നിദ്ധ്യത്തെ ശക്തിയായി ഉയർത്തിക്കാട്ടിക്കൊണ്ടിരിക്കുകയാണ്. അതുപോലെ, രാഷ്ട്രീയമണ്ഡലത്തിൽ വലിയ തരത്തിലുള്ള ഒരു കൂട്ടിച്ചേർക്കൽ ശക്തിയായി ജാതിസ്വത്വങ്ങൾ കേന്ദ്രസ്ഥാനത്തേക്ക് എത്തിപ്പെടുകയും ചെയ്തിരിക്കുന്നു. ഒരു ജാതിയുടെ അല്ലെങ്കിൽ മറ്റൊരു ജാതിയുടെ പിന്തുണ തങ്ങൾക്കാണെന്ന് മിക്ക രാഷ്ട്രീയപ്പാർട്ടികളും അവകാശവാദങ്ങൾ ഉന്നയിക്കുന്നുണ്ട്. ജാതിബോധവും മതബോധവും പരസ്പരപൂരകവും പരസ്പരവിരുദ്ധവുമാണ്. മതസ്വത്വത്തിനുള്ളിലാണ് ജാതിസ്വത്വം സ്ഥായിയായി നിലനില്ക്കുന്നത്. അതുകൊണ്ട് അവ പരസ്പരപൂരകമാണ്. അതേസമയം തന്നെ, മതസ്വത്വത്തിന്റെ ഏകശിലാരൂപത്തെ ജാതിസ്വത്വം വിഘടിതമാക്കുന്നുമുണ്ട്. ജാതിയുടെയോ മതത്തിന്റെയോ അടിസ്ഥാനത്തിലുള്ള സ്വത്വരൂപങ്ങളെ ഒരുമിച്ചു ചേർത്തുകൊണ്ടുപോകാനും അതുവഴി വിശാലമായ സാമൂഹ്യപിന്തുണ ആർജ്ജിക്കാനുമാണ് ഇന്ത്യയിൽ സ്വത്വരാഷ്ട്രീയം ശ്രമിച്ചുകൊണ്ടിരിക്കുന്നത്. എന്നാൽ, ഈ പരിശ്രമം ഇതുവരെ വിജയിച്ചിട്ടില്ല. ജാതിസ്വത്വങ്ങളെയും ഗോത്രസ്വത്വങ്ങളെയും സ്വന്തം പരിസരങ്ങളിലേക്ക് ഉൾച്ചേർത്തെടുക്കാൻ ഹിന്ദു സ്വത്വരാഷ്ട്രീയം പരിശ്രമിക്കുന്നുണ്ട്. എന്നാൽ, ഈ പരിശ്രമം ഗോത്രജനവിഭാഗങ്ങളുടെയും ദളിതരുടെയും സാംസ്കാരികാവസ്ഥകളെ നിഷേധിക്കുന്നതിലേക്കും അടിച്ചമർത്തുന്നതിലേക്കുമാണ് യഥാർത്ഥത്തിൽ ചെന്ന് കലാശിച്ചുകൊണ്ടിരിക്കുന്നത്. ദളിതരുടെയും ആദിവാസികളുടെയും ആശയാഭിലാഷങ്ങളുമായി, ഹിന്ദുമത സ്വത്വരാഷ്ട്രീയത്തിന്റെ ലക്ഷ്യങ്ങൾക്ക് ഉൾച്ചേർന്നു പോകാനാവില്ല എന്നതാണ് ഹിന്ദുമത സ്വത്വരാഷ്ട്രീയത്തിന്റെ പരാജയ കാരണങ്ങളിലൊന്ന്. ആദിവാസികളുടെയും ദളിതരുടെയും പിന്തുണ ആർജ്ജിക്കാനാവാത്തിടത്തോളം ഹിന്ദുമത സ്വത്വരാഷ്ട്രീയത്തിന് അത് ഉദ്ദേശിക്കുന്ന തരത്തിൽ മുന്നേറാനാവില്ല.

ദക്ഷിണേന്ത്യൻ മേഖലയിൽ, ജാതിമതങ്ങൾക്ക് ഉപരിയായി, മറ്റ് സ്വത്വരൂപങ്ങൾ രാഷ്ട്രീയ പരിസരങ്ങളിൽ വർദ്ധിതമായ സ്വാധീനം നേടിയെടുത്തിട്ടുണ്ട്. അവയിൽ ചിലത് പ്രാന്തങ്ങളിൽ മാത്രമാണ് നിലയുറപ്പിച്ചിട്ടുള്ളത്. അവർ സാമൂഹ്യമായ ശ്രദ്ധയ്ക്കും പരിഗണനകൾക്കുമായി പൊരുതിക്കൊണ്ടിരിക്കുകയാണ്. ലൈംഗിക ന്യൂനപക്ഷങ്ങളുടെ സ്വത്വരാഷ്ട്രീയം ഉദാഹരണം. മറ്റ് ചിലർ വളരെ കൃത്യമായ അജണ്ടകളോടെ പ്രവർത്തിച്ചുകൊണ്ടിരിക്കുന്നു. ഭാഷാപരമായ സ്വത്വരൂപങ്ങളും ഗോത്രസ്വത്വരൂപങ്ങളും ഉദാഹരണം. ഈ സ്വത്വരൂപങ്ങളെല്ലാം യാഥാർത്ഥ്യമാണ്. അവ സാമൂഹ്യനിർമ്മിതവുമാണ്. എന്നാൽ സ്വന്തം ദാരുണാവസ്ഥയെയും പ്രാന്താവസ്ഥയെയും വൈകാരികമായി ജ്വലിപ്പിച്ചു കൊണ്ടല്ലാതെ അവർക്ക് രാഷ്ട്രീയ മണ്ഡലത്തിന്റെ പ്രധാന ഇടങ്ങളിലേക്ക് കട

ന്നുവരാനാവില്ല. അതായത് എല്ലാ സാമൂഹ്യ സ്വത്വരൂപങ്ങൾക്കും അവരുടേതായ രാഷ്ട്രീയ ഭൂമികയെ സൃഷ്ടിച്ചെടുക്കാനാവില്ലെന്നർത്ഥം. സാമൂഹ്യ സ്വത്വരൂപങ്ങൾ നിലനില്ക്കുന്നുണ്ടാവാം. എന്നാൽ അവയ്ക്ക് രാഷ്ട്രീയ മണ്ഡലത്തിൽ പ്രകാശനം ലഭിക്കണമെന്നില്ല. അതായത്, സാമൂഹ്യ സ്വത്വരുപങ്ങളുടെ സാന്നിദ്ധ്യവും രാഷ്ട്രീയ മണ്ഡലത്തിൽ അവയുടെ പ്രകാശനവും തമ്മിൽ നേരിട്ടുള്ള ബന്ധമില്ലെന്നർത്ഥം.

സ്വത്വത്തിന്റെ രാഷ്ട്രീയമായ രൂപാന്തരണം വളരെ സങ്കീർണ്ണമായ ഒരു പ്രശ്നപരിസരമാണ്. വ്യത്യസ്തങ്ങളായ നിരവധി ഘടകങ്ങൾ ഇതിന്റെ മാധ്യമമായി വർത്തിക്കുന്നു. ചരിത്രപരമായ ഒട്ടനവധി ബലതന്ത്രങ്ങളും ഈ പ്രക്രിയയിൽ ഉൾച്ചേരുന്നുണ്ട്. ദക്ഷിണേഷ്യയിൽ കൊളോണിയലിസത്തിന്റെ ഇടപെടലുകളുമായി ബന്ധപ്പെടുത്തി സ്വത്വരാഷ്ട്രീയത്തിന്റെ ആവിർഭാവത്തെ പരിശോധിക്കാവുന്നതാണ്. ഭരണപരമായ സാമഗ്രികളെയും സമൂഹത്തെ സംബന്ധിച്ചുള്ള സാമുദായികമായ പരികല്പനകളെയും ഉപയോഗപ്പെടുത്തിക്കൊണ്ട് ചില സാമൂഹ്യ സ്വത്വരൂപങ്ങളെ കൊളോണിയലിസം സാധൂകരിച്ചെടുത്തു. തീർച്ചയായും, കൊളോണിയലിസത്തിന്റെ ഇടപെടലുകൾക്ക് വളരെ മുമ്പേതന്നെ, മതവും ജാതിയും ദക്ഷിണേഷ്യയിലെ സാമൂഹ്യ യാഥാർത്ഥ്യങ്ങളായിരുന്നു. എന്നാൽ, എന്തായിരുന്നു വ്യത്യാസം? കൊളോണിയലിസത്തിനുമുമ്പുള്ള കാലഘട്ടത്തിൽ മതവും ജാതിയും നിലനിന്നിരുന്നത് ഏറക്കുറെ പരസ്പര ശത്രുതയിലായിരുന്നു. ആ കാലഘട്ടത്തിൽ നിലവിലുണ്ടായിരുന്ന ജാതീയതയ്ക്കോ സാമുദായികതയ്ക്കോ അല്ല കൊളോണിയലിസവും കോളനിയനന്തര കാലഘട്ടവും സാക്ഷ്യം വഹിച്ചിട്ടുള്ളത്. ദക്ഷിണേഷ്യൻ രാജ്യങ്ങളിൽ സ്വത്വരാഷ്ട്രീയത്തിന്റെ ആവിർഭാവവും അതിന്റെ വ്യാപനവും, ഒരു ഭാഗത്ത് കൊളോണിയലിസത്തിന്റെ പാരമ്പര്യത്തിലും മറുഭാഗത്ത് പ്രസ്തുത രാജ്യങ്ങളിലെ സാംസ്കാരികമായ പിന്നോക്കാവസ്ഥകളിലും അവിടങ്ങളിൽ നിലവിലിരുന്ന വലിയൊരു വിഭാഗം രാഷ്ട്രീയ ഭരണവർഗ്ഗത്തിന്റെ സാമൂഹ്യമായ അന്ധതകളിലും യഥാക്രമം കണ്ടെത്താനാവും.

മന്ദഗതിയിലുള്ള പ്രതിഭാസം

സ്വത്വരാഷ്ട്രീയത്തിന്റെ ആവിർഭാവം വളരെ പെട്ടെന്നുണ്ടായ നൈസർഗ്ഗികമായ ഒരു പ്രതിഭാസമായിരുന്നില്ല. മറിച്ച്, മന്ദഗതിയിലുള്ള ഒരു പരിണാമ പ്രക്രിയയായിരുന്നു അത്. നവോത്ഥാനത്തിന്റെയും ദേശീയതയുടെയും പരിമിതികൾക്കുള്ളിൽ നിന്നുമാണ് സ്വത്വരാഷ്ട്രീയം മുളപൊട്ടുന്നത്. നവോത്ഥാനവും ദേശീയതയും സമൂഹത്തിന് ബഹുമതത്തിന്റെയും ബഹു സാംസ്കാരികതയുടെയും മണ്ഡലങ്ങൾ പ്രദാനം ചെയ്തിരുന്നു. എന്നാൽ, അതിന് പഴയകാലങ്ങളിലെ സ്വത്വരൂപങ്ങളുമായി സന്ധിയിലേർപ്പെടേണ്ടി വന്നു. അതിന്റെ ഫലമായി, കൊളോണി

യൽ വിരുദ്ധ സമരത്തിന്റെ തീച്ചൂളകളിൽനിന്നും ഉദയംകൊണ്ട ഒരു സമൂഹത്തിന്, ജാതിയുടെയും മതാത്മകതയുടെയും ഭാരം പേറേണ്ടി വന്നു. രാഷ്ട്രീയമായ പുരോഗതി ആർജ്ജിക്കാനായെങ്കിലും, ദക്ഷിണേഷ്യൻ രാജ്യങ്ങൾക്ക് 'ജൈവപരമായ' ഒരു വികാസപ്രക്രിയയിലേക്ക് കടക്കാനായില്ല. അതിന്റെ ഭാഗമായി ഈ രാജ്യങ്ങൾ സാംസ്കാരികമായ പിന്നോക്കാവസ്ഥയിൽ തളയ്ക്കപ്പെട്ടു. ഈയൊരു സാംസ്കാരികമായ പിറകോട്ടടിയുടെ സാമൂഹ്യ പരിസരങ്ങൾക്കുള്ളിൽനിന്നുമാണ്, സ്വത്വരാഷ്ട്രീയം അതിന്റെ ചിറകുകൾ വിടർത്തിയത്.

ലിബറൽ രാഷ്ട്രീയത്തിന്റെ ഒലിച്ചു പോകലിനാണ് പൊതുവെ ഇരുപതാം നൂറ്റാണ്ട് സാക്ഷ്യംവഹിച്ചത്. ദക്ഷിണേഷ്യൻ രാജ്യങ്ങളിൽ സ്വത്വരാഷ്ട്രീയമായിരുന്നു ആ ഇടങ്ങളെ പങ്കിട്ടെടുത്തത്. ഈ മാറ്റം ഇന്ത്യയിൽ വളരെ പ്രകടമായിരുന്നു. ഈ ഘട്ടമായപ്പോഴേക്കും, ഏറക്കുറെ എല്ലാ രാഷ്ട്രീയ പാർട്ടികളുടെയും രാഷ്ട്രീയ പ്രയോഗത്തിന്റെ മണ്ഡലങ്ങളിലേക്ക് ജാതി – മത സ്വത്വരൂപങ്ങൾ ഇഴഞ്ഞുകയറാൻ തുടങ്ങി. ജനാധിപത്യ രാഷ്ട്രീയത്തിന്റെ അടിസ്ഥാനതലത്തിലുള്ള ഈ അപചയത്തിന് ഒരുപാട് കാരണങ്ങൾ ആരോപിക്കാനാകും. അവയിൽ രണ്ടെണ്ണം വളരെ പ്രാധാന്യമേറിയതും നിർണ്ണായകവുമാണ്. ഒന്ന്, മതേതരമായ സാമൂഹ്യവല്ക്കരണ പ്രക്രിയയ്ക്കുതകുന്ന തരത്തിലുള്ള വിദ്യാഭ്യാസം പ്രദാനം ചെയ്യുന്നതിൽ വിദ്യാഭ്യാസ സമ്പ്രദായത്തിനുള്ള പരാജയം. രണ്ട്, പ്രാചീനവും വംശീയവുമായ സ്വത്വരൂപങ്ങളെ ആവാഹിച്ചെടുക്കാനുള്ള ലിബറൽ രാഷ്ട്രീയത്തിന്റെയും വർഗ്ഗ രാഷ്ട്രീയത്തിന്റെയും ശേഷിയില്ലായ്മ.

സാമൂഹ്യവല്ക്കരണത്തിന്റെ പ്രാഥമികഘട്ടം

സാമൂഹ്യവല്ക്കരണത്തിന്റെ ആദ്യഘട്ടങ്ങൾ ആരംഭിക്കുന്നത് കുടുംബത്തിനുള്ളിലെ നാലു ചുവരുകൾക്കുള്ളിൽവെച്ചാണ്. അതുകൊണ്ടുതന്നെ കുടുംബത്തിനുള്ളിലെ സാംസ്കാരികവും സാമൂഹ്യവുമായ വീക്ഷണങ്ങൾ ഈ ഘട്ടത്തിൽ സ്വാംശീകരിക്കപ്പെടുന്നു. ആ കുടുംബം പ്രതിനിധാനം ചെയ്യുന്ന വർഗ്ഗപരവും ജാതിപരവും മതപരവുമായ പരിപ്രേക്ഷ്യങ്ങൾക്കുള്ളിൽ നിന്നുമായിരിക്കും ഈ വീക്ഷണങ്ങൾ സ്വീകരിക്കപ്പെടുന്നത്. അതുകൊണ്ടുതന്നെ സാമൂഹ്യവല്ക്കരണത്തിന്റെ ആദ്യതലങ്ങൾ നമ്മൾ സ്വയം തെരഞ്ഞെടുക്കുന്നതല്ല; മറിച്ച് നമ്മുടെ ജനനസാഹചര്യങ്ങൾക്കനുസരിച്ച് നമ്മളിൽ പുറമേനിന്ന് നിക്ഷേപിക്കപ്പെടുന്നവയാണ്. പുറംലോകവുമായി ബന്ധം സ്ഥാപിക്കുന്നതിന് വളരെമുമ്പുതന്നെ, ജാതിയുടെയും മതത്തിന്റെയും വൈകാരികതലങ്ങളെ ഉൾച്ചേർത്തുകൊണ്ടുള്ള സാംസ്കാരികവും സാമൂഹ്യവുമായ ഒരു സ്വത്വത്തെ കുടുംബം നമ്മളിൽ സന്നിവേശിപ്പിച്ചിരിക്കും. ജാതി–മത പാരമ്പര്യങ്ങൾക്കനുസൃതമായുള്ള ആചാരാനുഷ്ഠാനങ്ങളാണ് മിക്കവാറും എല്ലാ കുടുംബപരിസരങ്ങളെയും ഭരിക്കുന്നത്. ഇങ്ങനെ കുടുംബം എന്ന സ്ഥാപനത്തിലൂടെ

ചോദ്യം ചെയ്യാൻ പാടില്ലാത്ത മൂല്യവിചാരങ്ങൾ സന്നിവേശിപ്പിക്കപ്പെടുകയും അതിലൂടെ വിമർശനാത്മകമായി ചിന്തിക്കാനും ഇടപെടാനുമുള്ള എല്ലാ സാദ്ധ്യതകളെയും നിരുത്സാഹപ്പെടുത്തുകയും ചെയ്യുന്നു.

സാമൂഹ്യവല്ക്കരണത്തിന്റെ അടുത്ത ഘട്ടത്തിൽ, കുടുംബം അടിച്ചേല്പിച്ച പ്രാചീനമായ സ്വത്വരൂപങ്ങളെ അതിജീവിക്കാനുള്ള അവസരങ്ങൾ കൈവരുന്നു. വ്യത്യസ്തങ്ങളായ സാമൂഹ്യ അവസ്ഥകളുമായി കണ്ടുമുട്ടാനും ഇടപഴകാനുമുള്ള അവസരങ്ങൾ ലഭിക്കുന്നു. അനുഭവങ്ങളുടെയും ആശയരൂപീകരണത്തിന്റെയും വലിയൊരു മണ്ഡലം ഈ ഘട്ടത്തിൽ തുറന്നുകിട്ടുന്നു. ഈ രണ്ടാംഘട്ട സാമൂഹ്യവല്ക്കരണത്തിന്റെ പ്രധാന ഏജൻസിയായി പ്രവർത്തിക്കുന്നത് വിദ്യാഭ്യാസമാണ്. വ്യത്യസ്ത തലങ്ങളിലുള്ള സാമൂഹ്യ യാഥാർത്ഥ്യങ്ങളെ അടുത്തറിയാനുള്ള സ്ഥലകാലങ്ങളെ വിദ്യാഭ്യാസം വ്യക്തികൾക്കു മുമ്പിൽ സൃഷ്ടിച്ചുകൊടുക്കുന്നു. ഇത് ലോകത്തിന്റെ സങ്കീർണ്ണതകളിലേക്ക് അവന്റെ/അവളുടെ മിഴികളെ തുറപ്പിക്കുന്നു. അങ്ങനെ സ്വന്തം വീട്ടിടങ്ങളിൽനിന്നും തങ്ങൾ ആർജ്ജിച്ചെടുത്ത അനുഭവങ്ങളുടെ അപര്യാപ്തതയെക്കുറിച്ച് അവർ ബോധമുള്ളവരായിത്തീരുന്നു. ഈ പുതിയ അവസ്ഥകളിലേക്കുള്ള കണ്ണുതുറക്കൽ പലർക്കും ത്രസിപ്പിക്കുന്ന വെളിപാടുകളായിരിക്കും സമ്മാനിക്കുന്നത്. മുമ്പ് തങ്ങളിൽ സന്നിവേശിപ്പിക്കപ്പെട്ട മിക്ക ധാരണകളെയും ഇത് അസ്വസ്ഥപ്പെടുത്തും. ക്രമേണ സ്വയം വിമർശനത്തിന്റെ തീച്ചൂളകളിലേക്ക് അവർ മറിഞ്ഞുവീഴും.

രാജാറാം മോഹൻറോയ് മുതൽ അബ്ദുൾ കലാം ആസാദ് വരെയുള്ളവർ ആധുനിക വിദ്യാഭ്യാസത്തെക്കുറിച്ച് അഭിസംബോധന ചെയ്യുമ്പോൾ അവരുടെ മനസ്സിലുണ്ടായിരുന്നത് വിദ്യാഭ്യാസത്തിന് സൃഷ്ടിച്ചെടുക്കാൻ കഴിയുന്ന ഇത്തരം പരിവർത്തന പ്രക്രിയയെക്കുറിച്ചുള്ള ബോദ്ധ്യമായിരുന്നു. എന്നാൽ, ലിബറൽ വിദ്യാഭ്യാസത്തിന്റെ സ്വാധീനം സാമൂഹ്യ അവബോധത്തിൽനിന്നും ക്രമേണ അപ്രത്യക്ഷമാകാൻ തുടങ്ങി; പ്രത്യേകിച്ചും മദ്ധ്യവർഗ്ഗ മനുഷ്യർക്കിടയിൽനിന്നും. ഇത് സംഭവിച്ചത് പരസ്പരബന്ധിതമായ രണ്ടു കാരണങ്ങളാലാണ്; ഒന്ന്, വിദ്യാഭ്യാസത്തിന്റെ മതേതര സ്വഭാവത്തിന് സംഭവിച്ച തകർച്ച, രണ്ട്, വിദ്യാഭ്യാസ സ്ഥാപനങ്ങളുടെമേൽ ജാതിമത സ്ഥാപനങ്ങളുടെ വർദ്ധിച്ചുകൊണ്ടിരിക്കുന്ന പിടിമുറുക്കൽ.

സ്വാതന്ത്ര്യാനന്തര ഇന്ത്യയിൽ, ജവാഹർലാൽ നെഹ്റുവിനെയും അബ്ദുൾ കലാം ആസാദിനെയും പോലുള്ളവർ ഒരു മതേതര വിദ്യാഭ്യാസ രീതിക്കാണ് അടിത്തറയിട്ടത്. ആധുനിക ഇന്ത്യയെ പടുത്തുയർത്തുകയായിരുന്നു അതിനു പിന്നിലുണ്ടായിരുന്ന താല്പര്യം. എന്നാൽ, ഭരണാധികാരം വർഗ്ഗീയശക്തികളുടെ കൈകളിലകപ്പെട്ട ഘട്ടങ്ങളിൽ അവർ വിദ്യാഭ്യാസത്തിന്റെ മതേതര സ്വഭാവത്തിന് തുരങ്കം വയ്ക്കുകയും, ഹിന്ദുരാഷ്ട്ര നിർമ്മിതിക്കാവശ്യമായ പുതിയ ശാസ്ത്രാടിത്തറ ഒരുങ്ങു

ന്നതിലേക്കായി വിദ്യാഭ്യാസത്തെ വർഗ്ഗീയവല്ക്കരിക്കുകയും ചെയ്തു. ഇതുകൂടാതെ, വ്യത്യസ്ത മതവിഭാഗങ്ങളുമായി ബന്ധമുള്ള, വർഗ്ഗീയ സംഘടനകൾ ദീർഘകാലമായി വിദ്യാഭ്യാസ സ്ഥാപനങ്ങൾ നടത്തിവരുന്നുമുണ്ട്. ഇവിടങ്ങളിൽനിന്നും യാഥാസ്ഥിതികത്വവും അന്ധവിശ്വാസങ്ങളുമാണ് പ്രൊമോട്ട് ചെയ്യപ്പെട്ടുകൊണ്ടിരിക്കുന്നത്. അതുപോലെ, വിമർശനാത്മകമായ ചിന്തകൾക്കെതിരെ, ആസൂത്രിതമായ മാനസിക പരിശീലനങ്ങളും ഇവിടങ്ങളിൽ സംഘടിപ്പിക്കപ്പെടുന്നുണ്ട്. കൊളോണിയൽ ഭരണസമ്പ്രദായത്തിൽനിന്നും ഉദയംകൊണ്ടതിനാൽ, ഇന്ത്യയിലെ വിദ്യാഭ്യാസരീതിക്ക് ഒരു തരത്തിലുള്ള വർഗ്ഗീയമായ നിറം എല്ലായ്പ്പോഴും ഉണ്ടായിരുന്നിട്ടുണ്ട്. എന്നാൽ അടുത്തകാലത്തുണ്ടായിട്ടുള്ള ഭരണകൂട ഇടപെടലിലൂടെയും മതസംഘടനകളുടെ ഇടപെടലുകളിലൂടെയും വർഗ്ഗീയമായ ലോകവീക്ഷണമുള്ള ഒരു മദ്ധ്യവർഗ്ഗത്തെ സൃഷ്ടിച്ചെടുക്കാനായിട്ടുണ്ട്. ഈ മദ്ധ്യവർഗ്ഗമാണ് സമകാലിക ദക്ഷിണേഷ്യയിൽ സ്വത്വരാഷ്ട്രീയത്തിന്റെ അടിത്തറയായി വർത്തിക്കുന്നത്.

രാഷ്ട്രീയ സ്ഥലിയുടെ ലഭ്യത

വ്യത്യസ്തങ്ങളായ ഇടങ്ങളിലൂടെ തുറന്നുകിട്ടപ്പെട്ട രാഷ്ട്രീയമായ സ്ഥലികളുടെ ലഭ്യതയാണ് സ്വത്വരാഷ്ട്രീയത്തിന്റെ വളർച്ചയ്ക്ക് കളമൊരുക്കിയ മറ്റൊരു ഘടകം. വർഗ്ഗപരമായ സ്വത്വവും ആദി സ്വത്വവും (Primordial Identity) തമ്മിലുള്ള ബന്ധഘടനകൾ ഈയൊരു സന്ദർഭത്തിലാണ് പ്രസക്തമാവുന്നത്. മറ്റ് എല്ലാവിധത്തിലുമുള്ള അവബോധ രൂപങ്ങളെയും മറികടക്കാനുള്ള സാദ്ധ്യതയിലാണ്, വർഗ്ഗാവബോധ രൂപീകരണത്തിന്റെ സാദ്ധ്യത കുടികൊള്ളുന്നത്. പരസ്പരമുള്ള ഉൾച്ചേർക്കലുകളുടെ (Mutual inclusion) അടിസ്ഥാനത്തിലല്ല – അതായത് വർഗ്ഗത്തിനുള്ളിലേക്ക് ജാതിയെയും മതത്തെയും ഉൾപ്പെടുത്തിയോ അല്ലെങ്കിൽ നേരെ മറിച്ചോ അല്ല – ആദിസ്വത്വരൂപങ്ങളും വർഗ്ഗ രൂപീകരണവും തമ്മിലുള്ള പരസ്പരബന്ധം സ്വഭാവവല്ക്കരിക്കപ്പെടുന്നത്. മറിച്ച്, വർഗ്ഗ രാഷ്ട്രീയത്തിന്റെ പുരോഗമനപരമായ ഇടപെടലിലൂടെ ആദി സ്വത്വരൂപങ്ങൾ ഘട്ടംഘട്ടമായി മായ്ക്കപ്പെടുകയോ ദുർബ്ബലപ്പെടുകയോ ചെയ്യുന്നു. അങ്ങനെ പണിയാളരായ മനുഷ്യർക്ക് അവരുടെ ഏകത്വം (Community) അനുഭവവേദ്യമാക്കുന്നു. ജാതിമത സ്വത്വരൂപങ്ങളെപ്പോലെയല്ല; മറിച്ച് സമരപോരാട്ടങ്ങളിലൂടെയാണ് വർഗ്ഗപരമായ സ്വത്വം രൂപപ്പെടുന്നത്. ഈ വർഗ്ഗപരമായ സ്വത്വം ജാതിമതങ്ങളുടെ ആദിസ്വത്വരൂപങ്ങളെ മറികടക്കാൻ സഹായിക്കുന്നു. ആദിസ്വത്വ രൂപങ്ങളുമായുള്ള സമരപോരാട്ടങ്ങളിലൂടെയാണ് വർഗ്ഗപരമായ സ്വത്വം രൂപംകൊള്ളുന്നത്. വർഗ്ഗ രൂപീകരണ പ്രക്രിയ ദുർബ്ബലവും അപൂർണ്ണവും അശക്തവുമായ സാഹചര്യങ്ങളിലാണ് ആദിസ്വത്വരൂപങ്ങൾ വ്യത്യസ്ത രൂപങ്ങളിൽ നിലയുറപ്പിച്ചിട്ടുള്ളത്. 'പരിശുദ്ധമായ' ഒരു വർഗ്ഗാവബോധമോ സ്വത്വരൂപമോ സമു

ഹത്തിലൊരിടത്തും നിലനില്ക്കുന്നില്ല. കാരണം മറ്റ് സ്വത്വരൂപങ്ങളുടെ പ്രത്യയശാസ്ത്രപരവും സാംസ്കാരികവുമായ സ്വാധീനം അനിവാര്യമായും അവിടെ സന്നിഹിതമായിരിക്കും. അതായത്, ആദിസ്വത്വരൂപങ്ങളുടെ വ്യത്യസ്ത ഘടകങ്ങളുടെ നിലനില്പ് തുടരുമെന്നർത്ഥം. അതായത് അതിനെ പൂർണ്ണമായും തുടച്ചുനീക്കാനാവില്ലെന്നർത്ഥം. എന്നാൽ, പഴയ പ്രാഥമികത്വ (Primary) ത്തിൽ അതിന് നിലനില്ക്കാനുമാവില്ല.

വർഗ്ഗപരമായ സ്വത്വത്തിന്റെയും വർഗ്ഗരാഷ്ട്രീയത്തിന്റെയും പ്രകാശനങ്ങൾ, മുമ്പേതന്നെ നിലനില്ക്കുന്ന ആദിസ്വത്വ രൂപങ്ങളുടെ സമ്പൂർണ്ണ ഉന്മൂലനത്തിന് വഴി തെളിക്കുന്നില്ല. ആദിസ്വത്വരൂപങ്ങളെ ഒരു പൊതുനിരീക്ഷണത്തിൻ കീഴിൽ കൊണ്ടുവരാനും അതിന്റെ അയഥാർത്ഥ്യങ്ങളെ അടിവരയിടാനും വർഗ്ഗപരമായ സ്വത്വരൂപീകരണത്തിലൂടെയും രാഷ്ട്രീയത്തിലൂടെയും സാദ്ധ്യമാവുന്നു എന്നതാണ് അതിന്റെ പ്രാധാന്യം. വർഗ്ഗവും സമുദായവും (Community) ജനങ്ങളുടെ സാമൂഹ്യജീവിതത്തിലെ യാഥാർത്ഥ്യങ്ങളാണ്. എന്നാൽ, വർഗ്ഗത്തിന്റെ സാന്നിദ്ധ്യമില്ലാത്ത ഒരു സമുദായവും നിലനില്ക്കുന്നുമില്ല. ഒരുപക്ഷേ, മനുഷ്യപരിണാമത്തിന്റെ ആദിഘട്ടങ്ങളിൽ മാത്രമാണ് അത്തരം സമൂഹങ്ങൾ നിലനിന്നിട്ടുള്ളത്. വർഗ്ഗത്തിന് സാമുദായികമായ പരിഗണനകളെ ഉല്ലംഘിച്ച് മുന്നേറാനുള്ള ശേഷിയുണ്ട്.

വർഗ്ഗ-സാമുദായിക ബന്ധങ്ങളെ കണക്കിലെടുക്കാതെ സ്വത്വരാഷ്ട്രീയത്തിന്റെ സ്വഭാവം നിർണ്ണയിക്കുക സാദ്ധ്യമല്ല. ഇത് കണക്കിലെടുക്കുമ്പോൾ, സമുദായമെന്നത് വ്യത്യസ്ത വർഗ്ഗ താല്പര്യങ്ങളുടെ ഒരു സംഘാതമാണെന്ന് തിരിച്ചറിയാൻ കഴിയും. ഇതിനുള്ളിൽ അധീശത്വ വർഗ്ഗത്തിന്റെ താല്പര്യങ്ങളായിരിക്കും മുന്നിട്ടു നില്ക്കുന്നത്. സ്വത്വരാഷ്ട്രീയം അവകാശപ്പെടുന്നതുപോലെ, ആ സമുദായത്തിന്റെ താല്പര്യങ്ങളെ ആകമാനം അതിന് പ്രതിനിധീകരിക്കാനാവില്ല. അത് പ്രതിനിധീകരിക്കുന്നത് അതിനുള്ളിലെ ഏതെങ്കിലുമൊരു വർഗ്ഗത്തിന്റെ താല്പര്യമായിരിക്കും. അതുകൊണ്ടുതന്നെ സ്വത്വരാഷ്ട്രീയം ജനാധിപത്യവിരുദ്ധമാണ്. എന്തുകൊണ്ടെന്നാൽ സ്വത്വരാഷ്ട്രീയത്തിന് സാമുദായിക താല്പര്യങ്ങളെ മൊത്തത്തിൽ പ്രതിനിധീകരിക്കാനാവില്ല; ഏതെങ്കിലുമൊരു ജാതി സമുദായത്തിന്റെയോ മതസമുദായത്തിന്റെയോ പേരു പറഞ്ഞുകൊണ്ടാണ് അത് പ്രവർത്തിക്കുന്നതെങ്കിലും.

(2011)

ദേശീയതയുടെ തിരുത്തൽവാദികൾ

ഇന്ത്യൻ ജനതയ്ക്ക് കൊളോണിയൽ ഭരണത്തിനെതിരെ വെല്ലുവിളി ഉയർത്തുന്നതിനും ഒരു ജനാധിപത്യ റിപ്പബ്ലിക് സ്ഥാപിക്കാനും പ്രചോദനമേകിയ ലിബറൽ മതനിരപേക്ഷ ദേശീയത ഇന്ന് അതിന്റെ ചരിത്രത്തിലെ ഏറ്റവും ആശങ്കാജനകമായ ഗതിവിഗതികളെയാണ് നേരിട്ടുകൊണ്ടിരിക്കുന്നത്. രാഷ്ട്രീയത്തിൽ മതപരമായ വ്യവഹാരം കുത്തിവച്ചതും അതിന്റെ ഫലമായി സ്റ്റേറ്റിന്റെ സ്ഥാപനങ്ങളിൽ നിയന്ത്രണങ്ങൾ നേടുന്നതിൽ വർഗ്ഗീയശക്തികൾ വിജയിച്ചതും രാജ്യത്തിന്റെ രാഷ്ട്രീയ സാമൂഹിക പരിസരത്തെ മാറ്റിമറിച്ചു. സ്വാതന്ത്ര്യപ്രാപ്തിയുടെ ഭാഗമായി നിലവിൽ വന്നതും മുമ്പ് നിരവധി വെല്ലുവിളികളിൽ പിടിച്ചുനിന്നതുമായ സെക്യുലർ-ലിബറൽ സ്റ്റേറ്റിന്റെ സ്വഭാവം ഒരു മതരാജ്യത്തിന്റെ സ്വഭാവത്തിലേക്ക് പരിവർത്തനം ചെയ്യപ്പെടുകയാണ്. സാർവ്വലൗകിക സാഹോദര്യം ദേശീയ ദർശനമായി ഉദ്ഘോഷിക്കുന്ന ഒരു ബഹുമത, ബഹുസംസ്കാര രാജ്യത്തെ സംബന്ധിച്ചിടത്തോളം ഇത് അനഭിലഷണീയമാണ്. ഇന്ത്യൻ ദേശീയതയ്ക്ക് ലിബറൽ-സാകല്യ സ്വഭാവം നഷ്ടമാകുന്നതിന്റെ അപകടാവസ്ഥ മതനിരപേക്ഷ ധൈഷണിക മണ്ഡലങ്ങളിൽ ഗണ്യമായ വ്യാകുലത സൃഷ്ടിച്ചിട്ടുണ്ട്. അതുകൊണ്ടുതന്നെ പൊതു വ്യവഹാരമണ്ഡലത്തിൽ ദേശീയത ഒരു പ്രധാന ചർച്ചാവിഷയമായി വർത്തിക്കുന്നതിൽ അത്ഭുതപ്പെടാനില്ല. ഈ വ്യവഹാരങ്ങളുടെ സാമ്പത്തികവും രാഷ്ട്രീയവുമായ പ്രസക്തിക്കുമേൽ നവലിബറലിസവും വർഗ്ഗീയതയും ഭീഷണി സൃഷ്ടിക്കുന്നു. വികസനത്തിന്റെ പേരിൽ നവലിബറലിസം അതിന്റെ ഇടം കൊത്തിയെടുക്കുമ്പോൾ തദ്ദേശീയ സംസ്കാരത്തെ സംരക്ഷിക്കാനെന്ന പേരിൽ വർഗ്ഗീയത തെരഞ്ഞെടുപ്പുകളിൽ ആവശ്യത്തിനുള്ള പിന്തുണ നേടിയെടുക്കുന്നു. ഈ ശക്തികളുടെ താല്പര്യങ്ങൾക്ക്

അനുരൂപമായി ദേശീയത, മതനിരപേക്ഷത എന്നീ ആശയങ്ങളുടെ അർത്ഥം പുനർനിർവ്വചിക്കുന്നതിനുള്ള തന്ത്രം സ്റ്റേറ്റിന്റെ ഗൂഢമായ പിന്തുണയോടെ തന്നെ പുരോഗമിക്കുന്നുണ്ട്. ദുഷ്ടലാക്കോടെയുള്ള ഈ പദ്ധതിയെ ചോദ്യം ചെയ്യാൻ ധൈര്യപ്പെടുന്നവരെ ദേശീയതയുടെ തിരുത്തൽവാദികളായും രാജ്യത്തിന്റെ ശത്രുക്കളായും മുദ്രകുത്തി വേട്ടയാടുകയാണ്.

ദേശീയതയെക്കുറിച്ചുള്ള സംവാദം

ദേശീയതയെക്കുറിച്ചുള്ള വ്യത്യസ്തങ്ങളായ ധാരണകൾ സ്പഷ്ടമാക്കപ്പെട്ടതും സംവാദവിധേയമായതും കൊളോണിയൽ ആധുനികതയുടെ ഉദയത്തോടെയാണ്. ഈ തലത്തിൽനിന്നുകൊണ്ടാണ് മോചനം, നൈസർഗ്ഗികാവകാശം എന്നീ ആശയങ്ങൾ ഇന്ത്യൻ മദ്ധ്യവർഗ്ഗം സ്വായത്തമാക്കിയത്. ഇംഗ്ലീഷ് ലിബറൽ സ്ഥാപനങ്ങളുടെ ധൈഷണിക ബോധനത്തിന്റെ ഫലമായി അവർ ജനാധിപത്യ-മതനിരപേക്ഷ ദേശീയതയുടെ പ്രയോക്താക്കളായി മാറി. ഇന്ത്യ ഒരു ബഹുദേശീയതയുള്ള സ്റ്റേറ്റാണെന്ന ആശയത്തിന് പ്രാമാണികത്വം നല്കിയ പ്രദേശപരമായ ഐക്യത്തിനുമേൽ മതപരവും ജാതീയവുമായ ഭിന്നതകൾ വിള്ളലുകൾ വീഴ്ത്തി. മൗലികമായ ഈ കൂറ് രാഷ്ട്രീയവല്ക്കരിക്കപ്പെട്ടാൽ ഇന്ത്യ ഒരു ബാൽക്കനൈസേഷൻ പ്രക്രിയ (രാഷ്ട്രം തുണ്ടം തുണ്ടമാകുന്ന പ്രക്രിയ) യ്ക്ക് വിധേയമാകുമോ എന്ന ഭയം ജനിച്ചിരുന്നു. രാഷ്ട്രത്തിന്റെ തുണ്ടുവല്ക്കരണം സംഭവിക്കാമെന്ന സാദ്ധ്യത തങ്ങളുടെ സ്വത്വബോധവും സാമൂഹികവുമായ പ്രതിബദ്ധതയും മറികടക്കാൻ മതിയായ കാരണങ്ങളായിരുന്നില്ല. ഒരു പൊതുതലം കണ്ടെത്തുന്നതിൽ ഈ കാഴ്ചപ്പാടുകൾ പരാജയപ്പെട്ടത് ഇന്ത്യാവിഭജനവും ജാതി-മത കലാപങ്ങളും ഭാഷാപരമായ ഏറ്റുമുട്ടലുകളും പോലുള്ള ദുരന്തപൂർണ്ണമായ പരിണതികളിലേക്കാണ് നയിച്ചത്. അതിനുശേഷം അവസ്ഥയിൽ ഗണ്യമായ മാറ്റംവന്നു. ജനാധിപത്യപരമായ രാജ്യതന്ത്രത്തിലൂടെ കൈവന്ന മതനിരപേക്ഷ സമവായത്തെ ദുർബ്ബലപ്പെടുത്തുന്ന വിഭാഗീയ സ്വത്വങ്ങൾ ദേശീയ ഐക്യത്തിനുതന്നെ ഭീഷണിയായി. ഇന്ത്യൻ ദേശീയതയുടെ സ്വഭാവത്തെക്കുറിച്ചുള്ള പുതിയ സംവാദത്തിന് ഇതോടെ തുടക്കമായി.

ദേശീയത സംബന്ധിച്ച ഇപ്പോഴത്തെ സംവാദം ഭിന്നമായ രണ്ടു ലോക കാഴ്ചപ്പാടുകളുടെ പരിസരത്തുനിന്നാണ്. ലിബറലും മതനിരപേക്ഷവുമായ കാഴ്ചപ്പാടിന് ഇപ്പോഴും മേധാവിത്തമുണ്ടെങ്കിലും മതപരമായ ദേശീയതയുമായി അതിന് നിരന്തരം ഏറ്റുമുട്ടേണ്ടിവരുന്നു. ഇപ്പോൾ രൂപപ്പെടുന്ന അവസ്ഥ ഒരേസമയം ഭൂതകാലത്തിന്റെ തുടർച്ചയാകുന്നതും അതിൽനിന്നുള്ള വിട്ടുപോകലുമാണ്. പൗരന്മാരുടെ ഒരു വിഭാഗം ഇപ്പോഴും ലിബറൽ ദേശീയതയെ ശക്തമായി പിന്തുണയ്ക്കുന്നവരാണ്.

ദേശീയതയെ മതവല്ക്കരിക്കുന്നതിനും അതിന് എതിരായുള്ള ചെറുത്തുനില്പുകളും ദേശീയപ്രസ്ഥാന കാലഘട്ടത്തിൽനിന്നുതന്നെ തുടങ്ങുന്നുണ്ട്. എന്നാൽ സമീപകാലത്ത് മാറിയ രാഷ്ട്രീയ സാഹചര്യങ്ങളിൽ അത് പുതിയൊരു തലത്തിലേക്ക് നീങ്ങിക്കൊണ്ടിരിക്കുകയാണ്. മതദേശീയതക്കെതിരെയുള്ള സമരം ജാതിയുടെയും മതത്തിന്റെയും വേലിക്കെട്ടുകൾ ഭേദിക്കുകയും സാമൂഹിക-രാഷ്ട്രീയ നീതിക്കായി ശബ്ദമുയർത്തുകയും ചെയ്യുന്ന പുരോഗമനേച്ഛുക്കളായ യുവാക്കളിലേക്ക് പകർന്നിരിക്കുന്നു. ഈ വിഭാഗം ഒരു രാഷ്ട്രീയ പാർട്ടിയുടെയും നിയന്ത്രണത്തിലല്ല. എന്നാൽ ഇവരിൽ ചിലർക്കൊക്കെ രാഷ്ട്രീയാഭിമുഖ്യവുമുണ്ട്. ജനസംഖ്യയുടെ വലിയൊരു വിഭാഗത്തിന്റെ ഉൽക്കണ്ഠകൾ പരിഗണിക്കാതെ അവരെ പാർശ്വവല്ക്കരിക്കുന്ന ഇന്ത്യൻ ദേശീയത എത്രത്തോളം 'അയഥാർത്ഥ'മാണെന്ന് ഉയർത്തിക്കാട്ടാനാണ് അവർ ശ്രമിച്ചത്. രണ്ടാമതായി, പ്രതിഷേധത്തിന്റെ നൂതനരീതികൾ സ്വായത്തമാക്കിക്കൊണ്ടുള്ള, ജനങ്ങളെ സ്വാധീനിക്കാൻ കഴിവുള്ള മുദ്രാവാക്യങ്ങളാണ് അവർ ഉയർത്തിയത്. ഉദാഹരണത്തിന് വിശപ്പിൽനിന്നും ദാരിദ്ര്യത്തിൽനിന്നും ജാതീയതയിൽനിന്നുമുള്ള സ്വാതന്ത്ര്യം എന്ന മുദ്രാവാക്യം പുതിയതല്ലെങ്കിലും അത് പുതിയ സാമൂഹിക രാഷ്ട്രീയ വ്യവസ്ഥയ്ക്കുവേണ്ടിയുള്ള ശബ്ദമായിരുന്നു. ജാതിയുടെയും മതത്തിന്റെയും രാഷ്ട്രീയമല്ല, പക്ഷേ, പാർശ്വവല്ക്കരിക്കപ്പെട്ടവർക്കും അവഗണിക്കപ്പെട്ടവർക്കും അവരുടെ അവകാശങ്ങൾ എന്താണെന്ന്, എന്താകുമെന്ന് ബോദ്ധ്യപ്പെടുത്താൻ ശേഷിയുള്ളതായിരുന്നു. മൂന്നാമതായി, ഏതു ജനകീയ പ്രസ്ഥാനത്തിനും സജീവമാകാനും ഒരുമിച്ചു നില്ക്കാനും ജീവിച്ചിരിക്കുന്നതോ മരിച്ചതോ ആയ ഒരു ബിംബം ആവശ്യമാണ്. പൊതുനന്മയ്ക്കായി നിശ്ശബ്ദമായി തന്റെ ജീവിതം അവസാനിപ്പിച്ച രോഹിത് വെമുലയോ ആത്മാർത്ഥതകൊണ്ടും പ്രതിബദ്ധതകൊണ്ടും വിദ്യാർത്ഥികളെ നയിച്ച കനയ്യകുമാറോ ആകട്ടെ ഈ ബിംബത്തെ സാക്ഷാൽക്കരിക്കുന്നുണ്ട്; പലരും അതിനെ ഒരു ഭ്രമകല്പനയായി കണക്കാക്കുന്നുണ്ടെങ്കിലും. പരിഹസിക്കപ്പെടുന്നവരുടെ, അവഹേളിക്കപ്പെടുന്നവരുടെ, ദാരിദ്ര്യദുരിതം പേറുന്നവരുടെ ചെറുത്തുനില്പിന്റെ ബിംബങ്ങളായി അവർ ഉയർന്നു വന്നു എന്നത് സംശയരഹിതമായ കാര്യമാണ്. വ്യാഖ്യാനിക്കുകയും പ്രതിനിധാനം ചെയ്യപ്പെടുകയും ചെയ്യുന്ന ആവശ്യങ്ങൾ അവർ അവതരിപ്പിക്കുന്ന രീതി കൊണ്ടുതന്നെ കനയ്യകുമാറും രോഹിത് വെമുലയും ആഘോഷിക്കപ്പെടുന്നുണ്ട്. ആ ആവശ്യങ്ങൾ തീർച്ചയായും പാർശ്വവല്ക്കരിക്കപ്പെട്ടവരുടെ അന്തസ്സിനുവേണ്ടിയുള്ളവയാണ്. മനസ്സു തളർന്ന് നിരാശരാകുമായിരുന്ന യുവാക്കൾ ഊർജ്ജസ്വലരായി രംഗത്തുവന്നത് ഇന്ത്യൻ ജനാധിപത്യത്തിന്റെ വിജയമായി വേണം കണക്കാക്കാൻ. ഈ സ്ഥിതിവിശേഷത്തിൽ നിന്ന് ഉടലെടുത്ത സംവാദം അനിവാര്യമായും കേന്ദ്രീകരിക്കുന്നത് ദേശീയതയുടെ അർത്ഥമെന്ത്, ആരാണ് ദേശീയവാദി എന്നീ ചോദ്യങ്ങളിലാണ്.

ഇന്ത്യൻ ദേശീയതയുടെ കപടമുഖമായി സംഘപരിവാർ മുദ്രകു

ത്തിയത് കമ്യൂണിസ്റ്റുകാർ, സോഷ്യലിസ്റ്റുകൾ, ദളിതർ, ന്യൂനപക്ഷങ്ങൾ എന്നിവരെയാണ്. ഇന്ത്യൻ ദേശീയതയെ ഇവരിൽനിന്ന് രക്ഷിക്കാൻ ചില ഹിന്ദു മൗലികവാദ സംഘടനകൾ നടത്തുന്ന ശ്രമങ്ങളാണ് സർവ്വകലാശാല ക്യാമ്പസുകളിലെല്ലാം അനുരണനം ചെയ്യപ്പെടുന്ന ഈ ഒരു സംവാദത്തിനുള്ള പ്രേരണ. ഏകാധിപത്യ ഭരണകൂടങ്ങളെ ഓർമ്മിപ്പിക്കുന്ന നിലയിൽ ജനങ്ങളുടെ സാധാരണ ജീവിതത്തിൽ ഉപയോഗിക്കപ്പെടുന്ന വാക്കുകളും പ്രവൃത്തികളും ദേശവിരുദ്ധമായി വ്യാഖ്യാനിക്കപ്പെടുന്നു. പൗരന്മാർ അവരുടെ ദേശീയതയുടെ മാറ്റ് തെളിയിക്കാൻ നിർബ്ബന്ധിതരാകുകയും ചെയ്യുന്നു. തൽഫലമായി മനുഷ്യാവകാശമോ ഭരണഘടനാദത്തമായ അവകാശങ്ങളോ പരിഗണിക്കാതെയുള്ള വിവേചനരഹിതമായ കൈയേറ്റത്തിന് പ്രത്യേകിച്ച് ദളിത്, ന്യൂനപക്ഷ വിഭാഗങ്ങൾക്കുനേരെയുള്ള അതിക്രമങ്ങൾ ഉയർത്തിക്കൊണ്ടുവരാൻ ദേശീയത ഒരു ആയുധമാകുന്നു. സ്റ്റേറ്റിന്റെ അധികാരമുപയോഗിച്ച് നടക്കുന്ന ഈ അതിക്രമത്തിനെതിരെ ഉയരുന്ന ശബ്ദങ്ങൾ രാജ്യത്തിനെതിരായ കലാപമായി മുദ്രകുത്തുകയും സ്റ്റേറ്റിന്റെ സംവിധാനത്തെ രാജ്യമായും ദേശഭക്തിയെ ദേശീയതയുമായി ഏകീകരിക്കുകയും ചെയ്യുന്നു. സ്റ്റേറ്റും ഗവൺമെന്റും തമ്മിലുള്ള വേർതിരിവ് മായ്ച്ചു കളയുക എന്ന ഗുരുതരമായ പ്രവർത്തനവും നടക്കുന്നു. സർക്കാരിനെതിരെയുള്ള വിമർശനത്തെ രാജ്യദ്രോഹമായി മുദ്രകുത്തുന്നതിനുവേണ്ടി ദേശീയപ്രസ്ഥാനത്തെ അടിച്ചമർത്താൻ കൊളോണിയൽ ഭരണാധികാരികൾ നടപ്പാക്കിയ നിയമങ്ങൾ പ്രയോഗിക്കുകയാണ്. വിദ്യാർത്ഥികൾ മുതൽ പ്രതിപക്ഷ പാർട്ടികളിലെ നേതാക്കൾവരെയുള്ള നിരവധി പൗരന്മാർക്കുമേൽ രാജ്യദ്രോഹക്കുറ്റം ചുമത്തുകയും ജയിലിലിടുകയും ചെയ്യുന്നു. സർക്കാരിനോടുള്ള വിധേയത്വം ദേശീയതയുടെ ഉരക്കല്ലായി മാറുകയും വിമതശബ്ദങ്ങളെ അടിച്ചമർത്താനുള്ള ഒഴിവുകഴിവായി ദേശീയതയെ ഉപയോഗിക്കുകയും ചെയ്യുന്നു. ജനാധിപത്യ സ്ഥാപനങ്ങളെയും പൗരാവകാശങ്ങളെയും അട്ടിമറിക്കാൻ ശേഷിയുള്ള അപകടകരമായ ഈ പ്രവണതയുടെ ചില സൂചനകൾ ചക്രവാളത്തിൽ പ്രകടമാണ്.

ദേശീയ സാഹചര്യം

രാജ്യത്തെ എല്ലാ സെക്കുലർ, ലിബറൽ സ്ഥാപനങ്ങളിലും ദേശീയതയുടെ നിന്ദകർ നുഴഞ്ഞു കയറിയതായുള്ള പൊതുധാരണ പരത്താനാണ് സർക്കാർ ശ്രമിക്കുന്നത്. നേരത്തെ ഹിന്ദു വർഗ്ഗീയവാദികളുടെ നിഘണ്ടുവിൽ ദേശവിരുദ്ധർ എന്നാൽ കമ്യൂണിസ്റ്റുകാരും ന്യൂനപക്ഷങ്ങളും മാത്രമായിരുന്നു. ദേശവിരുദ്ധർ എന്ന വല വ്യാപിക്കുകയാണ്. വിദ്യാർത്ഥികൾ – പ്രത്യേകിച്ച് ദളിത്, ഇടതുപക്ഷ വിദ്യാർത്ഥികൾ ഈ പട്ടികയിൽ പുതുതായി ഉൾച്ചേർക്കപ്പെട്ടവരാണ്. ആർ എസ് എസിന്റെ ആക്രമണോത്സുക വർഗ്ഗീയതയുടെ പിന്തുണയോടെ ഈ ഭരണത്തിൻകീഴിൽ ഇത്തരം പ്രവണതകൾ കൂടുതൽ തീവ്രവും വ്യാപകവുമാവുകയാണ്

ഇപ്പോൾ. പുരോഗമനാശയങ്ങൾക്ക് വിത്തിടാനും വളരാനുമുള്ള വിമർശനാത്മകമായ ഇടം നല്കിക്കൊണ്ടാണ് ഏകാധിപത്യപരവും ജനാധിപത്യവിരുദ്ധവുമായ ഈ പ്രവണതക്കെതിരെ യുവാക്കൾ പ്രതിഷേധവുമായി ഉണരുന്നത്.

ഇന്ത്യയിലെ ക്യാമ്പസുകൾ വിമതശബ്ദങ്ങളുടെയും പ്രതിഷേധങ്ങളുടെയും കേന്ദ്രമാണെന്നും അത് ആസന്നമായ വിപ്ലവത്തിന്റെ കേന്ദ്രമാണെന്നുമുള്ള പൊതുധാരണ സൃഷ്ടിക്കാൻ ശ്രമിക്കുന്നത് അതിശയോക്തിപരവും തികച്ചും കാല്പനികവുമാണ്. ഭൂരിഭാഗം വിദ്യാർത്ഥികളും നിയമത്തിന് അനുയോജ്യമാംവിധം ജീവിക്കുന്നവരും രാഷ്ട്രീയ പ്രക്ഷോഭങ്ങളിൽ പങ്കെടുക്കാതെ തങ്ങളുടെ അക്കാദമിക് ലക്ഷ്യങ്ങൾ പിന്തുടരുന്നവരുമാണ്. എന്നിരുന്നാലും കൊളോണിയൽ ഭരണകാലം തൊട്ട് വിദ്യാഭ്യാസസ്ഥാപനങ്ങളിൽ നിലനില്ക്കുന്ന നിയമങ്ങൾ കൂസാതെയും ഏകാധിപത്യത്തെ വെല്ലുവിളിക്കുകയും ചെയ്യുന്ന ഒരു ധാര നിലനിന്നിരുന്നു. പത്തൊമ്പതാം നൂറ്റാണ്ടിന്റെ ആദ്യ വർഷങ്ങളിൽ കൊൽക്കത്ത ഹിന്ദു കോളേജിലുണ്ടായിരുന്ന ഡെറോസിയൻസ് മുതൽ ദേശീയ പ്രസ്ഥാനത്തിന്റെയും ഇടതുപക്ഷ പ്രസ്ഥാനത്തിന്റെയും കാലം തൊട്ട് ഇന്നത്തെ ജവഹർലാൽ നെഹ്റു യൂണിവേഴ്സിറ്റിയിലെ വിദ്യാർത്ഥികൾ വരെ, യുവാക്കൾ എപ്പോഴും കാലത്തിനൊപ്പവും സമൂഹത്തിന് ഒരു ചുവട് മുന്നിലായും സഞ്ചരിച്ചവരാണ്. സമീപകാലത്ത് വിദ്യാഭ്യാസ സ്ഥാപനങ്ങൾ പൗരാവകാശങ്ങൾ ലംഘിച്ചതിനെതിരെയും സാംസ്കാരിക സ്ഥാപനങ്ങളെയും വിദ്യാഭ്യാസ സ്ഥാപനങ്ങളെയും കാവിവല്ക്കരിക്കുന്ന അജണ്ടക്കെതിരെയും വിവിധങ്ങളായ പുരോഗമനാശയങ്ങളിൽ ആകൃഷ്ടരായ യുവാക്കൾ ശക്തമായ വിമർശനം അഴിച്ചുവിട്ടു. ഹോസ്റ്റൽ സൗകര്യങ്ങളും യാത്രാസൗകര്യങ്ങളും പോലുള്ള കാര്യങ്ങൾ തൊട്ട് ദളിത് വിവേചനവും വിവിധ ദേശീയതകളുടെ രാഷ്ട്രീയവകാശങ്ങളും വധശിക്ഷയും ലിംഗനീതിയും വിശപ്പിൽനിന്നുള്ള മോചനം വരെയുമുള്ള ഐഹികവും ദാർശനികവുമായ പ്രശ്നങ്ങൾ അവർ ഉയർത്തി. ഇതൊന്നും പുതിയ വിഷയങ്ങളല്ല. സ്വതന്ത്ര ഇന്ത്യ സ്വീകാര്യമായ പരിഹാരമുണ്ടാക്കുമെന്ന പ്രതീക്ഷയെ ലാളിച്ചുകൊണ്ട് വളരെയേറെ ക്ഷമയോടെ ജനങ്ങൾ കാത്തിരുന്ന പ്രശ്നങ്ങളാണവ. പക്ഷേ, പ്രതീക്ഷയ്ക്ക് നിരക്കാത്ത ഉറപ്പുകളാണ് ലഭിച്ചത്. അതിന്റെ ഫലമായി ഉണ്ടായ കൊടുങ്കാറ്റിനെ സ്റ്റേറ്റ് ശക്തമായി അടിച്ചമർത്തി. ആ നിരാശ അസ്സഹനീയമായ ഒരു തലത്തിലേക്ക് എത്തിയിരിക്കുന്ന സന്ദർഭത്തിലാണ് വിവിധ ക്യാമ്പസുകളിലെ വിദ്യാർത്ഥികൾ പ്രക്ഷോഭരംഗത്തിറങ്ങിയത്. പക്ഷേ, അവരുടെ പരാതികൾ ഇനിയും പരിഹരിക്കപ്പെടാതെ കിടക്കുകയാണ്. തങ്ങളുടെ ദുരിതങ്ങൾ സഹിക്കവയ്യാതെ നിരാശ്രയരായ കർഷകർ ആത്മഹത്യയിലൂടെ പ്രതികരിക്കുന്നതുപോലെ വിദ്യാർത്ഥികൾക്ക്, ഹൈദരാബാദ് സെൻട്രൽ യൂണിവേഴ്സിറ്റിയിലെ രോഹിത് വെമുലയും മറ്റു ചിലരും ചെയ്തതുപോലെ ഇതേ പാത തെരഞ്ഞെടുക്കേണ്ടിവന്നു. ഭൂതകാലത്തിൽ നിരവധി വെമുലമാർ

ഉണ്ടായിട്ടുണ്ട്. ഭാവിയിലും വെമുലമാർ ഉണ്ടാകും. വെമുലയുടെ വാചാലമെങ്കിലും മൗനമായ ആത്മാഹുതി ദേശീയതലത്തിൽ ഒരു തെറ്റു തിരുത്തലിനുള്ള ആഹ്വാനമാണ്. ജനങ്ങളുടെ വിപ്ലവത്തിന്റെ മുന്നണിപ്പോരാളികൾ ഇവരാകും എന്ന് പറയുന്നത് അതിശയോക്തിപരമാകും. എന്നിരുന്നാലും പാർശ്വവല്ക്കരിക്കപ്പെട്ട ഭൂരിപക്ഷത്തിന്റെ പ്രത്യേകിച്ച് ദളിത്, ആദിവാസി, കർഷക, തൊഴിലാളി വിഭാഗങ്ങളുടെ ദുരിതത്തിന്റെ സൂചകങ്ങളാണിവ. യുവാക്കളെ അധികകാലം അടിച്ചമർത്താനാകില്ല. ആശയങ്ങൾ വിലക്കുകളെ അതിലംഘിച്ച് ഉയർന്നുവരികയും അവകാശങ്ങൾക്കുവേണ്ടി അവർ ഉയിർക്കുകയും ചെയ്യും. രാജ്യത്തിന്റെ വിഭവങ്ങളിൽനിന്ന് അന്യമാക്കപ്പെട്ടവരുടെ ദുരിതങ്ങളുടെ ആകത്തുകയാണ് ഇന്നത്തെ സാഹചര്യത്തിൽ നാം കാണുന്ന യുവാക്കളുടെ മുന്നേറ്റം. കാലങ്ങളോളം നിശ്ശബ്ദരാക്കപ്പെട്ടവരുടെ ആശയാഭിലാഷങ്ങളെ സമീപിച്ചാൽ മാത്രമേ ഈ മുന്നേറ്റം പ്രസക്തമാകുന്നുള്ളു. രോഹിത് വെമുല തന്റെ ഉജ്ജ്വലവും ഹൃദയസ്പർശിയുമായ ആത്മഹത്യാക്കുറിപ്പിൽ പറഞ്ഞ പോലെ യുവാക്കൾ നിഴലുകളിൽനിന്ന് മാറി നക്ഷത്രങ്ങളിൽ ഇടം തേടാൻ ശ്രമിക്കുകയാണ്.

ദീർഘകാലമായി ഈ പ്രതിഷേധങ്ങൾ ലിബറൽ ജനാധിപത്യം അനുവദിച്ച സമാധാനപരമായ മാർഗ്ഗങ്ങളുടെ പരിമിതികൾക്കകത്ത് ചുരുങ്ങിപ്പോയിരുന്നു. പക്ഷേ, ദരിദ്രരുടെയും പാർശ്വവല്ക്കരിക്കപ്പെട്ടവരുടെയും അവസ്ഥകളോട് ഭരണവർഗ്ഗം പുലർത്തിയ നിസ്സംഗത പ്രതിഷേധങ്ങളുടെ സ്വഭാവം മാറ്റി. പ്രക്ഷോഭങ്ങൾ അക്രമാസക്തമായപ്പോൾ അക്രമത്തിന്റെ ഒഴിവുകഴിവു പറഞ്ഞ് പ്രതിഷേധങ്ങളെ സ്റ്റേറ്റ് ക്രൂരമായി അടിച്ചമർത്തി. എങ്കിലും സ്റ്റേറ്റിന്റെ അധികാരത്തിനെതിരെ ദളിതരും ആദിവാസികളും കർഷകരും വിദ്യാർത്ഥികളും ചെറുത്തുനില്പ് തുടരുകയാണ്. പൊതുവായുള്ള പ്രതിഷേധവും നിരാശയും ഇന്ത്യയിലെ എല്ലാ പ്രദേശങ്ങളിലുമുള്ള വിദ്യാർത്ഥികളിലൂടെ സർവ്വകലാശാലകളിൽ പ്രതിഫലിച്ചു. പുറത്താക്കൽ അടക്കമുള്ള കടുത്ത നടപടികളിലൂടെ പ്രക്ഷോഭത്തെ ക്രൂരമായി അടിച്ചമർത്താൻ അധികൃതർ തീരുമാനിച്ചതോടെ എല്ലാ യുണിവേഴ്സിറ്റികളിലും പ്രതിഷേധം ആളിക്കത്തി. വിദ്യാർത്ഥികളുമായി ചർച്ചയ്ക്ക് തയ്യാറാകുന്നതിനുപകരം അവരെ ദേശവിരുദ്ധരെന്നും തീവ്രവാദികളെന്നും വിളിച്ചും രാജ്യദ്രോഹക്കുറ്റം ചുമത്തിയും ഭയപ്പെടുത്തുക എന്ന എളുപ്പമാർഗ്ഗമാണ് സ്വീകരിച്ചത്. കൊളോണിയൽ ഭരണത്തിൽനിന്ന് സ്വാതന്ത്ര്യം കിട്ടി 67 വർഷം കഴിഞ്ഞിട്ടും സ്റ്റേറ്റിന്റെ നിയമപുസ്തകങ്ങളിലെ കൊളോണിയൽ വ്യവസ്ഥ നിലനില്ക്കുന്നത് തികച്ചും ജുഗുപ്സാവഹമാണ്. സ്വാതന്ത്ര്യ സമര പോരാളികൾക്കു നേരെ കൊളോണിയൽ ഭരണാധികാരികൾ ചുമത്തിയ അതേ നിയമങ്ങൾ തന്നെ സ്വതന്ത്ര ഇന്ത്യൻ സ്റ്റേറ്റ് ഇപ്പോൾ ഉപയോഗിക്കുന്നത് വിരോധാഭാസമാണ്.

രാഷ്ട്രീയ പൗരത്വത്തിന് പകരം മത പൗരത്വം നിർമ്മിക്കാൻ ശ്രമിക്കുന്ന 'ദേശീയത' പരിസരം രാജ്യത്ത് രൂപപ്പെട്ടിരിക്കുന്നു എന്നതിന്റെ

സൂചനകൾ നിരവധിയാണ്. പാഠപുസ്തകങ്ങളുടെ നിർമ്മിതി, യോഗ പരിശീലനം, റോഡുകളുടെ പുനർനാമകരണം, *ഭഗവദ്ഗീത*യെ ദേശീയ ഗ്രന്ഥമാക്കാനുള്ള നിർദ്ദേശം തുടങ്ങി സ്റ്റേറ്റിന്റെ നിയന്ത്രണമുള്ള എല്ലാ കാര്യങ്ങളിലും അത് പ്രകടമാണ്. അതുവഴി ദേശീയതയ്ക്ക് നമുക്ക് പരിചിതമല്ലാത്ത തികച്ചും പുതിയതായ ഒരർത്ഥം നല്കുന്നു. ചെറുത്തുനില്പിന്റെ പ്രത്യയശാസ്ത്രം എന്ന നിലയ്ക്ക് കൊളോണിയൽ കാലത്തുതന്നെ പ്രത്യക്ഷമായ ദേശീയത ഇന്ന് ആധിപത്യത്തിനുള്ള ഉപകരണമായി മാറിയിരിക്കുന്നു. ആൾബലം ദേശീയതയ്ക്ക് പകരമായി മാറുന്നു എന്നതാണ് ഈ രൂപാന്തരത്തിന്റെ പ്രധാന പ്രത്യേകത. അത് രാജ്യത്തിന്റെ മതനിരപേക്ഷ ലിബറൽ പാരമ്പര്യങ്ങളെ അട്ടിമറിക്കുകയാണ്. ദൗർഭാഗ്യകരമായ ഈ അവസ്ഥയ്ക്ക് ഇടയാക്കിയ വിവിധങ്ങളായ കാരണങ്ങളുണ്ട്. ഒന്ന് ചരിത്രപരമാണ്. ജാതിയും സാമൂഹിക-സാമ്പത്തിക അധികാരവും തമ്മിലുള്ള കൂട്ടുകെട്ട് ദളിതരെയും ന്യൂനപക്ഷങ്ങളെയും പൊതുജീവിതത്തിൽ നിന്ന് പാർശ്വവല്ക്കരിച്ചു. ദേശീയതയെ തട്ടിയെടുക്കാനും അതിന് കാവി നിറം നല്കാനുമുള്ള ഹിന്ദു വർഗ്ഗീയവാദികളുടെ ശ്രമമാണ് രണ്ടാമത്തേത്. ആദ്യത്തേത്, ജനസംഖ്യയിലെ വലിയൊരു വിഭാഗത്തിന് രാഷ്ട്രസമ്പത്തിൽ അർഹമായ വിഹിതം നിഷേധിച്ചെങ്കിൽ രണ്ടാമത്തേത്, ന്യൂനപക്ഷത്തെ മുഖ്യധാരയിൽ നിന്ന് അകറ്റി നിർത്തി.

ദേശീയത എന്ന ആശയവും വ്യവഹാരവും

പത്തൊൻപത്, ഇരുപത് നൂറ്റാണ്ടുകളിൽ, ലോകമെമ്പാടും സാധാരണ മനുഷ്യരെ സ്റ്റേറ്റിനൊപ്പം വൈകാരികമായി അണിനിരത്താൻ സഹായിച്ച ഏറ്റവും ശക്തമായ രാഷ്ട്രീയ പ്രത്യയശാസ്ത്രമായിരുന്നു ദേശീയത എന്ന വാദം ശരിയാണ്. ചരിത്രഗതിയെ അത് നിയതാർത്ഥത്തിലും നിഷേധാർത്ഥത്തിലും സ്വാധീനിച്ചിട്ടുണ്ട്. യൂറോപ്പിലെ ദേശരാഷ്ട്രങ്ങളുടെ ഉദയവും ഏഷ്യയിലെയും ആഫ്രിക്കയിലെയും കോളനികൾ സ്വാതന്ത്ര്യം നേടിയതും ദേശീയതയുടെ പുരോഗമനാത്മകവും വിമോചനാത്മകവുമായ സ്വഭാവങ്ങളെയാണ് പ്രതിനിധാനം ചെയ്യുന്നത്. ധൈഷണികമായ നവോത്ഥാനവും സാംസ്കാരികമായ സൃഷ്ടിപരതയും പുതിയ ചക്രവാളങ്ങൾ തൊട്ടത് ഇതിന്റെ പ്രഭാവത്തിന്റെ ഫലമാണ്. അതേസമയം തന്നെ ദേശീയതയുടെ വിരൂപ മുഖം കൊളോണിയൽ അടിച്ചമർത്തലുകളിലും ഫാസിസ്റ്റ് വംശഹത്യയിലും വെളിപ്പെട്ടിരുന്നു. അതുകൊണ്ട് തന്നെ ആശയതലത്തിലും വ്യവഹാരതലത്തിലും വ്യത്യസ്തമായ രാഷ്ട്രീയ ലക്ഷ്യങ്ങൾക്കുവേണ്ടി ഉപയോഗിച്ച ഒരു സങ്കീർണ്ണ പ്രതിഭാസമാണത്. കൊളോണിയൽ കാലത്ത് ഇന്ത്യയിൽ ഉദയംകൊണ്ട ലിബറൽ ദേശീയതയും വർത്തമാനകാലത്തെ മതദേശീയതയും ദേശീയതയുടെ പുനരവതാരങ്ങളുടെ ഉദാഹരണങ്ങളാണ്. ഈ ആശയത്തെക്കുറിച്ചുള്ള വ്യക്തമായ ധാരണയിലൂടെ മാത്രമേ ഈ വ്യത്യസ്തതകൾ ബോദ്ധ്യപ്പെടാനാകൂ. മതനിരപേക്ഷ വാദികളും വർഗ്ഗീയവാദികളും ദേശീ

യതയ്ക്ക് തികച്ചും ഭിന്നമായ അർത്ഥങ്ങളാണ് കല്പിക്കുന്നത്. പൂർണ്ണമായും പരസ്പരവിരുദ്ധമായ ഈ പരിപ്രേക്ഷ്യങ്ങൾ ഒരിക്കലും ഒരു രേഖയിൽ കൂട്ടിമുട്ടില്ല.

എല്ലാ സാമൂഹിക ശാസ്ത്രജ്ഞരും അത് ചരിത്രകാരന്മാരോ സാമ്പത്തിക ശാസ്ത്രജ്ഞരോ നരവംശ ശാസ്ത്രജ്ഞരോ ആകട്ടെ അവരുടെ അന്വേഷണ മണ്ഡലത്തിലെ മാനദണ്ഡങ്ങൾക്ക് അനുസൃതമായി ദേശീയതയെ വ്യാഖ്യാനിച്ചിട്ടുണ്ട്. ഈ പഠനശാഖകളുടെ പരിപ്രേക്ഷ്യങ്ങൾ പലപ്പോഴും സമഗ്രമായ കാഴ്ചപ്പാട് ഉൾക്കൊള്ളുന്നില്ല. ദേശീയതയെ സാമ്പത്തികം, സാംസ്കാരികം, രാഷ്ട്രീയ ദേശീയത എന്ന നിലകളിൽ പകുക്കുന്നത് ഇന്ത്യൻ ചരിത്രരചനയിൽ സാധാരണ ഉപയോഗിക്കുന്ന ഒരു രീതിയാണ്. ഈ വിഭജനം പ്രയോജനപരമായ ഒരു വിശകലന ചട്ടക്കൂട് നല്കുമെങ്കിലും അത് ദേശീയതയുടെ സാകല്യ സ്വഭാവത്തെയും പരസ്പരാശ്രിതമായ സംയോജനങ്ങളെയും പ്രതിഫലിപ്പിക്കുന്നില്ല. ഒരു ആശയമെന്ന നിലയ്ക്ക് അതിന്റെ വ്യത്യസ്ത രീതികൾ പരസ്പരാശ്രിതവും പരസ്പരം സമ്പുഷ്ടമാക്കുന്നതുമാകയാൽ ദേശീയത വിഭജിക്കാൻ കഴിയാത്ത ഒന്നാണ്. ഈ പാരസ്പര്യമാണ് സമൂഹത്തിലെ വിരുദ്ധമായ ബോദ്ധ്യങ്ങളെ മറികടക്കാനും ഒരു സജാതീയ പ്രതിഭാസമായി അവതരിപ്പിക്കാനും ദേശീയതയ്ക്ക് സാധിക്കുന്നത്. ഉദാഹരണത്തിന്, ദേശീയതയുടെ വിഭാഗങ്ങളായ സാമ്പത്തിക ദേശീയതയ്ക്കും സാംസ്കാരിക ദേശീയതയ്ക്കും ചില പരിമിതികളും അതുപോലെ പോരായ്മകളുമുണ്ട്. കൊളോണിയൽ ദേശീയതയുടെ കേന്ദ്ര സാമ്പത്തിക ചൂഷണമാണെങ്കിലും അതിനെ കൊളോണിയൽ വിരുദ്ധ രാഷ്ട്രീയവുമായി ബന്ധിപ്പിക്കാതെ ഒരു ഭൗതിക ശക്തിയാക്കി മാറ്റാനാകില്ല. 1842 ൽ തന്നെ ബോംബെ മുനിസിപ്പാലിറ്റിയിലെ ചെറുകിട ഉദ്യോഗസ്ഥനായ ഭാസ്കർ പാണ്ഡുരംഗ് തർകാദ്കർ കൊളോണിയൽ ഭരണം ഇന്ത്യയുടെ സമ്പത്ത് ചോർത്തുന്നതിനെക്കുറിച്ച് ബോംബെ ഗസറ്റിൽ പത്രാധിപർക്ക് എഴുതിയ കത്തുകളിൽ പരാമർശിക്കുന്നുണ്ട്. കൊളോണിയലിസത്തിന്റെ രാഷ്ട്രീയവും സാമ്പത്തികവുമായ പ്രഭാവങ്ങളെക്കുറിച്ച് അദ്ദേഹത്തിന് തികച്ചും ബോദ്ധ്യമുണ്ടായിരുന്നെങ്കിലും അതിനെ കൊളോണിയൽ വിരുദ്ധ രാഷ്ട്രീയവുമായി കണ്ണിചേർക്കാൻ കഴിഞ്ഞില്ല. അതുകൊണ്ട് അദ്ദേഹത്തിന്റെ ആശയങ്ങൾക്ക് വർത്തമാനകാലത്തിൽ സ്വീകാര്യതയില്ലാതെപോയി. പക്ഷേ, ദാദാഭായ് നവറോജിയുടെ *പോവർട്ടി ആൻഡ് അൺ ബ്രിട്ടീഷ് റൂൾ ഇൻ ഇന്ത്യ*യുടെ സ്ഥിതി വ്യത്യസ്തമാണ്. നവറോജി സൂക്ഷ്മമായി നല്കിയ വിശദാംശങ്ങളെ ഇന്ത്യൻ ദേശീയവാദികൾക്ക് സമ്പത്തു ചോർച്ചയുമായി ബന്ധപ്പെടുത്താൻ കഴിഞ്ഞതോടെ അത് ഇന്ത്യൻ ദേശീയതയുടെ അടിസ്ഥാന ഗ്രന്ഥമായി മാറി.

സംസ്കാരവും ദേശീയതയും തമ്മിലുള്ള ബന്ധം അതിന്റെ രാഷ്ട്രീയ ബന്ധവുമായി കൂടി കെട്ടുപിണഞ്ഞതാണ്. ദേശീയത സംബന്ധിച്ച ബോദ്ധ്യം സ്ഥാപിക്കപ്പെട്ടതും പ്രചരിപ്പിക്കപ്പെട്ടതും സാംസ്കാരിക

സ്വത്വം എന്ന തട്ടകത്തിലായിരുന്നു. ഇന്ത്യയുടെ ചരിത്രത്തിന്റെ വികാസം വേരൂന്നിയത് സാംസ്കാരിക ബഹുത്വത്തിൽ ആണെന്നിരിക്കെ ഏകാത്മകത വ്യഞ്ജിപ്പിക്കുന്ന 'ദേശീയം' എന്ന ആശയം ഇന്ത്യയുടെ സാംസ്കാരിക യാഥാർത്ഥ്യവുമായി പൊരുത്തപ്പെടുന്നില്ല. ഇന്ത്യൻ ദേശീയത നിർമ്മിക്കേണ്ടത് അതുകൊണ്ടുതന്നെ ഏകാത്മകതയിലല്ല മറിച്ച് ബഹുത്വത്തിന്റെ ആഘോഷത്തിലാണ്.

ദേശീയത എന്ന ആശയം നിലനില്ക്കുന്നത് സാംസ്കാരികമായ ഏകത്വത്തിലല്ല, അതിന്റെ വൈവിദ്ധ്യത്തിലാണ്. മദ്ധ്യകാലം തൊട്ട് പുതിയ സമ്മിശ്ര സാംസ്കാരിക മേഖലകളുടെ രൂപീകരണത്തിലേക്ക് നയിച്ച ഇന്ത്യൻ രാജ്യഘടനയിലെ കേന്ദ്രത്തിൽനിന്നകന്നു പോകുന്നതും അല്ലാത്തതുമായ പ്രവണതകളിൽനിന്നാണ് ഈ വൈവിദ്ധ്യം രൂപംകൊണ്ടത്. പോസിറ്റീവ് ദേശീയത എന്ന നിലയ്ക്ക് സാംസ്കാരിക ദേശീയതയ്ക്ക് സർവ്വപ്രമുഖ സ്ഥാനം നല്കാനും സംസ്കാരത്തെ മതവുമായി ഏകീകരിക്കാനുമുള്ള സമീപകാലത്തെ ശ്രമങ്ങൾ സംസ്കാരത്തിന് മതത്തിന്റെ സ്വഭാവം അടിച്ചേല്പിക്കാൻ വേണ്ടിയാണ്. ഇന്ത്യൻ സംസ്കാരത്തിന്റെ ഉറവിടവും അതിന്റെ വളർച്ചയും ഏതെങ്കിലും ഒരു മതത്തിലാണ് വേരൂന്നിയിട്ടുള്ളതെന്ന വാദത്തിന് ചരിത്രപരമായ ഒരു യുക്തിയുമില്ല. ഹിന്ദു, ബുദ്ധ, ജൈന, ഇസ്ലാം, ക്രിസ്ത്യൻ മതങ്ങളുമായി ബന്ധപ്പെട്ട സാംസ്കാരികാചാരങ്ങളുടെ ഉല്പന്നമാണത്. ഇന്ത്യൻ ദേശീയതയ്ക്ക് ഏതെങ്കിലും മതത്തിന്റെ സ്വഭാവം കല്പിക്കുന്നത് വിവിധ സാംസ്കാരിക ധാരകളുടെ വിനിമയത്തിലൂടെ തുടർച്ചയായി നവചൈതന്യമാർജ്ജിക്കുകയും സദാ സചേതനത്വവും ചുറുചുറുക്കും നേടുകയും ചെയ്യുന്ന ഇന്ത്യൻ സംസ്കാരത്തിന്റെ ചരിത്രപരമായ വികാസത്തിന്റെ അന്തസത്തയ്ക്ക് വിരുദ്ധമാകും. സാംസ്കാരിക ദേശീയത യാഥാർത്ഥ്യമാകുന്നത് അതിന്റെ സാകല്യപൂർണ്ണത്തിലും സമഗ്രതയിലുമാണ്, അല്ലാതെ മതപരമായ വെളിപ്പെടലുകളിലല്ല. സാംസ്കാരിക ദേശീയതയെക്കുറിച്ചുള്ള വിഭാഗീയ ആശയം ഭിന്നിപ്പിന് ഇടവയ്ക്കുന്നതാണ്. അത് സാമൂഹികമായ സന്തുലിതത്വത്തെ അട്ടിമറിക്കാനേ സഹായിക്കൂ. ദേശീയമായ ധാരണ സൃഷ്ടിക്കുന്നതിൽ സംസ്കാരത്തിന്റെ പ്രാധാന്യത്തെക്കുറിച്ച് ശക്തമായി വാദിച്ച ആനന്ദ കെ കുമാരസ്വാമി പറഞ്ഞത്, 'ഇന്ത്യയിൽ ഒരു മഹത്തായ മുഗൾ സാമ്രാജ്യം ഭരിച്ചിരുന്നില്ലെന്നും താജ്മഹൽ പണിതിരുന്നില്ലെന്നോ പേർഷ്യൻ കലയോ സാഹിത്യമോ പൂർണ്ണമായും വൈദേശികമാണെന്നോ ചിന്തിക്കാൻപോലും സാദ്ധ്യമല്ല' എന്നാണ്. കുമാരസ്വാമി പറഞ്ഞതിൽനിന്ന് എത്രയോ ദൂരം ഇന്ത്യ സഞ്ചരിച്ചുകഴിഞ്ഞിരിക്കുന്നു. ഹിന്ദുത്വത്തിന്റെ കാർമ്മികത്വത്തിൽ ഔറംഗസേബും അക്ബറും മാത്രമല്ല, ഗാന്ധിയും നെഹ്റുവും വരെ ഇന്ത്യാ ചരിത്രത്തിൽനിന്ന് അപ്രത്യക്ഷരായിക്കഴിഞ്ഞിരിക്കുന്നു.

ഇന്ത്യൻ ദേശീയതയ്ക്ക് കൂടുതൽ മാറ്റങ്ങൾ സംഭവിക്കുന്നു. ചരിത്രത്തെ വർഗ്ഗീയമായി വ്യാഖ്യാനിച്ചു തുടങ്ങിയ വി ഡി സവർക്കറിൽ

തുടങ്ങി ഇന്നത്തെ ദേശീയതയുടെ പതാകവാഹകർ വരെയുള്ളവർ ചരിത്രത്തിലെ ഒരു ശാശ്വത സാന്നിദ്ധ്യമായി ദേശീയതയെ വാഴ്ത്തി അതിന്റെ ചരിത്രപരതയെ നിഷേധിക്കുന്നവരാണ്. ദേശീയത എന്നത് ഫ്യൂഡലിസത്തിന്റെ തകർച്ചയോടെയും മുതലാളിത്തത്തിന്റെ ഉദയത്തോടെയും വളർന്ന വർഗ്ഗങ്ങളുടെ പ്രത്യയശാസ്ത്രമാണെന്നതാണ് വാസ്തവം. ഉല്പാദന ഉപാധികളുടെ നിയന്ത്രണവും സ്റ്റേറ്റിന്റെ ഉപകരണങ്ങളിൽ അധീശത്വവുമുള്ള പുതിയ വർഗ്ഗങ്ങളുടെ താല്പര്യം സംരക്ഷിച്ചുകൊണ്ട് യൂറോപ്പിൽ പുതുതായി ഉദയംകൊണ്ട ദേശരാഷ്ട്രങ്ങളുടെ പ്രേരകശക്തിയായിരുന്നു ദേശീയത. നവോത്ഥാനവും ജ്ഞാനോദയവും ആ പുതിയ രാഷ്ട്രീയക്രമത്തിന് പ്രത്യയശാസ്ത്രപരമായ പ്രചോദനമേകിയതോടെ ഫ്യൂഡൽ ക്രമത്തെ അപേക്ഷിച്ച് ദേശരാഷ്ട്രങ്ങൾ പുരോഗമനപരമായ രാഷ്ട്രീയക്രമത്തെ പ്രതിനിധാനം ചെയ്തു. ചരിത്രപരമായി നിർവ്വചിക്കപ്പെട്ട ഭൂവിഭാഗത്തിലെ പൊതുഭാഷയും സംസ്കാരവും ദേശരാഷ്ട്രത്തിന്റെ കമ്പോളങ്ങളായി. ഈ രാഷ്ട്രീയ പ്രക്രിയയുടെ ഫലമായിരുന്നു പതിനെട്ട്, പത്തൊമ്പത് നൂറ്റാണ്ടുകളിലെ ദേശരാഷ്ട്രങ്ങളുടെ രൂപീകരണം. പക്ഷേ, രാജാധികാരത്തിന് കീഴിൽ ബഹുരാഷ്ട്ര സ്റ്റേറ്റുകൾ തുടർന്നു. വളരുന്ന രാഷ്ട്രീയ സാമ്പത്തിക അന്തരീക്ഷത്തിൽ ബഹുരാഷ്ട്ര സ്റ്റേറ്റുകൾ കാലദേശാനുക്രമമല്ലാത്തതിനാൽ എളുപ്പത്തിൽ ചരിത്രത്തിന്റെ ചവറ്റുകുട്ടയിലേക്ക് വലിച്ചെറിയപ്പെടുകയും ചെയ്തു. സ്വയം നിർണ്ണയാധികാരം എന്ന ആശയത്താൽ പ്രചോദിതമായ ജനാധിപത്യ അവകാശങ്ങൾ ഈ സ്റ്റേറ്റുകൾക്കെതിരെയുള്ള പ്രസ്ഥാനങ്ങൾക്ക് പ്രേരണയാകുകയും അത് ദേശരാഷ്ട്രങ്ങളുടെ രൂപീകരണത്തിലേക്ക് നയിക്കുകയും ചെയ്തു. ഇരുപതാം നൂറ്റാണ്ടിൽ യൂറോപ്പിലെ പല ബഹുരാഷ്ട്ര സ്റ്റേറ്റുകളും ദേശരാഷ്ട്രങ്ങളായി വിഘടിച്ചു. ഈ എല്ലാ സംഭവങ്ങളിലും സാംസ്കാരിക സ്വത്വം ഒരു നിർണ്ണായക ഘടകമായി.

മുതലാളിത്തത്തിന്റെ വളർച്ചയിൽ കുരുങ്ങിയ ചരിത്ര പ്രക്രിയയുടെ ഭാഗമായി വികസിച്ച ദേശീയത ആധുനികതയുടെ മുന്നോടിയായിരുന്നു. മാനവികത, യുക്തിബോധം, നവോത്ഥാനത്തിന്റെ സാർവ്വലൗകികത തുടങ്ങിയവയ്ക്ക് പ്രചോദനമേകിയത് ദേശീയതയുടെ ലോകവീക്ഷണമായിരുന്നു. പാരമ്പര്യത്തിൽ ഊന്നിയ, ആധുനികതയുടെ മുന്നോടിയുമായ കലാപരവും സാഹിത്യപരവുമായ സർഗ്ഗാത്മകതയുടെ യുഗമായിരുന്നു അത്. വിമോചനപരവും ആകൃഷ്ടവുമായ സവിശേഷതകൾ അതിനുണ്ടായിരുന്നു. അതിനാൽ ദേശീയ ഭൂതകാലത്തിന്റെ തുടർച്ച, അത് ഭൂതകാലത്തെ പുനരാവിഷ്കരിക്കുന്ന ഒരു മുറിഞ്ഞുപോകലാണ്. മറ്റൊരർത്ഥത്തിൽ അതിനു മുമ്പത്തെ രാഷ്ട്രീയാഭിമുഖ്യങ്ങളിൽ വ്യത്യസ്തമായ ഒരു ആധുനിക പ്രതിഭാസമാണ്. ആദിവാസി ദേശീയതയുടെ സാംസ്കാരിക–ധൈഷണിക പൈതൃകവുമായി നാഭീനാളബന്ധം ദേശീയതയ്ക്കുണ്ട്.

ദേശീയത സംബന്ധിച്ച വിപുലമായ രചനകളിൽ പല പണ്ഡിതരെയും ആകർഷിക്കുന്ന ഘടകമാണ് ദേശവും ദേശീയതയും തമ്മിലുള്ള ബന്ധം. ദേശീയതയെക്കുറിച്ചുള്ള പഠനങ്ങളിൽ സുപ്രധാന ഭാവന നല്കിയ ഏണസ്റ്റ് ഗെൽനർ ഇങ്ങനെ നിരീക്ഷിക്കുന്നു:

"ദേശീയതയിലാണ് ദേശത്തിന്റെ ഉത്ഭവം. തീർച്ചയായും പൂർവ്വസ്ഥിതവും ചരിത്രപരമായി പരമ്പരയിൽ ലഭിച്ച സംസ്കാരങ്ങളോ സംസ്കാര സമ്പത്തിനെയോ ആണ് ദേശീയത വളരെ തെരഞ്ഞെടുത്ത് ഉപയോഗിക്കുന്നതും പലപ്പോഴും അങ്ങനെ മൗലികമായി പരിവർത്തിപ്പിക്കുന്നതും. മൃത ഭാഷകൾ പുനരുജ്ജീവിപ്പിക്കപ്പെടാം, പാരമ്പര്യങ്ങൾ കണ്ടുപിടിക്കപ്പെടാം, തികച്ചും അവാസ്തവവും പുരാതനവുമായി പരിശുദ്ധികൾ പുനഃസ്ഥാപിക്കപ്പെടാം. പക്ഷേ, ദേശീയതയുടെ ഔത്സുക്യങ്ങളുടെ സർഗ്ഗാത്മകവും ഭാവനാപരവുമായ ഘടകങ്ങൾ തെറ്റായ അനുമാനത്തിലേക്ക് നയിക്കപ്പെടേണ്ടതല്ല. ദേശീയത ഒരു ആകസ്മികവും കൃത്രിമവുമായ പ്രത്യയശാസ്ത്ര കണ്ടെത്തലാണ്."

ദേശീയതയുടെ ആധുനികതയെക്കുറിച്ചുള്ള ഗെൽനറുടെ വാദം ഇന്ത്യൻ രാഷ്ട്രീയ അനുഭവങ്ങളുടെ യാഥാർത്ഥ്യങ്ങളുമായി പൊരുത്തപ്പെടുന്നതാണ്. ഇന്ത്യൻ ദേശീയതയുടെ പഴക്കത്തെക്കുറിച്ച് നിരവധി കാഴ്ചപ്പാടുകൾ നിലവിലുണ്ട്. അതിൽ ചിലത് ഹിന്ദുമതപരമായ ദേശീയതയുടെ പൂർവ്വികത സ്ഥാപിച്ചെടുക്കാനുള്ള തിടുക്കപ്പെടലുകളിൽ നിന്നുള്ള പ്രയാസങ്ങളാണ്. ഇന്ത്യൻ ദേശീയതയെന്നത് വേദകാലം മുതൽ നിലനില്ക്കുന്നതാണെന്നുള്ള 'രാജ്യസ്നേഹ' ആശയം പ്രചരിപ്പിക്കപ്പെടുന്നു. ഈ ഉപഭൂഖണ്ഡത്തിലെ മുഴുവൻ പ്രദേശങ്ങളെയും വലയം ചെയ്യുന്ന പുരാതനമായ ഹിന്ദു സാമ്രാജ്യം ആണ് ഇവിടുണ്ടായിരുന്നത് എന്നതാണ് ഈ വാദത്തിന്റെ അടിസ്ഥാനം. ഇതാണ് അയഥാർത്ഥമായ വിശ്വാസങ്ങളിലൊന്ന്. എന്നാൽ അത് ചരിത്രപരമായ വസ്തുതയുമല്ല. ഗംഗാസമതല പ്രദേശങ്ങളിൽ ഒതുങ്ങിയതാണ് ഭാരതം എന്നാണ് ആദ്യകാല സങ്കല്പങ്ങൾ. ഇത് വിന്ധ്യന് അപ്പുറത്തേക്ക് മറികടക്കുന്നത് പിന്നീടാണ്.

അശോകന്റെ ശാസനങ്ങളിലെ കേരളപുത്രനെക്കുറിച്ചുള്ള പരാമർശം തെക്കുമായുള്ള ബന്ധത്തിന്റെ ആദ്യകാല തെളിവാണ്. ഈ പരാമർശം ബുദ്ധമത പ്രചാരണവുമായി ബന്ധപ്പെട്ടതു മാത്രമാണ്. എന്നാൽ മൗര്യ സാമ്രാജ്യത്തിന്റെ വ്യാപ്തിയുമായി ബന്ധപ്പെട്ടതല്ല താനും. യഥാർത്ഥത്തിൽ ഈ ഉപഭൂഖണ്ഡത്തിലെ വലിയ സാമ്രാജ്യങ്ങളായിരുന്ന മൗര്യ, ഖിൽജി, മുഗൾ എന്നിവ മുഴുവൻ പ്രദേശങ്ങളെയും ഉൾക്കൊണ്ടിരുന്നില്ല. ബ്രിട്ടീഷുകാരാണ് ഈ ഉപഭൂഖണ്ഡത്തിലെ മുഴുവൻ പ്രദേശങ്ങളിലും പരമാധികാരം സ്ഥാപിച്ചത്. അത് അവർ കുതന്ത്രത്തിലൂടെയായിരുന്നു സാദ്ധ്യമാക്കിയിരുന്നത്.

രാഷ്ട്രത്തെ തിരിച്ചറിയുമ്പോൾ അതിന്റെ ഭൂതകാലത്തെ രാഷ്ട്രീയ നിർമ്മാണവും അധികാര മണ്ഡലത്തിന്റെയും രാഷ്ട്രത്തിന്റെ അടിസ്ഥാ

നപരമായ വ്യത്യാസങ്ങളും പരിശോധിക്കേണ്ടതുണ്ട്. ഭൂതകാലത്ത് ഇന്ത്യയിൽ ധാരാളം രാജഭരണങ്ങളും സാമ്രാജ്യങ്ങളും ഉണ്ടായിരുന്നു. രാജഭക്തിയിൽ അധിഷ്ഠിതമായ രാജ്യസ്നേഹം ഉണ്ടാക്കാൻ ആ കാലത്ത് ഭരണാധികാരികൾ ജനതയെ നിർബ്ബന്ധപൂർവ്വം പഠിപ്പിച്ചിരുന്നു. എന്നാൽ ആ സാമ്രാജ്യങ്ങളൊന്നും രാഷ്ട്രലക്ഷണങ്ങൾ കാണിച്ചിരുന്നില്ല. അവിടെ ജനത പ്രജ മാത്രമായിരുന്നു, ജനാധിപത്യ അവകാശങ്ങളും പൗരസ്വാതന്ത്ര്യവുമുള്ള പൗരന്മാർ ആയിരുന്നില്ല. ദേശീയതയുടെ ഉദയത്തോടെയാണ് പ്രജകൾ പൗരാവകാശങ്ങളെക്കുറിച്ചും കടമകളെക്കുറിച്ചും ബോധവാന്മാരായത്. അതിന് മുൻപ് സ്വത്വം എന്നത് പ്രദേശ–മേഖലാ കേന്ദ്രിതമായിരുന്നു. ദേശീയത ജനങ്ങളുടെ ബോധതലത്തിൽ ഗുണപരമായ മാറ്റമുണ്ടാക്കുകയും കാഴ്ചപ്പാട് കൂടുതൽ വിപുലമാക്കുകയും ചെയ്തു. സ്വാതന്ത്ര്യസമര ചരിത്രത്തെക്കുറിച്ച് സുരേന്ദ്രനാഥ് ബാനർജി രചിച്ച പുസ്തകത്തിന് *എ നാഷൻ ഇൻ ദ മെയ്ക്കിങ്* എന്ന പേരാണ് നല്കിയത്. ഇത് തികച്ചും പ്രബോധനപരമാണ്. നാഷൻ ഇൻ ദ മെയ്ക്കിങ് എന്ന ആശയം അപകോളനീകരണം എന്ന പ്രക്രിയയുമായി ബന്ധപ്പെട്ടതാണ്. അല്ലാതെ പുനർകോളനീകരണത്തിന്റെ അപകടം സൃഷ്ടിക്കുന്ന ഇപ്പോഴത്തെ 'മേക് ഇൻ ഇന്ത്യ' എന്ന മുദ്രാവാക്യം പോലെയല്ല. ഇന്ത്യൻ ദേശീയത ഒരു തിരിച്ചുപോക്കിലാണ് എന്നതിന്റെ സൂചനയാണ് ഈ പ്രയോഗങ്ങൾ നല്കുന്നത്.

(2016)

ദേശീയതയും വിമർശകരും

ഇന്ത്യൻ ദേശീയതയെ അതിന്റെ വിമർശകരിൽനിന്നും രക്ഷിക്കുന്നതിനായി ഭരണകൂടവും അതിന്റെ പിന്നിലുള്ള ആർ എസ് എസും കൂട്ടാളികളും തികച്ചും നിരാശാജനകമായ പരിശ്രമങ്ങളിൽ ഏർപ്പെട്ടിരിക്കുകയാണ്. ഭൂതകാലത്തിൽ അഭിരമിക്കുന്ന എല്ലാ അധികാര പ്രമത്തഭരണകൂടങ്ങളെയും പോലെ അവർ ദേശീയവിരുദ്ധമെന്ന് വ്യാഖ്യാനിക്കാവുന്ന വാക്കുകൾക്കും പ്രവൃത്തികൾക്കുമായി അന്വേഷിച്ച് നടക്കുകയാണ്. ഇങ്ങനെ ചെയ്യുന്നതിലൂടെ അവർ ഭരണകൂടത്തെ രാഷ്ട്രമായും രാജ്യസ്നേഹത്തെ ദേശീയതയായും നിർവ്വചിക്കുന്നു. കൂടുതൽ പ്രതിഷേധകരമായത് അവർ ഭരണകൂടത്തെ ഗവൺമെന്റ് ആയി കരുതുന്നതാണ്. നിലവിലുള്ള ഭരണവ്യവസ്ഥക്കെതിരെ ഉയരുന്ന ഏതു ശബ്ദത്തെയും രാജ്യദ്രോഹമായി കരുതുന്ന അവസ്ഥയിലേക്ക് ഇത് ഭരണവർഗ്ഗത്തെ കൊണ്ടു ചെന്നെത്തിച്ചിരിക്കുന്നു. ഈ പരിതാപകരമായ പ്രവണത കൂടുതൽ വ്യക്തതയാവശ്യപ്പെടുന്നു. ദേശീയത രൂപീകൃതമായതെങ്ങനെയെന്നും ദേശീയവാദിയുടെ ലക്ഷണങ്ങളെന്താണെന്നും വ്യക്തമാക്കേണ്ടതുണ്ട്. നേരെ മറിച്ച് ദേശീയവിരുദ്ധ വികാരത്തിന്റെ പരിധികളെന്താണെന്നും തിരിച്ചറിയേണ്ടിയിരിക്കുന്നു.

രാജ്യത്തിലെ സ്വതന്ത്രവും മതനിരപേക്ഷവുമായ എല്ലാ സ്ഥാപനങ്ങളും ദേശീയവിരുദ്ധരെക്കൊണ്ട് നിറഞ്ഞിരിക്കുന്നുവെന്നാണ് ഭരണാധികാരികൾ വിശ്വസിക്കുന്നത്. ആർ എസ് എസിന്റെ പ്രത്യയശാസ്ത്രം രൂപപ്പെടുമ്പോൾ അതിലെ ദേശീയ വിരുദ്ധർ കമ്യൂണിസ്റ്റുകാരും മുസ്ലീങ്ങളും മാത്രമായി പരിമിതപ്പെട്ടിരുന്നു. ഇപ്പോൾ വല കൂടുതൽ വിസ്തൃതമാക്കിയിരിക്കുന്നു. വിദ്യാർത്ഥികളെ, പ്രത്യേകിച്ച് ദളിതരും ഇടതുപക്ഷക്കാരുമായ വിദ്യാർത്ഥികളെ ആ ലിസ്റ്റിലേക്ക് പിന്നീട് കൂട്ടിച്ചേർത്തു.

അതിന്റെ കാരണം അവർ ഇന്ത്യൻ ഭരണകൂടം പിന്തുടരുന്ന പീഡനങ്ങൾക്കും അനീതികൾക്കുമെതിരെ അസ്വസ്ഥതയുളവാക്കുന്ന ചോദ്യങ്ങളുയർത്തിയെന്നതാണ്. ഇതു സംഘപരിവാറിന്റെ മതസ്പർദ്ധയ്ക്കും ജാതിവിവേചനത്തിനും ശക്തികൂട്ടി.

കോളനി ഭരണ കാലഘട്ടം മുതല്ക്കേ കലാലയ വളപ്പുകൾക്ക് ഭിന്നാഭിപ്രായങ്ങളുടെയും എതിർപ്പുകളുടെയും സുദീർഘമായൊരു പാരമ്പര്യമുണ്ട്. വിവിധങ്ങളായ മൗലികാശയങ്ങളാൽ ഉപരോധിക്കപ്പെട്ട് ഭരണകൂടത്തെ ചോദ്യം ചെയ്യുവാനുള്ള മനോഭാവം പല ക്യാമ്പസുകളിലും ശക്തമായിരുന്നു. ദളിതർക്കെതിരെയുള്ള വിവേചനങ്ങൾ, വ്യത്യസ്തരായ ജനതകളുടെ രാഷ്ട്രീയ അവകാശങ്ങൾ, വധശിക്ഷ, വിശപ്പിൽനിന്നുള്ള മോചനം ഇവയൊക്കെ അവർ പ്രശ്നങ്ങളായുയർത്തുന്നു. ഇതൊന്നും പുതിയ വിഷയങ്ങളല്ല. ഭരണവർഗ്ഗം പൊതുവെ സ്വീകാര്യമായൊരു നിലപാട് എടുത്തേക്കുമെന്ന് പ്രതീക്ഷിച്ച് രാഷ്ട്രം ഈ പ്രശ്നങ്ങളുമായി ഇത്രയും നാൾ വളരെ ക്ഷമയോടെ ജീവിച്ചു. ജനങ്ങൾ അങ്ങേയറ്റം ക്ഷമയുള്ളവരായിരുന്നു. പക്ഷേ, ശുഭകരമായതൊന്നും സംഭവിച്ചില്ല. എപ്പോഴൊക്കെ ജനത പ്രക്ഷുബ്ധമായോ അപ്പോഴെല്ലാം ഭരണകൂടം അതിനെ പട്ടാളത്തെ ഉപയോഗിച്ച് അമർച്ച ചെയ്തു, വടക്കുകിഴക്കൻ ഇന്ത്യയിലും കാശ്മീരിലും സംഭവിച്ചതുപോലെ. മുൻപൊരിക്കലുമുണ്ടായിട്ടില്ലാത്ത രീതിയിൽ ജനങ്ങൾ നിരാശരായിരുന്നു. യൂണിവേഴ്സിറ്റികൾ ഈ നിരാശയെ പ്രതിഫലിപ്പിക്കുന്നു. കർഷകർ തങ്ങളുടെ ആത്മഹത്യയിലൂടെയാണിതിനോട് പ്രതികരിച്ചത്. ഇപ്പോൾ വിദ്യാർത്ഥികളും ഈ പാത തെരഞ്ഞെടുക്കാൻ നിർബ്ബന്ധിതരായിരിക്കുന്നു. രോഹിത് വെമുലയുടെ കാര്യത്തിൽ സംഭവിച്ചതിതാണ്. പക്ഷേ, ചെറുപ്പക്കാർ അത്രയെളുപ്പത്തിൽ കീഴടങ്ങുന്നവരല്ല. അവർ പ്രതിഷേധമുയർത്തുന്നു.

ലിബറൽ ജനാധിപത്യത്തിൻകീഴിൽ അനുവദനീയമായ പരിധികൾക്കുള്ളിൽ നിന്നായിരുന്നു വളരെ കാലത്തേക്ക് ഈ പ്രതിഷേധം. പക്ഷേ, പാവങ്ങളുടെയും പാർശ്വവല്ക്കരിക്കപ്പെടുന്നവരുടെയും അവസ്ഥകളോടുള്ള ഭരണവർഗ്ഗത്തിന്റെ നിർവ്വികാരത ഇന്ത്യയുടെ വിവിധ ഭാഗങ്ങളിൽ അക്രമോത്സുക പ്രതിഷേധങ്ങൾക്കിടയാക്കി. രാജ്യമെമ്പാടും ദളിതർക്കും ആദിവാസികൾക്കും കൃഷിക്കാർക്കും വിദ്യാർത്ഥികൾക്കുമിടയിൽ സ്വയമേവ പ്രതിഷേധ പ്രസ്ഥാനങ്ങളുയർന്നു. ജവഹർലാൽ നെഹ്റു യൂണിവേഴ്സിറ്റിയും ഹൈദരാബാദ് സെൻട്രൽ യൂണിവേഴ്സിറ്റിയും പോലെ ഇന്ത്യയിലെല്ലായിടത്തുനിന്നും വിദ്യാർത്ഥികളെത്തുന്ന യൂണിവേഴ്സിറ്റികളിൽ പൊതുവായ അസംതൃപ്തിയും നിരാശാബോധവും പ്രതിഫലിച്ചു. മൊത്തത്തിൽ, പുറത്താക്കലുകളും മറ്റു കഠിനമായ നടപടികളുമെടുത്ത്, അധികാരികൾ ഈ പ്രതിഷേധങ്ങളെ നേരിടാനുറച്ചപ്പോൾ തന്നെ യൂണിവേഴ്സിറ്റി ക്യാമ്പസുകളിൽ അഗ്നി പടരാനാരംഭിച്ചു.

ഔദ്യോഗിക പ്രതികരണങ്ങൾ മൂലമുണ്ടായ നിർഭാഗ്യകരമായ ഈ

അവസ്ഥ വിയോജിപ്പുള്ളവരെയെല്ലാം ഭീഷണിപ്പെടുത്തുന്നതിലേക്കെത്തി. അവരെ ദേശീയ വിരുദ്ധരെന്നും ഭീകരരെന്നും ഭരണകൂടം മുദ്രകുത്തി. അവരുടെമേൽ രാജ്യദ്രോഹക്കുറ്റം ചുമത്തപ്പെട്ടു. സാമ്രാജ്യത്വ ഭരണത്തിന്റെ അധീനതയിൽനിന്നും സുദീർഘമായ വിമോചനപ്പോരാട്ടങ്ങളാൽ സ്വതന്ത്രമായ ഇന്ത്യയിൽ, 67 വർഷത്തിനുശേഷവും എന്താണ് ദേശീയതയെന്ന് ഇന്ത്യൻ ബുദ്ധിജീവികൾ ചർച്ച ചെയ്യേണ്ടിവന്നിരിക്കുന്നു. ഹിന്ദു വർഗ്ഗീയവാദികൾ ദേശീയത എന്ന സങ്കല്പത്തിനെ അപഹരിക്കുകയും കാവിവല്ക്കരിക്കുകയും ചെയ്തതിന്റെ ഫലമായിട്ടാണീ സ്ഥിതി സംജാതമായത്.

ദേശീയത - സങ്കല്പവും പ്രയോഗവും

ഇന്ന് ദേശീയതയെന്ന സങ്കല്പനത്തെക്കുറിച്ചും പ്രയോഗത്തെക്കുറിച്ചും വിവിധ ചോദ്യങ്ങളുയരുന്നു. രാഷ്ട്രീയ ചിന്തകന്മാരിലും പ്രവർത്തകരിലും ഒരുപോലെ വളരെയധികം താല്പര്യമുണർത്തിയ വിഷയമാണിത്. മാർക്സിസ്റ്റ് ചിന്തകന്മാർ ഈ പ്രതിഭാസത്തിന്റെ ചരിത്രപരമായ സത്യസ്ഥിതിയെക്കുറിച്ച് പരാമർശിച്ചിട്ടുണ്ട്. ദേശങ്ങളും ദേശീയവാദവും രൂപം കൊള്ളുന്ന രാഷ്ട്രീയവും സാമ്പത്തികവുമായ സന്ദർഭങ്ങൾ അവർ ചൂണ്ടിക്കാണിച്ചിരിക്കുന്നു. നാടുവാഴിത്തത്തിന്റെ തകർച്ചയോടെ ഉദയം കൊണ്ട ആശയസംഹിതയായി മാർക്സ് ഇതിന് സൈദ്ധാന്തിക വ്യാഖ്യാനം നല്കിയിട്ടുണ്ട്. പുതുതായി ഉയർന്നുവന്ന ദേശരാഷ്ട്രങ്ങളെയും പുതിയ വർഗ്ഗങ്ങളെയും തമ്മിലും, പ്രത്യേകിച്ച് ബൂർഷ്വാസിയെയും പരസ്പരം ബന്ധിപ്പിച്ച ശക്തിയായിരുന്നു ഇത്. അവ നവോത്ഥാന ജ്ഞാനോദയ പ്രസ്ഥാനങ്ങളിൽനിന്ന് പ്രചോദനമുൾക്കൊണ്ടു. നാടുവാഴിത്ത ക്രമവുമായി തുലനം ചെയ്യുമ്പോൾ അത് പുരോഗമന രാഷ്ട്രീയ പ്രസ്ഥാനത്തെ പ്രതിനിധാനം ചെയ്തു. ചരിത്രപരമായി നിർവ്വചിക്കപ്പെട്ട ഭൂപ്രദേശങ്ങളിൽ പൊതുവായ ഭാഷയും സംസ്കാരവും രാഷ്ട്രത്തെ അടയാളപ്പെടുത്തി. ഇപ്രകാരം ഉയർന്നുവന്ന ദേശീയതയാണ് യൂറോപ്പിൽ രാഷ്ട്ര സങ്കല്പങ്ങളുടെ പ്രത്യയശാസ്ത്രമായതും അവയെ യുക്തിക്കനുസൃതമായി സുസ്ഥിരമാക്കിയതും. ഇത്തരം രാഷ്ട്രീയ പ്രക്രിയയുടെ ഫലമായിട്ടായിരുന്നു ജർമ്മനിയും ഇറ്റലിയും പോലെയുള്ള ആധുനിക രാഷ്ട്രങ്ങൾ രൂപം കൊണ്ടത്. പക്ഷേ, ചില രാഷ്ട്രങ്ങൾ വിഭിന്ന ദേശീയതകളുള്ള യൂണിയനുകളായി നിലനിന്നു. ബഹുദേശീയ ഭരണകൂടങ്ങൾക്കെതിരെയുള്ള പ്രസ്ഥാനങ്ങളെ പ്രചോദിപ്പിച്ചിരുന്നത് ദേശീയ ജനവിഭാഗങ്ങളുടെ ജനാധിപത്യ അവകാശമായ സ്വയം നിർണ്ണയാവകാശത്തോടുള്ള ദാഹമായിരുന്നു. ദേശീയതകളുടെ രാഷ്ട്രസങ്കല്പത്തെക്കുറിച്ചുള്ള ഈ അഭിനിവേശം ബഹുദേശീയ ഭരണകൂടങ്ങളുടെ ശിഥിലീകരണത്തിലേക്ക് നയിച്ചു. ഇരുപതാം നൂറ്റാണ്ടിന്റെ കാലയളവിൽ യൂറോപ്പിലെ നിരവധി ബഹുദേശീയ രാഷ്ട്രങ്ങളും, ദേശീയ രാഷ്ട്രങ്ങളായി തുണ്ടുകളാക്കപ്പെട്ടു.

ഈ രീതിയിലുള്ള ദേശീയവാദം അതിന്റെ വീക്ഷണഗതിയിൽ പുരോഗമനപരമായിരുന്നു. നവോത്ഥാന മാനവികതയാലും യുക്തിചിന്തകളാലും സാർവ്വലൗകികതയാലും അത് പ്രചോദിതമായി. അത് സ്വയം സംഭാവനകൾ നല്കി ഈ വാദത്തെ പുഷ്ടിപ്പെടുത്തി. കലാപരവും സാഹിത്യപരവുമായ സൃഷ്ടികളുടെ കാലഘട്ടമായിരുന്നു അത്. പാരമ്പര്യത്തെ നിഷേധിക്കാതെതന്നെ അത് ആധുനികതയുമായി രഞ്ജിപ്പുണ്ടാക്കി. മുക്തിദായകവും ഉൽകൃഷ്ടവുമായ ഉണർവ്വ് സമ്മാനിച്ചു. അത് ഭൂതകാലത്തിന്റെ വെറും തുടർച്ചയായിരുന്നില്ല. അതിന്റെ ഭഞ്ജനവും പുനരാവിഷ്കാരവുമായിരുന്നു. പ്രത്യേകമായ ചരിത്ര സാഹചര്യങ്ങളുടെ ഉല്പന്നമായ ആധുനിക പ്രതിഭാസമാണ് ദേശീയതയെന്നതാണ് അടിസ്ഥാന വസ്തുത. ഏണസ്റ്റ് ഗെൽനർ നിരീക്ഷിച്ചിരിക്കുന്നതുപോലെ ദേശം ദേശീയനയം ഉണ്ടാക്കുകയല്ല, മറിച്ച് ദേശീയത, ദേശത്തെ സൃഷ്ടിക്കുകയാണ് ചെയ്തത്.

ആക്രമണോത്സുകമായ ദേശീയവാദം

ധനമൂലധനത്തിന്റെ താല്പര്യങ്ങളും പ്രവർത്തനവും കാരണം ദേശീയവാദം അക്രമസ്വഭാവമാർജ്ജിച്ചു. അത് മർദ്ദക സമ്പ്രദായങ്ങളുയരാൻ കാരണമായി. വാണിജ്യ മൂലധനം അജ്ഞാത സമുദ്രങ്ങളിലൂടെ നടത്തിയ സാഹസികയാത്രകൾ തുടക്കത്തിൽ മിതമായ ലാഭങ്ങൾക്ക് വേണ്ടിയായിരുന്നു. പിന്നീടത് ഭൂവിഭാഗങ്ങളെ ആക്രമിക്കുന്നതിലേക്കും സാമ്രാജ്യ രൂപീകരണത്തിലേക്കും നയിച്ചു. കീഴടക്കപ്പെട്ട ഭൂവിഭാഗങ്ങളിലെ ജനതയെ അടിച്ചമർത്തിക്കൊണ്ട് സാമ്രാജ്യങ്ങൾ തടിച്ചുകൊഴുത്തു. ആക്രമണകാരികൾ തങ്ങളുടെ രാഷ്ട്രത്തിന്റെ അധികാരിക്കുവേണ്ടിയാണ് ഭൂവിഭാഗങ്ങൾ കൈക്കലാക്കിയത്. വാസ്കോ-ഡ-ഗാമയാകട്ടെ, ആർതർ വെല്ലസ്ലിയാകട്ടെ, അവരൊരിക്കലും തങ്ങൾക്ക് സ്വന്തമായി ഒരു രാജ്യമുണ്ടാക്കണമെന്ന് സ്വപ്നം കണ്ടിട്ടേയില്ല. അവർ തങ്ങളുടെ രാജ്യത്തിനുവേണ്ടി ഭൂപ്രദേശങ്ങൾ വെട്ടിപ്പിടിച്ചെടുത്തു. ഒരു പ്രാചീന ദേശീയത നേരത്തെ തന്നെ ഉണ്ടായിരുന്നു. യഥാർത്ഥത്തിൽ കൊളോണിയലിസം എന്നത് സ്വാർത്ഥത നിറഞ്ഞ ദേശീയവാദമാണ്.

ദേശീയവാദത്തിന്റെ രണ്ടാമത്തേതും കൂടുതൽ വൃത്തികെട്ടതും ആക്രമണോത്സുകവുമായ മുഖത്തെയാണ് ഫാസിസം അനാവരണം ചെയ്തത്. അത് യൂറോപ്പിനെ, വാസ്തവത്തിൽ ലോകത്തെ തന്നെ അതിന്റെ മൃഗീയതകൊണ്ടും അക്രമവാസനകൾകൊണ്ടും ഭയപ്പെടുത്തി. ദശലക്ഷക്കണക്കിന് ജനങ്ങൾ വംശീയശുദ്ധിയിൽ വിശ്വസിക്കുകയും അതിനെ ന്യായീകരിക്കുകയും ചെയ്തു. ദേശീയബോധത്തിന്റെ ആശയപരമായ ശക്തിയളക്കുവാനുള്ള അളവുകോലായി ഇതുമാറി. ഒരു മതത്തെ ഗാഢമായി സ്നേഹിക്കുന്നതുപോലെ പിതൃരാജ്യത്തോട് സ്നേഹം വളർത്തുന്ന രീതിയിലേക്കതുയർന്നു. അവർ വംശീയമായ വെറുപ്പിന്റെ വക്കാലത്തു പിടിച്ചു. സ്വേച്ഛാധിപത്യഭരണത്തിന്റെ പ്രശംസകരായി

വിവേചനരഹിതമായി അക്രമങ്ങൾ ചെയ്യാൻ മടിയില്ലാത്തവരായി. എല്ലാ മനുഷ്യാവകാശങ്ങളും ലംഘിക്കപ്പെട്ടു. ദശലക്ഷക്കണക്കിനാളുകൾ തടങ്കൽപ്പാളയങ്ങളിലേക്കാനയിക്കപ്പെട്ടു. അവരിലേറെയും നിഷ്ഠുരമായി കൊല്ലപ്പെട്ടു. ഇതിന് മുൻപൊരിക്കലും ആക്രമണോത്സുകമായ ദേശീയത ഇത്രയും നിർദ്ദയമായി ബാധകളുടെ കെട്ടഴിച്ചു വിട്ടിട്ടില്ല.

ഇന്ത്യൻ ദേശീയത

ഇന്ത്യയിൽ ദേശീയതയുടെ ഉദയവും വളർച്ചയും വ്യത്യസ്തമായൊരു ഗതിയിലായിരുന്നു. സാമ്രാജ്യത്വവിരുദ്ധ പ്രക്ഷോഭത്തിന്റെ ഭാഗമായിട്ടായിരുന്നു ഇന്ത്യൻ ദേശീയത വികസിച്ചത്. പക്ഷേ, അതൊരിക്കലും ഒരു രാഷ്ട്രീയമുന്നേറ്റം മാത്രമായിരുന്നില്ല. സാമ്രാജ്യത്വത്തിനും ഇന്ത്യൻ ജനതയ്ക്കുമിടയിലുണ്ടായിരുന്ന വർദ്ധിച്ച വൈരുദ്ധ്യങ്ങളുടെ ഉല്പന്നമായിരുന്നു അത്. വാസ്തവത്തിൽ ദേശീയവാദ സങ്കല്പം ഒരു ആന്തരിക പ്രതിഭാസമാണ്. അത് വിവിധങ്ങളായ മാനുഷികപ്രേരണകളെ കൂട്ടിയിണക്കി. സാംസ്കാരിക പ്രതിരോധം, വ്യക്തിത്വം വീണ്ടെടുക്കൽ, സാമ്പത്തിക സ്വാതന്ത്ര്യം ഇതിനെല്ലാമുപരിയായി രാഷ്ട്രീയ വിമോചനമെല്ലാം ഇതിലുൾപ്പെടുന്നു. ദേശീയ ബൂർഷ്വാസി മുഖ്യപങ്കു വഹിച്ച ഒരു ജനകീയ സമരമായിരുന്നു അത്. ഈ പ്രസ്ഥാനത്തിന്റെ വികാസഗതിയിൽ, സമൂഹത്തിലെ വിവിധ വിഭാഗങ്ങൾ, കൃഷിക്കാർ, തൊഴിലാളികൾ, ബുദ്ധിജീവികൾ ഇവരെല്ലാമാകർഷിക്കപ്പെട്ടു. അങ്ങനെ ഇതിന് ദേശീയ സ്വഭാവമാർജ്ജിച്ചു. എന്നാൽ വിവിധ വിഭാഗങ്ങളിലുള്ള ജനങ്ങളെ വേണ്ടത്ര ഉൾക്കൊള്ളാനായില്ല എന്ന ന്യൂനതയും അതിനുണ്ട്. ഉദാഹരണത്തിന് ദളിതർ, ആദിവാസികൾ, ന്യൂനപക്ഷങ്ങൾ, സ്ത്രീകൾ ഇവർക്കൊക്കെ ഈ പ്രസ്ഥാനത്തിൽ കാര്യമായ പങ്ക് ലഭിച്ചില്ല. ഇത് ദേശീയബോധത്തിൽ വിടവുണ്ടാക്കുകയും ദേശീയ ഉദ്ഗ്രഥനത്തെ പ്രതികൂലമായി ബാധിക്കുകയും ചെയ്തു.

സാമ്രാജ്യത്വത്തിന്റെ വ്യാജപ്രസ്താവനകളെ ചെറുക്കുന്നതിന് വേണ്ടി ദേശസ്നേഹികൾ രാഷ്ട്രത്തിന്റെ സാംസ്കാരിക വേരുകളന്വേഷിക്കാനാരംഭിച്ചു. ഇത് ദേശീയ ഉദ്ബുദ്ധത എന്ന പേരിലയറിയപ്പെട്ടു. ഈ അന്വേഷണം ഒരിക്കലും അനുരഞ്ജിക്കാനാവാത്ത രണ്ടു ധാരകളിലേക്കാണവരെ കൊണ്ടുചെന്നെത്തിച്ചത്. ഒന്ന് ഹൈന്ദവ പാതയായിരുന്നു. മറ്റേത് മതനിരപേക്ഷ പാത പിന്തുടർന്നു. ആദ്യത്തേതനുസരിച്ച് ഇന്ത്യൻ ദേശീയതയുടെ വേരുകൾ പുരാണങ്ങളിലും ഇതിഹാസങ്ങളിലുമാണ്. ഹിന്ദുക്കൾ വിദേശികൾക്കെതിരായി നടത്തിയ അസംഖ്യം യുദ്ധങ്ങളാണ് ഇന്ത്യയെ ചരിത്രപരമായി വികസിപ്പിച്ചതെന്നാണവരുടെ ഭാഷ്യം. ഈ യുദ്ധാനുഭവങ്ങളിൽക്കൂടിയാണ് ഹിന്ദുക്കളൊരു രാഷ്ട്രമായി രൂപം കൊണ്ടത്. ഹിന്ദുരാഷ്ട്രത്തിന്റെ ആദ്യകാല സൈദ്ധാന്തികനായ വി ഡി സവർക്കറാണ് ഈ സൈനിക മുന്നേറ്റ വ്യാഖ്യാനത്തിന് അടിത്തറയിട്ടത്. ആർ എസ് എസ് സ്വീകരിച്ച ഈ സിദ്ധാന്തമനുസരിച്ച് ഇന്ത്യയിലെ

യഥാർത്ഥ നിവാസികൾ ഹിന്ദുക്കളാണ്. മറ്റുള്ളവരെല്ലാം വിദേശികളും. അതുകൊണ്ടവർക്ക് ഹിന്ദുക്കളുമായി തുല്യ പരിഗണന അവകാശപ്പെടാനാവില്ല. ഇന്ത്യൻ ദേശീയതയെന്നാൽ ഹിന്ദു ദേശീയതയാണെന്നും ഹിന്ദുമതത്തിനും സംസ്കാരത്തിനും പ്രഥമ സ്ഥാനം നല്കണമെന്നുമുള്ള സിദ്ധാന്തങ്ങളിലേക്കത് നയിക്കുന്നു. ഇത്തരം അവകാശവാദങ്ങളുന്നയിക്കുന്ന ആർ എസ് എസ് ഇന്ത്യയെ കൊളോണിയൽ ഭരണത്തിൽ നിന്ന് മോചിപ്പിക്കുവാൻ യാതൊന്നും ചെയ്തില്ലയെന്നതും അത്ഭുതകരമായിരിക്കുന്നു. അതിനുപകരം അവർ ബ്രിട്ടീഷുകാരുമായി ഒത്തുപോവുകയാണുണ്ടായത്.

കൊളോണിയൽ കാലഘട്ടത്തിലെ ഹിന്ദു ആക്രമണോത്സുകത മുസ്ലീം സാമുദായിക രാഷ്ട്രീയത്തിന്റെ അനന്തരഫലങ്ങളെന്നപോലെ തന്നെ ഭിന്നിപ്പുകൾ സൃഷ്ടിക്കുന്നതായിരുന്നു. ഇത് സമൂഹത്തെ മതപരമായും ജാതീയമായും ധ്രുവീകരിച്ചു. രാഷ്ട്രത്തിന്റെ ഉദ്ഗ്രഥനം അപകടപ്പെടുത്തി. ഹൈന്ദവ ദേശീയത മുന്നോട്ടുവെച്ച ആശയങ്ങളിൽ അന്തർലീനമായിരുന്ന അപകടമിതായിരുന്നു.

സാംസ്കാരിക, വിദ്യാഭ്യാസ സ്ഥാപനങ്ങളിൽ 'സാംസ്കാരിക ദേശീയത'യെന്ന പേരിൽ ബി ജെ പി ഗവൺമെന്റ് നടപ്പിലാക്കുന്ന പരിപാടികളുടെ അനന്തരഫലമാണിന്നത്തെ ഇന്ത്യൻ പ്രതിസന്ധികൾ. ഇന്ത്യയുടെ ഭൂതകാലത്തെ ഹൈന്ദവ കാലഘട്ടമായി പരിണമിപ്പിക്കാനുള്ള ശ്രമമാണ് നടക്കുന്നത്. ശാസ്ത്ര, സാങ്കേതികവിദ്യകളുടെ മഹത്ത്വപൂർണ്ണമായ പൈതൃകം കണ്ടുപിടിക്കപ്പെടുന്നു. ദേശസ്നേഹത്തിനൊരു സംഹിത നിർദ്ദേശിക്കപ്പെടുന്നു. മതവികാരങ്ങളുടെ പേരിൽ ഭക്ഷണശീലങ്ങൾ നിയന്ത്രിക്കുവാനുള്ള തീരുമാനങ്ങൾ സൃഷ്ടിക്കപ്പെടുന്നു. ഭാരത മാതാവിനെ സ്തുതിക്കാനെന്നപേരിൽ മതപരമായ അംശങ്ങൾ അടിച്ചേല്പിക്കപ്പെടുന്നു. ഒരിക്കൽ ഇത്തരം ആശയങ്ങൾ വ്യാപകമായി പ്രചരിപ്പിക്കപ്പെട്ടാൽ ദേശീയ വിരുദ്ധർ മറകൾ നീക്കി പുറത്തുവരും എന്നാണ് പ്രതീക്ഷ. ഇത് ഇന്ത്യയെ പുനർനിർവ്വചിക്കാനായി നല്ല രീതിയിൽ ആലോചിച്ച് സംഘടിപ്പിച്ച ഒരു പദ്ധതിയാണ്.

ആര്യന്മാരുടെ വരവിനെക്കുറിച്ചും വ്യോമയാന സാങ്കേതികവിദ്യയെക്കുറിച്ചുമൊക്കെ കെട്ടിച്ചമച്ചുണ്ടാക്കുന്ന ചരിത്ര സംവാദങ്ങളൊന്നും നിരുപദ്രവങ്ങളല്ല. ചിന്താശക്തിയില്ലാത്ത, മിഥ്യകളിൽ അഭിരമിക്കുന്ന ഒരു ഹിന്ദുത്വ മിന്നൽപ്പടയെ സൃഷ്ടിച്ചെടുക്കുന്നതിന് വേണ്ടിയുള്ളതാണിത്. കേന്ദ്ര ഗവൺമെന്റിന്റെ നിയന്ത്രണം ആർ എസ് എസിന് ലഭിക്കുന്നതിന്റെ പ്രാധാന്യം ഇത്തരം തെറ്റായ പ്രവർത്തനങ്ങൾക്കെതിരെ ശബ്ദമുയർത്തുന്നവരെ അവർക്ക് നിശ്ശബ്ദരാക്കുവാൻ സാധിക്കും എന്നുള്ളതാണ്.

ഇന്ത്യയിൽ ചരിത്രപരമായി രൂപംകൊണ്ട മിശ്രദേശീയതയുടെ അന്തഃസത്ത ഇല്ലാതെയായിപ്പോവുമെന്നതാണ് ഇന്നത്തെ അപകടം. ആർ എസ് എസ് വിശ്വസിക്കാനിഷ്ടപ്പെടുന്നതുപോലെ സമകാലീന ഇന്ത്യ ഒരു ഹിന്ദു രാഷ്ട്രമല്ല. അതൊരു ആധുനിക മതനിരപേക്ഷ ജനാധിപത്യ

രാഷ്ട്രമാണ്. അതിലെ പൗരർ വൈവിദ്ധ്യമാർന്ന മതാചാരങ്ങളും സാംസ്കാരിക രീതികളും അനുവർത്തിക്കുന്നവരാണ്. അവരെ ഒരൊറ്റ മതക്കാരായി ചുരുക്കിക്കാണാനാവില്ല.

ഇടതുപക്ഷ – ഉദാര ദേശീയതയെ സംബന്ധിച്ചുള്ള ആശയങ്ങളും മതപരമായ സങ്കല്പങ്ങളും തമ്മിലുള്ള വ്യത്യാസം അവ തികച്ചും വ്യത്യസ്തമായ ചുറ്റുപാടുകളിലധിഷ്ഠിതമാണ് എന്നതാണ്. ആദ്യത്തേതിന്റെയുള്ളിൽ വൈരുദ്ധ്യങ്ങളുണ്ടെങ്കിൽപ്പോലും അത് യുക്തിചിന്തയും ജനാധിപത്യവും മതനിരപേക്ഷ വീക്ഷണവും ഉയർത്തിപ്പിടിക്കുന്നു. രണ്ടാമത്തേതാവട്ടെ മതത്തെ കേന്ദ്രസ്ഥാനത്ത് പ്രതിഷ്ഠിക്കണമെന്ന് നിർബ്ബന്ധം പിടിക്കുന്നു. ചരിത്രാനുഭവങ്ങൾക്ക് നേർവിപരീതമായി ഉപഭൂഖണ്ഡത്തിൽ, ഏകമതത്തിന്റെ നായകസ്ഥാനത്ത് നില്ക്കണമെന്ന് നിർബ്ബന്ധം ചെലുത്തുന്നു. ആര്യകാലഘട്ടം മുതൽ ഒരു ഹിന്ദുരാഷ്ട്രം ഇവിടെ നിലനിന്നിരുന്നു എന്ന് വാശിപിടിക്കുന്നു.

സാമ്രാജ്യത്വവിരുദ്ധ ദേശീയത, ജനവിഭാഗങ്ങളെ അടിച്ചമർത്തലുകൾക്കെതിരെ അണിനിരത്തിയെന്നും അവർക്കിടയിൽ വൈകാരിക ബന്ധങ്ങളൊരുക്കുവാൻ ശ്രമിച്ചുവെന്നുമുള്ള പൊതുധാരണ ഉയർത്തിക്കാണിക്കേണ്ട ഒരു പ്രതിഭാസമാണ്. കോളനിവിരുദ്ധ സമരത്തിൽ ഇന്ത്യ ഒരു സ്വതന്ത്ര രാഷ്ട്രമായി ഉയർന്നുവന്നെങ്കിലും ആഭ്യന്തര വൈരുദ്ധ്യങ്ങൾ പരിഹരിക്കുന്നതിൽ അത് പരാജയപ്പെട്ടു. സംഘപരിവാറിന്റെ വർഗ്ഗീയത ഈ വൈരുദ്ധ്യങ്ങളെ മൂർച്ഛിപ്പിച്ചു. പ്രത്യേകിച്ചും ജാതിയെയും മതത്തെയും അടിസ്ഥാനമാക്കിയ വിഷയങ്ങളിൽ. ഇതിന്റെ അനന്തരഫലമായി സ്വതന്ത്ര ഇന്ത്യയിൽ പ്രത്യേക അവകാശങ്ങളുള്ള ചില ജാതികളും വർഗ്ഗങ്ങളും രാഷ്ട്രത്തിന്റെ സമ്പത്തും ഭരണകൂട അധികാരവും അവരുടെ കുത്തകയാക്കി. എല്ലാ ഉദാര മതനിരപേക്ഷ സങ്കല്പങ്ങളിൽനിന്നും വ്യതിചലിച്ചുകൊണ്ട് സംഘപരിവാർ ഉയർത്തിക്കാട്ടാൻ ശ്രമിക്കുന്ന ഇത്തരം സർവ്വവ്യാപക സമ്പ്രദായങ്ങൾക്കെതിരെയുള്ള എതിർപ്പിന്റെ ശബ്ദമാണ് സർവ്വകലാശാലകളിലെ ആയിരക്കണക്കിന് സ്ത്രീ പുരുഷന്മാരിൽനിന്ന് ഇന്ന് ഉയർന്നു കേൾക്കുന്നത്. ദേശീയതയുടെ വിമർശകർ എന്ന് മുദ്രകുത്തി അവരെ നിശ്ശബ്ദരാക്കാനാണ് ഭരണാധികാരികൾ ശ്രമിക്കുന്നത്. ഇന്ത്യൻ ദേശീയതയുടെ യഥാർത്ഥ സ്വഭാവം എന്താണെന്ന് തിരിച്ചറിയുന്നത് ഈ പ്രതിലോമപരമായ പ്രവണതയെ ചെറുക്കുന്നതിന് ഉപയോഗപ്രദമായിരിക്കും.

(2016)

കേരള രാഷ്ട്രീയവും മതവും

ലോകത്തിലാകെ ഇന്നു ചർച്ചചെയ്യുന്ന പ്രധാന വിഷയമാണ് മതവും രാഷ്ട്രീയവും. ഈ വിഷയം ചർച്ച ചെയ്യുമ്പോൾ ഒരുപാടു പുതിയ മേഖലകളിൽ നാം എത്തിച്ചേർന്നേക്കാം. ഇന്ത്യൻ സാഹചര്യത്തിൽ നടക്കുന്ന ചർച്ചകൾ മുഖ്യമായും ചെന്നെത്തുന്നത് നമ്മുടെ സാമൂഹ്യബോധത്തിൽ വന്നുകൊണ്ടിരിക്കുന്ന മാറ്റങ്ങൾ, അവ നിർമ്മിക്കുന്നതിൽ മതങ്ങൾ വഹിക്കുന്ന പങ്ക് എന്നിവയിലായിരിക്കും. ഇതിനൊക്കെ ഇടയിൽ മതത്തെ എവിടെയാണ് പ്രതിഷ്ഠിക്കേണ്ടത്? ഏതു ഭാഗമായാണ് മതം സമൂഹത്തിൽ ഉണ്ടാകേണ്ടത് എന്നും മതം ഏതേതുവിധത്തിലാണ് നമ്മുടെ മതേതര സങ്കല്പങ്ങളെ ആക്രമിച്ചു കീഴടക്കുന്നതെന്നും അറിയേണ്ടതുണ്ട്. ഇതു ഗുണകരമായോ ദോഷകരമായോ എത്രമാത്രം കേരളീയ ജനജീവിതത്തെ ബാധിച്ചിട്ടുണ്ട് എന്നും പരിശോധിക്കപ്പെടേണ്ടതായിട്ടാണ് ഇരിക്കുന്നത്.

നമ്മുടെ പത്രങ്ങളിൽ നവോത്ഥാനത്തെക്കുറിച്ച് ചർച്ചചെയ്യുന്ന അവസരങ്ങളിൽ നവോത്ഥാന മൂല്യങ്ങൾ തിരിച്ചുപിടിക്കുക, നവോത്ഥാനം തിരിച്ചുകൊണ്ടുവരിക എന്നൊക്കെയുള്ള പ്രസ്താവനകൾ എഴുതികാണാറുണ്ട്. പ്രസ്ഥാനങ്ങൾപോലും ഈ മുദ്രാവാക്യങ്ങൾ ഏറ്റുപാടാറുമുണ്ട്. നവോത്ഥാനമെന്നത് കേരളസമൂഹത്തിൽ ഒരു ഒബ്സെഷനായി മാറിയിരിക്കുന്നു. പക്ഷേ, അത് പുറമേ മാത്രം കിട്ടുന്ന ഒബ്സെഷൻ! അതിൽ കൂടുതൽ ഗഹനമായി ചിന്തിക്കപ്പെടുന്നുണ്ടോ എന്നത് സംശയകരം.

മറ്റാരും ചൂണ്ടിക്കാണിക്കാത്ത രണ്ടു കാര്യങ്ങൾ നവോത്ഥാന നായകരിലൊരാളായ സഹോദരൻ അയ്യപ്പൻ ചൂണ്ടിക്കാണിക്കുന്നതെന്താണെന്നു നോക്കൂ. ഒന്ന്, നമ്മുടെ നവോത്ഥാനത്തിന്റെ പരിമിതികൾ. രണ്ട്,

നവോത്ഥാനത്തിനുണ്ടാകേണ്ട പുരോഗതി. ശ്രീനാരായണഗുരുവിന്റെ ആഹ്വാനത്തിൽ നിന്നുമാറി 'മതം വേണ്ട ദൈവം വേണ്ട മനുഷ്യന്' എന്നു പറഞ്ഞപ്പോൾ അദ്ദേഹം ഒരടികൂടി മുന്നോട്ടു പോവുകയായിരുന്നു. നവോത്ഥാനത്തിന്റെ പോരായ്മകൾ ഏതേതെന്നു കണ്ടെത്തുകയായിരുന്നു സഹോദരൻ. പക്ഷേ, അവിടെ നില്ക്കുന്നില്ല. സഹോദരൻ അയ്യപ്പൻ പറയുന്നത് എങ്ങനെ നമുക്കു വൈഷമ്യങ്ങൾ തുടച്ചുനീക്കി മുന്നേറാമെന്നാണ്. നവോത്ഥാനാശയങ്ങളെ വീണ്ടെടുക്കണമെന്നല്ല അദ്ദേഹം പറയുന്നത്. ഇതിനുകാരണം, നമ്മൾ പലരും വിശ്വസിക്കുന്നതുപോലെ നവോത്ഥാനാശയങ്ങൾ തിരിച്ചുപിടിക്കാൻ പറ്റില്ല. അതിൽനിന്നു മുന്നോട്ടു പോകാൻ മാത്രമേ ആവുകയുള്ളു. അതിന് നവോത്ഥാനാശയങ്ങൾ ആവശ്യമാണു താനും.

മതവും രാഷ്ട്രീയവും എന്ന വിഷയം ലോകത്തിലാകമാനം ചർച്ച ചെയ്യപ്പെടുന്നത് അതിന്റെ കാലിക പ്രസക്തി ഒന്നുകൊണ്ടു കൂടിയാണ്. മതം ഒരു വിശ്വാസമാണ് എന്നു ഞാൻ പറയേണ്ടതില്ല. മതം ഈശ്വരവിശ്വാസമല്ല എന്നു ഞാൻ ചിന്തിച്ചിട്ടുണ്ട്. മതവിശ്വാസത്തെ ഈശ്വരവിശ്വാസമായി തെറ്റിദ്ധരിക്കുന്ന ഒരു നിലപാടാണ് പുരോഗമന പ്രസ്ഥാനങ്ങൾ ഉൾപ്പെടെ പലരും സ്വീകരിച്ചു കാണുന്നത്. വിശ്വാസം ഇല്ലാതെ ഒരുവന് ജീവിക്കാൻ ആവുകയില്ല എന്ന് വാഗ്ഭടാനന്ദൻ പറഞ്ഞിട്ടുണ്ട്. ഈശ്വരനില്ലെങ്കിൽ ഒരു ഈശ്വരനെ സൃഷ്ടിക്കുകയാണ് വേണ്ടതെന്നു പറഞ്ഞ ചിന്തകൻ ഏതെങ്കിലും ഒരു വിശ്വാസം നമുക്ക് അനിവാര്യമാണെന്നതിലേക്കാണ് വിരൽ ചൂണ്ടുന്നത്.

മിത്തുകൾ ഉണ്ടാക്കപ്പെടുന്നത് ആശയങ്ങൾക്കു വിശദീകരണമായിട്ടാണ്. കേരളത്തിലെ ജനസമൂഹത്തിൽ ഒരുപാടു മിത്തുകൾ നമുക്ക് സ്വന്തമായിട്ടുണ്ട്. സൂര്യൻ ഉദിച്ചുയർന്ന് അസ്തമിക്കുന്നതെങ്ങനെയെന്നോർത്ത് ഗ്രീക്കുകാർ അത്ഭുതപ്പെട്ടിരുന്നു. ഒടുവിൽ അവർ ഒരു മിത്തിനെ സൃഷ്ടിച്ചു. ഒരു ഗ്രീക്കു ദൈവം കാലത്തെഴുന്നേറ്റ് രഥവുമായി അസ്തമനം നോക്കി സഞ്ചരിക്കുന്നതായാണ് മിത്ത്. അല്ലാതെ ഇതു സൂര്യോദയവും സൂര്യാസ്തമയവും മറ്റുമല്ലെന്ന് അവർ കണ്ടെത്തി. ഇത്തരം ആശയങ്ങൾ കണ്ടെത്തി മിത്തുകളാക്കി തന്ന് സമാശ്വസിപ്പിക്കുക മതങ്ങളുടെ ചുമതലയായാണ് കണക്കാക്കപ്പെടുന്നത്. മനസ്സിന് സമാധാനം നല്കേണ്ട ചുമതല കൂടി മതങ്ങൾക്കുണ്ടെന്ന് കണക്കാക്കപ്പെടുന്നു. മതം അങ്ങനെ ഒരു ബാഹ്യവിശ്വാസമായും സമൂഹത്തിൽ നിലനില്ക്കുന്നു.

ദൈവവിശ്വാസത്തിന്റെ തുടക്കം ഏക ദൈവവിശ്വാസത്തിൽനിന്നാണ്. അതാണ് എല്ലാ മതങ്ങളുടെയു സ്ഥിതി. അങ്ങനെയെങ്കിലെന്തുകൊണ്ട് ഇത്രയധികം മത്ങ്ങൾ ഉണ്ടായി? എല്ലാ മതങ്ങളും ഏകദൈവമതത്തിലായിരുന്നിരിക്കാം തുടക്കമിട്ടത്. മനുഷ്യന് എന്തിലെങ്കിലും വിശ്വസിച്ചേ തീരൂ. ഒന്നുകിൽ ഈശ്വരനിൽ, അല്ലെങ്കിൽ മതേതരത്വത്തിൽ, ആചാരങ്ങളിൽ, അനുഷ്ഠാനങ്ങളിൽ, ആൾദൈവത്തിൽ, മന്ത്രവാദത്തിൽ – എന്തിലെങ്കിലും നമുക്കു മറ്റൊരു സാദ്ധ്യത കൂടിയുണ്ട്. നമ്മെ സ്വയം

വിശ്വസിക്കുകയെന്നതാണത്, അതു സാദ്ധ്യവുമാണ്. സ്വയം വിശ്വസിക്കുമ്പോൾ ആ സ്വയം വിശ്വാസത്തിന്റെ സാദ്ധ്യതകൾക്കുള്ളിൽനിന്നു ചോദ്യങ്ങൾ ചോദിക്കുക. അതിനു കിട്ടുന്ന മറുപടിയെയാണ് ആത്മീയത എന്നു പറയുന്നത്.

എന്താണ് ആത്മീയത എന്നുള്ളത് മിക്കവാറും മതവുമായി ബന്ധപ്പെടുത്തിയാണ് ആലോചിച്ചെടുക്കാറുള്ളത്. യഥാർത്ഥ ആത്മീയത എന്നുള്ളത് നമുക്ക് ഉള്ളിൽനിന്നു കിട്ടുന്ന മറുപടികളാണ് എന്നു തറപ്പിച്ചു പറയാം. സങ്കീർണ്ണ സാഹചര്യങ്ങളിൽ മനുഷ്യനിൽ ഉള്ള വിശ്വാസം നഷ്ടപ്പെട്ട് മറ്റേതിലെങ്കിലും നമുക്കു വിശ്വസിക്കേണ്ടതായി വരും. ദുരിതകരമായ ഈ മാറ്റത്തിൽ കണ്ണുംനട്ടിരിക്കുകയാണ് മതം. ആത്മവിശ്വാസമില്ലാത്ത ജനതയാണ് മതങ്ങളുടെ ലക്ഷ്യം. ഈ രീതിയിലുള്ള ഒരു പ്രക്രിയ ഭാരതത്തിലും നടന്നുവരുന്നതു കാണാം. എത്ര പണ്ഡിതനായാലും എത്ര ധിഷണാശാലിയായാലും ചുറ്റുപാടും നടക്കുന്ന കാര്യങ്ങൾ കാണാതിരുന്നുകൂടാ. അതിനു കഴിയാത്ത സാഹചര്യങ്ങളിൽ ചില പോംവഴികളിൽ എത്തിച്ചേരുകയേ മാർഗ്ഗമുള്ളൂ. മതം അതിലൊന്നാണ്. അതുപോലെ മറ്റു പലതുമുണ്ട്. എന്തു ചെയ്തും സമാധാനം ഉണ്ടായേ തീരൂ.

എങ്ങനെ ഇത്രയധികം മതങ്ങളുണ്ടായി? മത ചിന്തകന്മാർ പറയുന്നത് ഓരോ സമൂഹത്തിലും ഓരോ രാഷ്ട്രത്തിൽതന്നെയും അവിടെയുള്ള ജനങ്ങൾക്ക് ആവശ്യമാണ് വിശ്വാസപ്രമാണങ്ങൾ. അതുകൊണ്ട് അമേരിക്കൻ സമൂഹത്തിൽ നിലനില്ക്കുന്ന വിശ്വാസപ്രമാണങ്ങൾ ഇന്ത്യൻ സമൂഹത്തിന് സ്വീകാര്യമാകണമെന്നില്ല. ആ തത്ത്വസംഹിതകളുൾക്കൊള്ളുന്ന മതങ്ങളും സ്വീകാര്യമാകണമെന്നില്ല. അങ്ങനെ വ്യത്യസ്തമായ മതങ്ങൾ ഉണ്ടാകും, അവയുടെ എല്ലാം അടിത്തറ ഏകദൈവവിശ്വാസത്തിലും. മതങ്ങൾ തമ്മിൽ വ്യത്യാസങ്ങളില്ലെന്നു നാം പറയുമ്പോൾ നാം ഉദ്ദേശിക്കുന്നത് അതാണ്. മതവിശ്വാസം ഓരോ സമൂഹത്തിന്റെയും ആവശ്യങ്ങൾക്കനുസരിച്ചാണ്. മതങ്ങൾ തമ്മിൽ വൈരാഗ്യത്തിന്റെ കാര്യമില്ല എന്ന് എല്ലാ പണ്ഡിതന്മാരും അഭിപ്രായപ്പെടുന്നുണ്ട്. അങ്ങനെയാണെങ്കിൽ എന്തുകൊണ്ടു മതങ്ങൾ തമ്മിൽ സംഘർഷങ്ങളും സംഘട്ടനങ്ങളും പോർവിളികളും? മദ്ധ്യകാലഘട്ടത്തിനു മുൻപുവരെ മതങ്ങൾ തമ്മിൽ പല വൈരുദ്ധ്യങ്ങളും യുദ്ധങ്ങളും ഉണ്ടായി. ഇവിടെ ഇന്ത്യയിലെ ചിന്തകന്മാർ വളരെ പ്രസക്തമായ ഒരു കാര്യം പറയുന്നുണ്ട്. വർഗ്ഗീയ സംഘട്ടനങ്ങളുണ്ടാക്കിയത് മതവിശ്വാസികളല്ല, മതവിശ്വാസികളെയും മതത്തിന്റെ ആസ്തികളെയും കൈവശംവച്ച് അനുഭവിക്കുകയും നിയന്ത്രിക്കുകയും ചെയ്ത പുരോഹിതവർഗ്ഗമാണ്. ഈ പുരോഹിതവർഗ്ഗമാണ് അന്തഃസത്തയിൽ മതങ്ങൾക്കും മതവിശ്വാസികൾക്കുമില്ലാതിരുന്ന വൈരാഗ്യവും സ്പർദ്ധയും വർദ്ധിപ്പിച്ചു കലാപമുണ്ടാക്കിയത്. അവർ മതത്തിൽ വിശ്വസിക്കാതിരിക്കുകയും അനുഷ്ഠാനങ്ങൾ കൊണ്ടാടുകയും ചെയ്യുമ്പോൾ ആനന്ദിക്കുകയും ചെയ്യുന്നു. അതുകൊണ്ട് മതവുമായി

നാം കാണുന്ന അന്ധവിശ്വാസങ്ങളും അനാചാരങ്ങളും പുരോഹിതരുടെ താല്പര്യപ്രകാരമുള്ളതു മാത്രമാണ്.

മതവും മതാചാരങ്ങളും തമ്മിൽ ഒരു വലിയ വിടവുണ്ട്. ആ വിടവ് മനസ്സിലാക്കിയിട്ടും നികത്താതിരിക്കുന്ന പൗരോഹിത്യമാണ്, മതമേധാവിത്തമാണ് മതസംഘടനകളെ അടക്കിവാഴുന്നത്. കാലാനുകാലമായി ചരിത്രപരമായി എല്ലാ മതങ്ങളിലും അത്തരം ഒരു വർഗ്ഗം വളർന്നുവരുന്നുണ്ട്. അങ്ങനെയാണ് പുരോഹിതന്മാരുടെ ഇടപെടൽ കൊണ്ട് മത വൈരുദ്ധ്യം വർദ്ധിപ്പിക്കുന്ന പ്രസ്ഥാനമായി മതം അധഃപതിച്ചത്.

ക്രിസ്ത്യൻ പുരോഹിതന്മാർ ഇന്നു കേരളത്തിൽ ഏറ്റവും വലിയ സ്വത്ത് കൈവശം വച്ചിരിക്കുന്നതായി കാണാൻ കഴിയും. അതേപോലെ ഹിന്ദു പുരോഹിതന്മാരും മുസ്ലീം പുരോഹിതന്മാരും വൻതോതിൽ സ്വത്തു കൈവശം വച്ചിരിക്കുന്നു. ഇതു വെറുതെ സംഭവിക്കുന്നതല്ല. സ്വാഭാവികമായി സംഭവിക്കുന്നതുമല്ല, ഇതിനു പിന്നിൽ ഒരു വലിയ സംഘടനാരൂപമുണ്ട്. ഈ സംഘടനകൾ ജനങ്ങളെ ആകർഷിക്കുകയും അവരെ മതപരമായ പൊതുമണ്ഡലങ്ങളിൽ പ്രവർത്തിക്കാൻ തയ്യാറെടുപ്പിക്കുകയും ചെയ്യുന്നു.

ഇരുപത്തഞ്ചു കൊല്ലത്തിനുമുൻപ് കേരളത്തിലെ തെരുവുകളിൽ നാം എത്ര മതഘോഷയാത്രകൾ കണ്ടു? അമ്പലങ്ങളിലെയും പള്ളികളിലെയും വിശേഷങ്ങളുമായി ബന്ധപ്പെട്ട ചില പ്രദക്ഷിണങ്ങൾ കണ്ടിരിക്കാം. എന്നാൽ വീട്ടിനകം അമ്പലമാക്കപ്പെട്ടിരിക്കുന്ന അവസ്ഥ വേറെ.

ഇന്നു വീട്ടിലുള്ളതിനേക്കാളും ക്ഷേത്രത്തിലുള്ളതിനേക്കാളും ദേവാലയങ്ങൾ തെരുവിലാണ്. സ്ത്രീകൾ കൂട്ടമായി മെഴുകുതിരികൾ തെളിച്ച് തെരുവിലൂടെ കിലോമീറ്ററുകളോളം സഞ്ചരിക്കുന്നു. ഹിന്ദുക്കളുടെ ഇടയിൽ എത്രയോ ഘോഷയാത്രകൾ നടക്കുന്നു. നിരത്തിനെ ഉപരോധിക്കുന്ന സന്ദർഭങ്ങളും വിരളമല്ല.

രാഷ്ട്രീയമായി വളരെ ഉയർന്ന തലത്തിലുള്ള ഒരു സമൂഹമാണ് കേരളസമൂഹമെന്ന് നാം അഭിമാനം കൊള്ളാറുണ്ട്. എങ്കിൽപ്പോലും രാഷ്ട്രീയ പാർട്ടികളുടെ പ്രകടനങ്ങളേക്കാളധികം മതജാഥകളാണ് നാം തെരുവിൽ കാണുന്നത്. ഇതെന്തുകൊണ്ടു സംഭവിക്കുന്നു? ആഗോളതലത്തിലുള്ള പഠനങ്ങൾ വ്യക്തമാക്കുന്നത് കഴിഞ്ഞ 15 വർഷത്തിനുള്ളിൽ കേരളത്തിൽ മതപരമായ വിശ്വാസങ്ങൾ പതിന്മടങ്ങു വർദ്ധിച്ചുവെന്നാണ്. ഇതെല്ലാം കാണിക്കുന്നത് നമ്മുടെ സമൂഹം മതവല്ക്കരിക്കപ്പെട്ട ഒരു സമൂഹമാണെന്നതാണ്. നമ്മുടെ അവബോധം മതവല്ക്കരിക്കപ്പെട്ടതാണ്. നമ്മുടെ ജനതയിൽ 99% പേരും തൊട്ടയൽപക്കത്തുകാരൻ ആരാണ് എന്നു ചോദിച്ചാൽ ഹിന്ദുവാണോ മുസ്ലീമാണോ ക്രിസ്ത്യനാണോ എന്നായിരിക്കും മറുചോദ്യമുന്നയിക്കുക. മറിച്ച് എഞ്ചിനീയറാണോ അദ്ധ്യാപകനാണോ എന്നായിരിക്കുകയില്ല.

മതവല്ക്കരിക്കപ്പെട്ട സമൂഹത്തെ രാഷ്ട്രീയപാർട്ടികൾ തൻകാര്യത്തിനുവേണ്ടി ഉപയോഗിക്കുന്നു. കേരളത്തിലെ രാഷ്ട്രീയവും ഭാരത

ത്തിലെ രാഷ്ട്രീയവും പരിശോധിക്കുക. ഏതിലും മതവല്ക്കരിക്കപ്പെട്ട സമൂഹത്തെ നമുക്കു കാണാൻ കഴിയും. അതില്ലാത്ത ഒരു രാഷ്ട്രീയകക്ഷിയെയും നമുക്ക് കാണാനാവുകയില്ല.

കഴിഞ്ഞ കുറെ വർഷങ്ങളായി നമ്മുടെ സമൂഹം വലിയ പ്രതിസന്ധിയെ നേരിട്ടുകൊണ്ടിരിക്കുകയാണ്, സാംസ്കാരിക പ്രതിസന്ധി. ആ പ്രതിസന്ധി മദ്ധ്യവർഗ്ഗത്തിന്റെ പ്രതിസന്ധിയായും മാറുന്നു. കേരളത്തിലിന്നു വലിയ മദ്ധ്യവർഗ്ഗ സമൂഹമാണുള്ളത്. പെട്ടെന്നു വളർന്നുവന്ന ഒരു പ്രതിഭാസം. ഒരു പ്രത്യേക സാഹചര്യത്തിൽ മദ്ധ്യവർഗ്ഗമായി ജീവിക്കുന്ന മദ്ധ്യവർഗ്ഗം. അവർ ശരിയായ അർത്ഥത്തിൽ മദ്ധ്യവർഗ്ഗമല്ല. ആധുനികമായ പുതിയ ഒരു മദ്ധ്യവർഗ്ഗം, ഉള്ളിൽ അവർ ആധുനികരല്ല; കേരളത്തിലെ മദ്ധ്യവർഗ്ഗം കടുത്ത യാഥാസ്ഥിതികരുമാണ്. അവർ നേരിടുന്ന പ്രതിസന്ധിയെ അതിജീവിക്കാൻ എവിടേക്കാണ് പോകുന്നത്? അവർക്ക് ഇന്നു പ്രാപ്യമായ ഒരിടം ആൾദൈവങ്ങൾക്കടുത്താണ്. ഈ മാറ്റത്തെ നേരിടാൻ നമ്മുടെ രാഷ്ട്രീയകക്ഷികൾക്കാകുന്നില്ല. കുറച്ചുകൂടി തെളിച്ചു പറഞ്ഞാൽ ഈ പ്രതിഭാസത്തിനു രാഷ്ട്രീയം കീഴടങ്ങുകയാണ്. ആ കീഴടങ്ങൽ നമുക്കു സ്വീകരിക്കേണ്ടിവരുന്നത് നമ്മുടെ സമൂഹം അതിവേഗം മാറിക്കൊണ്ടിരിക്കുന്നതിനാലാണ്.

ആധുനികവല്ക്കരണമാണ് നാം ആഗ്രഹിക്കുന്നത്; ആവശ്യപ്പെടുന്നത്. ഒരുപക്ഷേ, ഇന്ത്യയിലെ ഏറ്റവും യാഥാസ്ഥിതികമായ സമൂഹം കേരളത്തിലേതായിരിക്കും ആ യാഥാസ്ഥിതികത്വത്തിന്റെ കാര്യങ്ങൾ പ്രത്യക്ഷത്തിൽ കാണാൻ കഴിയുക സ്ത്രീ പുരുഷബന്ധത്തിലും. പുരുഷമേധാവിത്തം ഇത്രമേൽ കൂടിയ തോതിൽ കാണുന്ന സംസ്ഥാനം കേരളം പോലെ മറ്റൊന്നില്ല. പുരുഷമേധാവിത്തത്തെ നാം സ്വീകരിക്കുന്നത് മതമേധാവിത്തത്തിൽനിന്നുമാണ്. മതവിശ്വാസത്തിൽനിന്നു മതമാത്സര്യങ്ങളിലേക്കും അതുവഴി മേധാവിത്തത്തിലേക്കും നാം മാറുന്നു.

ഈ അവബോധത്തെ നമ്മുടെ രാഷ്ട്രീയം സ്വീകരിക്കുകയും ഉപയോഗിക്കുകയും ചെയ്യുന്നു. പ്രതിരോധത്തിന്റെ വഴി അവർ മറന്നുപോയിക്കാണും.

(2011)

നവോത്ഥാനവും ആധുനികതയും

പുരോഗമനോന്മുഖവും സമഗ്ര പരിഷ്കരണ സ്വഭാവമുള്ളതുമായ രാഷ്ട്രീയ പദ്ധതിയിൽ പങ്കാളികളാകുന്നതിന് ഇന്ത്യക്കാർ സാമൂഹിക മായും സാംസ്കാരികമായും തയ്യാറെടുപ്പ് നടത്തിയ കോളനിവിരുദ്ധ സമരകാലത്തിന്റെ രാഷ്ട്രീയപൂർവ്വഘട്ടമായാണ് ആധുനിക ഇന്ത്യയുടെ ചരിത്രരചനയിൽ നവോത്ഥാനം പൊതുവിൽ അടയാളപ്പെടുത്തുന്നത്. രാഷ്ട്രീയ സമരങ്ങളുടെ അഗ്രഗാമിയായ, നവോത്ഥാനമെന്ന് പൊതു വിൽ അറിയപ്പെടുന്ന സാമൂഹിക രാഷ്ട്രീയ മുന്നേറ്റങ്ങൾ ദേശീയതയുടെ വരവിന്റെ നാന്ദിയായിരുന്നു.

ചരിത്രത്തിന്റെ പ്രയോജനവാദപരമായ ഈ കാഴ്ചപ്പാടിനാണ് സമീ പകാലം വരെ മേധാവിത്തമുണ്ടായിരുന്നത്. നവോത്ഥാനപഠനത്തെ സംബന്ധിച്ച് ഈ കാഴ്ചപ്പാടിൽനിന്നുള്ള വ്യതിയാനം സംഭവിച്ചത് ചരി ത്രഘട്ട വിശകലനപദ്ധതി കൈവെടിഞ്ഞതിനുശേഷം മാത്രമാണ്. പ്രാചീ നം, മദ്ധ്യകാലം, ആധുനികം, സമകാലികം തുടങ്ങിയ വിപുലമായ അർത്ഥ ത്തിലുള്ള ലേബലുകൾ മാത്രമല്ല, കൊളോണിയൽ, പരിഷ്കരണപരം അല്ലെങ്കിൽ ദേശീയത തുടങ്ങി പ്രമേയപരമായ കാലഗണനകൾപോലും സൂക്ഷ്മപരിശോധനയ്ക്ക് വിധേയമായി. വ്യക്തമായും അറകളാക്കുന്ന ഈ രീതി പല തലങ്ങളിൽ ചോദ്യം ചെയ്യപ്പെട്ടു. ദേശീയ പ്രസ്ഥാനത്തിന്റെ സാമൂഹികമായ ഉത്ഭവം അന്വേഷിച്ച മാർക്സിസ്റ്റ് പണ്ഡിതർ, ജാതിയി ലധിഷ്ഠിതമായ ചരിത്രവുമായി വന്ന ദളിത് പണ്ഡിതർ, ആധിപത്യ–വിധേ യത്വ ബന്ധങ്ങളിൽ ശ്രദ്ധയൂന്നിയ കീഴാള ചരിത്രകാരന്മാർ എന്നിവരാണ് ഇതിന് തുടക്കം കുറിച്ചത്. അപഗ്രഥനത്തിന്റെ പ്രപഞ്ചത്തിൽ ഇതൊരു മാറ്റമുണ്ടാക്കി എന്നുമാത്രമല്ല, വിഭാഗങ്ങളുടെ പുനർസങ്കല്പനങ്ങൾക്കും ജാതി, വർഗ്ഗം, സമുദായം തുടങ്ങിയ അപഗ്രഥന വിഭാഗങ്ങളുടെ പുനഃ പരിശോധനയ്ക്കും കാരണമായി. ആശയചരിത്രത്തിന്റെ മണ്ഡലത്തിൽ

ആശയങ്ങളുടെ സന്ദർഭവല്ക്കരണമായിരുന്നു ഏറ്റവും സുപ്രധാനമായ മാറ്റം.

ആധുനികതയും നവോത്ഥാനവും തമ്മിലുള്ള ബന്ധം വിവിധങ്ങളായ ചോദ്യങ്ങൾ ഉയരാൻ കാരണമായി. അക്കാലത്ത്, സമൂഹത്തിൽ നിലനിന്ന സാമൂഹിക വൈരുദ്ധ്യങ്ങൾ പരിഹരിക്കാൻ നവോത്ഥാനത്തിന് കഴിഞ്ഞോ എന്നതായിരുന്നു ചോദ്യങ്ങളിൽ പ്രധാനം. എന്തുകൊണ്ട് നവോത്ഥാനം വിഭാഗീയതകൾക്ക് അതീതമായി മാറിയില്ല എന്നും എന്തുകൊണ്ട് മത–ജാതികേന്ദ്രീകൃതമായി എന്നുമുള്ള ചോദ്യമായിരുന്നു മറ്റൊന്ന്. മേൽജാതിയുടെയും മതത്തിന്റെയും താല്പര്യങ്ങളുടെ സംഗ്രഹമല്ലാതെ മറ്റൊന്നുമല്ലേ നവോത്ഥാനം? സവർണ്ണ പ്രത്യയശാസ്ത്രങ്ങൾ നിർണ്ണയിച്ച സീമകളെ ലംഘിക്കുന്നതിൽ നവോത്ഥാനത്തിന് വിജയിക്കാനായില്ല എന്നത് ശരിയായ വിലയിരുത്തലാണോ? ദളിതരുടെയും പ്രാന്തസ്ഥിതരുടെയും ചരിത്രത്തെക്കുറിച്ചുള്ള പഠനങ്ങൾ സർവ്വകലാശാലകളുടെ സിലബസുകളിൽ സ്ഥാനം പിടിക്കാതിരുന്നത് ആകസ്മികമായിരുന്നോ? എന്തുകൊണ്ടാണ് 19, 20 നൂറ്റാണ്ടുകളിലെ ഇന്ത്യൻ സമൂഹത്തിലാകെ പടർന്നുകിടക്കുന്ന പ്രതിഭാസമായ നവോത്ഥാനത്തിന്റെ പരിണാമത്തെ പാർശ്വവല്കൃതരുടെ ഭാഗധേയത്തെക്കുറിച്ചുള്ള കാര്യമായ അവബോധമില്ലാതെ ചരിത്രപാഠങ്ങൾ സമീപിച്ചത്? ആധുനികതയും നവോത്ഥാനവും തമ്മിലുള്ള ബന്ധത്തെക്കുറിച്ചുള്ള അന്വേഷണം ഇത്തരം ചോദ്യങ്ങൾക്ക് ഉത്തരം നല്കും. ആധുനികതയുടെ ഉത്ഭവം പലപ്പോഴും നവോത്ഥാനവുമായി ബന്ധപ്പെട്ട ബൗദ്ധികവും സാംസ്കാരികവുമായ വസന്തകാലവുമായാണ് പൊതുവെ വിലയിരുത്തപ്പെടുത്തുന്നത്. മൂല്യങ്ങൾക്കുണ്ടായ അവസ്ഥാന്തരത്തിന്റെയും സാമൂഹിക ഭാവുകത്വത്തിൽ വന്ന പരിവർത്തനത്തിന്റെയും സാംസ്കാരികമായ സർഗ്ഗാത്മകതയുടെ പുനർജനനത്തിന്റെയും കാലമായാണ് നവോത്ഥാനം അടയാളപ്പെടുത്തപ്പെടുന്നത്. ഈ പ്രക്രിയയുടെ പരിണതഫലം മാനവികതയുടെ വിപുലീകരണത്തിനും പ്രതിനിധാനത്തിനും വ്യാഖ്യാനത്തിനുമൊപ്പം തന്റെ ഭൂതകാലത്തിൽനിന്നും വ്യത്യസ്തമായി സാംസ്കാരികവും ബൗദ്ധികവുമായ സവിശേഷതകളോടുകൂടിയ പുതിയ മനുഷ്യന്റെ ഉദയം കൂടിയാണ്. സർഗ്ഗാത്മകമായ ഊർജ്ജത്തിന്റെ കുതിപ്പിനെ പ്രചോദിപ്പിച്ച ഈ ആശയങ്ങൾ ചിത്രകലയിലും ശില്പകലയിലും സാഹിത്യത്തിലും സംഗീതത്തിലും മറ്റും ആചാര്യന്മാരുടെ രചനകളിലേക്ക് നയിച്ചു. ലാവണ്യബോധത്തിന്റെ, പുതിയ ഭാവുകത്വത്തിന്റെ ഉദയം സാമൂഹിക സംവിധാനങ്ങളുടെയും ഉല്പാദനബന്ധങ്ങളുടെയും ഘടനാപരമായ പരിവർത്തനത്തിന്റെ അവിഭാജ്യഘടകമായി. ആധുനികതയായി വ്യാഖ്യാനിക്കപ്പെട്ട മുതലാളിത്തത്തിന്റെ വളർച്ചയുടെ ബൗദ്ധികഘടകം വർത്തമാനത്തെ ഭൂതകാലത്തിൽനിന്നും, പുതിയതിനെ പഴയതിൽനിന്നും വേർതിരിച്ചു.

മുതലാളിത്തത്തിന്റെ വളർച്ചയോടെ ആധുനികതയ്ക്ക് ഭിന്നനിറങ്ങൾ കൈവന്നു. അതുകൊണ്ടുതന്നെ നമ്മൾ അർത്ഥമാക്കുന്ന ആധുനികത സംവാദവിഷയമായി. പഴയ ഏഷ്യൻ, ആഫ്രിക്കൻ രാജ്യങ്ങളിലെ ആധുനികതയ്ക്ക്, പൊതുവിൽ കൊളോണിയൽ ഭരണത്തിന്റെ ഫലമായി

പാശ്ചാത്യലോകത്തിൽനിന്ന് കടംകൊണ്ട പ്രതിഭാസമായി കരുതപ്പെടുന്ന യൂറോപ്യൻ മുതലാളിത്ത ആധുനികതയുമായി ഗുണപരമായി സമാനതയുണ്ടോ എന്ന മൗലികമായ ചോദ്യം ഉയർന്നു. ലിബറലിസത്തിന്റെ തത്ത്വങ്ങളാൽ നയിക്കപ്പെടുന്ന കൊളോണിയൽ ഭരണസംവിധാനം ഇന്ത്യയെ ആധുനിക ഘട്ടത്തിലേക്ക് നയിക്കുകയാണെന്നായിരുന്നു ഇന്ത്യയെ സംസ്കാരത്തിലേക്ക് നയിക്കാനുള്ള ദൗത്യത്തിലാണെന്ന് അഭിമാനിച്ച കൊളോണിയൽ ഭരണാധികാരികൾ തുടക്കത്തിൽ സൃഷ്ടിച്ച അഭിപ്രായം. ഭരണസംവിധാനങ്ങളിലും ഗതാഗതം, വാർത്താവിനിമയം, കൃഷിയുടെ വാണിജ്യവല്ക്കരണം തുടങ്ങിയ മേഖലകളിലും കൊളോണിയൽ ആധിപത്യകാലത്തു കൈവന്ന മാറ്റങ്ങൾ ആധുനികവല്ക്കരണമായി വിശദീകരിക്കപ്പെട്ടു. കൊളോണിയൽ താല്പര്യങ്ങൾക്കുവേണ്ടിയാണ് അവ നടപ്പാക്കിയത് എന്ന നിലയ്ക്ക് അത്തരം മാറ്റങ്ങൾ 'കൊളോണിയൽ ആധുനികത'യുടെ ഭാഗമായിരുന്നു. അവ തീർച്ചയായും കൊളോണിയൽ പദ്ധതികളായിരുന്നു. അല്ലാതെ ആധുനീകരണ പദ്ധതികളായിരുന്നില്ല. ഔദ്യോഗികരേഖകളിൽ 'കൊളോണിയൽ' എന്ന ഭാഗം ഒഴിവാക്കപ്പെട്ടു. സമ്പദ്ഘടനയിലും സമൂഹത്തിലും സംസ്കാരത്തിലുംവന്ന മാറ്റങ്ങൾ ആധുനികതയിലേക്കുള്ള വളർച്ചയായാണ് ചിത്രീകരിക്കപ്പെട്ടത്. ലിബറൽ ഇംഗ്ലീഷ് വിദ്യാഭ്യാസം ലഭിച്ച ഇന്ത്യയിലെ പുതു മദ്ധ്യവർഗ്ഗം ഈ മിഥ്യയെ സ്വാംശീകരിക്കുകയും തങ്ങളുടെ 'ആധുനിക' ജീവിതത്തെ ഉദാഹരിച്ച് അതിന് വിശ്വാസ്യത നല്കുകയും ചെയ്തു. കൊളോണിയൽ ആധുനികത പാശ്ചാത്യലോകം നേടിയെടുത്ത പുരോഗതിയുടെ അടിസ്ഥാനത്തിൽ വളർന്നുവന്ന ആധുനികതയുടെ ഒരു ഹാസ്യചിത്രം മാത്രമായിരുന്നു.

കൊളോണിയൽ ആധുനികതയുടെ ഉദാരസ്വഭാവത്തിൽ വിശ്വസിക്കുന്നവർ മദ്ധ്യവർഗ്ഗത്തിൽ മാത്രം ഒതുങ്ങിയില്ല. സമൂഹത്തിന്റെ എല്ലാ തലങ്ങളിലേക്കും അത് പടർന്നു. ദളിത് നേതാക്കളിൽ ഒരു വിഭാഗം പോലും വിശ്വസിച്ചത് ജാതിവ്യവസ്ഥയുടെ അടിച്ചമർത്തലിനെ മറികടക്കുന്നതിൽ പ്രതീക്ഷയുടെ നാളം നീട്ടിയത് ബ്രിട്ടീഷ് ഭരണാധികാരികളാണെന്നാണ്. ബ്രിട്ടീഷ് ഭരണത്തിന്റെ ഇടപെടലുകൾ കാലങ്ങളായുള്ള ജാതിവ്യവസ്ഥയുടെ അടിച്ചമർത്തലുകളിൽനിന്ന് ഭാഗികമായ ഒരു മോചനം സാദ്ധ്യമാക്കിയിരുന്നു. കൊളോണിയൽ സ്റ്റേറ്റിന്റെ ഇടപെടലുകൾ അവരിൽ കുറച്ചു പേർക്കെങ്കിലും ശുദ്ധവായു ശ്വസിക്കാൻ അവസരം നല്കി. മതത്തിന്റെ പേരിൽ ജാതിവ്യവസ്ഥയിലെ അധാർമ്മികത അടിച്ചേല്പിച്ച, മനുഷ്യന്റെ സഹിഷ്ണുതയ്ക്കും അതീതമായ ക്രൂരതയുടെയും ചൂഷണത്തിന്റെയും ഫലമായിരുന്നു ഇത്തരമൊരു കാഴ്ചപ്പാട്. കൊളോണിയൽ ചൂഷണവ്യവസ്ഥയും രാഷ്ട്രീയ നിയന്ത്രണവും ശക്തമാക്കാൻ വേണ്ടി ബ്രിട്ടീഷുകാർ നടപ്പാക്കിയ വികസനപദ്ധതികൾ ഒരു പുതിയ യുഗം സൃഷ്ടിക്കുമെന്ന വിശ്വാസം വളർത്തി. റെയിൽവേയും വാർത്താവിനിമയ സംവിധാനങ്ങളും മതനിരപേക്ഷ വിദ്യാഭ്യാസ സൗകര്യങ്ങളും ഇതിന്റെ മുഖ്യ ഉദാഹരണങ്ങളായിരുന്നു. പക്ഷേ, കൊളോണിയൽ ഭരണം ആധുനികവല്ക്കരണത്തിനുള്ള ഒരു ഉപാധിയായിരുന്നില്ല,

മറിച്ച് അത് കോളനിയിലെ പ്രകൃതിവിഭവങ്ങളെ കൊള്ളയടിക്കുകയും പരമ്പരാഗത വ്യവസായങ്ങളെ അട്ടിമറിക്കുകയും സാംസ്കാരിക ജീവിതത്തെ അസ്വസ്ഥമാക്കുകയും ചെയ്തു. സാംസ്കാരിക, സാമൂഹിക, രാഷ്ട്രീയ ജീവിതത്തിന് അത് ആപല്ക്കരമായ ആഘാതമുണ്ടാക്കി. വ്യാപകമായ ഈ വിനാശങ്ങളുമായി താരതമ്യം ചെയ്യുമ്പോൾ കൊളോണിയൽ ആധുനികതയുടെ നേട്ടങ്ങൾ നേർത്തതായിരുന്നു.

ഇന്ത്യയിൽ ആധുനികതയ്ക്ക് നാന്ദികുറിച്ചത് പാശ്ചാത്യരുടെ വരവോടെയല്ല, മറിച്ച് യൂറോപ്യൻ അനുഭവങ്ങളുടെ തുടർച്ചയായി ആരംഭം കുറിച്ച നവോത്ഥാനം എന്നറിയപ്പെട്ട സാമൂഹിക – മത പരിഷ്കരണങ്ങളിലൂടെയായിരുന്നു. പക്ഷേ, പരിഷ്കരണങ്ങൾ നവോത്ഥാനമല്ല. നവോത്ഥാനം വാസ്തവത്തിൽ കൂടുതൽ വിശാലമായ സാമൂഹിക ബൗദ്ധിക ഉണർവ്വിന്റെ ആവിഷ്കാരമാണ്. ബംഗാളിൽ സ്ത്രീകളുടെ അവസ്ഥ മെച്ചപ്പെടുത്താനും മതാചാരങ്ങൾ പരിഷ്കരിക്കാനും റാം മോഹൻ റോയ് നടത്തിയ ശ്രമങ്ങളിലാണ് ഇതിന്റെ തുടക്കം. വടക്കേ ഇന്ത്യയിൽ ദയാനന്ദ സരസ്വതിയുടെയും മഹാരാഷ്ട്രയിൽ എം ജി റാനഡെ സ്ഥാപിച്ച പ്രാർത്ഥനാ സമാജത്തിന്റെയും ആന്ധ്രപ്രദേശിൽ വീരേശലിംഗം ആരംഭിച്ച പ്രസ്ഥാനത്തിന്റെയും പ്രവർത്തനങ്ങളിൽ ഇതിന്റെ വേരുകൾ കാണാം. പുതുതായി ഉദയംചെയ്ത മദ്ധ്യവർഗ്ഗത്തിന്റെ സാമൂഹികവും ആദ്ധ്യാത്മികവുമായ ആവശ്യങ്ങൾ നിറവേറ്റിയ ഈ പ്രസ്ഥാനങ്ങളുടെയെല്ലാം സവിശേഷത അവ സവർണ്ണ പ്രതിഭാസമായിരുന്നു എന്നതാണ്.

ദക്ഷിണേന്ത്യയിൽ പ്രത്യേകിച്ച് കേരളത്തിലും തമിഴ്നാട്ടിലും കഥ വേറെയായിരുന്നു. രണ്ടിടത്തും മദ്ധ്യവർഗ്ഗത്തിന്റെ ഉദയം താരതമ്യേന വൈകിയതുകൊണ്ടാവണം നവോത്ഥാനം പതുക്കെയാണ് ആരംഭിച്ചത്. പത്തൊമ്പതാം നൂറ്റാണ്ടിൽ ഇന്നത്തെ കേരളത്തിന്റെ ഭാഗമായ തിരുവിതാംകൂർ, കൊച്ചി, മലബാർ പ്രദേശങ്ങൾ സാമൂഹികമായി പിന്നോക്കമായിരുന്നു. തമിഴ്നാടും അതുപോലെ തന്നെ. വടക്കേ ഇന്ത്യയിൽ നവോത്ഥാന പ്രസ്ഥാനങ്ങൾ പ്രധാനമായും ഉയർന്ന ജാതിയുടെ താല്പര്യങ്ങൾ സംരക്ഷിക്കാൻ വേണ്ടിയായിരുന്നെങ്കിൽ പിന്നോക്ക ജാതിയുമായുള്ള ആഭിമുഖ്യമായിരുന്നു തമിഴ്നാട് – കേരള അനുഭവങ്ങളെ വിശിഷ്ടമാക്കിയത്. ഈ മേഖലയിലെ പരിഷ്കരണ പ്രസ്ഥാനങ്ങൾ മിക്കവാറും ഉദയം കൊണ്ടത് കീഴ്ജാതികളിൽ നിന്നായിരുന്നു. ബംഗാളിൽ രാജാ റാം മോഹൻ റോയ് തുടങ്ങിവച്ച പരിഷ്കരണ പ്രസ്ഥാനം മേൽജാതി – ഉപരിവർഗ്ഗ പ്രസ്ഥാനമായിരുന്നു. അദ്ദേഹത്തിന്റെ അനുയായികളും ഈ വിഭാഗത്തിൽപ്പെട്ടവർ. ബംഗാളിലെ ദേവേന്ദ്രനാഥ് ടാഗോറും കേശബ് ചന്ദ്ര സെനും മഹാരാഷ്ട്രയിലെ എം ജി റാനഡെയും പഞ്ചാബിലെ ദയാനന്ദ സരസ്വതിയും ആന്ധ്രപ്രദേശിലെ വീരേശലിംഗവും അതുപോലെ തന്നെ.

ഇതിൽനിന്ന് വ്യത്യസ്തമായി കീഴ്ജാതികളിൽപ്പെട്ട നാരായണഗുരുവിനെയും അയ്യൻകാളിയെയും പോലുള്ള പരിഷ്കർത്താക്കളാണ് കേരളത്തിൽ നവോത്ഥാനത്തെ നയിച്ചത്. തമിഴ്നാട്ടിലും കീഴ്ജാതിക്കാരുടെ മുന്നേറ്റം നയിച്ചത് പെരിയോർ രാമസ്വാമിയും അയോത്യ ദാസും. ഈ

നേതാക്കൾ നയിച്ചത് പരമ്പരാഗത രീതിയിലുള്ള പരിഷ്കരണ പ്രസ്ഥാനങ്ങളായിരുന്നില്ല. അവർ നടത്തിയ സാമൂഹിക പ്രവർത്തനങ്ങളെ പരിഷ്കരണ പ്രവർത്തനങ്ങളെന്ന് വിളിക്കാമെങ്കിലും അവർ പ്രചരിപ്പിച്ച ആശയങ്ങൾ തികച്ചും സമഗ്ര പരിഷ്കരണ സ്വഭാവമുള്ളതായിരുന്നു. ഉദാഹരണത്തിന് അവർ ഊന്നിയത് ജാതിയിലെ പരിഷ്കരണത്തിനായിരുന്നില്ല. മറിച്ച് ജാതിവ്യവസ്ഥ തന്നെ ഇല്ലാതാക്കുന്നതിലായിരുന്നു. ഒരു ആധുനിക സമൂഹം സൃഷ്ടിക്കുന്നതിന് ഉപയുക്തമായ ആശയങ്ങളാണ് അവർ മുന്നോട്ടുവച്ചത്. ശുചിത്വം, വിദ്യാഭ്യാസം, വ്യവസായം തുടങ്ങിയ ഭൗതിക വിഷയങ്ങൾക്ക് അവർ ഊന്നൽ നല്കി. ജാതിരഹിതവും മതരഹിതവുമായ ഒരു സമൂഹം വിഭാവനചെയ്ത ബുദ്ധിജീവികളായിരുന്നു അവർ. ഒരു സമ്പൂർണ്ണ സാമൂഹിക സിദ്ധാന്തം മുന്നോട്ടുവയ്ക്കാൻ അവർക്ക് സാധിച്ചില്ലെങ്കിലും സമത്വവാദത്തിലധിഷ്ഠിതമായ ഒരു സമൂഹത്തെക്കുറിച്ചുള്ള സങ്കല്പം സൃഷ്ടിക്കാൻ അവർ ശ്രമിച്ചു. വിഷ്ണുഭവ ബ്രഹ്മചാരിയുടെ വേദോക്ത ധർമ്മപ്രകാശയും ബങ്കിം ചന്ദ്ര ചാറ്റർജിയുടെ സാമ്യ്യായും നല്ല ഉദാഹരണങ്ങൾ.

യുക്തിരഹിതമായ മതാചാരങ്ങളും അനുഷ്ഠാനങ്ങളും മുതൽ സ്ത്രീ ജീവിതത്തിന്റെ ദുരിതാവസ്ഥയുമടക്കം നിലനിന്ന സാമൂഹിക സാംസ്കാരിക അന്തരീക്ഷത്തിൽനിന്നുള്ള മാറ്റത്തിനുള്ള വ്യഗ്രതയായിരുന്നു ഇവർക്കെല്ലാമുണ്ടായിരുന്ന പൊതുസവിശേഷത. അന്ധവിശ്വാസങ്ങളുടെ ആധാരമായി ഗണിക്കപ്പെട്ടതും വ്യാപകമായതുമായ വിഗ്രഹാരാധനയിലെ വിശ്വാസം ഇല്ലാതാക്കുന്നതിൽ അവർ ശ്രദ്ധയൂന്നി. ബ്രഹ്മസമാജം വിഗ്രഹാരാധന നിരോധിച്ചതുപോലെ ആര്യസമാജവും പ്രാർത്ഥനാ സമാജവും അത് വിലക്കി. ശ്രീനാരായണ ഗുരുവിന്റെ സമീപനം കൂടുതൽ പുതുമ നിറഞ്ഞതായിരുന്നു. വിഗ്രഹാരാധനാ നിരോധനം പോലുള്ള 'സർജിക്കൽ ഓപ്പറേഷനു'കൾ സാമൂഹിക വിഷയങ്ങളിൽ വിപരീതഫലം ഉണ്ടാക്കുമെന്ന് തിരിച്ചറിയാനുള്ള ദീർഘവീക്ഷണം അദ്ദേഹത്തിനുണ്ടായിരുന്നു. അതുകൊണ്ടുതന്നെ വിഗ്രഹാരാധന സംബന്ധിച്ച ആവശ്യങ്ങളെ അദ്ദേഹം നിരുത്സാഹപ്പെടുത്തി. അതിന്റെ തുടക്കമെന്നോണം, വിഗ്രഹത്തിനുമേൽ ആരോപിക്കപ്പെടുന്ന ദിവ്യത്വത്തെ ചോദ്യം ചെയ്യുന്നതിനായാണ് അദ്ദേഹം ഒരു പാറക്കല്ലെടുത്ത് ശിവപ്രതിഷ്ഠ നടത്തിയത്. അതിന്റെ തുടർച്ചയായി അദ്ദേഹം വിഗ്രഹത്തിന്റെ സ്ഥാനത്ത് കണ്ണാടി സ്ഥാപിച്ചു. അവസാനമായി അദ്ദേഹം വിഗ്രഹത്തെത്തന്നെ തള്ളിപ്പറഞ്ഞു. വിഗ്രഹാരാധനയെ നിഷേധിക്കാൻ വിഗ്രഹത്തെത്തന്നെ മാധ്യമമാക്കാനുള്ള ശ്രമം, പക്ഷേ, മേൽജാതിക്കാരുടെ മേധാവിത്തം ശരിവച്ച് അദ്ദേഹം വിഗ്രഹപൂജ നടത്തി എന്ന നിലയിൽ ദുർവ്യാഖ്യാനം ചെയ്യപ്പെട്ടു. വിഗ്രഹാരാധനക്കെതിരെയുള്ള പത്തൊമ്പതാം നൂറ്റാണ്ടിലെ ഇന്ത്യൻ പാരമ്പര്യത്തോടൊപ്പമായിരുന്നു ഗുരു. എന്നാൽ അദ്ദേഹത്തിന്റെ മരണശേഷം അനുയായികൾ അദ്ദേഹത്തെത്തന്നെ വിഗ്രഹമാക്കി മാറ്റിയത് വിരോധാഭാസമാണ്.

സ്ത്രീകളുടെ അവസ്ഥ പത്തൊമ്പതാം നൂറ്റാണ്ടിലെ പരിഷ്കർത്താക്കളുടെ മനസ്സിനെ ക്ഷോഭം കൊള്ളിച്ചു. സതി നിരോധിക്കാൻ പൊരു

തിയ റാം മോഹൻ റോയ് മുതൽ എല്ലാ പരിഷ്കർത്താക്കളും വാദിച്ചത് മൃതപ്രായമായ ആചാരങ്ങളുടെ ചങ്ങലകളിൽനിന്ന് സ്ത്രീകളെ ഉടൻ മോചിപ്പിക്കണമെന്നായിരുന്നു. സ്ത്രീകൾ ജീവിക്കാൻ നിർബ്ബന്ധിതമായ അവസ്ഥയോടുള്ള സഹാനുഭൂതിയായിരുന്നില്ല, പരിഷ്കരണത്തിന് പരിമിതമെങ്കിലും നിർണ്ണായകമായ ആവശ്യങ്ങളാണ് ഉണ്ടായിരുന്നത്; സ്ത്രീകളുടെ ജീവിതാവസ്ഥയും അന്തസ്സും മെച്ചപ്പെടുത്തൽ എന്ന ആവശ്യം. സാമൂഹികവും മതപരവുമായ അവസ്ഥകളെ നവീകരിക്കാനുള്ള ആദ്യകാല ശ്രമങ്ങളാണ് ഇന്ത്യൻ നവോത്ഥാനത്തിന്റെ ആദ്യഘട്ടം. പുനരുജ്ജീവനത്തിന്റെ ഏക ഉപാധി എന്ന നിലയ്ക്ക് ഈ പരിഷ്കരണങ്ങളിൽ പ്രത്യേകമായ ഊന്നൽ നല്കിയെന്നതാണ് ഈ പ്രഥമഘട്ടത്തിന്റെ സവിശേഷത. വിജ്ഞാനവിരുദ്ധമായ ആചാരങ്ങളെയും അന്ധവിശ്വാസങ്ങളെയും എത്രയും നേരത്തേ ഇന്ത്യാക്കാർ അകറ്റിനിർത്തുന്നുവോ അതിനെ ആശ്രയിച്ചിരിക്കും ഇന്ത്യയുടെ ഭാവിയെന്ന അഭിപ്രായം ഉയർന്നു. അതേസമയം നവോത്ഥാനം അതിന്റെ രാഷ്ട്രീയത്തിൽനിന്ന് അകലം പാലിക്കുകയും ചെയ്തു. സമൂഹം യുക്തിരഹിതമായ ആചാരങ്ങളെ തുരത്തുന്നതോടെ സ്വാഭാവികമായും ദേശീയ ജീവിതത്തിന്റെ മറ്റെല്ലാ തലങ്ങളിലെയും പ്രശ്നങ്ങൾ പരിഹരിക്കപ്പെടുമെന്ന് വിശ്വസിക്കപ്പെട്ടു. ആഭ്യന്തരമായ സാമൂഹിക ദൗർബല്യങ്ങൾ പരിഹരിക്കപ്പെടേണ്ടതാണ് അടിയന്തരാവശ്യമെന്നും ഒരിക്കൽ അത് സാദ്ധ്യമായാൽ രാഷ്ട്രീയ പ്രശ്നങ്ങൾ അധികം വൈകാതെ പരിഹരിക്കപ്പെടുമെന്നുമായിരുന്നു അവരുടെ കാഴ്ചപ്പാട്. വിദേശഭരണത്തിന്റെ പ്രതികൂല ഫലങ്ങളെക്കുറിച്ചു ബോദ്ധ്യം മനസ്സിൽ ഒളിഞ്ഞുകിടപ്പുണ്ടായിരുന്ന ചിലർ ചിലപ്പോഴൊക്കെ പ്രതികരിച്ചുവെങ്കിലും ആപദ് ഫലങ്ങളെക്കുറിച്ച് വേണ്ട അവബോധമുണ്ടായിരുന്നു. കൊളോണിയലിസവും സാമൂഹിക വിമോചനവും തമ്മിലുള്ള ബന്ധത്തിന്റെ പ്രശ്നം അഭിസംബോധന ചെയ്യാൻ വളരെ കുറച്ചുപേർ മാത്രമാണ് തയ്യാറായത്. ആധുനികതയാൽ നയിക്കപ്പെട്ട കൊളോണിയൽ പ്രത്യയശാസ്ത്രം അക്കാലത്തെ ഇന്ത്യൻ ബുദ്ധിജീവികളിൽ ആഴത്തിൽ സ്വാധീനം ചെലുത്തി. കൊളോണിയൽ ആധിപത്യത്തെ ദിവ്യമായ സംവിധാനമായി വാഴ്ത്തുന്നതിലേക്ക് നയിക്കുന്ന പ്രത്യയശാസ്ത്രമായി ആധുനികത പ്രവർത്തിച്ചു.

ദേശീയതയും നവോത്ഥാനവും

കൊളോണിയൽ ഭരണത്തോടുള്ള ലിബറൽ വിമർശനത്തിലൂടെ ഈ മിഥ്യാഭ്രമത്തെ മറികടക്കാൻ ഇന്ത്യൻ ബുദ്ധിജീവികൾക്ക് സാധിച്ചത് ദേശീയതയുടെ വളർച്ചയിലേക്ക് നയിച്ചു. അതേസമയം രാഷ്ട്രീയവും സാംസ്കാരികവുമായ പ്രവർത്തനങ്ങളെ സംയോജിപ്പിക്കേണ്ടതിന്റെ പ്രാധാന്യത്തെക്കുറിച്ച് അവർക്ക് ബോദ്ധ്യമുണ്ടായി. നവോത്ഥാന ആശയങ്ങൾ കുറഞ്ഞ തോതിലെങ്കിലും ദേശീയതയുമായി സ്വാംശീകരിക്കുന്നതിലേക്ക് ഈ അവബോധം നയിച്ചു. ഈ ബന്ധം സ്ഥാപിക്കപ്പെട്ടെങ്കിലും അത് തീർത്തും ഉപരിപ്ലവമായിരുന്നു. രാഷ്ട്രീയത്തിന് മേൽക്കൈ ലഭിച്ചപ്പോൾ സാമൂഹിക പ്രശ്നങ്ങൾ ശ്രദ്ധയിൽനിന്നു വിട്ടുമാറി. ഇന്ത്യൻ സോഷ്യൽ

കോൺഫറൻസിന്റെ വളർച്ചയും തകർച്ചയും ഇതിന് ഉദാഹരണമായിരുന്നു. രാഷ്ട്രീയ പ്രശ്നങ്ങളും സാമൂഹികപ്രശ്നങ്ങളും തമ്മിലുള്ള ജൈവബന്ധം അംഗീകരിക്കപ്പെട്ടു. ഇന്ത്യൻ നാഷണൽ കോൺഗ്രസിന്റെ അതേ വേദിയിലാണ് തുടക്കത്തിൽ സോഷ്യൽ കോൺഫറൻസ് സമ്മേളനങ്ങൾ നടത്തിയത്. കൊളോണിയൽ വിരുദ്ധ രാഷ്ട്രീയ പ്രസ്ഥാനം ശക്തിപ്പെട്ടപ്പോൾ ഈ രീതി അവസാനിച്ചു. ഈ വ്യതിരിക്തത പ്രതീകാത്മകം മാത്രമല്ല, ദേശീയ പ്രസ്ഥാനം സ്വീകരിച്ച മുൻഗണനകളുടെ ഒരു സൂചിക കൂടിയാണ്.

മദ്ധ്യവർഗ്ഗത്തിന്റെ ഉദയം ദീർഘകാല ആഘാതം സൃഷ്ടിക്കുംവിധം സാമൂഹിക – രാഷ്ട്രീയ പ്രസ്ഥാനങ്ങൾ തമ്മിലുള്ള വേർപിരിയലിലേക്ക് നയിച്ചു. നിസ്സഹകരണ പ്രസ്ഥാനവും സിവിൽ നിയമ ലംഘന പ്രസ്ഥാനവും പോലുള്ള രാഷ്ട്രീയ സമരങ്ങളിലൂടെ ദേശീയ പ്രസ്ഥാനം ശക്തി നേടിയപ്പോൾ സാമൂഹിക പ്രബുദ്ധത അപ്പോഴും ജാതിപരവും വർഗ്ഗീയവുമായ വികാരങ്ങളുടെ കിടങ്ങുകളിൽ കുടുങ്ങിനിന്നു. രാഷ്ട്രീയവും സംസ്കാരവും തമ്മിലുള്ള ജൈവബന്ധം വികസിപ്പിച്ചെടുക്കുന്നതിലുള്ള കഴിവില്ലായ്മയായിരുന്നോ ഇതിനു കാരണം? ഗ്രാമസ്വരാജ് പോലുള്ള പരിപാടികളിലൂടെ ഗാന്ധിജി ഈ ചോദ്യത്തെയാണ് അഭിസംബോധന ചെയ്തത്. നവോത്ഥാനത്തിന്റെ രണ്ടാം ഘട്ടത്തിൽ ഉയർന്ന തലത്തിലായിരുന്നു നവോത്ഥാന മൂല്യങ്ങളെ ദേശീയതയുമായി ഇണക്കിച്ചേർക്കാൻ ശ്രമിച്ചത്. എന്നാൽ ഈ ബന്ധത്തിന്റെ സാദ്ധ്യത പ്രവർത്തന പഥത്തിലെത്തിക്കാൻ കഴിഞ്ഞില്ല. അതുകൊണ്ടുതന്നെ നേതൃത്വത്തിന് പുരോഗമന ചിന്തയുണ്ടായിരുന്നെങ്കിലും ദേശീയപ്രസ്ഥാനത്തിന് സാമൂഹിക പിന്നോക്കാവസ്ഥയെ മറികടക്കാനായില്ല.

മാനവികതയായിരുന്നു നവോത്ഥാനത്തിന്റെ പ്രചോദന കേന്ദ്രം. മനുഷ്യനെ കേന്ദ്രസ്ഥാനത്തു പ്രതിഷ്ഠിച്ച മാനവികത സാമൂഹികാസ്തിത്വത്തിന്റെ എല്ലാ അടരുകളിലും സർഗ്ഗാത്മകതയുടെ ഊർജ്ജം പ്രസരിപ്പിച്ചു. പക്ഷേ, വിവിധ കാലങ്ങളിൽ മാനവികതയുടെ ആവിഷ്കാരം വ്യത്യസ്തമായിരുന്നു. പ്രാചീനകാലത്ത് ആവിഷ്കാരമെന്നത് സ്വാതന്ത്ര്യം നിഷേധിക്കപ്പെട്ടവരോടും അടിമത്തത്തിന് ഇരയായവരോടും നീതി കൈവന്നിട്ടില്ലാത്തവരോടുമുള്ള സഹാനുഭൂതിയായിരുന്നു. മദ്ധ്യകാലത്താവട്ടെ മാനവികമായ സഹാനുഭൂതി ഫ്യൂഡൽ അടിച്ചമർത്തലുകളുടെ ഇരകളോടൊപ്പമായിരുന്നു. ആധുനിക കാലത്താവട്ടെ മാനവികത ഊന്നുന്നത് അടിസ്ഥാന സൗകര്യങ്ങൾ നിഷേധിക്കപ്പെട്ടവരെയും പ്രാന്തസ്ഥിതരെയും പരിരക്ഷിക്കുന്നതിലാണ്. നവോത്ഥാനത്തിന്റെ വ്യത്യസ്ത ഘട്ടങ്ങളുടെ ഭാണ്ഡത്തിൽ മാനവികതയുടെ മാറുന്ന രൂപങ്ങളുമുണ്ട്.

നവോത്ഥാനത്തിന്റെ മൂന്നു ഘട്ടങ്ങൾ

പ്രധാനമായും ഇന്ത്യയിലെ ബ്രിട്ടീഷ് ലിബറൽ ബോധമുള്ളതും വളർന്നുവരുന്നതുമായ മദ്ധ്യവർഗ്ഗം മുൻകൈയെടുത്ത സാമൂഹിക – മത പ്രസ്ഥാനങ്ങളെയാണ് നവോത്ഥാനത്തിന്റെ ആദ്യഘട്ടം പ്രതിനിധാനം ചെയ്തത്. പക്ഷേ, ഈ പ്രസ്ഥാനത്തെ നയിച്ച ബുദ്ധിജീവികൾ ഇംഗ്ല

ണ്ടിനെ അന്ധമായി ആരാധിക്കുന്ന ഇന്ത്യക്കാരായിരുന്നില്ല. ഭൂതകാല ത്തിലേക്കും സമകാലിക പ്രശ്നങ്ങൾ മറികടക്കാനുള്ള പാരമ്പര്യത്തിന്റെ ശേഷിയിലേക്കുമുള്ള അന്വേഷണമാണ് ഈ പ്രസ്ഥാനത്തിന്റെ സവിശേ ഷത. സതിയുടെ കാര്യത്തിൽ തന്റെ എതിരാളികളുമായുള്ള സംവാദ ങ്ങളിൽ റാം മോഹൻ റോയിയും വിധവാ വിവാഹ പ്രചാരണത്തിന് ഈശ്വർ ചന്ദ്ര വിദ്യാസാഗറും സാർവ്വലൗകികത പ്രചരിപ്പിക്കാൻ നാരാ യണഗുരുവും ഹിന്ദുമതഗ്രന്ഥങ്ങൾ ഉപയോഗിച്ചത് ഓർമ്മിക്കുക. അന്ധ കാരത്തിന്റെ യുഗത്തിൽനിന്ന് പുറത്തു കടക്കാനായിരുന്നു അവർ ഒത്തു ചേർന്നത്. സാമൂഹികമായ വിജ്ഞാനവിരോധം, മതപരമായ അന്ധവി ശ്വാസം, അയുക്തികമായ അനുഷ്ഠാനങ്ങൾ എന്നിവയോട് അവർ ഏറ്റു മുട്ടിയത് സ്വാഭാവിക പരിണതിയായിരുന്നു. അങ്ങനെ ഇന്ത്യൻ നവോ ത്ഥാനം പ്രധാനമായും ഇടപെട്ടത് സാമൂഹികവും സാംസ്കാരികവുമായ വിഷയങ്ങളോടായിരുന്നു. രാഷ്ട്രീയത്തിന്റെ ആപേക്ഷികമായ നിഷേധ മായിരുന്നു ഇതിന്റെ പ്രത്യാഘാതം.

കൊളോണിയൽ വിരുദ്ധ രാഷ്ട്രീയവും ആധുനികതയ്ക്കുവേണ്ടി യുള്ള അന്വേഷണവും കൂട്ടിച്ചേർക്കാനുള്ള ശ്രമമാണ് രണ്ടാം ഘട്ടത്തി ലുണ്ടായത്. പൊതുവിൽ വിശ്വസിക്കപ്പെട്ടപോലെ കൊളോണിയൽ വിരുദ്ധ പ്രസ്ഥാനം നവോത്ഥാനത്തിന്റെ തുടർച്ച മാത്രമായിരുന്നില്ല. രാഷ്ട്രീയ അജണ്ടയ്ക്ക് പുറത്ത് സാമൂഹിക വിഷയങ്ങളിലെ സമരങ്ങൾ ഏറ്റെടുക്കുന്നതിൽ ദേശീയപ്രസ്ഥാനം ജാഗ്രത കാണിച്ചു. അളന്നുതൂ ക്കിയ ഇടപെടലുകളിലൂടെ അതിനെ നിയന്ത്രിക്കാൻ വേണ്ടിയായിരുന്നു ഇത്. ഉദാഹരണത്തിന് വൈക്കം സത്യഗ്രഹത്തിൽ ഗാന്ധിജിയുടെ പങ്ക് സത്യഗ്രഹികളോട് അനുഭാവമുണ്ടായിരുന്നെങ്കിൽ കൂടി ഒരു മദ്ധ്യസ്ഥ ന്റേതായിരുന്നു, പങ്കെടുക്കുന്നയാളായിട്ടല്ലായിരുന്നു.

കൊളോണിയൽ ഭരണത്തിന്റെ അന്ത്യത്തോടെയാണ് നവോത്ഥാ നത്തിന്റെ മൂന്നാംഘട്ടം തുടങ്ങുന്നത്. അത് മാർക്സിസത്തിന്റെയും നവോ ത്ഥാനമൂല്യങ്ങളുടെയും സംഗമത്തിന്റെ ഫലമായിരുന്നു. വാസ്തവത്തിൽ നവോത്ഥാന മൂല്യങ്ങൾ മാർക്സിസത്തിൽ അന്തർലീനമായിരുന്നു. ജാതി യിലും ലിംഗഭേദത്തിലും സാംസ്കാരികവും സാമൂഹികവുമായ സമത്വം എന്ന മുദ്രാവാക്യമുയർത്തി പ്രവർത്തിച്ച കമ്യൂണിസ്റ്റ് പ്രസ്ഥാനത്തിന്റെ അജണ്ടയിൽ നവോത്ഥാനമൂല്യങ്ങൾ ഉൾക്കൊള്ളുന്നു. ഇത് ഭൂതകാല ത്തിൽനിന്നുള്ള വേർപെടലല്ല. സമത്വം, ലിംഗനീതി, മതനിരപേക്ഷത എന്നീ ആശയങ്ങൾ നവോത്ഥാനത്തിന്റെ ഒന്നും രണ്ടും ഘട്ടങ്ങളുടെ അവിഭാജ്യ ഭാഗമായിരുന്നു. പക്ഷേ, മാനവികതാവാദത്തിന്റെ വ്യത്യസ്ത മായ തലങ്ങളായിരുന്നു അതിനുണ്ടായിരുന്നത്. ഇടതുപക്ഷത്തിന്റെ ലക്ഷ്യം പരിഷ്കരിക്കുക എന്നതായിരുന്നില്ല, നിലനില്ക്കുന്ന സാംസ്കാ രിക – സാമൂഹിക വഴക്കങ്ങളെ പരിവർത്തനം ചെയ്യുക എന്നതായിരുന്നു. അങ്ങനെ ചെയ്തതുവഴി ഇടതുപക്ഷം നവോത്ഥാനത്തിന് പുതിയ അർത്ഥങ്ങൾ തേടി. പല നേതാക്കൾക്കും ജനകീയ സമരങ്ങളിൽ സംസ്കാരത്തിന്റെ പ്രാധാന്യത്തെക്കുറിച്ച് ബോദ്ധ്യമുണ്ടായിരുന്നെങ്കിൽ

ക്കൂടി അവയെ സർഗ്ഗാത്മകമായി ഒരുമിച്ചു ചേർക്കുന്നതിൽ വിജയിക്കാനായില്ല.

സമഗ്ര പരിഷ്കരണപരമായ സാംസ്കാരിക പ്രവർത്തനമാണ് നവോത്ഥാനത്തിന്റെ മൂന്നാംഘട്ടം പ്രതിനിധാനം ചെയ്യുന്നത്. 1930 കളിൽ പ്രോത്സാഹജനകമായ ഒരു തുടക്കമുണ്ടായിരുന്നെങ്കിലും അത് വേണ്ടത്ര ശക്തിയാർജ്ജിച്ചിട്ടില്ല. ഈ അപചയം ഓജസ്സുള്ള ഇടതുപക്ഷ സാംസ്കാരിക പ്രവർത്തനത്തെ അസാദ്ധ്യമാക്കുന്ന ഒരു തലത്തിലേക്ക് കൊണ്ടെത്തിച്ചു. ഇടതുപക്ഷാഭിമുഖ്യമുള്ള, സർഗ്ഗാത്മകതയുള്ള ധൈഷണികരുടെ ഒരു വലിയ നിര ഉണ്ടായിരുന്നിട്ടും ശക്തമായ ഇടതുപക്ഷ നവോത്ഥാനം രൂപംകൊണ്ടില്ല എന്നത് അത്ഭുതകരമാണ്. ഈ സന്ദർഭത്തിലാണ് പല എഴുത്തുകാരും സാംസ്കാരിക പ്രവർത്തകരും ഒരു ഇടതുപക്ഷ നവോത്ഥാനത്തിന്റെ സാദ്ധ്യതയെക്കുറിച്ച് ചിന്തിക്കുന്നത്.

നവോത്ഥാനം സംഭവിച്ചുപോയതല്ല, അത് സമൂഹത്തിലും സമ്പദ്ഘടനയിലും ഉണ്ടായ സുപ്രധാനമാറ്റങ്ങൾക്കൊപ്പമുണ്ടായ ഒരു പ്രക്രിയയായിരുന്നു. അതുപോലെതന്നെ സമാനമായ ബന്ധങ്ങൾ രണ്ടാമതൊരിക്കൽ കൂടി പുനരാവിഷ്കരിക്കപ്പെടുകയില്ല. മാത്രവുമല്ല, ആദ്യ നവോത്ഥാനത്തിന്റെ മൂല്യങ്ങൾ മുതലാളിത്തവും നവലിബറലിസവും സൃഷ്ടിച്ച സാഹചര്യങ്ങളിൽ തിരിച്ചുപിടിക്കാനുമാവില്ല. ആ മൂല്യങ്ങളുടെ പ്രസക്തി നഷ്ടപ്പെട്ടതു കൊണ്ടല്ല, സാമൂഹിക സാഹചര്യങ്ങൾ മാറിയതിനൊപ്പം അവയുടെ ഉള്ളടക്കത്തിൽ വന്ന മാറ്റത്തെ നവീകരിക്കേണ്ടതുണ്ട്. കൊളോണിയൽ – ഫ്യൂഡൽ കാലത്ത് നടന്ന നവോത്ഥാനത്തിന്റെ മൂല്യങ്ങൾ തിരിച്ചുപിടിക്കാൻ ശ്രമിക്കുന്നതിന് പകരം അടിച്ചമർത്തപ്പെട്ടവരുടെയും ചൂഷിതരുടെയും പ്രാന്തസ്ഥിതരുടെയും കാഴ്ചപ്പാടിലൂടെ നവോത്ഥാനത്തെ പുനഃസൃഷ്ടിക്കുകയാണ് ഇടതുപക്ഷം ചെയ്യേണ്ടത്. സോഷ്യലിസ്റ്റ് മാനവികത സമത്വപൂർണ്ണമായ സാമൂഹിക – രാഷ്ട്രീയക്രമത്തെ മാത്രമല്ല ലക്ഷ്യംവയ്ക്കുന്നത്. സാംസ്കാരികവും ധൈഷണികവുമായ സ്വാതന്ത്ര്യത്തെക്കൂടി അത് വിഭാവനം ചെയ്യുന്നു. സമകാലിക സമൂഹത്തിൽ വ്യാപകമാകുന്ന അതിക്രമങ്ങളും അസഹിഷ്ണുതയും നവോത്ഥാനത്തിന്റെ ഒന്നാംഘട്ടത്തിന്റെ പരാജയമല്ല, അത് വർത്തമാനത്തിലെ ആവശ്യങ്ങൾക്കനുസൃതമായി ആ മൂല്യങ്ങൾ പരിവർത്തനം ചെയ്യാത്തതുകൊണ്ടാണ്. ഭൗതികലോകം മാറുകയാണ്. എന്നാൽ നിശ്ചലാവസ്ഥയിലായ സാംസ്കാരിക – ആശയരൂപീകരണ അന്തരീക്ഷം ദുഷിക്കുകയാണ്. സമൂഹത്തിലെ മൂല്യങ്ങൾ വലിയ അളവിൽ ശോഷിക്കുന്നതിനെ പ്രതിരോധിക്കാൻ സംസ്കാരത്തെ രാഷ്ട്രീയംകൊണ്ട് ഉത്തേജിതമാക്കിയും രാഷ്ട്രീയത്തെ സംസ്കാരംകൊണ്ട് ശുദ്ധീകരിച്ചും സംസ്കാരവും രാഷ്ട്രീയവും തമ്മിലുള്ള ബന്ധം പുനർനിർവ്വചിക്കണം.

(2017)

മതം എല്ലാം വിഴുങ്ങുമോ?

പൊതുമണ്ഡലത്തിലെ മതസാന്നിദ്ധ്യത്തെക്കുറിച്ചുള്ള അന്വേഷണം രാഷ്ട്രീയമായും അക്കാദമികമായും ആഗോളതലത്തിൽ ശ്രദ്ധയാകർഷിക്കുന്ന വിഷയമാണിന്ന്. പൊതുമണ്ഡലത്തിൽ മതം ചെലുത്തുന്ന സ്വാധീനത്തെക്കുറിച്ച് അടുത്തിടെ ഉണ്ടായ ചർച്ചകൾ ഇത്തരമൊരന്വേഷണത്തെ ഇന്ത്യൻ സാഹചര്യത്തിലും പ്രസക്തമാക്കുന്നു. പക്ഷേ, ഇന്ത്യൻ പൊതുമണ്ഡലത്തെക്കുറിച്ച് നിലവിലുള്ള അറിവിന്റെ പരിമിതികൾ ഇന്ത്യാ കേന്ദ്രിതമായി ഈ ചർച്ചയിൽ പങ്കുകൊള്ളുന്നതിന് വിലങ്ങുതടിയാണ്. പതിനെട്ടാം നൂറ്റാണ്ടിന്റെ അന്ത്യം മുതൽ ഇന്ത്യയിൽ രൂപംകൊണ്ട പൊതുമണ്ഡലത്തിന്റെ സങ്കീർണ്ണതകളെക്കുറിച്ച് വിശദമായ പഠനങ്ങൾ ഉണ്ടാകേണ്ടിയിരിക്കുന്നു.

ആഗോളതലത്തിൽ ശക്തിയാർജ്ജിച്ച മത–പുനർജീവനമാണ് ഈ വിഷയത്തിന് രാഷ്ട്രീയമായ പ്രാധാന്യം നല്കുന്നത്. ഈ പ്രക്രിയയ്ക്ക് ഇന്ത്യ ഒരു അപവാദമല്ല. പ്രത്യേകിച്ച് രാഷ്ട്രീയ മണ്ഡലത്തിലേക്കുള്ള മതത്തിന്റെ നുഴഞ്ഞുകയറ്റത്തിന്റെ രീതിയും അത് മതേതര–ജനാധിപത്യ സമൂഹത്തിന്റെ നിലനില്പിനു നേരെ ഉയർത്തുന്ന വെല്ലുവിളികളും സമീപകാലത്ത് ആശങ്കകൾ സൃഷ്ടിക്കുന്ന സാഹചര്യത്തിൽ. അതുകൊണ്ടുതന്നെ ഈ വിഷയത്തിന്റെ രാഷ്ട്രീയവും അക്കാദമികവുമായ മാനങ്ങൾ സമഗ്രവും സർവ്വതലസ്പർശിയുമായ പരിചിന്തനത്തിന് വിധേയമാക്കേണ്ടതുണ്ട്.

പൊതുമണ്ഡലമെന്ന സങ്കല്പം

പൊതുമണ്ഡലമെന്ന സംജ്ഞയുടെ ഉപയോഗം സ്വാഭാവികമായും പ്രമുഖ ജർമ്മൻ തത്ത്വചിന്തകനായ ജുഗൻ ഹെബർമാസ് ഈ മേഖല

യിൽ നല്കിയിട്ടുള്ള അക്കാദമികമായ സംഭാവനകളെ ഓർമ്മിപ്പിക്കുന്നു. ബൂർഷ്വാ പൊതുമണ്ഡലത്തിന്റെ ആവിർഭാവം, രൂപപരിണാമം, ശിഥിലീകരണം എന്നിവ സംബന്ധിച്ച ചരിത്രപരവും - സമൂഹശാസ്ത്രപരവുമായ വിശകലനമാണ് അദ്ദേഹത്തിന്റെ *The Structural Transformation of the Public Sphere* എന്ന ബഹുചർച്ചിതമായ ഗ്രന്ഥം മുന്നോട്ട് വെച്ചത്. ഹെബർമാസിന്റെ അഭിപ്രായത്തിൽ 'വികസിച്ചുകൊണ്ടിരുന്ന ഒരു കമ്പോള സമ്പദ്വ്യവസ്ഥയുടെ പശ്ചാത്തലത്തിൽ രൂപപ്പെട്ട പ്രത്യേക ചരിത്ര സാഹചര്യങ്ങളിൽ സിവിൽ സമൂഹത്തിനും ഭരണകൂടത്തിനുമിടയിലുള്ള ഒരു മണ്ഡലമായാണ് ലിബറൽ പൊതുമണ്ഡലം രൂപമെടുത്തത്. പൊതുതാല്പര്യ സംബന്ധിയായിട്ടുള്ള വിഷയങ്ങളെക്കുറിച്ചുള്ള വിമർശനാത്മകമായ ചർച്ചകൾ ഇവിടെ സ്ഥാപനസംബന്ധിയായി ഉറപ്പുവരുത്തിയിരുന്നു.[1]

ഭരണകൂടവും സിവിൽ സമൂഹവും തമ്മിൽ ആശയവിനിമയം നടത്തുന്നതിന് സ്വീകാര്യമായ ഒരു മാധ്യമമായി മതത്തെ തന്റെ വിശകലനങ്ങളുടെ തുടക്കത്തിൽ ഹെബർമാസ് കണ്ടിരുന്നില്ല. പൊതുമണ്ഡലത്തിനുണ്ടെന്ന് അദ്ദേഹം കരുതിയ മതേതര സ്വഭാവമായിരിക്കണം ഇങ്ങനെ ചിന്തിക്കാൻ അദ്ദേഹത്തെ പ്രേരിപ്പിച്ചത്. അതിനുശേഷം ലോകം ഒരുപാട് മാറി. രാഷ്ട്രീയ-പൊതുമണ്ഡലങ്ങളിൽ വളരെ പ്രകടമായ തരത്തിൽ മതം ചെലുത്തിവരുന്ന സ്വാധീനം ഇത്തരം മാറ്റത്തിന്റെ ഒരു പ്രധാന ലക്ഷണമായി പ്രത്യക്ഷീഭവിക്കുന്നുണ്ട്.

പൊതുമണ്ഡലത്തിൽ മതം എന്ന വിഷയത്തെ ആസ്പദമാക്കി നെതർലൻഡ്സിലെ ടിൽബർഗ് സർവ്വകലാശാലയിൽ 2010 മാർച്ച് 15 ന് ഹെബർമാസ് ഒരു പ്രഭാഷണം നടത്തുകയുണ്ടായി *Between Naturalism and Religion*[2] എന്ന പേരിലുള്ള അദ്ദേഹത്തിന്റെ ഏറ്റവും പുതിയ രചനയിൽ ഒരു അദ്ധ്യായമായി മേൽസൂചിപ്പിച്ച പ്രഭാഷണത്തിന്റെ വികസിത രൂപം നല്കിയിട്ടുണ്ട്. കാലത്തിന്റെ മാറ്റത്തിനനുസരിച്ച് രാഷ്ട്രീയ-പൊതുമണ്ഡലങ്ങളിൽ മതം ഉണ്ടാക്കിയെടുത്ത സ്വാധീനത്തെക്കുറിച്ച് അദ്ദേഹം ഇതിൽ വളരെ വിശദമായി പ്രതിപാദിക്കാൻ ശ്രമിക്കുന്നു. ഇതാകട്ടെ വളരെ ഗൗരവപൂർവ്വമായ ചർച്ചകൾക്ക് വഴിതെളിക്കുകയുണ്ടായി. പൗലോ ഫ്ളോറസ് ദ് ആർക്കെയിസ്, മൈക്കൽ പെറി, ക്രെയിഗ് കാൽഹോൻ, ചാൾസ് ടെയിലർ, ക്രിസ്റ്റഫർ എബെർലെ, സൈമൺ ചേംബേഴ്സ്, റോബർട്ട് ബെല്ല തുടങ്ങിയ പ്രമുഖ പണ്ഡിതന്മാർ ഈ ചർച്ചകളിൽ പങ്കെടുത്തു. ഹെബർമാസിന്റെ വാദങ്ങൾ ഉയർത്തിവിട്ട അക്കാദമികവും ബൗദ്ധികവുമായ താല്പര്യത്തിന്റെ തെളിവായി ഈ പണ്ഡിത പങ്കാളിത്തത്തെ കാണാവുന്നതാണ്.

ഹെബർമാസിന്റെ പ്രഭാഷണത്തെത്തുടർന്ന് നടന്ന ചർച്ചകളിൽ നിറഞ്ഞുനിന്നത് ആധുനികവല്ക്കരണ പ്രക്രിയയും (Modernisation) മതനിരപേക്ഷവല്ക്കരണ പ്രക്രിയയും (Secularisation) തമ്മിലുള്ള ബന്ധത്തെ സംബന്ധിച്ച വാദപ്രതിവാദങ്ങളാണ്. സമൂഹത്തിന്റെ ആധു

നികവല്ക്കരണവും ജനങ്ങളുടെ മതനിരപേക്ഷവല്ക്കരണവുമായി അഭേദ്യബന്ധമുണ്ടെന്നാണ് ഏറെക്കാലം കരുതിയിരുന്നത്. ആയതിനാൽ, ജ്ഞാനോദ്ദീപനാന്തര സമൂഹത്തിൽ (Post Enlightenment Society) മതത്തിന്റെ സ്വാധീനം ക്ഷയിച്ചുവെന്ന വാദഗതി ഉയരുകയും ചെയ്തു. ഈയൊരു അനുമാനം മൂന്ന് കാരണങ്ങളാലാണെന്ന് ഹെബർമാസ് സൂചിപ്പിക്കുന്നു. ഒന്നാമതായി, ശാസ്ത്ര-സാങ്കേതിക രംഗത്തുണ്ടായ പുരോഗതി കാര്യകാരണ വിശദീകരണങ്ങൾ സാദ്ധ്യമാക്കുകയും തൽഫലമായി ശാസ്ത്രജ്ഞാനമുള്ള മനസ്സിന് ദൈവകേന്ദ്രീകൃതവും പ്രപഞ്ചാതീതവുമായ ലോകവീക്ഷണത്തോട് പൊരുത്തപ്പെട്ടുപോകാൻ ബുദ്ധിമുട്ടാകുകയും ചെയ്തു. രണ്ടാമതായി, നിയമം, രാഷ്ട്രീയം, പൊതുജനക്ഷേമം, വിദ്യാഭ്യാസം, ശാസ്ത്രം തുടങ്ങിയ മേഖലകളിൽ ക്രിസ്ത്യൻ സഭയ്ക്കും മറ്റ് മത-സംഘടനകൾക്കുമുള്ള നിയന്ത്രണം നഷ്ടപ്പെട്ടു. മൂന്നാമതായി, സാമ്പത്തിക മേഖലയിലുണ്ടായ പരിവർത്തനങ്ങൾ ഉയർന്ന തലത്തിലുള്ള സാമൂഹ്യ സുരക്ഷ ഉറപ്പുവരുത്തുകയും അത് നിലനില്പിനെ സംബന്ധിച്ച സുരക്ഷിതത്തബോധം സമൂഹത്തിലുണ്ടാക്കുന്നതിലേക്ക് നയിക്കുകയും ചെയ്തു.[3] ഇത്തരമൊരു സാഹചര്യം മതത്തിന്റെ സ്വാധീനത്തിനും പ്രാധാന്യത്തിനും ഇടിച്ചിൽ സൃഷ്ടിച്ചതായി കരുതപ്പെടുന്നു.

ആധുനികവല്ക്കരണത്തിന്റെ സ്വാധീനം

പൊതുമണ്ഡലത്തിൽ മതത്തിനുള്ള സ്വാധീനം കുറഞ്ഞിട്ടില്ലെന്ന് മാത്രമല്ല യഥാർത്ഥത്തിൽ കൂടുകയാണുണ്ടായതെന്ന ഒരു വാദഗതി ആധുനികവല്ക്കരണ-മതനിരപേക്ഷവല്ക്കരണ മാതൃകക്കെതിരായി ഉയർന്നുവന്നിട്ടുണ്ട്. ആധുനികവല്ക്കരണ സിദ്ധാന്തത്തിന് അതിന്റെ പ്രാമാണ്യം സമകാലീന ലോകത്ത് നഷ്ടമായെന്നും ലോകവ്യാപകമായിത്തന്നെ മതങ്ങളുടെ ഉയിർത്തെഴുന്നേല്ക്കലുമായി ബന്ധപ്പെട്ട പ്രവണതകൾ വളരെ പ്രകടമാണെന്നും നിരവധി പണ്ഡിതന്മാർ കരുതുന്നു. മൂന്ന് ഘടകങ്ങളെ അടിസ്ഥാനമാക്കിയാണ് ഇത്തരത്തിലുള്ള ഒരു ധാരണ രൂപമെടുത്തത് (1) മതപ്രചാരത്തിന്റെ വ്യാപനം (2) മതമൗലികവാദികളുടെ ഇടപെടലുകൾ (3) പല മതങ്ങളിലും സഹജമായ അക്രമോത്സുകതയുടെ രാഷ്ട്രീയമായ ഉപയോഗം. ആഗോളതലത്തിൽ നടത്തിയ വിവരശേഖരണം മതനിരപേക്ഷവല്ക്കരണ സിദ്ധാന്തത്തിന്റെ പരിരക്ഷകർക്ക് ഇപ്പോഴും അപ്രതീക്ഷിതവും ശക്തവുമായ പിന്തുണ നല്കുന്നുണ്ടെങ്കിലും, മതനിരപേക്ഷ സമൂഹങ്ങളെ മതനിരപേക്ഷാനന്തര സമൂഹമെന്നാണ് (Post Secular) ഹെബർമാസ് വിളിക്കുന്നത്. ഇത്തരം മതനിരപേക്ഷാനന്തര സമൂഹങ്ങളിൽ ജനസാമാന്യത്തിനിടയിലുള്ള സ്വാധീനവും പ്രസക്തിയും മതം നിലനിർത്തിപ്പോരുന്നുണ്ട്. ആധുനികതയിലേക്കുള്ള പ്രയാണത്തിനിടയിൽ മതം ആഗോളതലത്തിൽത്തന്നെ അപ്രത്യക്ഷമാകുമെന്ന ഉറച്ച മതനിരപേക്ഷ വീക്ഷണത്തിന്റെ അടിത്തറ ഇളകികൊണ്ടിരിക്കുകയാണെന്ന് ഹെബർമാസ് കരുതുന്നു.[4] മതനിരപേക്ഷവാദികളുടെ പ്രതീക്ഷ

സാക്ഷാൽക്കരിച്ചില്ലെന്ന് മാത്രമല്ല, ലോകത്തെല്ലായിടത്തും തന്നെ പൊതു മണ്ഡലത്തിൽ ശക്തമായ സ്വാധീനം ചെലുത്താൻ മതത്തിന് കഴിയുന്നുണ്ട്. ഇന്ത്യൻ സാഹചര്യത്തിൽ ഇത് വളരെ പ്രകടമാണ്. ഡൽഹിയിലെ പ്രമുഖ സാമൂഹ്യ ശാസ്ത്ര ഗവേഷണ സ്ഥാപനമായ സെന്റർ ഫോർ ദി സ്റ്റഡി ഓഫ് ഡെവലപ്പിങ് സൊസൈറ്റീസ് (സി എസ് ഡി എസ്) ദേശീയതലത്തിൽ നടത്തിയ ഒരു പഠനത്തിന്റെ ഫലങ്ങൾ ഇന്ത്യൻ സമൂഹത്തിൽ മതത്തിന്റെ സ്വാധീനം വർദ്ധിച്ചുവരുന്നതിന് തെളിവാണ്. പ്രസ്തുത പഠന പ്രകാരം ഇന്ത്യൻ സമൂഹത്തിലെ പത്ത് പേരിൽ നാലു പേർ തീവ്ര മതവിശ്വാസികളാണെങ്കിൽ പത്തിൽ അഞ്ചുപേർ ഏതെങ്കിലും വിധത്തിൽ മതവിശ്വാസം പുലർത്തുന്നവരാണ്. സി എസ് ഡി എസിന്റെ ഈ പഠന സർവ്വേയോട് പ്രതികരിച്ചവരിൽ തൊണ്ണൂറ് ശതമാനം പേരും തങ്ങൾ ഈശ്വര വിശ്വാസികളാണെന്ന് ഉറപ്പിച്ച് പറയുക മാത്രമല്ല ആചാരാനുഷ്ഠാനങ്ങൾ, ക്ഷേത്ര ദർശനങ്ങൾ, തീർത്ഥാടനങ്ങൾ എന്നിവ നടത്തുന്നവരാണെന്നും കൂട്ടിച്ചേർത്തു. മുപ്പത് ശതമാനംപേർ തങ്ങൾ കഴിഞ്ഞ അഞ്ചുവർഷക്കാലത്തിനിടയിലാണ് ഈശ്വര വിശ്വാസത്തോട് കൂടുതൽ അടുത്തതെന്ന് പറഞ്ഞു. നഗര പ്രദേശങ്ങളിൽ വസിക്കുന്ന സ്ത്രീകളാണ് ഗ്രാമപ്രദേശങ്ങളിലുള്ളവരേക്കാൾ വിശ്വാസ തീവ്രതയുള്ളവരെന്നുള്ള വളരെ ശ്രദ്ധേയമായ വിവരവും ഈ പഠനം ചൂണ്ടിക്കാണിക്കുന്നു.

മതസ്ഥാപനങ്ങളുടെ എണ്ണത്തിലുണ്ടായ വർദ്ധന മതങ്ങൾക്ക് സമൂഹത്തിലുള്ള വർദ്ധിച്ച സ്വാധീനത്തിന്റെ തെളിവാണ്. സ്വാതന്ത്ര്യാനന്തര കാലഘട്ടത്തിൽ ക്ഷേത്രങ്ങൾ, മുസ്ലിം-ക്രിസ്ത്യൻ പള്ളികൾ എന്നിവയുടെ എണ്ണത്തിൽ ഉണ്ടായ വർദ്ധന എത്രയാണെന്ന് തിട്ടപ്പെടുത്താൻ വയ്യ. ആദ്ധ്യാത്മിക-സാമൂഹികതലത്തിൽ പ്രവർത്തിക്കുന്ന ഇതര മത സ്ഥാപനങ്ങൾ വേറെ, അവ നിരവധിയാണെന്നതിന് സംശയമില്ല. അവ നമ്മുടെ പൊതുമണ്ഡലത്തെ കീഴ്പ്പെടുത്തിക്കൊണ്ടിരിക്കുകയാണ് എന്നതാണ് യാഥാർത്ഥ്യം. മതവിശ്വാസത്തോടുള്ള ആകർഷണീയത സമൂഹത്തിൽ വർദ്ധിച്ചതോടുകൂടി ആചാരാനുഷ്ഠാനങ്ങളും അന്ധവിശ്വാസവും പൊതു ഇടങ്ങളിലേക്കും നുഴഞ്ഞുകയറി. അതുകൊണ്ടുതന്നെ, ആധുനികതയും ജ്ഞാനോദ്ദീപനവും ഇന്ത്യൻ സാഹചര്യത്തിൽ മതാത്മകതയുടെ സ്വാധീനം കുറയുന്നതിലേക്ക് നയിച്ചില്ലെന്ന് അനുമാനിക്കുന്നതിൽ യാതൊരു തെറ്റുമുണ്ടാകുമെന്ന് തോന്നുന്നില്ല. മതാത്മകത വർദ്ധിക്കുകയേ ചെയ്തിട്ടുള്ളൂ.

ഈയൊരവസ്ഥ സംജാതമാകുന്നതിന് നിരവധി കാരണങ്ങൾ വഴിയൊരുക്കിയിട്ടുണ്ട്. ഒന്ന്, സമൂഹത്തിലെ ഇടത്തരക്കാർ നേരിടുന്ന സാംസ്കാരികമായ പ്രതിസന്ധി; രണ്ട്, സാമാന്യജനങ്ങളുടെ വിശ്വാസത്തിന്റെ തലത്തിൽ സംസ്കാരത്തിനും മതത്തിനുമുള്ള അനുരൂപത. ഇന്ത്യൻ സമൂഹത്തിലെ ഇടത്തരക്കാർ കൊളോണിയലിസത്തിന്റെ ഭ്രൂണത്തിൽ നിന്നാണ് ആവിർഭൂതമായത്. അതുകൊണ്ടുതന്നെ മദ്ധ്യവർഗ്ഗ

ത്തിന് അവരുടെ ഭൂതകാലവുമായുള്ള ബന്ധം വളരെ ദുർബ്ബലമാണ്. കടം കൊണ്ട ഒരു സാംസ്കാരിക ചുറ്റുപാടിൽ ജീവിക്കുന്ന ഇവർക്ക് തങ്ങളുടെ പരമ്പരാഗത സംസ്കാരവുമായി ബന്ധം പുലർത്തുകയെന്നത് വളരെയധികം താല്പര്യമുള്ള കാര്യമായിരുന്നു. എന്നാൽ ഇത്തരത്തിലൊരു ബന്ധം സ്ഥാപിക്കാൻ അവർ നടത്തിയ ശ്രമങ്ങൾ പ്രതിസന്ധിയിൽ കലാശിക്കുകയും അതിനുള്ള പരിഹാരം മതത്തിലും ഈശ്വരഭക്തിയിലും തേടുകയും ചെയ്തു. കഴിഞ്ഞ രണ്ട് ദശകങ്ങളിൽ പ്രകടമായ മതത്തിന്റെ രാഷ്ട്രീയവല്ക്കരണവുമായി ബന്ധപ്പെട്ട പ്രശ്നങ്ങൾക്ക് പ്രചോദനം നല്കിയത് ഈ സാംസ്കാരിക പ്രതിസന്ധിയാണ്. മതവും സംസ്കാരവും തമ്മിലുള്ള അനുരൂപത അന്യോന്യബന്ധിതമായ ഒരു ഘടകമാണ്. അതുകൊണ്ടുതന്നെ മതവും സംസ്കാരവും പരസ്പരപൂരകങ്ങളാണ്. അവ അന്യോന്യമുള്ള കൊടുക്കൽ വാങ്ങലുകളിലൂടെ പരസ്പരം പരിപോഷിപ്പിക്കുകയും ചെയ്യുന്നു.

ഇന്ത്യൻ പൊതുമണ്ഡലത്തിന്റെ ഉത്ഭവം

ബൂർഷ്വാ സമൂഹത്തിനുള്ളിലെ വ്യാവഹാരിക ഇടം എന്ന നിലയിൽ പതിനെട്ടാം നൂറ്റാണ്ടിലാണ് യൂറോപ്പിൽ പൊതുമണ്ഡലം ഉയർന്നുവന്നത്. സ്വകാര്യ വ്യക്തികൾക്ക് ഒത്തുകൂടുകയും പൊതുതാല്പര്യമുള്ള വിഷയങ്ങളെ സംബന്ധിച്ച് ചർച്ചകൾ നടത്താനുമുള്ള ഒരു ഇടം പൊതുമണ്ഡലം നല്കുകയുണ്ടായി. ഭരണകൂടവും മതവും കൈയാളിയിരുന്ന അധികാരങ്ങളുടെ വിഭജനം, ജ്ഞാനോദ്ദീപനം പകർന്നു നല്കിയ യുക്തിവിചാരത്തിന്റെയും മാനവികതയുടെയും ഗുണങ്ങൾ, വ്യവസായ വിപ്ലവത്തിന്റെ അനന്തരഫലമായി സാമ്പത്തികരംഗത്തുണ്ടായ മാറ്റങ്ങൾ എന്നിവ പൊതുമണ്ഡലത്തിന്റെ രൂപവല്ക്കരണത്തിൽ പങ്ക് വഹിക്കുക മാത്രമല്ല അതിനുള്ളിൽ നടന്ന വ്യവഹാരങ്ങളെ സ്വാധീനിക്കുകയും ചെയ്തു. വ്യക്തിസ്വാതന്ത്ര്യത്തിന്റെ സംരക്ഷണത്തിനൊപ്പം നിയമവ്യവസ്ഥയെ സമീപിക്കാൻ എല്ലാവർക്കും അവസരം ലഭിക്കുന്ന സാഹചര്യത്തെക്കൂടി ആശ്രയിച്ചാണ് പൊതുമണ്ഡലം നിലകൊണ്ടത്. ചുരുക്കത്തിൽ പറഞ്ഞാൽ പതിനെട്ടാം നൂറ്റാണ്ടിൽ യൂറോപ്പിൽ ക്രമാനുഗതമായി വികസിച്ചുവന്ന പൊതുമണ്ഡലം അടിസ്ഥാനപരമായി ജനാധിപത്യ-മതേതര സ്വഭാവമുള്ളതായിരുന്നു.

പത്തൊൻപത്-ഇരുപത് നൂറ്റാണ്ടുകളിൽ ഇന്ത്യയിൽ ഉയർന്നുവരികയും വികസിക്കുകയും ചെയ്ത പൊതുമണ്ഡലത്തിന്റെ ഗതി ഇതിൽ നിന്ന് വ്യത്യസ്തമാണ്. ഇന്ത്യ കൊളോണിയൽ ആധിപത്യത്തിന് കീഴിലായിരുന്നതും സ്വന്തം നിയതിക്ക് രൂപം നല്കാൻ തക്ക സ്വാതന്ത്ര്യം ഇന്ത്യൻ സമൂഹത്തിനില്ലാതിരുന്നതുമാണ് ഇതിനുള്ള പ്രധാന കാരണം. ഇന്ത്യയിലെ രാഷ്ട്രീയ, സാമ്പത്തിക ബൗദ്ധിക സാഹചര്യങ്ങളിൽ പൊതുമണ്ഡലം രൂപംകൊണ്ടതിൽനിന്ന് ഗുണപരമായി വ്യത്യസ്തമായിരുന്നു. ആധുനികതയിലേക്കും ജ്ഞാനോദ്ദീപനത്തിലേക്കും തടസ്സങ്ങ

ളില്ലാത്ത പ്രയാണം ഇന്ത്യയെ സംബന്ധിച്ചിടത്തോളം സുസാദ്ധ്യമായിരുന്നില്ല. കൊളോണിയലിസം അടിച്ചേല്പിച്ച നിയന്ത്രണങ്ങൾ ഇന്ത്യയുടെ സാമ്പത്തിക വികസനത്തിന്റെ ഗതിമാറ്റി വിടുക മാത്രമല്ല സാംസ്കാരിക നവോത്ഥാനവും ജ്ഞാനോദ്ദീപനവും പൂവിടുന്നതിന് തടസ്സമാകുകയും ചെയ്തു. ഇതാകട്ടെ സമൂഹത്തിന്റെ ജനാധിപത്യ അഭിലാഷത്തെ അടിച്ചമർത്തുക മാത്രമല്ല മതേതരബോധം രൂപമെടുക്കുന്നതിന് തുരങ്കം വെക്കുകയും ചെയ്തു. ഇത്തരം പരിമിതികൾക്കുള്ളിൽ ഉയർന്നുവന്ന, കൊളോണിയൽ ആധുനികതയെന്ന് വിശേഷിപ്പിക്കപ്പെട്ട, ഇന്ത്യൻ ആധുനികത യഥാർത്ഥത്തിൽ യൂറോപ്പിൽ നടന്നതിന്റെ ഒരു ഹാസ്യാനുകരണമായിരുന്നു. ഒറ്റപ്പെട്ട ഒരു തുരുത്തായി ഉടലെടുത്ത ആധുനികതയ്ക്കുള്ളിൽ രൂപപ്പെട്ട വൈരുദ്ധ്യങ്ങളാകട്ടെ മറ്റ് ബദലുകൾ അന്വേഷിക്കുന്നതിനുള്ള പ്രേരണ ഇന്ത്യയിലെ ബുദ്ധിജീവി വർഗ്ഗത്തിന് നല്കി. വളരെയധികം പരിമിതികളോടുകൂടി പൊതുമണ്ഡലത്തിനുള്ളിൽ നടത്തിയ വ്യവഹാരങ്ങളിലൂടെ ഇതിനുള്ള പരിശ്രമങ്ങൾ അവർ നടത്തുകയും ചെയ്തു.

പൊതുമണ്ഡലം രൂപപ്പെടുത്തുന്നതിൽ വലിയ പങ്ക് വഹിച്ചിട്ടുള്ള മാധ്യമങ്ങൾ, സന്നദ്ധ സംഘടനകൾ, മത-സാമൂഹിക പ്രസ്ഥാനങ്ങൾ തുടങ്ങിയ ഏജൻസികൾക്ക് യഥാർത്ഥ അർത്ഥത്തിലുള്ള ഒരു സ്വതന്ത്ര പൊതുമണ്ഡലം കൊളോണിയൽ ഇന്ത്യയിൽ രൂപപ്പെടുത്തുന്നതിന് നിരവധി കാരണങ്ങളാൽ പരിമിതികളുണ്ടായിരുന്നു. യൂറോപ്പിലേതുപോലെ ഒരു സ്വതന്ത്ര ബൂർഷ്വാ സമൂഹത്തിന്റെ ഉല്പന്നമായിരുന്നില്ല ഇന്ത്യയിൽ രൂപമെടുത്ത പൊതുമണ്ഡലം. കൊളോണിയൽ ഭരണകൂടം നിർണ്ണയിച്ച രാഷ്ട്രീയ, സാമൂഹിക, സാമ്പത്തിക പരിധികൾക്കുള്ളിലാണ് അത് വളർന്നു വന്നത്. കൊളോണിയൽ ഭരണത്തിന്റെ ചട്ടക്കൂടുകൾക്കുള്ളിൽ നിന്ന് രൂപംകൊണ്ട നവജാത മദ്ധ്യവർഗ്ഗമായിരുന്നു അതിന്റെ പ്രധാന ഘടകമെന്നതിനാൽ പൊതുമണ്ഡലത്തിന്റെ സാമൂഹ്യപരമായ അടിത്തറ വളരെ ദുർബ്ബലമായിരുന്നു. മാത്രമല്ല മാധ്യമങ്ങൾ പ്രവർത്തിച്ചത് കൊളോണിയൽ ഭരണകൂടത്തിന്റെ നിയന്ത്രണത്തിലായിരുന്നു. സന്നദ്ധ സംഘടനകളുടെ സ്വാധീനമാകട്ടെ വളരെ പരിമിതവും. സാമൂഹിക-മതപ്രസ്ഥാനങ്ങൾക്ക് അവയുടെ മത-ജാതി സംബന്ധമായ അതിരുകളെ അതിലംഘിക്കാൻ കഴിഞ്ഞതുമില്ല. തല്ഫലമായി ഇന്ത്യയിൽ രൂപപ്പെട്ട പൊതുമണ്ഡലത്തിന്റെ ക്രിയാത്മകത്വം പരിമിതമായിരുന്നു എന്നു മാത്രമല്ല ഒരു പൂർണ്ണ തോതിലുള്ള ജനാധിപത്യ-മതേതര സ്വഭാവം ഒരിക്കലും ആർജ്ജിക്കുകയും ചെയ്തില്ല. ഒരു തരത്തിൽ ഇത് കൊളോണിയൽ ഭരണകൂടത്തിന്റെ പരസ്പര വിരുദ്ധ സ്വഭാവത്തിൽനിന്ന് ഉയർന്നു വന്നതാണെന്ന് പറയാം. ഒരുവശത്ത് ഭരണകൂടത്തിന്റെ കപടത നിറഞ്ഞ ഉദാരസ്വഭാവവും മറുവശത്ത് അധികാരപ്രമത്തത ബാധിച്ച ബലപ്രയോഗങ്ങളും. തല്ഫലമായി പൊതുമണ്ഡലത്തിനുള്ളിൽ നടന്ന വ്യവഹാരങ്ങളെ ശ്രദ്ധാപൂർവ്വം നിരീക്ഷിക്കാതിരിക്കൽ ഭരണകൂടത്തിന് സാദ്ധ്യമായിരുന്നില്ല. ഈസ്റ്റ്

ഇന്ത്യാ കമ്പനിയുടെ ഭരണകാലത്ത് മാധ്യമങ്ങളോട് പുലർത്തിയ സമീപനം മേൽ സൂചിപ്പിച്ച തരത്തിലുള്ള വൈരുദ്ധ്യത്തിന്റെ ആദ്യകാല ഉദാഹരണമാണ്. ലിബറൽ തത്ത്വങ്ങളോടുമുള്ള പ്രതിജ്ഞാബദ്ധത കാരണം മാധ്യമങ്ങൾക്ക് പ്രവർത്തിക്കാനുള്ള ഇടം കൊളോണിയൽ ഭരണത്തിന് നിഷേധിക്കാൻ കഴിഞ്ഞില്ലെങ്കിലും കൊളോണിയൽ ഭരണകൂടത്തിനെതിരായ അഭിപ്രായപ്രകടനങ്ങൾ പൊതുമണ്ഡലത്തിനുള്ളിൽനിന്ന് ഉയർന്നുവരികയില്ല എന്ന് ഭരണകൂടം ഉറപ്പുവരുത്തിയിരുന്നു. വാറൻ ഹേസ്റ്റിങ്സിന്റെ ഭരണവ്യവസ്ഥക്കെതിരായി ശബ്ദമുയർത്തിയതിന്റെ പേരിൽ *ബംഗാൾ ഗസറ്റി*നെതിരെ സ്വീകരിച്ച നടപടി ഇത്തരത്തിലുള്ള ഭരണകൂട ജാഗ്രതയുടെ ആദ്യകാല ഉദാഹരണമാണ്. പത്രം ഉടൻതന്നെ നിരോധിച്ചെന്ന് മാത്രമല്ല പത്രാധിപരെ പുറത്താക്കുകയും ചെയ്തു. പൊതുമണ്ഡലത്തെ ഭരണകൂടം സ്വാഗതം ചെയ്തെങ്കിലും കൊളോണിയൽ ഭരണകൂടം നിർണ്ണയിച്ച പരിധികൾക്കുള്ളിൽ മാത്രമേ അവയ്ക്കു പ്രവർത്തിക്കാൻ കഴിഞ്ഞിരുന്നുള്ളൂ.

ഏതാണ്ട് ഒരു നൂറ്റാണ്ടിന് ശേഷമാണ് രാജാധികാരത്തെ ചോദ്യം ചെയ്തതിന്റെ പേരിൽ *സ്വദേശാഭി*മാനിയുടെ പത്രാധിപരായിരുന്ന കെ രാമകൃഷ്ണപിള്ളയെ തിരുവിതാംകൂറിൽ നിന്ന് നാടുകടത്തിയത്. ഇത്തരത്തിലുള്ള പരിമിതികൾക്കുള്ളിലാണ് കൊളോണിയൽ കാലഘട്ടത്തിൽ മാധ്യമങ്ങൾ പ്രവർത്തിച്ചതെങ്കിലും അവ ഭരണകാര്യ വിമർശനങ്ങൾക്കുള്ള ഒരു ഇടം സൃഷ്ടിക്കുന്നതിൽ ചെറുതല്ലാത്ത പങ്ക് വഹിച്ചു. ഇതാകട്ടെ ജനങ്ങളുടെ ജനാധിപത്യ അഭിലാഷങ്ങളെയും അവകാശങ്ങളെയും ഉയർത്തിക്കൊണ്ടു വരുന്നതിന് സഹായിക്കുകയും ചെയ്തു.

പൊതുകാര്യപ്രസക്തമായ ചർച്ചകൾക്ക് പത്തൊൻപതാം നൂറ്റാണ്ടിൽ ഒരു സംഘടനാരൂപം ഉണ്ടാക്കിക്കൊടുത്തത് സന്നദ്ധ സംഘടനകളാണ്. സാമൂഹിക രാഷ്ട്രീയ പ്രശ്നങ്ങളെ അടിസ്ഥാനമാക്കിയുള്ള ചർച്ചകളിൽ ഏർപ്പെട്ടിരുന്ന ആദ്യകാലത്തെ ഏജൻസികൾ ഇത്തരം സംഘടനകളായിരുന്നു. ഇരുപതാം നൂറ്റാണ്ടിന്റെ തുടക്കത്തിലാകട്ടെ ഇംഗ്ലീഷ് വിദ്യാഭ്യാസം നേടിയ ബുദ്ധിജീവിവർഗ്ഗം ബൗദ്ധികവിനിമയത്തിനും സ്വയം സ്ഫുടീകരണത്തിനുമായി കൊളോണിയൽ അധികാരികളുടെ പ്രോത്സാഹനത്തോടുകൂടി സൊസൈറ്റികൾ രൂപവല്ക്കരിക്കുകയുണ്ടായി. ബ്രിട്ടീഷ് ഭരണത്തിൻ കീഴിലായിരുന്ന വിവിധ നഗരങ്ങളിൽ സ്ഥാപിക്കപ്പെട്ട, "The Society for the Propagation of General Knowledge" പോലുള്ള നിരവധി സംഘടനകളെ ഇതിന്റെ ഉദാഹരണങ്ങളായി കാണാവുന്നതാണ്. ഇത്തരം സംഘടനകൾക്ക് തുടക്കത്തിൽ അക്കാദികവും വിവര പ്രദാന സംബന്ധിയുമായ താല്പര്യങ്ങളേ ഉണ്ടായിരുന്നുള്ളൂ എങ്കിലും കാലക്രമേണ ഇവ രാഷ്ട്രീയ യഥാർത്ഥ്യങ്ങളോടും പ്രതികരിക്കാൻ തുടങ്ങി. അതാകട്ടെ ചർച്ചകളിൽ ഗുണപരമായ മാറ്റത്തിന് ഇടയാക്കി. തല്ഫലമായി സ്വകാര്യ താല്പര്യങ്ങളെ മാത്രം പ്രതിനിധാനം ചെയ്യുന്ന രീതി അവസാനിക്കുകയും പൊതുതാല്പര്യങ്ങൾകൂടി ചർച്ച

കളിൽ പ്രത്യക്ഷപ്പെടാൻ തുടങ്ങുകയും ചെയ്തു. കൊളോണിയൽ ഭരണകൂടത്തിന്റെ ഭരണനിർവ്വഹണ ശൈലിയാണ് ഇത്തരത്തിൽ ചർച്ച ചെയ്യപ്പെട്ട ഒരു വിഷയം. എന്നാൽ പൊതുമണ്ഡലത്തിനുള്ളിൽ നടന്നുവന്ന വ്യവഹാരങ്ങളുടെ സ്വഭാവഘടനയിലുണ്ടായ മാറ്റം കൊളോണിയൽ ഭരണകൂടം സ്വാഗതം ചെയ്തില്ല. തുടക്കത്തിൽ ഇത്തരം സംഘടനകളുടെ പ്രവർത്തനങ്ങളെ പ്രോത്സാഹിപ്പിക്കുകയും അവയിൽ സജീവമായി പങ്കെടുക്കുകയും ചെയ്ത ബ്രിട്ടീഷ് അധികാരികൾ അവയ്ക്കുള്ള പിന്തുണ കാലക്രമേണ പിൻവലിച്ചെന്ന് മാത്രമല്ല അവയുടെ പ്രവർത്തനങ്ങൾ തടസ്സപ്പെടുത്തുകയും ചെയ്തു. എന്നിരുന്നാലും പത്തൊമ്പതാം നൂറ്റാണ്ടിലും ഇരുപതാം നൂറ്റാണ്ടിലുമായി പൊതുമണ്ഡലത്തിൽ ഇടപെട്ടിരുന്ന സംഘടനകളുടെ എണ്ണത്തിൽ വർദ്ധനവുണ്ടാകുകയും വാദപ്രതിവാദങ്ങളിലൂടെയും ചർച്ചകളിലൂടെയും സജീവമായ ഒരു പൊതുമണ്ഡലത്തിന്റെ വികാസത്തിൽ അവ പങ്കുവഹിക്കുകയും ചെയ്തു. ഇത്തരം കൂട്ടായ്മകളിലെ വ്യവഹാരങ്ങളുടെ ഒരു പ്രധാന സവിശേഷത അവയിൽ പലതും കൊളോണിയൽ ഭരണകൂടവുമായി കലഹിച്ചുകൊണ്ടാണ് പൊതുമണ്ഡലത്തിന്റെ ജനാധിപത്യവല്ക്കരണത്തിനുവേണ്ടിയുള്ള പോരാട്ടങ്ങളുടെ വേദിയായി മാറിയത് എന്നുള്ളതാണ്.

സാമൂഹിക-മത നവോത്ഥാന പ്രസ്ഥാനങ്ങൾക്ക് വിശാലവും സാമൂഹികവുമായി ഏറെ ഫലവത്തായതുമായ പൊതു സാന്നിദ്ധ്യമുണ്ടായിരുന്നു. സാമൂഹ്യവും മതപരവുമായി നിലനിന്ന സതി, ശിശുഹത്യ, വിധവാ വിവാഹം തുടങ്ങിയ ചില സമ്പ്രദായങ്ങളിൽ വരുത്തിയ മാറ്റങ്ങളുമായി ബന്ധപ്പെട്ടാണ് ഇത്തരം പ്രസ്ഥാനങ്ങളുടെ സംഭാവനകളെ പലപ്പോഴും നാം മനസ്സിലാക്കുന്നത്. ഭരണകൂടത്തിന്റെ ധർമ്മം, പരമ്പരാഗതമായി പുലർത്തിപ്പോരുന്ന വിശ്വാസങ്ങൾക്കും ആചാരങ്ങൾക്കും ആധുനികവല്ക്കരിക്കപ്പെട്ടുകൊണ്ടിരിക്കുന്ന ഒരു സമൂഹത്തിലുള്ള സ്ഥാനം, സാമൂഹികമാറ്റം സഫലമാക്കുന്നതിൽ നിയമനിർമ്മാണത്തിനുള്ള പരിമിതികൾ എന്നിങ്ങനെ വിപുലമായ വിഷയങ്ങളെ സംബന്ധിച്ച് മത-നവോത്ഥാന പ്രസ്ഥാനങ്ങൾ രൂപപ്പെടുത്തിയ ചർച്ചകൾ ഇത്തരം പ്രസ്ഥാനങ്ങളുടെ സംഭാവനയായി പൊതുവേ തിരിച്ചറിയുന്നില്ല.

മത നവോത്ഥാന പ്രസ്ഥാനങ്ങളുടെ ഇടപെടലുകളിലൂടെ നടപ്പിൽ വന്ന സാമൂഹിക പരിഷ്കരണങ്ങൾ പൊതുമണ്ഡലത്തിൽ നടത്തിയ ബൗദ്ധിക ഇടപെടലുകളുടെ ഒരു തുടർച്ചയായി കാണാവുന്നതാണ്. പൊതുമണ്ഡലത്തിനുള്ളിൽ ഉയർന്നുവന്ന അഭിപ്രായപ്രകടനങ്ങളെ, പരിഷ്കരണങ്ങൾ നടപ്പിൽ വരുത്തുന്നതിന് മുൻകൈ എടുക്കുന്നതിലേക്ക് ഭരണകൂടവും ആശ്രയിച്ചിരുന്നു. റാംമോഹൻ റോയിയും കൂട്ടാളികളും സൃഷ്ടിച്ച സാമൂഹിക-ബൗദ്ധിക അന്തരീക്ഷം ഇല്ലായിരുന്നുവെങ്കിൽ സാമൂഹിക നവീകരണത്തിനായുള്ള വില്യം ബെന്റിക്കിന്റെ ശ്രമങ്ങൾ നിയമനിർമ്മാണത്തിൽ കലാശിക്കാനുള്ള സാദ്ധ്യത വിരളമായിരുന്നു. ഭരണകൂടത്തിന്റെ ചട്ടക്കൂടുകൾക്ക് പുറത്ത് ചർച്ചകൾക്കായി ഒരിടം ഉണ്ടാക്കി

യെടുക്കുന്നതിന് ഇത്തരം നവീകരണ പ്രസ്ഥാനങ്ങൾക്ക് കഴിയുകയും സമൂഹത്തിന്റെ ഭാവിയെ സംബന്ധിച്ച ചർച്ചകൾ അവിടെ നടക്കുകയും ചെയ്തു. ഇത്തരത്തിൽ രൂപവല്ക്കരിക്കപ്പെട്ട പൊതുമണ്ഡലമാണ് ദേശാഭിമാന സ്വഭാവം ആർജ്ജിക്കുന്നതിൽ സമൂഹത്തിന് സഹായകമായത്.

സ്വാതന്ത്ര്യാനന്തര ഇന്ത്യയിലെ പൊതുമണ്ഡലത്തിന് കൊളോണിയൽ ഭരണം പ്രദാനം ചെയ്ത പൈതൃകം ആന്തരികമായി അന്യോന്യ വിരുദ്ധ സ്വഭാവമുള്ളതായിരുന്നു. ഭാവനയിലും രൂപവല്ക്കരണത്തിലും പൊതുമണ്ഡലം ജനാധിപത്യ മതേതര സ്വഭാവമുള്ളതായിരുന്നുവെങ്കിലും പ്രചാരത്തിൽ അങ്ങനെയായിരുന്നില്ല. സ്ത്രീകളും ദളിതരും പോലുള്ള നിരവധി സാമൂഹിക വിഭാഗങ്ങളെ അകറ്റി നിർത്തിയ ഇന്ത്യൻ പൊതുമണ്ഡലം ഏറക്കുറെ മേൽജാതിയിൽപ്പെട്ട വിദ്യാസമ്പന്നരുടെ ഒരു സങ്കേതമായിരുന്നു. കൊളോണിയൽ ബ്യൂറോക്രസിയാൽ രൂപവല്ക്കരിക്കപ്പെടുകയോ അല്ലെങ്കിൽ നിയന്ത്രിക്കപ്പെടുകയോ ചെയ്യപ്പെട്ടിരുന്ന ഇത്തരം സംഘടനകളുടെ ജനാധിപത്യപരമായ അവകാശങ്ങൾ വളരെയധികം നിയന്ത്രണങ്ങൾക്ക് വിധേയമായിരുന്നു. എന്നുവരികിലും ഇത്തരം സംഘടനകൾ പൊതുമണ്ഡലത്തിനുള്ളിൽ നടത്തിയ ഇടപെടലുകൾ ജനാധിപത്യ ആദർശങ്ങൾക്കും അവയുടെ പ്രചാരത്തിനും വേണ്ടിയുള്ള നിരന്തരമായ കലഹത്തെ സൂചിപ്പിക്കുന്നുണ്ട്.

സിവിൽ സമൂഹത്തിനും ഭരണകൂടത്തിനുമിടയിൽ ആശയവിനിമയം നടത്താനുള്ള ഒരു മാധ്യമമായി പ്രവർത്തിച്ച് പൊതുതാല്പര്യമുള്ള വിഷയങ്ങളിൽ ഇടപെടുന്നതു കൊണ്ടുതന്നെ പൊതുമണ്ഡലത്തിന് അടിസ്ഥാനപരമായി മതേതര സ്വഭാവമാണുള്ളത്. എന്നാൽ ഇന്ത്യയിൽ പൊതുമണ്ഡലം പ്രതിഫലിപ്പിച്ചത് മതേതരത്വത്തിന്റെയും മതതല്പരതയുടെയും സഹവർത്തിത്തമാണ്. മാധ്യമങ്ങൾ അടിസ്ഥാനപരമായി മതേതര സ്വഭാവമുള്ളവയായിരുന്നുവെങ്കിലും മതബോധത്തിന്റെ അടിയൊഴുക്ക് അവയുടെ ഉൽക്കണ്ഠകളിൽ പ്രതിഫലിച്ചിരുന്നു. പത്തൊമ്പതാം നൂറ്റാണ്ടിൽ *ബോംബെ ഗസറ്റി*ന്റെ 'പത്രാധിപർക്കുള്ള കത്തുകൾ' എന്ന പംക്തിയിലേക്ക് ലഭിച്ച സംഭാവനകൾ ഇതിനുദാഹരണമാണ്. കത്തുകളയച്ച വ്യക്തികളെല്ലാംതന്നെ തങ്ങളുടെ മതപരമായ തിരിച്ചറിവിലൂടെയാണ് സ്വയം വിശേഷിപ്പിച്ചത്. അവർ ഹിന്ദുക്കളോ, മുസ്ലീങ്ങളോ, പാർസികളോ ആയിട്ടാണ് പരിചയപ്പെടുത്തിയത്. പൊതുജനസംബന്ധിയായതും മതേതരസ്വഭാവമുള്ളതുമായ വിഷയങ്ങൾ ചർച്ച ചെയ്തിരുന്ന അതേ അവസരത്തിൽത്തന്നെ തങ്ങളുടെ മതപരമായ മാറാപ്പ് അവർ വഹിച്ചുപോന്നിരുന്നു. മതവുമായി ബന്ധപ്പെട്ട ഇത്തരത്തിലുള്ള ഒരു സ്വത്വം സന്നദ്ധ സംഘടനകൾക്കും ബാധകമായിരുന്നു. അതാകട്ടെ ഇത്തരം സംഘടനകളുടെ സമുദായ സംബന്ധിയായ നാമധേയങ്ങളിൽ വ്യക്തമായിരുന്നു. സന്നദ്ധ സംഘടനകളിൽ പലതും മതത്തെ അടിസ്ഥാമാക്കിയാണ് പ്രവർത്തിച്ചിരുന്നത്. സാമൂഹിക–മത നവോത്ഥാന പ്രസ്ഥാനങ്ങളാകട്ടെ മത–ജാതിബോധത്തിനുള്ളിൽ കെട്ടിയടയ്ക്കപ്പെട്ടവയായിരുന്നു.

മതേതരത്വത്തിന്റെയും-മതബോധത്തിന്റെയും സഹവർത്തിത്ത്വമായിരുന്നു സ്വാതന്ത്ര്യാനന്തര ഇന്ത്യക്ക് ഒസ്യത്തായി ലഭിച്ച പൊതുമണ്ഡലത്തിന്റെ സ്വഭാവഘടനയുടെ പ്രത്യേകത. ഇത്തരമൊരു സമ്പർക്കത്തിനുള്ളിൽ തർക്കങ്ങൾക്കൊപ്പം തന്നെ ഒത്തുതീർപ്പിനുമുള്ള സാദ്ധ്യതയുമുണ്ടായിരുന്നു. ഭരണകൂടത്തിന്റെയും സിവിൽ സമൂഹത്തിന്റെയും അടിസ്ഥാന സ്വഭാവത്തിന്റെ ഗതിവിഗതികളെ നിർണ്ണയിക്കുന്നത് ഒന്നിന് മറ്റൊന്നിനുമേലുള്ള ആധിപത്യമാണ്. ആ അർത്ഥത്തിൽ ഇന്ത്യയുടേതുപോലെയുള്ള ഒരു ബഹു മത – ബഹു സംസ്കാര സമൂഹത്തിലെ പൊതുമണ്ഡലത്തിന്റെ സ്വഭാവത്തെ നിർണ്ണയിക്കുന്നതിൽ മതേതര ജനാധിപത്യമൂല്യങ്ങളിലധിഷ്ഠിതമായ ഭരണകൂടത്തിനും സമൂഹത്തിനും പ്രധാന പങ്കാണുള്ളത്. ഇന്ത്യൻ സ്റ്റേറ്റ് അടിസ്ഥാനപരമായി മതേതരമാണെന്ന കാരണംകൊണ്ട് പൊതുമണ്ഡലം അതിന്റെ വ്യവഹാരങ്ങളിൽ കൂടുതൽ മതേതരസ്വഭാവം പുലർത്തുമെന്നാണ് പ്രതീക്ഷിച്ചത്. പൊതുമണ്ഡലം മതേതരമായി നിലകൊള്ളുന്നു എന്ന് ഉറപ്പുവരുത്തുന്നതിന് ഭരണകൂടത്തിന്റെ ഇടപെടലും ആവശ്യമാണ്. എന്നാൽ പൊതുമണ്ഡലത്തിന്റെ മതേതരസ്വഭാവം ഉറപ്പുവരുത്തുന്നതിന് ഭരണകൂട ഇടപെടൽ അഭികാമ്യമാണോയെന്ന ചോദ്യം അഭിപ്രായ വ്യത്യാസമുണ്ടാകാൻ സാദ്ധ്യതയുള്ള മേഖലയാണ്. എന്നിരുന്നാലും മതേതരത്വത്തിന് നല്കുന്ന വ്യാഖ്യാനമാണ് ഭരണകൂട ഇടപെടലിന്റെ സ്വഭാവം നിർണ്ണയിക്കുന്നത്. മതസ്വത്വവുമായി ബന്ധപ്പെട്ട ചിഹ്നങ്ങളുടെ പരസ്യ പ്രദർശനത്തെ നിഷേധിക്കുന്ന വിധത്തിലാണ് ഫ്രാൻസിൽ മതേതരത്വത്തെ വ്യാഖ്യാനിച്ചിട്ടുള്ളത്. അക്കാരണത്താൽ സ്കൂളുകളിൽ കുട്ടികൾ മൂടുപടം അണിയുന്നത് ഈയിടെ അവിടെ വിലക്കിയിരുന്നു. ഇതിനു നേർവിപരീതമാണ് ഇന്ത്യയിൽ സമീപകാലത്ത് സംഭവിച്ചത്. ഫ്രാൻസിലെ ഒരു സ്കൂളിൽ മതേതര മൂല്യങ്ങൾ ഉയർത്തിപ്പിടിക്കുന്നതിനായി കുട്ടികൾ മൂടുപടം ധരിക്കുന്നത് നിരോധിച്ചെങ്കിൽ അതേ മതേതര കാരണങ്ങൾകൊണ്ട് തന്നെ മൂടുപടം ധരിക്കാനുള്ള അവകാശം ഉറപ്പുവരുത്തുന്നതിനായി ഇന്ത്യൻ ഭരണകൂടം ഇടപെട്ടത് വിരോധാഭാസമെന്ന് തോന്നിയേക്കാം. മതേതരത്വത്തെ സംബന്ധിച്ച തികച്ചും വ്യത്യസ്തമായ രണ്ട് വീക്ഷണങ്ങളാണ് ഇന്ത്യയും ഫ്രാൻസും പുലർത്തുന്നതെന്നതാണ് ഇതിന് കാരണം. മതചര്യകളുടെ പരസ്യപ്രദർശനം മതേതരത്വത്തിന് വിരുദ്ധമായി ഫ്രാൻസ് കരുതുമ്പോൾ മതസംബന്ധിയായ ചിഹ്നങ്ങൾ പരസ്യമായി ധരിക്കുന്നത് മതാവകാശങ്ങളുടെ ഭാഗമായി ഇന്ത്യ കരുതുന്നു.

ഇന്ത്യൻ ഭരണകൂടം കരുതുന്നതുപോലെ മതം ഒരു സ്വകാര്യ വിഷയമാണെങ്കിൽ, പൊതുമണ്ഡലത്തിൽ സജീവമായി ഇടപെടാൻ അതിനെ അനുവദിക്കുന്നത് ഉചിതമാണോ? ഈയൊരു പരസ്പര വൈപരീത്യത്തിന് ഫലപ്രദമാംവണ്ണം പരിഹാരം കാണാൻ ഭരണകൂടത്തിന് ഇനിയും കഴിഞ്ഞിട്ടില്ല. എല്ലാ മതങ്ങൾക്കും തുല്യപരിഗണന നല്കുന്ന ഔദ്യോഗികനയം മുൻപ് സൂചിപ്പിച്ച പരസ്പര വൈപരീത്യത്തെ ഊട്ടിയുറപ്പി

ക്കുന്നതിലേക്കാണ് നയിച്ചത്. കൂടുതലായി പൊതുഇടങ്ങൾ എല്ലാ മതങ്ങൾക്കും പ്രാപ്യമാക്കുന്നതിന് ഇത്തരമൊരു നയം ഇടയാക്കിയെന്നതാണ് ഇതിന് കാരണം. തല്ഫലമായി പൊതുമണ്ഡലത്തിൽ മതേതര യുക്തിയല്ല പൊന്തിനിന്നത്, മറിച്ച് മതപരമായ ആചാരാനുഷ്ഠാനങ്ങളുടെ ആഘോഷമാണ്. അന്ധവിശ്വാസങ്ങളെയും അനുഷ്ഠാനങ്ങളെയും അടിസ്ഥാനമാക്കിയുള്ള മതപരമായ ആചാരങ്ങൾക്ക് പൊതുമണ്ഡലം അതുകൊണ്ട് കീഴടങ്ങുകയും ചെയ്തു.

സാമ്പ്രദായികമായ ആചാരാനുഷ്ഠാനങ്ങൾക്ക് പുതിയ ബദലുകൾ സൃഷ്ടിച്ചുകൊണ്ട് പൊതുഇടങ്ങളെ കൂടുതലായി കർമ്മാനുഷ്ഠാനവല്ക്കരിക്കപ്പെടുന്നത് മതങ്ങൾ തമ്മിലുള്ള സംഘർഷങ്ങൾക്കുള്ള സാഹചര്യം ഉണ്ടാക്കുന്നുണ്ട്. സാമ്പ്രദായികമായ ആചാരാനുഷ്ഠാനങ്ങളാകട്ടെ സ്വകാര്യ ഇടങ്ങളിലേക്കോ അല്ലെങ്കിൽ വീടുകൾ, ആരാധന സ്ഥലങ്ങൾ പോലുള്ള നിർണ്ണയിക്കപ്പെട്ട അതിർത്തികളുള്ള ഇടങ്ങളിലേക്കും പരിമിതപ്പെട്ടിരിക്കുകയാണ്. സമൂഹ ശ്രദ്ധയാകർഷിക്കുന്നതിനായി എല്ലാ മതസമൂഹങ്ങളും സംഘടിപ്പിക്കുന്ന മതഘോഷയാത്രകൾ പൊതുഇടങ്ങളെ അനുഷ്ഠാനവല്ക്കരിക്കുന്നതിന്റെ ശ്രദ്ധേയമായ ഒരു ഉദാഹരണമാണ്. കഴിഞ്ഞ കുറച്ച് ദശകങ്ങളായി ഇത്തരത്തിലുള്ള മാറ്റം സംഭവിച്ചുകൊണ്ടിരിക്കുകയാണ്. അതാകട്ടെ പൊതുമണ്ഡലത്തിനുള്ളിൽ മതങ്ങൾ ഒരു പ്രമുഖ സ്ഥാനം സ്വായത്തമാക്കുന്നതിന് ഇടയാക്കി. തല്ഫലമായി പൊതുമണ്ഡലത്തിനുള്ളിലെ മതേതര അംശം തുടർച്ചയായി വെല്ലുവിളിക്കപ്പെട്ടു കൊണ്ടിരിക്കുന്നു. ഇതിനുപുറമെ മതബോധം വളർത്തുന്ന പരിപാടികളുമായി മാധ്യമങ്ങൾ രംഗത്തെത്തിയതും സാമാന്യയുക്തിക്കുവേണ്ടി അടിയുറച്ച് വാദിച്ചുകൊണ്ടിരുന്ന സംഘടനകൾ നിഷ്ക്രിയമായതും സാമൂഹിക-മത നവോത്ഥാന പ്രസ്ഥാനങ്ങൾ മതവികാരം വളർത്തുന്ന, വിജ്ഞാനവിരുദ്ധ നിലപാടുകളെടുക്കുകയും ചെയ്തത് പൊതുമണ്ഡലത്തിന്റെ മതേതരസ്വഭാവത്തെ പ്രതിലോമകരമായി ബാധിച്ചു. പൊതുതാല്പര്യ സംബന്ധമായ വിഷയങ്ങളിൽ ഗൗരവമായി ഇടപെടുന്നതിന് പ്രചോദനം നല്കേണ്ട പൊതുമണ്ഡലത്തിന്റെ അടിസ്ഥാനപരമായ സ്വഭാവംതന്നെ ഇല്ലാതാക്കുന്നതിലാണ് ഇത് കലാശിച്ചത്.

പൊതുമണ്ഡലത്തിൽ മതത്തിനുള്ള സ്വാധീനം വിലയിരുത്തുമ്പോൾ രണ്ട് സംഭവവികാസങ്ങൾ പ്രത്യേക ശ്രദ്ധയർഹിക്കുന്നു: കച്ചവടവല്ക്കരണവും രാഷ്ട്രീയവല്ക്കരണവും. കഴിഞ്ഞ കുറച്ച് ദശകങ്ങളായി വളർന്നുവന്ന മുതലാളിത്ത പരിതഃസ്ഥിതിയിൽ മതം ഒരു കച്ചവടച്ചരക്കായി മാറിയിരിക്കുകയാണ്. മതങ്ങളുടെ ചരിത്രത്തിൽത്തന്നെ വളരെയധികം പ്രാധാന്യവും സാമൂഹിക പ്രത്യാഘാതവുമുള്ള ഒരു മാറ്റമാണ് ഇത്. ഇതിന്റെ ഫലമായി തീർത്ഥാടനങ്ങൾ വളരെ സംഘടിതമായ വ്യവസായമായി മാറിയിരിക്കുന്നു. തീർത്ഥാടന ടൂറിസം പരിപാടിയിൽ വളരെയധികം നിക്ഷേപമാണ് നടന്നുകൊണ്ടിരിക്കുന്നത്. ഈ മേഖലയിലുള്ള വർദ്ധിച്ച ആവശ്യങ്ങളെ അഭിമുഖീകരിക്കുന്നതിനായി പഴയ ആരാധനാ

സ്ഥലങ്ങൾ പുതുക്കുകയും വികസിപ്പിക്കുകയും മാത്രമല്ല പുതിയ ആരാധനാകേന്ദ്രങ്ങൾ നിർമ്മിക്കുകയും ചെയ്തുകൊണ്ടിരിക്കുകയാണ്. സ്വാതന്ത്ര്യാനന്തര ഇന്ത്യയിൽ ആരാധനാസ്ഥലങ്ങൾ തഴച്ചുവളർന്നതുപോലെ മറ്റൊരു സ്ഥാപനവും വളർന്നിട്ടുണ്ടാകില്ല. മതാത്മകതയുടെ വളർച്ചയോട് ബന്ധിതമായി ഉയർന്നുവന്ന ധനാഢ്യരായ മതരക്ഷാധികാരികളും കാര്യനിർവ്വാഹകരും ഇത്തരം സ്ഥാപനങ്ങളെ മാത്രമല്ല നിയന്ത്രിക്കുന്നത്. ഇവർ മതസ്ഥാപനങ്ങളിലൂടെ വിദ്യാഭ്യാസ സ്ഥാപനങ്ങളെയും രാഷ്ട്രീയ പാർട്ടികളെയുമൊക്കെ അവരുടെ വരുതിയിലാക്കിയിരിക്കുന്നു.

ഇന്ത്യയിലെ പൊതുമണ്ഡലത്തിൽ ഉയർന്നുവരുന്ന വ്യവഹാരങ്ങളെ സംബന്ധിച്ച് രണ്ട് നിഗമനങ്ങളിലെത്താവുന്നതാണ്. ഒന്ന് – ആധുനികവല്ക്കരണ-മതനിരപേക്ഷവല്ക്കരണ പ്രക്രിയയുമായി ബന്ധപ്പെട്ട് ആഗോള തലത്തിലുണ്ടായിട്ടുള്ള മാറ്റങ്ങൾ ഇന്ത്യൻ സാഹചര്യത്തിലും പ്രസക്തമാണെന്ന വസ്തുത. പ്രത്യേകിച്ച്, സാംസ്കാരിക നവോത്ഥാനം, ജ്ഞാനോദ്ദീപനം, ശാസ്ത്രരംഗത്തെ വിപ്ലവം എന്നിവ. മതനിരപേക്ഷവല്ക്കരണത്തിലൂടെ മതത്തിന്റെ പ്രാധാന്യം കുറയ്ക്കാനുള്ള ആധുനികവല്ക്കരണത്തിന്റെ ശേഷി ഇന്ത്യയിൽ സ്വാധീനം ചെലുത്താത്ത സാഹചര്യത്തിൽ മതത്തിന്റെ സ്വാധീനം സിവിൽ സമൂഹത്തിൽ വളരെ ശക്തിയായി നിലകൊള്ളുന്നുണ്ട്. രണ്ട് – രാഷ്ട്രീയ ലക്ഷ്യങ്ങൾക്കായി മതത്തെ ഉപയോഗിക്കുന്ന പ്രവണത കഴിഞ്ഞ രണ്ട് ദശകക്കാലത്ത് കാര്യമായി വർദ്ധിച്ചിട്ടുണ്ടെന്ന വസ്തുത. ഇത്തരമൊരു സാഹചര്യം രാജ്യത്തിന്റെയും സമൂഹത്തിന്റെയും മതേതരമായ നിലനില്പിന് ഭീഷണി ഉയർത്തുന്നു. ആയതിനാൽ പൊതുമണ്ഡലത്തിന്റെ മതേതര സ്വഭാവത്തെ വീണ്ടെടുക്കുകയെന്നത് അടിയന്തരമായ കർത്തവ്യമാണ്. അല്ലെങ്കിൽ പൊതുമണ്ഡലത്തിന്റെ മതസംബന്ധിയായ സ്വഭാവ വിശേഷങ്ങൾ ഭരണകൂടത്തിന്റെ പ്രവർത്തനങ്ങളെ ബാധിക്കാൻ സാദ്ധ്യതയുണ്ട്. ഭരണകൂടം മതസ്വാധീനത്തിനടിമപ്പെടുന്നത് ജനാധിപത്യത്തിന് അപകടമായാണ് കലാശിക്കുക.

(2009)

കുറിപ്പുകൾ

1. Jurgen Habermas, The Structural Transformation of the Public Sphere, An Inquiry into a Category of Bourgeois Society, Introduction by Thomas Mc Carthy, P xi, MIT, 1992.
2. Jurgen Habermas, Between Naturalism and Religion, Polity Press, 2008.
3. Ibid, 'Let Us Talk European', P.1
4. Ibid, P.8

സംസ്കാരത്തിന്റെ പുനർനിർമ്മിതിയും മതേതരശക്തികളും

കേരളത്തിൽ അനവധി സാംസ്കാരിക അക്കാദമികളും സംഘടനകളും രംഗത്തുണ്ട്. സാംസ്കാരിക പ്രവർത്തനങ്ങൾക്ക് നാം നല്കുന്ന പ്രാധാന്യത്തെയാണ് അത് സൂചിപ്പിക്കുന്നത്. പക്ഷേ, സംഘടനകളുടെ ബാഹുല്യമുണ്ടെങ്കിലും അവ വേണ്ടത്ര കാര്യക്ഷമമമാണോ, സമൂഹത്തിൽ സ്വാധീനം ചെലുത്തുന്നുണ്ടോ എന്ന ചോദ്യം പ്രസക്തമാണെന്ന് തോന്നുന്നു. കാരണം യുക്തിഭദ്രമായ സാമൂഹിക സാംസ്കാരിക അവബോധം കേരള സമൂഹത്തിൽ സൃഷ്ടിക്കപ്പെട്ടിട്ടുണ്ടോ എന്ന സംശയം പൊതുവിൽ പങ്കുവയ്ക്കപ്പെടുന്നുണ്ട്.

ഇന്ന് മുഖ്യമായും രണ്ടുവിധത്തിലുള്ള സാംസ്കാരിക സ്വാധീനങ്ങൾ നമുക്ക് തിരിച്ചറിയാൻ കഴിയും. മുതലാളിത്തത്തിന്റെയും വർഗ്ഗീയതയുടെയും സംസ്കാരം. ഇവ രണ്ടും ദ്രുതഗതിയിൽ സാമൂഹിക മനസ്സിനെ അടിമപ്പെടുത്തിക്കൊണ്ടിരിക്കുകയാണ്. മുതലാളിത്ത സംസ്കാരത്തെ ഉപഭോഗ സംസ്കാരം മാത്രമായി നോക്കിക്കാണുന്ന ഒരു പ്രവണതയുണ്ട്. പക്ഷേ, അതിൽമാത്രം അടങ്ങിനില്ക്കുന്നതല്ല മുതലാളിത്ത സംസ്കാരം. മനുഷ്യജീവിതത്തിന്റെ എല്ലാ തുറകളെയും അടിമപ്പെടുത്തുന്ന ഒന്നാണത്. ജീവിതരീതിയിലും സാമൂഹിക പെരുമാറ്റത്തിലും അത് കടന്നുകയറ്റം നടത്തുന്നു. എന്തുപറയുന്നു എന്നതും എങ്ങനെ പറയുന്നു എന്നതും നിർണ്ണയിക്കുന്നത് ആഗോളകുത്തകകളാണ്. കുടുംബബന്ധങ്ങളെപ്പോലും അത് തിരുത്തിയെഴുതുന്നു. പരമ്പരാഗതമായ സാംസ്കാരിക രൂപങ്ങളെയും പ്രയോഗങ്ങളെയും സ്വാധീനിക്കുക മാത്രമല്ല, തകർക്കുകയുംകൂടി ചെയ്യുന്നു. അതുകൊണ്ട് കേരള സമൂഹത്തിന് അതിന്റെ തനതായ സംസ്കാരം നഷ്ടപ്പെട്ടുകൊണ്ടിരിക്കുകയാണ്. സാംസ്കാരിക വേലിയേറ്റത്തിന്റെ പ്രത്യാഘാതങ്ങൾ പൊതുവെ വേണ്ടത്ര തിരിച്ചറിയപ്പെടാതെ പോകുന്നുണ്ട്. അങ്ങനെ സംഭവിക്കുന്നത്

മുതലാളിത്തം ആധുനികതയുടെ പരിവേഷവും വികസനത്തിന്റെ ആകർഷകത്വവും പ്രത്യയശാസ്ത്ര ആയുധമായി ഉപയോഗിക്കുന്നതു കൊണ്ടാണ്. ആധുനികതയുടെയും വികസനത്തിന്റെയും പേരിലാണ് പുതിയ സാംസ്കാരികാന്തരീക്ഷം സൃഷ്ടിക്കപ്പെട്ടുകൊണ്ടിരിക്കുന്നത്. ഇതിന്റെ ചലനാത്മകത ഉല്പാദനവ്യവസ്ഥയുമായി ബന്ധപ്പെട്ടതാണെങ്കിൽ കൂടി ആശയലോകത്തിന്റെ സ്വാധീനം വളരെ വലുതാണ്.

രണ്ടാമത്തെ പ്രവണത വർഗ്ഗീയതയിൽനിന്ന് ഉടലെടുക്കുന്നതാണ്. വർഗ്ഗീയതയുടെ പ്രത്യയശാസ്ത്രം സംസ്കാരമാണ്. ഭൂരിപക്ഷ വർഗ്ഗീയത സൃഷ്ടിക്കാൻ ശ്രമിക്കുന്ന സാംസ്കാരിക അവബോധം മതാധിഷ്ഠിതമാണ്. അത് വിശ്വാസത്തെയും ജാതിബോധത്തെയും ഉപയോഗിച്ചുകൊണ്ടുള്ള ഒരു സാംസ്കാരിക പ്രവർത്തനമാണ്. ചരിത്രത്തെ മതവുമായി ബന്ധപ്പെടുത്തി രാഷ്ട്രത്തിന്റെ തിരിച്ചറിവിനെ മതാധിഷ്ഠിത തിരിച്ചറിവായി വ്യാഖ്യാനിക്കപ്പെടുന്നു; അതായത് മതസംസ്കാരത്തെ ദേശീയ സംസ്കാരമാക്കി പരിണമിപ്പിക്കുന്നു. ഇത് ഇന്ത്യൻ ദേശീയതയ്ക്ക് നിരക്കാത്തതാണ്. എങ്കിലും നിരന്തരമായ പ്രവർത്തനത്തിന്റെ ഫലമായി മതേതരവാദികൾപോലും ചില്ലറ നീക്കുപോക്കുകൾക്ക് തയ്യാറായിപ്പോകുന്നു. യോഗയ്ക്ക് ഹിന്ദുമത ബന്ധമില്ലെന്ന ആഗോളസമീപനം ഇതിന്റെ ഉദാഹരണമായി കാണാം. ഈ രണ്ട് സന്ദർഭങ്ങൾ കണക്കിലെടുത്തുകൊണ്ടുവേണം കേരളമിന്ന് നേരിടുന്ന സാംസ്കാരിക പ്രതിസന്ധിയെ അഭിസംബോധന ചെയ്യാൻ.

കേരളത്തിൽ സംഭവിച്ചുകൊണ്ടിരിക്കുന്ന സാംസ്കാരിക ജീർണ്ണത സുവിദിതമാണ്. ഏകദേശം എല്ലാ മണ്ഡലങ്ങളിലും അത് നിറഞ്ഞുനില്ക്കുന്നു. മാനവികത നഷ്ടപ്പെട്ട ഒരു സമൂഹമായി കേരളം മാറിയിരിക്കുന്നു. മനുഷ്യനെ തിരിച്ചറിയുന്നതിനുള്ള സൂചകം മതവും ജാതിയുമാണ്. രാഷ്ട്രീയമണ്ഡലം മുതൽ വ്യക്തിജീവിതം വരെ നിർണ്ണയിക്കുന്നത് മതത്തിന്റെയോ ജാതിയുടെയോ സ്വാധീനമാണ്. സ്വയം തിരിച്ചറിവുകൾക്ക് മതേതരമായ മാനങ്ങൾ ഇല്ലാതായിരിക്കുന്നു. അതുകൊണ്ട് നമ്മുടെ സങ്കരസംസ്കാര ജീവിതത്തിന് വലിയ കോട്ടം സംഭവിച്ചിട്ടുണ്ട്. ഗുജറാത്തിലും യു പിയിലും സംഭവിച്ചപോലെ സമുദായത്തിലെ 'ഘെറ്റോ'കൾ ഇവിടെയും സൃഷ്ടിക്കപ്പെടുകയാണ് എന്ന ഭയം അസ്ഥാനത്തല്ല.

ഈ സംഭവവികാസം കേരളത്തിലുണ്ടായത് അതിന്റെ ചരിത്രാനുഭവവുമായി ഒത്തുപോകുന്നില്ല. ശക്തമായ നവോത്ഥാനപ്രസ്ഥാനം ഉണ്ടായ ഭൂപ്രദേശമാണിത്. നവോത്ഥാനത്തിന് പരിമിതികൾ ഉണ്ടായിരുന്നെങ്കിൽകൂടി മാനവികതയ്ക്കും യുക്തിഭദ്രതയ്ക്കും അത് തുടക്കം കുറിച്ചിരുന്നു. അവ ശക്തിപ്പെടുകയും ചെയ്തു. എങ്കിലും കേരള സമൂഹത്തിന് ഈ ആശയങ്ങൾ ഇന്ന് അന്യമായിക്കൊണ്ടിരിക്കയാണ്. അതേസ്ഥാനത്ത് അക്രമവും ബലപ്രയോഗവും ജനാധിപത്യരാഹിത്യവും അന്ധവിശ്വാസങ്ങളും ഇടംപിടിച്ചുകൊണ്ടിരിക്കുന്നു.

കേരള സമൂഹം ഇന്ന് അഭിമുഖീകരിച്ചുകൊണ്ടിരിക്കുന്ന ഈ അവസ്ഥാവിശേഷത്തിൽനിന്ന് എങ്ങനെ മറികടക്കാം എന്നതാണ് പ്രസക്ത

മായ ചോദ്യം. നിലവിലുള്ള സാംസ്കാരിക സംഘടനകളുടെ പ്രവർത്തനശൈലി ഇതിനൊരു പോംവഴി കാണാൻ പര്യാപ്തമാണോ എന്ന് സംശയിക്കേണ്ടിയിരിക്കുന്നു. നിലവിലുള്ള സാംസ്കാരിക സംഘടനകളുടെ പ്രവർത്തനശൈലി മിക്കവാറും ആവർത്തന വിരസവും അർത്ഥശൂന്യവുമായ ഒരു കുടുക്കിൽ അകപ്പെട്ടിരിക്കയാണ്. അവയുടെ പ്രവർത്തനങ്ങൾ ഒരു പരിധിവരെ രാഷ്ട്രീയത്തിന് അടിമപ്പെട്ടു പോയിരിക്കുന്നു. സംസ്കാരത്തിന് രാഷ്ട്രീയമില്ല എന്നല്ല അർത്ഥമാക്കുന്നത്. സാംസ്കാരിക പ്രവർത്തനം രാഷ്ട്രീയ പ്രവർത്തനം തന്നെയാണ്. പക്ഷേ, സാംസ്കാരിക പ്രവർത്തനങ്ങൾക്ക് വ്യത്യസ്തമായ രീതിശാസ്ത്രം കണ്ടുപിടിക്കേണ്ടിയിരിക്കുന്നു. അതോടൊപ്പംതന്നെ സാംസ്കാരിക പ്രവർത്തനങ്ങളെ സർഗ്ഗാത്മക പ്രവർത്തനങ്ങൾ മാത്രമായി കാണുന്ന പ്രവണതയെ നിയന്ത്രിക്കുകയും ആവശ്യമാണ്. അതിനപ്പുറത്ത് നിലനില്ക്കുന്ന ഒരു സാമൂഹികമണ്ഡലത്തെക്കുറിച്ച് ചിന്തിക്കേണ്ടിയിരിക്കുന്നു. അവിടെ ഒരു ചെറിയ ഇടം തുറന്നുകിടക്കുന്നുണ്ട്. ആ ഇടം ഇന്ന് വർഗ്ഗീയതയും മുതലാളിത്ത സംസ്കാരവും കീഴ്പ്പെടുത്തിക്കൊണ്ടിരിക്കുകയാണ്. നമ്മുടെ ഭക്ഷണവും വസ്ത്രവും ഭാഷയുമൊക്കെ ഈ ഇടത്തിലാണ് ഉൾപ്പെടുന്നത്.

അടുത്തിടെ അരുവിക്കരയിൽ നടന്ന ഉപതെരഞ്ഞെടുപ്പിൽ ഹിന്ദു വർഗ്ഗീയകക്ഷിയായ ബി ജെ പി ഇത്രയധികം വോട്ടുകൾ എന്തുകൊണ്ട് സംഭരിച്ചു എന്ന ചോദ്യം പലരും ഉയർത്തുകയുണ്ടായിട്ടുണ്ട്. അതുപോലെ നരേന്ദ്രമോദി നയിക്കുന്ന ബി ജെ പി സർക്കാർ എന്തുകൊണ്ട് അധികാരത്തിൽവന്നു എന്ന ചോദ്യം ദേശീയതലത്തിലും ഉന്നയിക്കപ്പെട്ടിട്ടുണ്ട്. യഥാർത്ഥത്തിൽ ഈ വിജയങ്ങൾക്കുപിന്നിൽ കഴിഞ്ഞ അമ്പത് കൊല്ലങ്ങളായി ആർ എസ് എസിന്റെയും അതിന്റെ പോഷക സംഘടനകളുടെയും നിരന്തരമായ പ്രവർത്തനത്തിന്റെ സ്വാധീനം പ്രകടമാണ്. അവർ ദീർഘകാല വീക്ഷണത്തോടെ താഴെക്കിടയിലുള്ള പൗരന്മാരുടെ സാംസ്കാരിക ജീവിതത്തിലേക്ക് കടന്നുചെന്നിരിക്കുന്നു. സാംസ്കാരിക ജീവിതത്തെ മതാധിഷ്ഠിതമായ അവബോധത്തിന്റെ സ്വാധീന വലയത്തിലേക്ക് സമാഹരിക്കുകയും ചെയ്തിട്ടുണ്ട്. ഈ സുപ്രധാനമായ പ്രവർത്തനശൈലി കണക്കിലെടുക്കാതെ ഒ രാജഗോപാലിന്റെ പ്രകടനമാണ്, മോദിയുടെ വ്യക്തിപ്രഭാവത്തിന്റെ വിജയമാണ് എന്ന് വിലയിരുത്തുന്നത് കണ്ണടച്ച് ഇരുട്ടാക്കലാണ്.

മുൻപറഞ്ഞ രണ്ട് സന്ദർഭങ്ങളെ കണക്കിലെടുത്തുകൊണ്ട് സാംസ്കാരിക പ്രവർത്തനങ്ങളെ ഒരു പുനഃപരിശോധനയ്ക്ക് വിധേയമാക്കേണ്ടതാണ്. മതേതര സംസ്കാരത്തിനുവേണ്ടിയുള്ള സാമൂഹികമായ ഇടപെടലുകൾ എത്രയോ നടന്നിട്ടുണ്ട്. പക്ഷേ, സംസ്കാരത്തെ ഒരു ഉപകരണമായി ഉപയോഗിക്കുകയാണുണ്ടായത്. സംസ്കാരത്തിൽ ഇടപെടുകയുണ്ടായില്ല. ഇന്ന് ആവശ്യമായിട്ടുള്ളത് സംസ്കാരത്തിന്റെ തന്നെ പുനർനിർമ്മിതിയാണ് എന്നതാണ്. ഈ പുനർനിർമ്മാണം എങ്ങനെ ആയിരിക്കുമെന്നത് മതേതരശക്തികൾ അടിയന്തരമായി നേരിടേണ്ട പ്രശ്നമാണ്.

(2015)

പ്രാദേശിക ചരിത്രരചന: ഒരു പരിപ്രേക്ഷ്യം

ചരിത്രം എന്ന പഠനശാഖയ്ക്ക് കേരളത്തിൽ വലിയ ജനപ്രിയത യുണ്ട്, പ്രത്യേകിച്ചും യുവതലമുറയിൽ. ജനപ്രിയ ചരിത്രത്തിനും മികച്ച രീതിയിലുള്ള വായനക്കാരുമുണ്ട്. തൂക്കിനോക്കുമ്പോൾ ജനപ്രിയ ചരി ത്രത്തിന്റെ തട്ടിന്റെ ഭാരം കൂടുതലെന്ന് മനസ്സിലാക്കാം. ഇതിന്റെ ഫല മായി രണ്ടു കാര്യങ്ങൾ സംഭവിക്കുന്നു. പുതിയ രീതിശാസ്ത്രങ്ങൾ കൂട്ടി ച്ചേർത്തുകൊണ്ടും തെളിവുകളോട് കൂടുതൽ പ്രതിബദ്ധത കാണിച്ചും ജനപ്രിയ ചരിത്രം പ്രൊഫഷണൽ ചരിത്രവുമായുള്ള അകലം കുറ യ്ക്കാൻ ശ്രമിക്കുന്നു.

അതേസമയം, പ്രൊഫഷണൽ ചരിത്ര ഗവേഷകർ ജനപ്രിയ ചരിത്രം എഴുതാൻ തുടങ്ങുകയും ചെയ്യുന്നു. മലയാളത്തിലെ ചരിത്രരചന അതു കൊണ്ടുതന്നെ പ്രൊഫഷണൽ ഗവേഷണത്തിലൂടെ രൂപംകൊണ്ട ജ്ഞാനവേഗവുമായി ഒത്തുപോകുന്നു. മാതൃഭാഷയിലുള്ള ഗവേഷണ ത്തിലെ കണ്ടെത്തലുകളുടെ പാരമ്പര്യത്തിന് ബംഗാളികളുമായി മാത്ര മാണ് കേരളത്തിന് സാമ്യം. ഇളംകുളം കുഞ്ഞൻപിള്ളയും കേസരി ബാല കൃഷ്ണപിള്ളയുമാണ് ഈ വഴി വെട്ടിത്തുറന്നവർ.

ഇന്ത്യയിൽ ഫെഡറൽ ഭരണസംവിധാനത്തെ നിർണ്ണയിക്കുന്ന ഒരു പ്രധാന സവിശേഷതകളാണ് ഭാഷയും സംസ്കാരവും. പ്രധാനഭാഷക ളായ ഹിന്ദി, തെലുഗു, തമിഴ് എന്നിവ ഒന്നിലേറെ സംസ്ഥാനങ്ങളിലേക്ക് വ്യാപിച്ചിട്ടുണ്ടെങ്കിലും ഓരോ സംസ്ഥാനത്തിനും സ്വന്തമായ ഭാഷാസ്വ ത്വമുണ്ട്. എല്ലാ മലയാളികളും കേരളത്തിലല്ല ജീവിക്കുന്നതെങ്കിലും, കേര ളത്തിലുള്ള എല്ലാവരും മലയാളികളല്ലെങ്കിലും കേരളം മലയാളികളുടെ മാതൃഭൂമിയാണ്. മലയാളികളെ ഇന്ത്യയിലെങ്ങും ലോകമെങ്ങും കാണാ മെന്നതാണ് വാസ്തവം. മലയാളികളെപ്പോലെ വിപുലമല്ലെങ്കിലും മറ്റ്

ഭാഷാവിഭാഗങ്ങളും ഇങ്ങനെയാണ്. ഓരോ സംസ്ഥാനവും ഇന്ത്യയുടെ ഒരു ചെറുരൂപമാണ്. ഈ ചരിത്രപ്രക്രിയയുടെ അവിഭാജ്യഘടകമായ സംസ്കാരാന്തര കുടിയേറ്റമാണ് ഓരോ പ്രദേശത്തിന്റെയും സ്വഭാവം നിർണ്ണയിച്ചത്.

സാംസ്കാരികവും സാമൂഹികവുമായി വൈവിദ്ധ്യം നമ്മുടെ സാമൂഹികാസ്തിത്വത്തിന്റെ എല്ലാ തലങ്ങളിലും പ്രത്യേകിച്ച് ദൈനംദിന ജീവിത വഴക്കങ്ങളിലും സാമൂഹിക ആചാരങ്ങളിലും ഭക്ഷണത്തിലും വേഷത്തിലുമൊക്കെ പ്രതിഫലിക്കുന്നുണ്ട്. ബഹുമുഖവും ഭിന്നജാതീയവുമായ സംസ്കാരം ദേശീയതലത്തിൽ മാത്രമല്ല, പ്രാദേശികമായും രൂപംകൊണ്ടിട്ടുണ്ട്. എല്ലാ മതങ്ങളിൽനിന്നും ഭരണകൂടം തുല്യദൂരം സ്വീകരിച്ചാൽ കൂടി ഇന്ത്യൻ സമൂഹം ബഹുസംസ്കാരമുള്ള ഒരു രാഷ്ട്രമായി എന്നർത്ഥമാകുന്നില്ല. സാംസ്കാരിക ബഹുസ്വരത എന്നത് സാംസ്കാരിക സമത്വമല്ല. സാംസ്കാരിക സമത്വം ഇന്ത്യൻ സാമൂഹിക ജീവിതത്തിന്റെ സ്വഭാവങ്ങളിലൊന്നല്ല. നമ്മൾ ബഹുസ്വരതയ്ക്കും സഹിഷ്ണുതയ്ക്കുമാണ് മുൻഗണന നല്കിയത്. വസ്തുതാപരമായ വിവരങ്ങൾ വീണ്ടെടുത്തും വ്യാഖ്യാനപരമായ സിദ്ധാന്തങ്ങളുടെ സഹായത്തോടെ വസ്തുതകളെക്കുറിച്ച് ധാരണകളുണ്ടാക്കിയും ഈ സാമൂഹിക പരിവർത്തന പ്രക്രിയയുടെ ഇഴയടുപ്പം കണ്ടെത്തുകയെന്ന ദൗത്യമാണ് ചരിത്ര ഗവേഷകരുടേത്. അങ്ങനെ ചെയ്യുമ്പോൾ ചിലപ്പോൾ ഭൂതകാലത്തിലെത്താനുള്ള ആദ്യ ചുവട് വർത്തമാനകാലത്തിലായിരിക്കാം.

മുമ്പ് ഇങ്ങനെ ചെയ്ത ചരിത്രഗവേഷകരുടെ ഒരു വൻനിരതന്നെ നമുക്കൊപ്പമുണ്ടായിരുന്നു. ചിതറിക്കിടക്കുന്ന സ്രോതസ്സുകളിൽനിന്ന് രാജവംശങ്ങളെക്കുറിച്ചും സംഭവങ്ങളെക്കുറിച്ചും യുദ്ധങ്ങളെക്കുറിച്ചും സ്ഥാപനങ്ങളെക്കുറിച്ചും വിശദമായ വിവരങ്ങൾ ശേഖരിക്കുകയെന്ന ശ്രമകരമായ ദൗത്യം അവർ നിർവ്വഹിച്ചു. ഇനിവരുന്ന തലമുറയ്ക്ക് ചരിത്രരേഖകളുടെ സമ്പന്നമായ നിധിശേഖരം സമ്മാനിച്ചുകൊണ്ട് ഫലത്തിൽ ഭൂപടത്തിലില്ലാത്ത പ്രദേശങ്ങളിൽനിന്ന് വിവരം ശേഖരിക്കുകയാണ് അവർ ചെയ്തത്. ഒരു പ്രത്യേക വിഷയത്തിൽ ലഭ്യമായ വിവരശകലങ്ങൾ കൂട്ടിച്ചേർക്കുന്ന തരത്തിലുള്ള പ്രവർത്തനമായിരുന്നു അവരുടേത്. സത്യം പൂർണ്ണമായും കണ്ടെത്തിയെന്ന് ഒരു ചരിത്ര ഗവേഷകനും അവകാശപ്പെടാൻ ഇടയില്ല. എന്നിട്ടും ലഭ്യമായ സ്രോതസ്സുകളുടെ അടിസ്ഥാനത്തിൽ ഓരോ ചരിത്ര ഗവേഷകനും കാര്യങ്ങളെ പൊതുവല്ക്കരിക്കാൻ ശ്രമിച്ചു. വ്യവസ്ഥാ നിഷേധികളുടെ ഒരു പുതിയ രീതി രൂപപ്പെടും വരെ സത്യമായി നിലനിന്ന, ഉൾക്കരുത്തുള്ള ബൃഹദാഖ്യാനങ്ങൾ സൃഷ്ടിക്കാൻ കഴിയുംവിധമുള്ള വസ്തുതകൾ അവർ ശേഖരിച്ചു. ഇതൊരു തുടർപ്രക്രിയയാണ്. ഓരോ തലമുറയിലെയും ചരിത്ര ഗവേഷകർ രീതിശാസ്ത്രത്തിന്റെയും വസ്തുതാപരമായ അറിവുകളുടെ കാര്യത്തിലും ഈ പ്രൊഫഷനെ സമ്പന്നമാക്കി. ജാദുനാഥ് സർക്കാരിന്റെ *ദ ഫാൾ ഓഫ് മുഗൾ എംപയർ*, അല്ലെങ്കിൽ ജി എസ് സർദേശായിയുടെ *ഹിസ്റ്ററി*

ഓഫ് മറാഠാസ് പോലുള്ള പല വാല്യങ്ങളുള്ള ബൃഹദാഖ്യാനങ്ങൾ ഇന്ത്യയുടെ ചരിത്ര വിജ്ഞാനത്തിന്റെ പ്രത്യേക ഘട്ടത്തെ അടയാളപ്പെടുത്തി. ഇപ്പോഴത്തെ വൈജ്ഞാനികക്കുതിപ്പിലും അവ അപ്രസക്തമാകുന്നില്ല.

മുൻതലമുറയുടെ ആശയങ്ങൾ പിന്നീട് വന്ന ചരിത്ര പണ്ഡിതരാൽ വെല്ലുവിളിക്കപ്പെടുന്നതും നവീകരിക്കപ്പെടുന്നതും അല്ലെങ്കിൽ നിരാകരിക്കപ്പെടുന്നതുമാണ്. എന്നിരുന്നാലും ഭാവിയിലെ ചരിത്ര വിജ്ഞാനീയത്തിന്റെ അനിവാര്യമായ അടിത്തറ പണിതത് അവരാണ്. ചരിത്രരചന നടന്നുതീർത്ത ഊടുവഴികൾ, അവ ചെളിനിറഞ്ഞതും ഇടുങ്ങിയതുമാണെങ്കിൽപ്പോലും ആ വഴികളിലെ അറിവുകളാണ് ഒരു ചരിത്ര ഗവേഷകന്റെ പ്രവർത്തനസത്തയുടെ കാതലായ ഭാഗം. അതാണ് ഒരു വിജ്ഞാനശാഖയെന്ന നിലയ്ക്ക് ചരിത്രത്തിന്റെ അസ്തിത്വത്തെ നിലനിർത്തുന്നത്. ഒരു ബഹുവിജ്ഞാന സ്കീമിൽ ഈ വിജ്ഞാനശാഖയുടെ കേന്ദ്രസ്ഥാനത്തെക്കുറിച്ച് ഊന്നിപ്പറയാനാണ് ഈ വാദം. അല്ലെങ്കിൽ വഴി തെറ്റിപ്പോകാനുള്ള സാദ്ധ്യത നിലനില്ക്കുന്നുണ്ട്. നമ്മുടെ പാഠ്യപദ്ധതിയിൽ ജ്ഞാനശാസ്ത്രത്തിന് ആവശ്യമായ ഊന്നൽ നല്കിയിട്ടില്ലെന്ന് സംശയിക്കേണ്ടിയിരിക്കുന്നു.

വ്യത്യസ്തങ്ങളായ ചിന്താധാരകളിൽനിന്ന് ഇന്ത്യൻ ചരിത്രരചനയ്ക്ക് നേട്ടങ്ങളുണ്ടായിട്ടുണ്ട്. അതിന്റെ ഫലമായി സന്ദിഗ്ദ്ധതയുടെയോ അനിശ്ചിതത്വത്തിന്റെയോ ഘട്ടത്തിലൂടെയാണത് കടന്നുപോകുന്നത്.

സ്വാതന്ത്ര്യാനന്തരകാലത്തെ പുതുതലമുറയിൽപ്പെട്ട ചരിത്ര ഗവേഷകർ ചരിത്രപരമായ പുനർനിർമ്മിതിയുടെ വ്യത്യസ്തങ്ങളായ രീതികൾ പരീക്ഷിച്ചു. സൈദ്ധാന്തികമോ ആശയപരമോ ആയ ഒരു ചട്ടക്കൂടുമില്ലാതെ ഇന്ത്യൻ ചരിത്രഗവേഷകർക്ക് പരീക്ഷണങ്ങളിൽ പലതലങ്ങളിലുള്ള ജയപരാജയങ്ങളുണ്ടായി. ചരിത്രരചനയുടെ അതിരുകൾ ഭേദിച്ച് സാമൂഹികശാസ്ത്രത്തിൽ മാത്രമല്ല മറ്റ് വിജ്ഞാനശാഖകളിലും സൈദ്ധാന്തികവും ആശയപരവുമായ മുന്നേറ്റങ്ങൾ ഉൾക്കൊള്ളിക്കാൻ ലക്ഷ്യമിട്ട വിമതരുടെ പിറവിക്ക് അത് കാരണമായി. അനുഭവൈകവാദികൾക്കു പിന്നാലെ മാർക്സിസ്റ്റുകളും അതിനെ അനുപൂരകവും പ്രതികരണാത്മകവുമായ അന്നെൽസും പോസ്റ്റ് മാർക്സിസ്റ്റുകളും പോസ്റ്റ് മോഡേണിസ്റ്റുകളും അടക്കമുള്ള വ്യത്യസ്തധാരകൾ വന്നു. ഈ വ്യാപനത്തിന്റെ പരിണത ഫലങ്ങളിലൊന്ന് സൈദ്ധാന്തികമായ വ്യാഖ്യാനവും ആശയപരമായ സങ്കീർണ്ണതകളുമായിരുന്നു. ഇത്തരമൊരു സംവാദാത്മക പ്രക്രിയയാണ് ഒരു ഫെർണാന്റ് ബ്രേഡെലിനെയോ ഒരു ഇ പി തോംസണെയോ ഒരു നിസ്ബെർട് ഏലിയാസിനെയോ സൃഷ്ടിച്ചത്. യൂറോപ്പിൽ അവരുടെ തന്നെ നാഗരികത്വത്തിന്റെ അനുഭവങ്ങളിലാണ് ഇത്തരം മുന്നേറ്റങ്ങൾ കാലുറപ്പിച്ചുനിന്നത്. ഇതിനു വിരുദ്ധമായി ഇന്ത്യക്കാരെ ആദർശത്തിനായി പാശ്ചാത്യ ലോകത്തേക്ക് നോക്കാൻ പ്രേരിപ്പിച്ച കോളനിവല്ക്കരണവുമായാണ് ആധുനിക ഇന്ത്യൻ ചരിത്ര വിജ്ഞാനീയം ഇടപെട്ടത്. പരമ്പരാഗതമായ പുരാവൃത്തങ്ങളിൽ പറയുന്നപോലെ ഇന്ത്യ

ക്കാർക്ക് ഭൂതകാലത്ത് ചരിത്രബോധമുണ്ടായിരുന്നോ എന്നതിനെക്കുറിച്ച് കുറച്ചു കാലങ്ങൾക്കുമുമ്പ് ചരിത്രഗവേഷകർക്കിടയിൽ തീക്ഷ്ണമായ ചർച്ചകൾ നടന്നിരുന്നു. സാമ്രാജ്യത്വം ഇടപെട്ടില്ലായിരുന്നെങ്കിൽ ഈ പുരാവൃത്തങ്ങൾക്ക് ഈ പരിണാമ പ്രക്രിയയിൽ ചരിത്രരേഖകൾ എന്ന നിലയ്ക്കുള്ള സവിശേഷതകൾ കൈവരുമായിരുന്നോ?

സാമൂഹിക ചരിത്രത്തിൽ തനിക്കുള്ള താല്പര്യങ്ങളെ ഉണർത്തിയത് യൂറോപ്യൻ ചരിത്രരചനയുമായുള്ള അടുപ്പമാണെന്നാണ് നമ്മുടെ പ്രമുഖ ചരിത്രപണ്ഡിതരിൽ ഒരാൾ ഈയിടെ സ്മരിച്ചത്. ഇന്ത്യയിലെ മിക്കവാറും ചരിത്രപണ്ഡിതരുടെ കാര്യത്തിലും ഇത് ശരിയാകാൻ സാദ്ധ്യതയുണ്ട്. പ്രത്യേകിച്ചും പഴയ എല്ലാ കോളനികളിലെയും ചരിത്രപണ്ഡിതരുടെ കാര്യവും ഇങ്ങനെയാകാം. ഇന്ത്യയിലെ ആധുനിക ചരിത്രരചന യൂറോ കേന്ദ്രിതവും ഇന്ത്യാവിരുദ്ധവുമാണെന്ന ആരോപണം നിലനില്ക്കുന്നുണ്ട്. മറ്റ് നാഗരികതകളെക്കുറിച്ചുള്ള പഠനത്തിലൂടെ മുന്നേറാൻ ഗാന്ധിജി നിർദ്ദേശിച്ചപോലെ ഈ വിജ്ഞാനശാഖയെ സമ്പന്നമാക്കാൻ വാതിലുകൾ തുറന്നിട്ട ലിബറൽ - മാർക്സിസ്റ്റ് ചരിത്ര പണ്ഡിതരെ ആക്ഷേപിക്കുന്ന വർഗ്ഗീയ - പുനരുത്ഥാന വാദികൾക്ക് തീർച്ചയായും ഇതൊരു ഇന്ധനമായി. കെട്ടുകഥകളും ഐതിഹ്യങ്ങളും ചരിത്രസത്യങ്ങളെ പ്രതിനിധാനം ചെയ്യുന്നുവെന്ന ആസൂത്രിതമായ പ്രചാരണത്തിൽ ഇന്ത്യയിലെ വിദ്യാസമ്പന്നരായ മദ്ധ്യവർഗ്ഗത്തിലെ നിഷ്കളങ്കരും എളുപ്പം കബളിപ്പിക്കപ്പെടാവുന്നവരുമായ ഒരു വിഭാഗം വശംവദരായി. ഈ ആശയങ്ങൾക്ക് ഭരണകൂടത്തിന്റെ പിന്തുണകൂടി ലഭിച്ചതോടെ ഒരു ശാസ്ത്രീയ വിജ്ഞാനശാഖയെന്ന നിലയ്ക്ക് ചരിത്രത്തിന് അപചയം സംഭവിച്ചു. അത്തരമൊരു സാഹചര്യത്തെയാണ് നാമിന്ന് നേരിടുന്നതെന്ന് ഞാൻ ഭയക്കുന്നു.

സമീപകാലത്ത് കേരളത്തിൽ ചരിത്രരചനയിൽ ആശാവഹമായ ചില മാറ്റങ്ങൾ സംഭവിക്കുന്നുണ്ട്. ഈ മാറ്റങ്ങളുടെ സ്വഭാവം ഇതിവൃത്തപരമാണ്, രീതിശാസ്ത്രപരമല്ല. നേരത്തെ കേരളത്തിലെ ചരിത്രം രാജവംശത്തിന്റെയും ഭരണരീതികളുടെയും ഭൂബന്ധങ്ങളുടെയും കോളനിവിരുദ്ധ സമരങ്ങളുടെയും മറ്റും ചെറിയ വൃത്തങ്ങളിൽ കറങ്ങിത്തിരിയുകയായിരുന്നു. യുദ്ധങ്ങളുടെ കാരണങ്ങൾ, സൈനികശക്തി, രാജ്യത്തിന്റെ വൈപുല്യം, ഗ്രാമങ്ങളിലെ പ്രക്ഷോഭങ്ങളുടെ സവിശേഷതകൾ എന്നിവയടക്കമുള്ള കാര്യങ്ങളിലെ വിവാദങ്ങളിൽ ചരിത്രകാരന്മാർ തിമിർത്താടി. അതുതന്നെ ഒരു വരേണ്യ ബോധത്തിൽ ഊന്നിയുള്ളതായിരുന്നു. ഇതിൽനിന്നുള്ള ഒരു മാറ്റം ദൃശ്യമാകുന്നുണ്ട്. ഇതുവരെ കടന്നുചെല്ലാത്ത അപരിചിതമായ മേഖലകളായ ദളിത്, ലിംഗഭേദം, പരിസ്ഥിതി എന്നിവയുടെ ചരിത്രത്തിലേക്ക് വലിയൊരു വിഭാഗം ചരിത്രാന്വേഷികൾ കടന്നുചെല്ലുന്നു. സാമൂഹികമായി അടിച്ചമർത്തപ്പെട്ടവരുടെയും സമൂഹത്തിലെ പ്രാന്തവല്ക്കരിക്കപ്പെട്ടവരുടെയും ജീവിതാവസ്ഥകൾ ശ്രദ്ധയിൽ കൊണ്ടുവരാൻ ഇത് കാരണമായി. ഇതിവൃത്തപരമായ ഈ മാറ്റം സുപ്രധാനമാ

ണെങ്കിലും രീതിശാസ്ത്രപരമായ മാറ്റത്തിലേക്ക് പരിവർത്തനം ചെയ്തിട്ടില്ലെങ്കിൽ അത് ഒരു മുന്നേറ്റം കുറിക്കുന്നില്ല. ദളിതരുടെ ചരിത്രം വേണമെങ്കിൽ അത് പ്രതിനിധാനം ചെയ്യുന്ന അധമ വ്യവസ്ഥയെ ന്യായീകരിച്ചുകൊണ്ടു രചിക്കാം. ചൂഷണത്തിന്റെയും ചെറുത്തുനില്പിന്റെ വീരകഥയെന്ന പരിപ്രേക്ഷ്യത്തോടെയും ദളിത് ചരിത്രം എഴുതാം. അതുപോലെതന്നെ ലിംഗഭേദത്തിന്റെ ചരിത്രം ലിംഗാസ്തിത്വത്തിന്റെ ചരിത്രമെന്ന നിലയ്ക്കും പുരുഷാധിപത്യശക്തിയുടെ ഇരകൾ എന്ന നിലയ്ക്കും പഠിക്കാം. ഇതിവൃത്തപരമായും രീതിശാസ്ത്രപരമായുമുള്ള വ്യത്യസ്തമായ പരിപ്രേക്ഷ്യമാണ് ഇത് സാദ്ധ്യമാക്കുന്നത്. ഇത് ഭാവിക്ക് ഒരു നല്ല വാഗ്ദാനമാണ്.

ചരിത്രാന്വേഷിയുടെ അന്വേഷണങ്ങളുടെ ലക്ഷ്യത്തെ ആ വ്യക്തിയുടെ പ്രത്യയശാസ്ത്രപരമായ ആഭിമുഖ്യം സ്വാധീനിക്കുമെന്ന് വ്യക്തം. എന്തുകൊണ്ടാണ് രാഷ്ട്രീയ ചായ്വുള്ള വിഷയങ്ങളായ കർഷകർ, തൊഴിലാളികൾ, മുതലാളിത്തത്തിന്റെ ചരിത്രം എന്നിവ ഒരു പുരോഗമനാത്മകമായ സാമൂഹിക മാറ്റത്തെ അനുകൂലിച്ചോ അല്ലെങ്കിൽ സാമൂഹിക സന്തുലിതത്വം നിർത്തുന്നതിനോ തെരഞ്ഞെടുക്കുന്നത്. എന്നാൽ നെല്ലിൽനിന്ന് പതിര് വേർതിരിച്ചെടുക്കുന്ന എന്തോ അതാണ് ചരിത്രകാരനെ സംബന്ധിച്ചിടത്തോളം അയാളുടെ രീതിശാസ്ത്രം. അന്വേഷണപ്രപഞ്ചം തെരഞ്ഞെടുക്കുക എന്നത് ഒരു നിർണ്ണായക ഘടകമല്ല. സൈദ്ധാന്തികമായ സംവേദനക്ഷമതയാണ് രീതിശാസ്ത്രപരമായ വിജ്ഞാനം സാമൂഹിക പുരോഗതിയെ മുന്നോട്ടു നയിക്കുമെന്നതുകൊണ്ടുതന്നെ അന്വേഷണപ്രപഞ്ചം തെരഞ്ഞെടുക്കുന്നതിനെ അപ്രധാന കാര്യമെന്ന് വാദിക്കുകയല്ല. ആധിപത്യത്തിന്റെയും അധമത്വത്തിന്റെയും പ്രത്യയശാസ്ത്രപരവും സാമൂഹികവും സാമ്പത്തികവുമായ ആദേശകങ്ങളെയും അതിനിരയാക്കപ്പെടുന്നവരുടെ ചെറുത്തുനില്പുകളെയും അപഗ്രഥിക്കുന്ന രീതിശാസ്ത്രത്തിൽ ദളിതരെയും സ്ത്രീകളെയും കുറിച്ചുള്ള പഠനത്തിൽ പ്രബലമായ പ്രാധാന്യം കൈവരുന്നുണ്ട്. അതേസമയം ഓരോ സാമൂഹിക വിഭാഗങ്ങൾക്കും അകത്തുള്ള വൈജാത്യങ്ങളെ തിരിച്ചറിയേണ്ടതും അനിവാര്യമാണ്.

ചരിത്രരചനയുടെയും രീതിശാസ്ത്രത്തിന്റെയും പ്രാധാന്യം ഊന്നിപ്പറഞ്ഞ സാഹചര്യത്തിൽ ചരിത്രപരമായ അന്വേഷണത്തിലേക്ക് നമുക്ക് ശ്രദ്ധയൂന്നാം. ഒരു പ്രത്യേകകാലത്ത് ചരിത്രപണ്ഡിതരുടെ താല്പര്യങ്ങൾ ലോകചരിത്രത്തിന്റെ ബൃഹദാഖ്യാനങ്ങളിൽനിന്ന് തുടങ്ങി ഒരു ഗ്രാമത്തിന്റെയോ ഒരു തൊഴിലാളിയുടെയോ ജീവിതചരിത്രത്തിന്റെ സൂക്ഷ്മ ചരിത്രത്തിലേക്ക് വരെ നീണ്ടു. പ്രാദേശിക തലം തൊട്ട് പ്രപഞ്ചം വരെയെന്ന് ഇതിനെ തിരിച്ചും വായിക്കാം. വാസ്തവത്തിൽ ചരിത്രരചനയിൽ ഇവ തമ്മിൽ സഹവർത്തിത്വമുണ്ട്. ലോകത്തിന്റെ ചരിത്രത്തിൽ സുപ്രധാന സംഭവങ്ങൾ ലഘുവിവരണത്തിൽ കൂടുതൽ സാദ്ധ്യമാകുന്നില്ല. ഭൂഖണ്ഡങ്ങളുടെ ചരിത്രത്തിലും അതിൽ കൂടുതലൊന്നും സംഭവിക്കാനിടയില്ല.

രാജവംശങ്ങളുടെ ചരിത്രത്തിൽ ദേശീയസ്വത്വവും താല്പര്യങ്ങളുമൊക്കെ ഇടംപിടിക്കും. ചരിത്രകാരന്റെ ഉപായങ്ങളുടെ കേന്ദ്രസ്ഥാനമായ, വിശദമായ അനുഭവാർജ്ജിത അന്വേഷണങ്ങൾ പ്രയോഗിക്കുമ്പോൾ ഒരു സാമ്രാജ്യം എത്രയോ ബൃഹത്താണെന്ന് പെട്ടെന്ന് മനസ്സിലാകും. പ്രായോഗികവും സൈദ്ധാന്തികവുമായ കാരണങ്ങളാൽ പലരെയും ആകർഷിച്ച സാമ്രാജ്യങ്ങളുടെയും പ്രവിശ്യകളുടെയും അല്ലെങ്കിൽ പ്രദേശങ്ങളുടെയും ചരിത്രത്തിൽനിന്നുള്ള യുക്തിസഹമായ ഒരു വളർച്ചയാണത്. സമൂഹത്തിന്റെ വർദ്ധിച്ചുവരുന്ന സങ്കീർണ്ണതകൾ അപഗ്രഥനത്തിന്റെ ചെറുയൂണിറ്റുകളിലേക്കുള്ള അന്വേഷണത്തിലേക്ക് നയിച്ചു. ഈ സാമൂഹിക യാഥാർത്ഥ്യത്തിന്റെ ഫലമായാണ് യൂറോപ്പിലെ വലിയൊരു വിഭാഗം ചരിത്ര പണ്ഡിതരുടെ ഭാവന പ്രാദേശിക ചരിത്രത്തിലേക്ക് ആകർഷിച്ചത്. എച്ച് ജി വെൽസിൽനിന്നും എഡ്വേഡ് ഗിബണിൽനിന്നും കാർലോ ഗിൻസ്ബർഗിലേക്കും റോയ് ലദൂരിയിലേക്കുമുള്ള യാത്ര ഒരു വലിയ നേട്ടമാണ്. ചരിത്ര പണ്ഡിതർ ഇത് ഏറ്റെടുക്കുന്നത് സന്ദർഭോചിതമായിരിക്കും. ഈ പരിണാമം അന്വേഷണ പ്രപഞ്ചത്തിന്റെ മാത്രം കാര്യമല്ലെന്ന് കൂടി കൂട്ടിച്ചേർക്കട്ടെ.

ഇന്ത്യയിൽ പ്രാദേശിക ചരിത്രം ഏറ്റെടുക്കാൻ കുറേക്കാലത്തേക്ക് ആരുമുണ്ടായിരുന്നില്ല. എന്നാൽ രണ്ടു ദശകങ്ങളായി പ്രാദേശിക ചരിത്രത്തിന്റെ പ്രാധാന്യത്തെക്കുറിച്ച് അവബോധം വർദ്ധിച്ചിരിക്കുന്നു. കേരളത്തിലും ഈ ആശയം അലകൾ സൃഷ്ടിച്ചിരിക്കുന്നു. ചില ജനപ്രിയ ചരിത്രകാരന്മാരും സാംസ്കാരിക സംഘടനകളും ഒരു പ്രദേശത്തിന്റെ ചരിത്രം പുനർനിർമ്മിക്കുന്നതിന് ഗ്രാമതലത്തിലുള്ള തെളിവുകൾ ഉപയോഗിക്കുന്നു.

പ്രൊഫഷണൽ ചരിത്രകാരന്മാർ പ്രാദേശിക ചരിത്രത്തോട് കനിവ് കാണിച്ചിട്ടില്ലെന്നാണ് തോന്നുന്നത്. സമഗ്രചരിത്രം രചിക്കുന്നതിൽ വിദ്യാർത്ഥികളെ പരിശീലിപ്പിക്കുന്നതിനും അതുവഴി ശാസ്ത്രീയ ചരിത്രം പ്രോത്സാഹിപ്പിക്കുന്നതിനുമുള്ള അവസരമാണ് ഇങ്ങനെ ചെയ്തതിലൂടെ അവർ നഷ്ടപ്പെടുത്തിയത്. പ്രദേശങ്ങളുടെ കാല്പനികവല്ക്കരണവും അതിന്റെ ഫലമായുള്ള 'തദ്ദേശീയ' ചരിത്രവുമാണ് പ്രാദേശിക ചരിത്രത്തിന് സംഭവിക്കാനിടയുള്ള പ്രധാന ദൗർബല്യങ്ങൾ. പ്രദേശത്ത് മാത്രം ഒതുങ്ങിനില്ക്കാൻ കഴിയാത്ത സഹജമായ പ്രവണതയും അതിനുണ്ട്. ബൃഹത്തായ ഘടകങ്ങളെ മനസ്സിലാക്കാതെ പ്രാദേശികതയ്ക്ക് ഒരർത്ഥവുമില്ല. എറിക് ഹോബ്സ്ബാം നിരീക്ഷിച്ച പോലെ സൂക്ഷ്മദർശിനിയുടെ ഉപയോഗം ഒരിക്കലും ദൂരദർശിനിയുടെ പ്രാധാന്യത്തെ കുറയ്ക്കുന്നില്ല.

രീതിശാസ്ത്രപരമായ കാരണങ്ങൾ കൊണ്ട് പ്രാദേശിക ചരിത്രരചന സുപ്രധാനമാണ്. വിജ്ഞാനശാഖാന്തര സമീപനം ഉപയോഗിച്ച് സമഗ്ര ചരിത്രം നിർമ്മിക്കുന്നതിനുള്ള അവസരമാണ് അത് നല്കുന്നത്. സമഗ്രചരിത്രം സാമൂഹികവും സാമ്പത്തികവും രാഷ്ട്രീയവുമായ

സാമൂഹിക ചലനാത്മകതയെയും അവയുടെ പരസ്പര ബന്ധത്തെയും അതിന്റെ സാകല്യത്തെയും ആവിഷ്കരിക്കുന്നു. ചരിത്രകാരൻ തെരഞ്ഞെടുക്കാൻ നിർബ്ബന്ധിതനാകുന്ന ഒരു അപഗ്രഥന മേഖലയ്ക്കും ഈ ഗുണമുണ്ടാകില്ല. ഇന്നത്തെ സാഹചര്യത്തിൽ കേരളത്തിലെ ചരിത്രവിജ്ഞാനം യുവ ചരിത്രാന്വേഷികളെ പരിശീലിപ്പിക്കാനുതകുന്ന പ്രാദേശിക ചരിത്രത്തിലേക്ക് തിരിഞ്ഞിരിക്കുന്നു. നമ്മുടെ സർവ്വകലാശാലകളിലും കോളേജുകളിലുമുള്ള പാഠ്യപദ്ധതിയിലും അദ്ധ്യാപനരീതിയിലും മൗലിക മാറ്റം വരുത്തിയാലേ ഈ മാറ്റം സാദ്ധ്യമാകൂ. നയം രൂപീകരിക്കുന്നവരും അദ്ധ്യാപകരും ഇക്കാര്യം അടിയന്തരമായി പരിഗണിക്കണം. നിലവിലുള്ള ഗവേഷണങ്ങൾ റിപ്പോർട്ടു ചെയ്യുകയാണ് ചരിത്ര കോൺഗ്രസുകൾ കൊണ്ട് അർത്ഥമാക്കുന്നത്. എന്നാൽ ഗവേഷണത്തിന്റെ നിലവാരം പ്രധാനമായും ബിരുദപൂർവ്വ – ബിരുദാനന്തര കാലത്ത് വിദ്യാർത്ഥികൾക്കു ലഭിക്കുന്ന പരിശീലനത്തെ ആശ്രയിച്ചിരിക്കും. ഒന്ന് ഇരുട്ടിവെളുക്കുമ്പോഴേക്കും കഴിവുള്ള ഗവേഷക വിദ്യാർത്ഥിയെ സൃഷ്ടിച്ചെടുക്കാനാവില്ല. സങ്കീർണ്ണമായ ചരിത്ര പ്രശ്നങ്ങളെ കൈകാര്യം ചെയ്യാൻ അവർ പരിശീലിക്കേണ്ടിയിരിക്കുന്നു. അതുകൊണ്ടാണ് നിലവിലുള്ള പാഠ്യപദ്ധതിയിലും അദ്ധ്യാപനരീതി ശാസ്ത്രത്തിലും മാറ്റങ്ങൾ നിർബ്ബന്ധമാണെന്ന് പറയുന്നത്. ഗണ്യമായ രീതിയിൽ ബൗദ്ധികവും ഭൗതികവുമായ വിഭവങ്ങൾ ആവശ്യമായ ബൃഹത്തായ ഒരു ദൗത്യമാണിത്. കേരളത്തിലെ വിദ്യാഭ്യാസ വകുപ്പിനെ നയിക്കുന്നത് ഒരു മുൻ പ്രൊഫസർ ആണെന്നിരിക്കെ നമുക്ക് അക്കാര്യത്തിൽ പ്രതീക്ഷ പുലർത്താം.

ഒരു പഠന ശാഖയെന്ന നിലയ്ക്ക് ചരിത്രം നേരിടുന്ന അപകടങ്ങളെക്കുറിച്ചുകൂടി സൂചിപ്പിക്കേണ്ടിയിരിക്കുന്നു. വർഗ്ഗീയ ചരിത്രത്തിന്റെ ഉദയത്തോടെ ഐതിഹ്യങ്ങളും കെട്ടുകഥകളും ചരിത്രമായി പ്രചരിപ്പിക്കപ്പെട്ടതോടെ പഠനശാഖയെന്ന നിലയിൽ ചരിത്രത്തിന് ഗണ്യമായ അപചയം സംഭവിച്ചിരിക്കുന്നു. ഇന്ത്യ ഹിന്ദുരാഷ്ട്രമാണെന്ന ആശയം പ്രചരിപ്പിക്കാൻ ചരിത്രത്തെ ആയുധമാക്കുന്നത് ഇന്ത്യയുടെ ചരിത്രപരമായ വളർച്ചയുടെ ചലനാത്മകതയെ നിഷേധിക്കുന്നു. ഇക്കാര്യം ചരിത്രപണ്ഡിതർക്കും ഗൗരവപൂർവ്വം ഈ വിഷയത്തെ സമീപിക്കുന്ന വിദ്യാർത്ഥികൾക്കും നന്നായറിയുന്ന കാര്യമാണ്. പ്രചാരണത്തിലൂടെ ജനപ്രിയമാക്കപ്പെടുന്ന അസത്യങ്ങളെ എല്ലായ്പ്പോഴും തിരിച്ചറിയാൻ കഴിയാത്തവരും പൊതുവിൽ സംശയരഹിതരുമായ പൊതുജനങ്ങൾ വഴിതെറ്റിപ്പോകാനുള്ള സാദ്ധ്യത ഏറെയാണ്.

(2017)

സംസ്കാരവും പ്രത്യയശാസ്ത്രവും

സാമ്രാജ്യത്വ ഇന്ത്യയിൽ ബൗദ്ധിക ലോകത്തുണ്ടായ മാറ്റങ്ങളുടെ കേന്ദ്ര പ്രമേയമായിരുന്നത് സംസ്കാര-പ്രത്യയശാസ്ത്ര സംഘർഷങ്ങളായിരുന്നു. ഒരേ സമയം രണ്ടുതലങ്ങളിൽ ഈ സംഘർഷം സംഭവിക്കുകയുണ്ടായി. ഒരു തലത്തിൽ പാരമ്പര്യത്തിന്റെ പ്രത്യയശാസ്ത്ര അടിത്തറയോടും മറുതലത്തിൽ സാമ്രാജ്യത്വത്തിന്റെ സാംസ്കാരിക അധിനിവേശത്തോടും. സാമ്രാജ്യത്വശക്തിയുടെ അധിനിവേശം പാരമ്പര്യക്രമത്തിന്റെ ദുർബ്ബലത വെളിവാക്കുകയും പാരമ്പര്യ സ്ഥാപനങ്ങളുടെ പരിഷ്കരണത്തിനും പുനരുജ്ജീവനത്തിനും വഴിതെളിക്കുകയും ചെയ്തു. എങ്കിലും സാമ്രാജ്യത്വം മുന്നോട്ടുവച്ച പാശ്ചാത്യമാതൃകയിൽ മാത്രം അടിയുറപ്പിച്ച ഒരു സംസ്കൃതി ഉയർന്നു വരികയുണ്ടായില്ല. അതിനുള്ള പ്രധാന കാരണം സാമ്രാജ്യത്വഭരണകൂടം അതിന്റെ രാഷ്ട്രീയമായ അധീശത്വം നിലനിർത്തുന്നതിനായി ആവിഷ്കരിച്ച സാംസ്കാരികവും ബൗദ്ധികവുമായ നിർമ്മിതികൾ ഇന്ത്യൻ മനസ്സിൽ ജനിപ്പിച്ച ആശങ്കകളായിരുന്നു. പാരമ്പര്യ സംസ്കൃതി പടിഞ്ഞാറിന്റെ എതിർപ്പുകളെ നേരിടാൻ അപര്യാപ്തമായിരുന്നെങ്കിലും സാമ്രാജ്യത്വ അധിനിവേശം പാരമ്പര്യത്തെത്തന്നെ നശിപ്പിക്കുവാൻ ശ്രമിച്ചു. അതിനാൽ ഒരേസമയം പാരമ്പര്യത്തിനും സാമ്രാജ്യത്വത്തിനുമെതിരെ ഉയർന്നുവന്ന എതിർപ്പ് ഇന്ത്യയിലെ ബൗദ്ധികാവസ്ഥയെ രൂപപ്പെടുത്തി.

ഈ ദ്വിമുഖസമരത്തെ ആസ്പദമാക്കി ഉയർന്നുവന്ന, ഇന്ത്യൻ സമുഹത്തിന്റെ ഭാവിയെ കരുപ്പിടിപ്പിക്കാനുള്ള ബൗദ്ധികതൃഷ്ണ, പാരമ്പര്യത്തോടും ആധുനികതയോടുമുള്ള സമീപനത്തിൽ പലപ്പോഴും സന്ദിഗ്ദ്ധവും വൈരുദ്ധ്യപൂർണ്ണവുമായിരുന്നു. സ്വന്തം ചരിത്രത്തിന്റെ തടസ്സരഹിതമായ വികാസത്തിനു വേണ്ടിയുള്ള അധിനിവേശിത ജനതയുടെ

ഉദ്യമങ്ങൾ, സ്വന്തം പാരമ്പര്യത്തിന്റെ ശക്തികളിൽ ഊന്നാതെ വയ്യ. അതിനാൽ ഭൂതകാലത്തിന്മേലുള്ള ഒരുന്നൽ, അമിൽകാർകബ്രാൾ വിശേഷിപ്പിച്ചതുപോലെ, 'പ്രഭവങ്ങളിലേക്കുള്ള മടക്കം'[1] ഒരിക്കലും സമകാലിക ശക്തികൾക്കെതിരെ ഭൂതകാലത്തെ പുനർനിർമ്മിക്കുവാനുള്ള ഒരു ഉദ്യമമാണ് എന്നർത്ഥമാകുന്നില്ല. അതുപോലെത്തന്നെ ആധുനികത എന്നത് ഭൂതത്തിന്റെ സമ്പൂർണ്ണ തിരസ്കാരത്തെയും ദ്യോതിപ്പിക്കുന്നില്ല. കാരണം ആധുനികതയെ ആവിഷ്കരിക്കാനുള്ള ശ്രമത്തിൽ പാരമ്പര്യം ഒരു ശക്തിമത്തായ ഉപകരണമായി പ്രവർത്തിക്കുന്നു. സാമ്രാജ്യത്വ അധിനിവേശത്തിന് വിധേയമായ ഒരു ജനതയിൽ ചരിത്രം ഭൂതത്തെയും ഭാവിയെയും കൃത്യമായി വേർതിരിക്കുന്ന ഒരു സാദ്ധ്യതയെ അവതരിപ്പിക്കുന്നില്ല. തല്ഫലമായി ഭൂതത്തെയും ഭാവിയെയും സംബന്ധിച്ച അവരുടെ ഉള്ളറിവുകൾ പരസ്പരം സ്വാധീനിക്കുന്നവയായിരിക്കും. സാംസ്കാരിക പ്രത്യയശാസ്ത്ര സംഘർഷങ്ങളുടെ ഗതിയും സ്വഭാവവും ഈ പരസ്പര സ്വാധീനം ഉല്പാദിപ്പിക്കുന്ന സന്ദിഗ്ദ്ധതകളാൽ നിയന്ത്രിക്കപ്പെടുകയും ചെയ്യും. ഈ സംഘർഷങ്ങളെ അവലംബിച്ചുണ്ടാകുന്ന ബൗദ്ധിക പരിണാമങ്ങളേയും അത് നിയന്ത്രിക്കും.

ബുദ്ധിജീവി സമൂഹത്തിന്റെ രൂപീകരണം

സാംസ്കാരിക-പ്രത്യയശാസ്ത്ര സംഘർഷങ്ങളുടെ വികാസചരിത്രത്തിൽ ഒരു ബുദ്ധിജീവി സമൂഹത്തിന്റെ രൂപീകരണം പ്രാധാന്യമർഹിക്കുന്നു.[2] 'ബുദ്ധിജീവിവിഭാഗ' (intelligentsia) ത്തിൽനിന്ന് വിഭിന്നമായ ഈ ബുദ്ധിജീവിസമൂഹം പ്രാദേശികവും മതപരവും ജാതീയവുമായ അതിരുകൾ ഭേദിക്കുന്നതുമായിരുന്നു. സാമ്രാജ്യഭരണത്താൽ നിർമ്മിക്കപ്പെട്ട വസ്തുനിഷ്ഠ സാഹചര്യങ്ങളാണ് അതിന്റെ രൂപീകരണത്തിന് കളമൊരുക്കിയതെങ്കിൽപ്പോലും അത് ഒരു ക്രിയാത്മക സമൂഹമായി ഉദ്ഗ്രഥിച്ചത് പൊതുവായി പങ്കുവയ്ക്കപ്പെട്ട സാമൂഹിക രാഷ്ട്രീയ ഉദ്യമങ്ങളിലൂടെ മാത്രമാണ്. ദേശീയ സ്വാതന്ത്ര്യസമരത്തിന്റെ രാഷ്ട്രീയമുഖം ഏറ്റവും ക്രിയാത്മകമായ കാലത്തുമാത്രമാണ് ഈ സമൂഹത്തിനുള്ളിലെ പരസ്പരബന്ധങ്ങൾ മുഴുവനായും ഉറച്ചത്. എങ്കിലും ഇതിന്റെ രൂപീകരണ പ്രക്രിയയ്ക്ക് വളരെ മുമ്പേതന്നെ തുടക്കം കുറിക്കപ്പെട്ടിരുന്നു. പത്തൊമ്പതാം നൂറ്റാണ്ടിന്റെ ആരംഭകാലത്ത് സാമൂഹിക-സാംസ്കാരിക പ്രവർത്തനങ്ങൾ വ്യക്തികളുടെ മുൻകൈയിലുള്ള ഒറ്റപ്പെട്ട സംരംഭങ്ങളായിരുന്നു. ആദ്യം പ്രാദേശികാടിസ്ഥാനത്തിലും പിന്നീട് ദേശീയാടിസ്ഥാനത്തിലും വിനിമയബന്ധങ്ങൾ സ്ഥാപിച്ചതോടെ സംജാതമായ സാമൂഹിക രാഷ്ട്രീയ വീക്ഷണങ്ങളുടെ അനന്യതയാണ് ഈ ഉദ്ഗ്രഥനത്തെ സാദ്ധ്യമാക്കിയത്. സാമൂഹിക പുനരുജ്ജീവനത്തെ സംബന്ധിച്ച പൊതുബോധം പങ്കുവച്ച ബുദ്ധിജീവികളുടെ വീക്ഷണ വൈജാത്യങ്ങളും ഈ ഉദ്ഗ്രഥനത്തിലേക്ക് സംഭാവന നല്കി. അതിനാൽ വ്യത്യസ്ത വീക്ഷണഗതികളുമായാണ് സംവാദങ്ങളിൽ പങ്കെടുക്കുന്നതെങ്കിൽപ്പോലും

അവർ സമൂഹത്തെ മാറ്റിമറിക്കാൻ പ്രതിബദ്ധമായ ഒരു മണ്ഡലത്തിന്റെ ഭാഗമായിത്തീർന്നു.

പത്തൊമ്പതാം നൂറ്റാണ്ടിന്റെ കാലയളവിൽ സാമൂഹിക-സാംസ്കാരിക പ്രശ്നങ്ങളുമായി ബന്ധപ്പെട്ട സമരങ്ങളുടെ ഒരു ശ്രേണിയിലൂടെ, ബുദ്ധിജീവികൾ ഒന്നുകിൽ ഐക്യത്തോടെയോ അല്ലെങ്കിൽ പരസ്പരമുള്ള എതിർപ്പുകളിലൂടെയോ ബന്ധിക്കപ്പെട്ടു. പത്തൊമ്പതാം നൂറ്റാണ്ടിന്റെ തുടക്കത്തിൽ ബംഗാളിൽ സതി നിർത്തലാക്കുന്നത് സംബന്ധിച്ചുണ്ടായ സംവാദത്തിനും, പത്തൊമ്പതാം നൂറ്റാണ്ടിന്റെ അവസാന ദശകങ്ങളിൽ Age of Consent Bill (എയ്ജ് ഓഫ് കൺസെന്റ് ബിൽ) നെ സംബന്ധിച്ച് ദേശീയ തലത്തിലുണ്ടായ വൈരുദ്ധ്യങ്ങൾക്കുമിടയിൽ അനേകം പൊതുപ്രശ്നങ്ങൾ അവരുടെ പൊതുവായ പരിഗണനയ്ക്ക് വിധേയമായി. മതംമാറ്റവിരുദ്ധ ഹർജി, വിഗ്രഹാരാധനാ വിരുദ്ധ ഹർജി, ലെക്സ്ലോസി നിയമം, വിധവാ വിവാഹനിയമം, സിവിൽ വിവാഹനിയമം തുടങ്ങിയവ അവയിൽ ചിലതാണ്. പ്രാദേശികവും തദ്ദേശീയവുമായ ബുദ്ധിജീവി സമൂഹങ്ങളുടെ രൂപീകരണവും ഒരു ദേശീയസമൂഹമായി അവയുടെ പരിണാമവും, ഈ പ്രശ്നങ്ങളെ സംബന്ധിച്ചുള്ള പ്രക്ഷോഭങ്ങളുടെ കാലത്ത് സംഭവിക്കുകയുണ്ടായി.

സാമ്രാജ്യത്വ ഇന്ത്യയിലെ ബുദ്ധിജീവികൾ അടിഞ്ഞുകൂടിയ സാമൂഹ്യ-സാംസ്കാരിക സംഘടനകളെയും സഹായസംഘങ്ങളെയും ചുറ്റിപ്പറ്റിയാണ് ബുദ്ധിജീവി സമൂഹത്തിന്റെ ആദ്യകാല രൂപീകരണം നടന്നത്. സാമൂഹികവും മതപരവുമായ പരിഷ്കരണങ്ങളിൽ പങ്കുചേർന്ന പ്രസിദ്ധമായ സംഘടനകൾക്കു പുറമെ, ചെറുതും ഹ്രസ്വായുസ്സുറ്റതുമായ നിരവധി സംഘടനകളും പ്രാദേശികതലത്തിൽ ബന്ധങ്ങളെ ഉറപ്പിക്കുന്നതിൽ ചെറുതല്ലാത്ത പങ്കുവഹിക്കുകയുണ്ടായി. കല്ക്കത്തയിലെ 'പൊതുവിജ്ഞാനസംഭരണസംഘ'വും Society For Aquisition of General Knowledge (സൊസൈറ്റി ഫോർ അക്വിസിഷൻ ഓഫ് ജനറൽ നോളഡ്ജ്), അക്കാദമിക് അസോസിയേഷനും, ബോംബെയിലെ 'വിദ്യാർത്ഥികളുടെ സാഹിത്യ -ശാസ്ത്രസമിതി'യും The Student's Literary & Scientific Society (ദ സ്റ്റുഡന്റ്സ് ലിറ്റററി & സയന്റിഫിക് സൊസൈറ്റി), 'ജ്ഞാനപ്രസാരകസഭ'യും മദ്രാസിലെ സാഹിത്യസമിതിയും അവയിൽ പ്രധാനപ്പെട്ടവയാണ്.

സാമ്രാജ്യത്വ ഉദ്യോഗസ്ഥരാലും ആദർശശാലികളാലും സ്ഥാപിക്കപ്പെട്ട സന്നദ്ധസംഘങ്ങൾ അവയിൽ പങ്കുചേർന്ന ഇന്ത്യൻ ബുദ്ധിജീവികളിൽ സാമ്രാജ്യത്വ സംസ്കാരത്തിന്റെയും പ്രത്യയശാസ്ത്രത്തിന്റെയും ബീജാങ്കുരണം നടത്തുന്ന ഉപാധികളായി പ്രവർത്തിച്ചു. ഇന്ത്യക്കാർ രൂപീകരിച്ച സംഘങ്ങളിൽനിന്നും വിഭിന്നമായി ഈ സമിതികൾ സാമുദായികേതരമായ സഹവാസങ്ങളെ സാധിതമാക്കി. ഉദാഹരണത്തിന് 1818 ൽ 'കല്ക്കത്ത സ്കൂൾ ഗ്രന്ഥസമിതി'യിൽ നാലു ഹിന്ദുക്കളും നാലു മുസ്ലീങ്ങളുമുണ്ടായിരുന്നു.[3] 'പുഷ്പഫലസമിതി'കൾ പോലുള്ള പ്രത്യേക ഉദ്ദേ

ശ്യങ്ങളുള്ള സംഘടനകളെ സംബന്ധിച്ചും ഇത് ശരിയാണ്. ഇത്തരം സമിതികളിലെ അംഗത്വം, ഇംഗ്ലീഷുകാരോട് തോളോടു തോൾ ചേർന്ന് പ്രവർത്തിക്കുന്നു എന്ന് തോന്നിപ്പിക്കുമെങ്കിൽക്കൂടിയും, ഇന്ത്യാക്കാരെ അവരുടെ രണ്ടാംകിട പൗരത്വത്തിൽനിന്നും മോചിപ്പിച്ചില്ല. രാംഗോപാൽ ഘോഷിന് പുഷ്പഫലസമിതിയിൽനിന്നും രാജേന്ദ്രലാൽ മിത്രയ്ക്ക് ഫോട്ടോഗ്രാഫിക് സൊസൈറ്റിയിൽനിന്നും നേരിട്ട അനുഭവങ്ങൾ ഇതിന് നല്ല ഉദാഹരണങ്ങളാണ്. ഇംഗ്ലീഷുകാരുടെ അഭിപ്രായങ്ങളെ എതിർത്തതുമൂലം രാംഗോപാലിനെ സമിതിയിൽനിന്നും നീക്കം ചെയ്തു. ഇന്ത്യയിലെ അനൗദ്യോഗിക യൂറോപ്യന്മാരുടെ പ്രവർത്തനങ്ങളെ വിമർശിച്ചതുമൂലം രാജേന്ദ്രലാൽ മിത്രയോട് സമിതിയിൽനിന്നും പിരിഞ്ഞുപോകാൻ ആവശ്യപ്പെട്ടു.[4] ഇന്ത്യയിലെ യൂറോപ്യന്മാർ ഇന്ത്യക്കാരുടെ പ്രാതിനിദ്ധ്യമാർന്ന പങ്കുചേരലിലൂടെ 'തദ്ദേശീയ' ലൈബ്രറികൾ സ്ഥാപിക്കുന്നതിലും വികസിപ്പിക്കുന്നതിലും താല്പര്യം കാണിക്കുകയുണ്ടായി.[5] സാമ്രാജ്യത്വ പ്രത്യയശാസ്ത്രത്തിന്റെ ബീജാങ്കുരണത്തിനുള്ള ഉപാധിയെന്നതിനു പുറമെ ഇത്തരം സ്ഥാപനങ്ങൾ ധിഷണാപരമായ ആശയക്കൈമാറ്റങ്ങൾക്ക് ഉപകാരപ്രദമായ വേദിയും പ്രദാനം ചെയ്തു. യഥാർത്ഥത്തിൽ സാമൂഹ്യപ്രവർത്തനത്തിലും രാഷ്ട്രീയപ്രവർത്തനത്തിലും പില്ക്കാലത്ത് സജീവമായവരെല്ലാംതന്നെ, പൊതുപ്രവർത്തനത്തിന്റെ ഹരിശ്രീ കുറിച്ചത് ഇത്തരം സംഘടനകളിലായിരുന്നു.

പരസ്പരബന്ധത്തിനുള്ള അവസരങ്ങൾ നല്കുന്നതിൽ പ്രധാനപ്പെട്ട പങ്കുവഹിച്ച ഒന്നാണ് ഇത്തരം സംഘടനകൾ എങ്കിൽപ്പോലും ബുദ്ധിജീവി സമൂഹത്തിന്റെ രൂപീകരണത്തിൽ സവിശേഷ പ്രാധാന്യമർഹിക്കുന്നത് സാമൂഹ്യ സാംസ്കാരികപ്രശ്നങ്ങളെ സംബന്ധിച്ച് ഉയർന്നുവന്ന പ്രക്ഷോഭങ്ങളും പ്രചാരണങ്ങളുമാണ്. സതി നിരോധിക്കുന്നതു സംബന്ധിച്ച് സാമ്രാജ്യത്വ ഇന്ത്യയിലുണ്ടായ പ്രസിദ്ധമായ വിവാദമാണ് ഏറ്റവും ആദ്യത്തെ ഉദാഹരണം. ഇത് പത്തൊമ്പതാം നൂറ്റാണ്ടിലെ ആദ്യകാലത്തെ രണ്ട് പ്രധാനപ്പെട്ട ബുദ്ധിജീവികളെ രംഗത്ത് കൊണ്ടുവന്നു. രാധാകാന്തദേബിനേയും റാംമോഹൻ റോയിയേയും അവരുടെ അനുയായികളെയും. മുഴുവനായല്ലെങ്കിലും സാമാന്യമായി 'യാഥാസ്ഥിതികരെന്നും' 'പരിഷ്കരണവാദികളെന്നും' വിശേഷിപ്പിക്കപ്പെട്ട ആ അനുയായിവൃന്ദങ്ങൾ ഒരു പൊതു അഭിമുഖീകരണത്തിലേക്ക് നീങ്ങുകയുണ്ടായി. 1818 ൽ റാം മോഹൻ, സതിയുടെ വക്താവും എതിരാളിയുമായ രണ്ടു വ്യക്തികളുടെ സംവാദങ്ങളുടെ രൂപത്തിൽ സാമൂഹികവും മതപരവുമായ പ്രശ്നങ്ങളെ രണ്ടു ലഘുലേഖകളിൽക്കൂടി അവതരിപ്പിച്ചത് കല്ക്കത്തയിലെ ബുദ്ധിജീവി മണ്ഡലത്തിൽ പുത്തനായ ഒരു ചർച്ചയുടെ തുടക്കമായിരുന്നു.[6] സതിനിരോധനത്തെ അനുകൂലിക്കുന്നതിനായി മതഗ്രന്ഥങ്ങളുടെ ആധികാരികതയെയും മാനുഷിക പരിഗണനകളെയും അടിസ്ഥാനപ്പെടുത്തിയാണ് റാംമോഹൻ തന്റെ വാദങ്ങളുന്നയിച്ചത്.[7] സതിനിരോധനം പരമ്പരാഗതരീതികളിൽ എന്തൊക്കെ മാറ്റങ്ങളാണ് ഉണ്ടാ

ക്കുക എന്ന ആശങ്കയിലായിരുന്നു പ്രധാനമായും എതിരാളികൾ ഊന്നിയത്. എന്തായാലും പ്രധാനപ്പെട്ട ഒരു സംഗതി 'യാഥാസ്ഥിതിക' നായകർ അവരുടെ സ്വന്തം കുടുംബങ്ങളിൽ അഗ്നിസ്നാനത്തിന്റേതായ ഈ അനുഷ്ഠാനം ആചരിക്കുന്നില്ല എന്നതാണ്. രാധാകാന്ത് ദേബ്, പില്ക്കാലത്ത് തിലകനും, ഉന്നയിച്ച ഒരു നിർദ്ദേശമാകട്ടെ, ബാഹ്യഇടപെടലിലൂടെ മാറ്റങ്ങൾ അവതരിപ്പിക്കപ്പെടുന്നതിന്റെ അനുയോജ്യതയില്ലായ്മയിലായിരുന്നു ഊന്നിയത്. സ്ത്രീ വിദ്യാഭ്യാസത്തെപ്പോലുള്ള കാര്യങ്ങളിൽ പുരോഗമന ചിന്താഗതി പുലർത്തിയിരുന്ന ഒരാളായിരുന്നതിനാൽ, രാധാകാന്ത് ദേബിന്റെ നിർദ്ദേശം കൂടുതൽ വിലപ്പെട്ടതായി കണക്കാക്കപ്പെടുകയുണ്ടായി.[8] അദ്ദേഹത്തിന്റെ അനുകൂലികളിൽ പലരും സ്ത്രീ വിദ്യാഭ്യാസത്തിൽ അദ്ദേഹത്തിന്റെ നിലപാടുകളുമായി വിയോജിക്കുകയും അദ്ദേഹത്തിന്റെ 'ദള'ത്തിൽ നിന്നും വിട്ടുപോരുകയും ചെയ്തു.[9] റാം മോഹൻ പോലും പ്രയോജനവാദത്തോട് ആഭിമുഖ്യം കാണിക്കുമ്പോൾ തന്നെ സമുദായത്തിനുള്ളിൽനിന്നും മാറ്റങ്ങൾ ഉയർന്നുവരുന്നതിനെ അനുകൂലിക്കുകയുണ്ടായി.

സതിയെ സംബന്ധിച്ച പ്രക്ഷോഭത്തിന്റെ പ്രസരണശക്തി പ്രധാനമായും ബംഗാളിൽ ഒതുങ്ങിനിന്നു. എങ്കിലും പില്ക്കാലത്ത് മുഴുവൻ ഇന്ത്യയിലെയും ബുദ്ധിജീവികളുടെ പൊതു ആശങ്കയായി മാറിയ സാമൂഹികമാറ്റത്തെക്കുറിച്ചുള്ള ചില അടിസ്ഥാനപ്രശ്നങ്ങൾ അത് ഉണർത്തുകയുണ്ടായി. ഈ അർത്ഥത്തിൽ സതിയെക്കുറിച്ചുള്ള ചർച്ച ഒരു പ്രാദേശിക ബുദ്ധിജീവി സമൂഹത്തിന്റെയല്ല, മറിച്ച് ഒരു ദേശീയ ബുദ്ധിജീവി സമൂഹത്തിന്റെ തുടക്കമായിരുന്നു. അത് രണ്ടു ചോദ്യങ്ങളുയർത്തി. ഒന്ന്, സാമൂഹിക നടപ്പുകളെ മാറ്റിത്തീർക്കുന്നതിനുള്ള സമ്മതത്തിന്റെ മുന്നോടിയെന്നനിലയിൽ വിശുദ്ധഗ്രന്ഥങ്ങളുടെ അംഗീകാരങ്ങളുടെ ആവശ്യകത സംബന്ധിച്ച്. രണ്ട്, സാമൂഹ്യ സാംസ്കാരിക പ്രശ്നങ്ങളിൽ ഭരണകൂട ഇടപെടലിന്റെ അഭികാമ്യത സംബന്ധിച്ച്.

പത്തൊമ്പതാം നൂറ്റാണ്ടോടെ ഈ രണ്ടു ചോദ്യങ്ങളും വിധവാ വിവാഹത്തെ സംബന്ധിച്ച പ്രശ്നങ്ങളും ക്രിസ്ത്യാനികളായി പരിവർത്തനം ചെയ്യപ്പെട്ട ഹിന്ദുക്കളുടെ പൈതൃക സ്വത്തവകാശം സംബന്ധിച്ച നിയമനിർമ്മാണം ഉയർത്തിയ പ്രശ്നങ്ങളും വഴി മൂന്നു പ്രവിശ്യകളിലും വ്യാപിച്ച ഒരു ചർച്ചയുടെ ഭാഗമായിത്തീരുകയുണ്ടായി.

വിധവാ വിവാഹപ്രസ്ഥാനം അഖിലേന്ത്യാ തലത്തിലല്ല സംഘടിക്കപ്പെട്ടതെങ്കിലും അതിനെച്ചൊല്ലിയുള്ള ചർച്ച അഖിലേന്ത്യാ സ്വഭാവത്തെ ഉൾക്കൊണ്ടു.[10] ബോംബെയിലും ബംഗാളിലും മദ്രാസിലും പത്രങ്ങളിൽ നടന്ന ചർച്ചകൾ വഴി പൊതുവാദമുഖങ്ങളെ പിന്തുണയ്ക്കുന്നവരും എതിർക്കുന്നവരും സൃഷ്ടിക്കപ്പെട്ടു.[11] 1856 ൽ പ്രസിദ്ധീകരിക്കപ്പെട്ട വിദ്യാസാഗറിന്റെ 'ഹിന്ദുവിധവകളുടെ വിവാഹം' എന്ന പ്രസിദ്ധ പ്രബന്ധത്തിന് വളരെ മുമ്പുതന്നെ ഭോപ്പാലിലെ സെഹോറിലുള്ള സുബാജി ബാപ്പുവിന്റെയും പൂനയിലുള്ള ഒരു ബ്രാഹ്മണപണ്ഡിറ്റിന്റെയും ഈ വിഷ

യത്തിലുള്ള രണ്ടു ലഘുലേഖകൾ മറാത്തയിൽ പ്രസിദ്ധീകരിക്കപ്പെട്ടിരുന്നു. ബാൽശാസ്ത്രി ജംബേക്കർ പത്രാധിപത്യം വഹിച്ചിരുന്ന *ബോംബെ ദർപ്പൺ* എന്ന വാരികയിൽ 1835 ആഗസ്തിൽ വന്ന ഒരു കൂട്ടം എഴുത്തുകൾക്ക് ഒരു പ്രതികരണം എന്ന നിലയിലാണ് സുബാജി ബാപ്പുവിന്റെ ലഘുലേഖ എഴുതപ്പെട്ടത്.[12] ബാപ്പു വിധ്വാ വിവാഹത്തെ അനുകൂലിക്കുന്നതിൽ പൂനയിലെ പണ്ഡിതനെ പ്രേരിപ്പിച്ചത് പ്രധാനമായും മാനവിക പരിഗണനകളായിരുന്നു.[14] ഈ ലഘുലേഖകളെ മുൻനിർത്തിയുള്ള പൊതുചർച്ചയിൽ മതഗ്രന്ഥങ്ങളുടെ അനുവാദമുണ്ടോ എന്ന ചോദ്യം ഉയർന്നുവന്നു. പണ്ഡിറ്റിന്റെ വാദമുഖങ്ങളെ സ്പർശിച്ചുകൊണ്ട് *ദർപ്പൺ* ഇങ്ങനെ എഴുതി:

> അദ്ദേഹത്തിന്റെ പ്രബന്ധത്തിൽ തന്റെ നിലപാടിനെ സാധൂകരിക്കുന്ന ഒരു കാര്യം പോലും 'ശാസ്ത്ര'ങ്ങളിൽ നിന്ന് ഉദ്ധരിച്ചിട്ടില്ല എന്ന് പറയാൻ ഞങ്ങൾ നിർബ്ബന്ധിതരായിത്തീർന്നിരിക്കുന്നു.... ശാസ്ത്രങ്ങളുടെ സമ്മതിയുള്ള ഒരു വിലക്ക് ഈ കാണുന്ന ഉദ്ധരണികളേക്കാൾ നൂറുമടങ്ങ് ശക്തിയുള്ളതാണ്.... നമുക്ക് ശാസ്ത്രങ്ങളിൽനിന്നുള്ള ആധികാരികത വേണ്ടതുണ്ട്. ആ ആധികാരികത മുന്നോട്ടുവയ്ക്കാൻ കഴിയാത്തതിനാൽ, ഇന്നു നിലനില്ക്കുന്ന വ്യവസ്ഥയുടെ അസൗകര്യങ്ങളെയും ബുദ്ധിമുട്ടുകളെയും അടിസ്ഥാനപ്പെടുത്തി പണ്ഡിതനായ ശാസ്ത്രി എഴുതിയ ഒരു അഭ്യർത്ഥന മാത്രമായി പരിമിതപ്പെടുന്നു ഈ പ്രശ്നം. ഗ്രന്ഥകാരന്റെ അറിവിനെയോ ഗവേഷണ ബുദ്ധിയെയോ, നാമല്ലാതെ ആരും മാനിക്കുകയില്ല. മാത്രമല്ല ഈ കുറവ് ഞങ്ങൾ എടുത്തുകാണിക്കുന്നത് അദ്ദേഹത്തിന്റെ അഭിപ്രായങ്ങളെ സാധൂകരിക്കുന്നതിനുള്ള ആധികാരികതകളുടെ ആവശ്യം ബോധിപ്പിക്കുന്നതിനല്ലാതെ മറ്റൊന്നിനുമല്ല.[15]

വിധവാ വിവാഹത്തിന്റെ വക്താക്കളും എതിരാളികളും തമ്മിലുള്ള തർക്കത്തിന്റെ ആണിക്കല്ലും 'ശാസ്ത്ര'ങ്ങളുടെ അനുവാദത്തെച്ചൊല്ലിയായിരുന്നു. വക്താക്കൾ – ബംഗാളിൽനിന്ന് വിദ്യാസാഗറും ദേബേന്ദ്രനാഥ ടാഗോറും മഹാരാഷ്ട്രയിൽനിന്ന് വിഷ്ണുശാസ്ത്രി പണ്ഡിറ്റും വിഷ്ണുഭവ ബ്രഹ്മചാരിയും മദ്രാസിൽ നിന്ന് രഘുനാഥറാവുവും വീരേശലിംഗവും – വാദിച്ചത് മതപരമായ അംഗീകാരമില്ലാത്ത ഒന്നിനെയല്ല അവർ അവതരിപ്പിക്കുന്നത് എന്നായിരുന്നു.[16] അവരുടെ എതിരാളികൾ ഉന്നയിച്ചതും തെളിയിക്കാൻ ശ്രമിച്ചതുമായ കാര്യം 'ഗ്രന്ഥ'ങ്ങൾ പുരോഗമനവാദികളുടെ നിലപാടിനെ അനുകൂലിക്കുന്നില്ല എന്നായിരുന്നു.[17] അതിനാൽ 'ഗ്രന്ഥ'ങ്ങളുടെ ആധികാരികത രണ്ടു കൂട്ടരും അംഗീകരിച്ചു. അവയുടെ വ്യാഖ്യാനത്തിൽ മാത്രമാണ് വ്യത്യസ്തത പുലർത്തിയത്. നിലനില്ക്കുന്ന സാമൂഹ്യ വ്യവസ്ഥയിൽ പരിഷ്കരണം ഫലപ്രദമാകണമെങ്കിൽ കൊണ്ടുവരേണ്ടതായ മാനസികവും ഭൗതികവുമായ മാറ്റങ്ങ

ളുടെ ആവശ്യകതയെ സംബന്ധിച്ചും രണ്ടുകൂട്ടരും ഏറക്കുറെ പൊതു സമ്മതത്തിൽ എത്തിയിരുന്നു. റാംമോഹൻ നേരത്തെ തന്നെ സ്ത്രീകൾക്ക് സ്വത്തവകാശം നല്കാത്തിടത്തോളം അവരുടെ നിലയിൽ അടിസ്ഥാനപരമായ മാറ്റം സാദ്ധ്യമാവുകയില്ല എന്ന് വാദിച്ചിരുന്നു.[18] വിദ്യാഭ്യാസത്തിന്റെ അഭാവമാണ് അവരുടെ 'അപകർഷത'യ്ക്ക് മുഖ്യ കാരണമെന്ന് അദ്ദേഹം തിരിച്ചറിഞ്ഞിരുന്നു.[19] അങ്ങനെ സ്വാതന്ത്ര്യത്തിന്റേതായ ഒരു വീക്ഷണം, ബൂർഷ്വാ–പിതൃദായ മണ്ഡലത്തിലാണെങ്കിൽ കൂടിയും, പരിഷ്കരണവാദികളെല്ലാംകൂടി സ്ഥാപിച്ചെടുക്കുകയുണ്ടായി. സാമൂഹികാചാരങ്ങളിൽ മാറ്റം വരുത്തുന്നതിനുവേണ്ടിയുള്ള മുന്നൊരുക്കമായി വിദ്യാഭ്യാസത്തിന്റെ പ്രാധാന്യത്തെ ഉയർത്തിക്കാണിച്ച് *ഹിന്ദു പാട്രിയറ്റ്* ഇങ്ങനെ എഴുതി: "ഏറ്റവും അഭിലഷണീയമായ ഇക്കാര്യം (വിധവാവിവാഹം) നമ്മുടെ ഗ്രാമീണ വനിതകൾക്കിടയിൽ വിദ്യാഭ്യാസത്തിന്റെ വളർച്ചകൊണ്ടും ജ്ഞാനത്തിന്റെ അങ്കുരണംകൊണ്ടും മാത്രമേ നമുക്ക് സാധിച്ചെടുക്കാനാകൂ."[20]

വിധവാ വിവാഹത്തിന്റെ എതിർപക്ഷവും അതിൽത്തന്നെയാണ് ഊന്നിയത്. ഗുണപരമായ ഒരു സാമൂഹികാവസ്ഥ ഉണ്ടാകുന്നതിന് വ്യക്തിഗത പരിഷ്കരണങ്ങളാണ് ഫലപ്രദവും വിജയപൂർണ്ണവുമാകുക. അതല്ലെങ്കിൽ അവ ഗാർഹികവൃത്തങ്ങളിൽ ബുദ്ധിമുട്ടും ഛിദ്രവുമുണ്ടാക്കുന്ന, കാലം തികയാത്ത പ്രവർത്തനങ്ങളായി തെളിയിക്കപ്പെടും.[21] വിധവാ വിവാഹനിയമത്തിനു വേണ്ടിയുള്ള ആവശ്യത്തെ തരിമ്പും അംഗീകരിക്കാത്ത *ഹിന്ദു ഇന്റലിജെൻസർ* അതിന്റെ അഭിപ്രായത്തെ അസന്ദിഗ്ദ്ധമായി വെളിവാക്കി:

> പണ്ഡിറ്റ് (വിദ്യാസാഗർ) ഉദ്ധരിച്ച് അപഗ്രഥിച്ചിട്ടുള്ള പരാശരന്റെ വ്യാഖ്യാനം അതിന് മുൻകൂട്ടി ലഭിച്ചിട്ടുള്ള അപഗ്രഥനത്തേക്കാൾ വളരെ വ്യത്യസ്തമാണെന്ന് സ്വയം സമ്മതിക്കുന്നുണ്ട്. അതിനാൽ അത് ആയിരക്കണക്കിന് കൊല്ലങ്ങളായി സ്ഥാപിക്കപ്പെട്ട ഒരാചാരത്തെ ഒറ്റയടിക്ക് തൂത്തുമാറ്റുമെന്ന് പ്രതീക്ഷിച്ചുകൂടാ. ശരിയായ മണ്ണിൽ വിത്ത് വീണാൽ മാത്രമേ, ഫലം സാദ്ധ്യമാവുകയുള്ളൂ. മാറ്റങ്ങൾക്കായി പൊതു അഭിപ്രായം പാകമാകേണ്ടതുണ്ട്.... ഞങ്ങളെ സംബന്ധിച്ചിടത്തോളം നമ്മുടെ സ്ത്രീകളെ വിദ്യ അഭ്യസിപ്പിച്ചും പ്രബുദ്ധരാക്കിയും പതുക്കെപ്പതുക്കെ പ്രാപ്തരാക്കി മാത്രം നേടേണ്ട ഒന്നാണിത്. ഒച്ചയും ബഹളവുമില്ലാതെ വളരെ നിശ്ശബ്ദമായും പൊതുവല്ലാതെ സ്വകാര്യമായും (Private) ചെയ്യേണ്ട ഒന്നാണിത്. ഈ പ്രാഥമികത സ്വീകരിക്കാതെയും സ്ത്രീചിത്തത്തെ പ്രബുദ്ധമാക്കാതെയും നമ്മുടെ സാമൂഹ്യപരിതോവസ്ഥയിൽ ഇത്തരം വലിയ ഒരു വിപ്ലവത്തിന് ശ്രമിക്കുക എന്നത്, ഈ സാമ്പത്തിക സാമൂഹിക പരിതോവസ്ഥ വിധവകളുടെ പുനർവിവാഹത്തിൽ തീർച്ചയായും ഇടപെടുമെന്നിരിക്കെ വിഫല പ്രവൃത്തിയാണ്.[22]

അങ്ങനെ 'മണ്ണൊരുക്കാൻ പരിശ്രമിക്കുക' എന്നതിൽ 'പരിഷ്കരണവാദി'കളുടെയും 'യാഥാസ്ഥിതികരുടെ'യും അഭിപ്രായങ്ങൾ സമന്വയിക്കുകയുണ്ടായി. അതുകൊണ്ടാണ് വിധവാ വിവാഹത്തിനുവേണ്ടിയുള്ള പ്രക്ഷോഭങ്ങളെ എതിർക്കുമ്പോൾ പോലും രാധാകാന്തദേബ് സ്ത്രീവിദ്യാഭ്യാസത്തെ പ്രോത്സാഹിപ്പിക്കുവാനുള്ള ബെഥൂണിന്റെ ശ്രമങ്ങളെ പിന്താങ്ങിയത്.[23]

വിധവാ വിവാഹത്തെക്കുറിച്ചുള്ള ചർച്ചകൾ സ്ത്രീകളുടെ സ്വാതന്ത്ര്യത്തെക്കുറിച്ചും സാമ്രാജ്യത്വ ഇന്ത്യയിൽ നിലനില്ക്കുന്ന പരിതഃസ്ഥിതിയിൽ അത് അവലംബിക്കേണ്ട മാർഗ്ഗത്തെക്കുറിച്ചുമുള്ള അടിസ്ഥാനപരമായ ചോദ്യങ്ങളെ അഭിമുഖീകരിച്ചു. പ്രാദേശികവും ജാതീയവുമായ രീതികളിലാണ് ഈ പ്രസ്ഥാനം സംഘടിപ്പിക്കപ്പെട്ടതെങ്കിൽക്കൂടിയും, ഈ പ്രശ്നം മുഴുവൻ ഹിന്ദുക്കളുടെയും പൊതുപ്രശ്നമായി സ്വീകരിക്കപ്പെട്ടു. മൂന്നുപ്രവിശ്യകളിലെയും ബുദ്ധിജീവികൾ വാദങ്ങളെയും പ്രതിവാദങ്ങളെയും പരസ്പരം കടം കൊള്ളുകയുണ്ടായി. പൊതുവായ ഗ്രന്ഥങ്ങളെ ആസ്പദമാക്കി ദേശീയതലത്തിൽ ഒരു ഹിന്ദു സമൂഹത്തെ കെട്ടിപ്പടുക്കാനുള്ള ശ്രമങ്ങളെയും വിധവാ വിവാഹത്തെക്കുറിച്ചുള്ള ചർച്ച സൂചിപ്പിച്ചു. വിധവാ വിവാഹം നിരോധിക്കപ്പെട്ടിട്ടുള്ളത് ഉയർന്ന ജാതിക്കാർക്കിടയിൽ മാത്രമാണെന്ന് 1837 ൽ *ദർപ്പൺ* ചൂണ്ടിക്കാണിച്ചെങ്കിൽപ്പോലും, ആ നൂറ്റാണ്ടിന്റെ രണ്ടാം പകുതിയിൽ നടന്ന ചർച്ചയിൽ അത്തരം ജാതിവിവേചനങ്ങളെ കണക്കിലെടുക്കുകയുണ്ടായില്ല.[24]

ക്രിസ്തുമതത്തിലേക്ക് പരിവർത്തനം ചെയ്ത ഹിന്ദുക്കൾക്ക് പൈതൃകസ്വത്ത് ലഭിക്കുന്നത് സംബന്ധിച്ച് 1845 ൽ അവതരിപ്പിക്കപ്പെട്ടതും പിന്നീട് 1851 ലെ ലെക്സ് ലോസി നിയമമായി (Lex Loci Act) സാധുത നേടിയതുമായ ബില്ലിനെച്ചൊല്ലിയും മൂന്നു പ്രവിശ്യകളിലും സമാനമായ കോലാഹലങ്ങളുണ്ടായി. ബിൽ അവതരിപ്പിച്ച ഉടൻതന്നെ പരസ്പരം ബന്ധം പുലർത്തിയിരുന്ന ബുദ്ധിജീവികൾ ഒന്നടങ്കം, അതുമൂലം വരാൻ പോകുന്ന നിയമനിർമ്മാണത്തെ അവരുടെ സംസ്കാരത്തിലേക്കുള്ള പ്രേരണാപൂർവ്വമുള്ള കടന്നുകയറ്റമായി കാണുകയും അതിനെ എതിർക്കുകയും ചെയ്തു.[25] ബില്ലിനെ എതിർക്കുന്നതിനുവേണ്ടി സമ്മേളനങ്ങൾ സംഘടിപ്പിക്കുകയും മെമ്മോറാണ്ടങ്ങൾ സ്വരൂപിക്കുകയും ചെയ്തു.[26] മെമ്മോറാണ്ടങ്ങൾ തയ്യാറാക്കപ്പെട്ടത് പരസ്പരം ചർച്ച ചെയ്താണ്. മാത്രമല്ല കരം ഒടുക്കാതിരിക്കുക, കൃഷി ചെയ്യാതെ ഭൂമി വെറുതെയിടുക തുടങ്ങിയ മാർഗ്ഗങ്ങൾ ഉൾക്കൊള്ളുന്ന ഒരു രാജ്യവ്യാപകമായ പ്രക്ഷോഭത്തിന് തുടക്കം കുറിക്കുകയുമുണ്ടായി. ഗവർണർ ജനറലിനെഴുതിയ തുറന്ന കത്തിൽ മദ്രാസിൽ നിന്നുള്ള ഒരു ബ്രാഹ്മണൻ ഉറപ്പിച്ചു പറഞ്ഞു. 'മൂന്നു പ്രവിശ്യകളിലെയും എന്റെ നാട്ടുകാർ തങ്ങളുടെ താല്പര്യങ്ങളുടെ അടിസ്ഥാനത്തിൽ ഒന്നായിച്ചേരുമെന്നും ഈ കത്ത് ഇവിടെയും എവിടെയുമുള്ള നമ്മുടെ സമുദായത്തിനുള്ളിൽ നന്നായി പ്രചരിപ്പിക്കുന്നതിനുവേണ്ടി രാജ്യത്തിലെ മറ്റുഭാഷകളിലേക്ക്

തർജ്ജമ ചെയ്യുമെന്നുള്ള കാര്യത്തിൽ എനിക്ക് മതിയായ ആത്മവിശ്വാസമുണ്ട്.[27] ഇത്തരം സമരങ്ങളിൽ പങ്കെടുക്കുക വഴി സമൂഹത്തിന്റെ മാറ്റത്തിന് പ്രതിബദ്ധരായ ഒരു ബുദ്ധിജീവി സമുദായം പത്തൊമ്പതാം നൂറ്റാണ്ടിൽ ദേശീയതലത്തിൽ നിലവിൽ വരികയുണ്ടായി. ഈ സമുദായമാണ് നേരത്തെ സൂചിപ്പിച്ച സാംസ്കാരിക - പ്രത്യയശാസ്ത്ര സംഘർഷങ്ങളുടെ വാഹകരായി പ്രവർത്തിച്ചതും ദേശീയ സ്വാതന്ത്ര്യസമരത്തിന്റെ മുന്നണിയായിത്തീർന്നതും. ഈ സമുദായത്തിലെ അംഗങ്ങൾ വിവിധ സാമൂഹിക-സാംസ്കാരിക പ്രശ്നങ്ങളെ സംബന്ധിച്ച് വ്യത്യസ്ത അഭിപ്രായങ്ങൾ വച്ചു പുലർത്തിയിരുന്നെങ്കിൽപ്പോലും അവരുടെ പ്രത്യയശാസ്ത്രപൂർവ്വപക്ഷം ഏകദേശം സമാനമായിരുന്നു.

പ്രത്യയശാസ്ത്രപൂർവ്വ സങ്കല്പം

സാമ്രാജ്യത്വ ഇന്ത്യയിലെ ബുദ്ധിജീവി സമുദായം 'ബൂർഷ്വാ-ലിബറൽ' പ്രത്യയശാസ്ത്ര പരിധികൾക്കകത്താണ് പ്രവർത്തിച്ചിരുന്നത്. ഇരുപതാം നൂറ്റാണ്ടിന്റെ രണ്ടാമത്തെ കാൽശതകങ്ങളിൽ അതിലെ ഒരു വിഭാഗം മാർക്സിസത്തിലേക്ക് ആഭിമുഖ്യം പുലർത്തിത്തുടങ്ങുംവരെ ഇതായിരുന്നു അവസ്ഥ. ഭരണസംവിധാനത്തിന്റെയും സമ്പദ്ഘടനയുടെയും സമൂഹത്തിന്റെയും സ്വഭാവത്തെക്കുറിച്ചുള്ള അവരുടെ തെരഞ്ഞെടുപ്പുകളിൽ ബൂർഷ്വാ ലിബറലിസത്തിന്റെ മുദ്രകൾ തെളിഞ്ഞുകാണാമായിരുന്നു. ഈ തെരഞ്ഞെടുപ്പ് ഒരു പരിധിവരെ സാമ്രാജ്യത്വം സൃഷ്ടിച്ച പ്രത്യയശാസ്ത്ര വ്യവസ്ഥയാലും സാമ്രാജ്യത്വ ഭരണകൂടത്തിന്റെ പ്രത്യയശാസ്ത്ര ഉപകരണത്തിലൂടെ അരിച്ചെത്തിയ പാശ്ചാത്യ ആശയങ്ങളാലും സ്വാധീനിക്കപ്പെട്ടവയുമായിരുന്നു. എങ്കിലും അത് പൂർണ്ണമായും അവയിൽ പറ്റിനിന്നില്ല. പക്ഷേ, പലപ്പോഴും നിശ്ചലമാക്കപ്പെട്ടിട്ടും വക്രീകരിക്കപ്പെട്ടിട്ടുമുണ്ടെങ്കിൽപ്പോലും, സാമ്രാജ്യത്വ പരിലാളനത്തിൽ സംഭവിച്ച മുതലാളിത്തക്രമത്തിലേക്കുള്ള പരിണാമത്തിന്റെ ഒരു ഭാഗമായിരുന്നു അത്.

സാമ്രാജ്യത്വ ഇന്ത്യയിലെ രാഷ്ട്രീയ പരിപ്രേക്ഷ്യങ്ങളും പ്രവർത്തനങ്ങളും ഒരു ബൂർഷ്വാ-ജനാധിപത്യത്തിനെ ഘട്ടംഘട്ടമായി തിരിച്ചറിയുന്നതിന്റെ ആദർശത്തെ അടിസ്ഥാനപ്പെടുത്തിയുള്ളതായിരുന്നു. ഈയൊരു കാഴ്ചപ്പാടിൽ നിന്നുകൊണ്ടാണ് സാമ്രാജ്യത്വ പൂർവ്വ ഇന്ത്യയിലെയും സാമ്രാജ്യത്വ ഇന്ത്യയിലേയും രാഷ്ട്രീയ സംവിധാനങ്ങളുടെ സ്വഭാവങ്ങൾ മനസ്സിലാക്കപ്പെട്ടതും പരിശോധിക്കപ്പെട്ടതും. അതിനാലാണ് ആദ്യകാലങ്ങളിൽ സാമ്രാജ്യത്വ പൂർവ്വ രാഷ്ട്രീയസംവിധാനം വിമർശിക്കപ്പെട്ടതും, ബ്രിട്ടീഷ് ഭരണത്തെ ദൈവദത്തമായ ഒന്നായിക്കണ്ടതും. ദോസാബോയ് ഫ്രാംജീയുടെ 'ബ്രിട്ടീഷ് രാജിനെ അതിന്റെ മുൻഗാമികളുമായി താരതമ്യപ്പെടുത്തുന്നു' എന്ന ലഘുലേഖയിലെ വീക്ഷണങ്ങൾ ഈ കാഴ്ചപ്പാടിന്റെ ഉത്തമ നിദർശനങ്ങളാണ്.

> ഇംഗ്ലീഷ് സാമ്രാജ്യത്വത്തിന്റെ അതിർത്തികൾ നിരന്തരം വികസിക്കുന്നതിനൊപ്പം സമാധാനത്തിന്റെ സ്ഥാപനവും വികസിച്ചുവന്നു. കർശനമായ നിയമവാഴ്ച, ജീവനും സ്വത്തിനുമുള്ള സംരക്ഷണം തുടങ്ങിയവ നിർഭാഗ്യവശാൽ ഇന്ത്യക്ക് പണ്ടേ അപരിചിതമായിരുന്നു. കുട്ടികൾ അവരുടെ പിതാക്കളനുഭവിച്ച വിപത്തുകൾ മറന്നുപോയിരിക്കുന്നു. ആ രക്തരൂഷിതവും നിയമരഹിതവുമായ ഭീകരതയിൽനിന്നാണ് ഇന്ത്യൻ ജനതയെ ഇംഗ്ലണ്ട് മോചിപ്പിച്ചത്. അസന്തുഷ്ടമായ ആ ഭൂതകാലത്തിന്റെ മാഞ്ഞുകൊണ്ടിരിക്കുന്ന ഓർമ്മകളെ പുനരുല്പാദിപ്പിക്കുകയും ബ്രിട്ടീഷ് ഭരണത്തിന്റേതായ സമാധാനാനുഭവവുമായി അവയെ പലതരത്തിൽ താരതമ്യപ്പെടുത്തുകയുമാണ് ഗ്രന്ഥകർത്താവിന്റെ ലക്ഷ്യം.[28]

ഈ രണ്ടു വ്യവസ്ഥകളിൽ നിലനിന്നിരുന്ന അവസ്ഥകളെക്കുറിച്ചുള്ള താരതമ്യം ഭരണസംവിധാനത്തിന്റെ സ്വഭാവങ്ങളിലുള്ള മാറ്റങ്ങളെ പ്രതിഫലിപ്പിക്കുന്നു. ഒന്ന് സ്വേച്ഛാധിപത്യപരവും തന്നിഷ്ടം നിറഞ്ഞതും, ഭീകരസ്വഭാവമുള്ളതുമായിരുന്നു. മറ്റേതാകട്ടെ സ്വതന്ത്രവും ജനാധിപത്യപരവും.[29] സാമ്രാജ്യത്വപൂർവ്വ ഇന്ത്യയിലെ ഭരണവ്യവസ്ഥയിൽ ഭരണഘടനാനുസൃതമായ ഒരു ഗവൺമെന്റ് എന്ന ആശയം തന്നെ അപരിചിതമായിരുന്നു. അതിനാൽ സയ്യിദ് അഹമ്മദ്ഖാൻ പറഞ്ഞതുപോലെ 'ജനശബ്ദം ശ്രദ്ധിക്കപ്പെട്ടതേ ഇല്ല.'[30]

സാമ്രാജ്യത്വ പൂർവ്വവ്യവസ്ഥയെ നിരാകരിക്കാനുള്ള മാനദണ്ഡം ഒരുക്കിക്കൊടുത്തത് ലിബറലിസമാണ്. അതേ കാരണം കൊണ്ടുതന്നെയാണ് സാമ്രാജ്യത്വഭരണം സ്വീകരിക്കപ്പെട്ടതും. കാരണം സാമ്രാജ്യത്വത്തെ നോക്കിക്കണ്ടത് സ്വാതന്ത്ര്യത്തിന്റെയും ജനാധിപത്യത്തിന്റെയും ഭരണഘടനാതത്ത്വങ്ങളുടെയും സാമൂഹികവും ശാസ്ത്രപരവുമായ ജ്ഞാനങ്ങളുടെയും വാഹകമായാണ്.[31]

മില്ലും സ്പെൻസറും റൂസ്സോയും ടോംപെയ്നും 'യുവഭാരതത്തിന്' തലയ്ക്കു പിടിക്കുകയും ഈ ചിന്തകരുടെ വാചകങ്ങളുടെ നിഴലിൽ തങ്ങളുടെ സമൂഹത്തിന്റെ രാഷ്ട്രീയഭാവിയെ രൂപകല്പന ചെയ്യുകയും ചെയ്തു. അക്കാലത്ത് ബ്രിട്ടനിൽ നിലവിലിരുന്ന രാഷ്ട്രീയവ്യവസ്ഥയിൽ ഈ തത്ത്വങ്ങൾ നന്നായി ഉൾച്ചേർന്നിട്ടുണ്ട് എന്ന് ഇന്ത്യൻ ബുദ്ധിജീവികൾ വിശ്വസിച്ചു. അതിനും ഉപരിയായി ഈ തത്ത്വങ്ങളുടെ കാര്യത്തിൽ ഒരു വിജയിയായി ബ്രിട്ടനെ ദർശിച്ചു. "പൗരസംബന്ധിയും രാഷ്ട്രീയസംബന്ധിയുമായ സ്വാതന്ത്ര്യത്തിന്റെ ആസ്വാദനത്താൽ അനുഗൃഹീതരായ ജനതയുടെ രാഷ്ട്രം എന്നുമാത്രമല്ല, തങ്ങളുടെ സ്വാധീനം വ്യാപിക്കുന്ന രാഷ്ട്രങ്ങളിൽ സ്വാതന്ത്ര്യത്തെയും സാമൂഹിക സന്തുഷ്ടിയെയും മതപരവും സാഹിത്യപരവുമായ വിഷയങ്ങളിൽ സ്വതന്ത്രാന്വേഷണത്തേയും പ്രോത്സാഹിപ്പിക്കുന്നതിൽ തങ്ങളിൽത്തന്നെ ആനന്ദം കണ്ടെത്തുന്ന രാഷ്ട്രവും കൂടിയാണത്."[32]

ഒരു ബൂർഷ്വാക്രമമെന്നത് ബ്രിട്ടീഷ് ഭരണത്തിന്റെ യുക്തിപരമായ ഒരു ഫലമായി വിശ്വസിക്കപ്പെട്ടു. രാഷ്ട്രീയ പ്രക്രിയയെപ്പറ്റിയുള്ള ഈ വിശ്വാസമാണ് ഇന്ത്യൻ ബുദ്ധിജീവികളുടെ പൊതുപ്രവർത്തനങ്ങളിൽ പ്രകടമായത്. 'വാർത്താനിയന്ത്രണ'ത്തെക്കുറിച്ചുള്ള റാംമോഹന്റെ പ്രതിഷേധവും, സാമ്രാജ്യത്വഭരണത്തെ 'ബ്രിട്ടീഷ് വിരുദ്ധ'മായി സ്വഭാവവല്ക്കരിക്കുന്ന ദാദാബായ് നവറോജിയുടെ പ്രസ്താവനയും ഈ ധാരണയുടെ പ്രതിഫലനങ്ങളാണ്. സുപ്രീംകോടതിയിൽ സമർപ്പിച്ച അപ്പീലിൽ റാംമോഹനും സഹപ്രവർത്തകരും ഇപ്രകാരം ചൂണ്ടിക്കാട്ടി.

> തങ്ങൾ ഭാഗ്യവശാൽ ബ്രിട്ടീഷ് സാമ്രാജ്യത്വത്തിന്റെ സംരക്ഷണയിലുള്ള ഒരു പ്രദേശത്തിൽ താമസിക്കുന്നവരാണെന്നോ, ഇംഗ്ലണ്ടിലെ രാജാവും പ്രഭുക്കളും ജനപ്രതിനിധികളും തങ്ങളുടെ ഭരണാധികാരികളാണെന്നോ, ഇംഗ്ലണ്ടിൽ ഓരോ ബ്രിട്ടീഷ് പൗരനും അനുഭവിക്കുന്ന അതേ പൗരാവകാശപരവും മതപരവുമായ മുൻഗണനകൾക്കുള്ളിൽ തങ്ങളും സുരക്ഷിതരാണെന്നോ, ഇനി മുതൽ കല്ക്കത്താ നിവാസികൾക്ക് അഹങ്കാരത്തോടെ ന്യായീകരിക്കാൻ കഴിയില്ല.[33]

സമ്പദ്ഘടനയുടെയും സമൂഹത്തിന്റെയും മണ്ഡലങ്ങളിലുണ്ടായ മാറ്റങ്ങളെ സങ്കല്പിച്ചതും ഒരു ബൂർഷ്വാവീക്ഷണത്തിൽ അടിയുറച്ചായിരുന്നു. സാമ്പത്തികശാസ്ത്രപരമായ ചിന്ത, സാമ്രാജ്യത്വ ചൂഷണത്തിനെതിരെ നിലയുറപ്പിക്കുമ്പോൾപോലും ഒരു മുതലാളിത്തക്രമത്തിന്റെ വികാസം തന്നെയായിരുന്നു അടിസ്ഥാനപരമായ സങ്കല്പം. മൂലധനസംഭരണത്തിന് വിഘാതമായും സ്വത്തിന്റെ ഛിന്നമാകലിന് അനുകൂലമായുമുള്ള പൈതൃക സ്വത്തവകാശ നിയമത്തിനും റവന്യൂ ഭരണത്തിനുമെതിരെയുള്ള വിമർശനം, മൂലധനത്തിന്റെയും സാങ്കേതികവിദ്യയുടെയും ഇറക്കുമതിയിലുള്ള ഊന്നൽ, അസംസ്കൃതപദാർത്ഥങ്ങളുടെ കയറ്റുമതിക്കും സാമ്പത്തികശോഷണത്തിനുമെതിരെയുള്ള നിലപാട്, വ്യവസായവല്ക്കരണത്തോടുള്ള വൈകാരിക പ്രതിബദ്ധത, ഇവയെല്ലാം ഒരു ബൂർഷ്വാവീക്ഷണത്തിന്റെ ഘടകങ്ങളാണ്. ഈ ആശയങ്ങളിൽ മിക്കതും സാമ്രാജ്യത്വ വിമർശനത്തിൽനിന്ന് ഉടലെടുത്തവയാണെങ്കിൽപ്പോലും അവയുടെ പ്രത്യയശാസ്ത്രപരവും വർഗ്ഗപരവുമായുള്ള പൈതൃകം വളരെ വ്യക്തമാണ്.

ലിബറൽ-ജനാധിപത്യ ധാരണകളുടെ സ്വാധീനം സാമൂഹ്യചിന്തയിലും പ്രവൃത്തിയിലും പ്രതിഫലിക്കുന്നുണ്ട്. വലിയൊരളവോളം അവ ബൂർഷ്വാ ഹ്യൂമനിസത്തിന്റെ പരിധികൾക്കുള്ളിലാണ് പ്രവർത്തിച്ചത്. സാമൂഹികവും മതപരവുമായ പുനരുജ്ജീവനത്തിനുവേണ്ടിയുള്ള പ്രയത്നങ്ങളുടെ പ്രധാന സ്രോതസ്സ് ഉയർന്നുവരുന്ന ബൂർഷ്വാക്രമത്തിനനുയോജ്യമായ ഒരു പുതു മൂല്യബോധത്തെ സൃഷ്ടിച്ചെടുക്കുക എന്നതായിരുന്നു. പരിഷ്കരണപ്രസ്ഥാനങ്ങൾ സൃഷ്ടിക്കാൻ ശ്രമിച്ച 'പരിഷ്ക

രിക്കപ്പെട്ട വ്യക്തികൾ, പരിഷ്കരിക്കപ്പെട്ട കുടുംബങ്ങൾ, പരിഷ്കരിക്കപ്പെട്ട സമൂഹം' എന്നത് ഈ മൂല്യബോധത്തെ പ്രതിഫലിപ്പിക്കുന്നു. അടിച്ചമർത്തുന്ന സാമൂഹ്യസ്ഥാപനങ്ങളെ എതിർക്കുക, മനുഷ്യാന്തസ്സിനെതിരെ നിലകൊള്ളുന്ന സാമൂഹികാചാരങ്ങളെ നിരോധിക്കുക, മതഗ്രന്ഥങ്ങളുടെ ലഭ്യത വർദ്ധിപ്പിച്ചും ആചാരങ്ങളെ ലളിതവല്ക്കരിച്ചും പുരോഹിതർക്ക് ഗ്രന്ഥങ്ങളിന്മേലുള്ള ജ്ഞാനത്തിന്റെ കുത്തക അവസാനിപ്പിക്കുക എന്നീ ലക്ഷ്യങ്ങളോടെയുള്ള പ്രവർത്തനങ്ങൾക്കു പിറകിൽ ഇന്ത്യൻ സമൂഹത്തിൽ നടന്ന അടിസ്ഥാനപരമായ മാറ്റങ്ങളുടെ സ്വാധീനമാണ് പ്രവർത്തിച്ചത്. മഹാദേവ് ഗോവിന്ദറാനഡേ ഈ മാറ്റങ്ങളുടെ പ്രധാന ഘടകങ്ങളെ ഇങ്ങനെ സംക്ഷേപിക്കുന്നു: 'അടിമത്തത്തിൽ നിന്നും സ്വാതന്ത്ര്യത്തിലേക്ക്, അന്ധവിശ്വാസങ്ങളിൽനിന്നും വിശ്വാസത്തിലേക്ക്, പരിഗണനകളിൽനിന്നും തുല്യാവകാശത്തിലേക്ക്, അസംബന്ധ ആധികാരികതകളിൽനിന്നും യുക്തിയിലേക്ക്, അനാസൂത്രിത ജീവിതത്തിൽനിന്നും ആസൂത്രിത ജീവിതത്തിലേക്ക്, അന്ധമായ വിധിവാദത്തിൽ നിന്നും മനുഷ്യാന്തസ്സിന്റെ വിവേകത്തിലേക്ക്; ഞങ്ങൾ കൊണ്ടുവരാനാഗ്രഹിച്ച മാറ്റങ്ങൾ ഇവയെല്ലാമായിരുന്നു.'[34]

റാനഡേയുടെ സങ്കല്പനങ്ങളെ മിതവ്യയ സമ്പദ്‌വ്യവസ്ഥയിലും, വ്യക്തി സ്വാതന്ത്ര്യത്തിലും പുതുസംരംഭങ്ങളിലും, പരലോകത്തുനിന്നും ഇഹലോകസംബന്ധിയായ ആനന്ദങ്ങളിലേക്കുള്ള മാറ്റങ്ങളിലും ഊന്നുന്ന സാമൂഹിക സാമ്പത്തിക ആശയങ്ങളുടെ വെളിച്ചത്തിൽ വിലയിരുത്തുകയാണെങ്കിൽ, ഒരു ബൂർഷ്വാ സമൂഹത്തിന്റെ പ്രത്യയശാസ്ത്രപരമായ ബാഹ്യഘടന സൃഷ്ടിക്കാനുള്ള അസന്ദിഗ്ദ്ധമായ ഒരു പ്രേരണ ഉള്ളതായിക്കാണാം.

സാമ്രാജ്യത്വ ഇന്ത്യയിൽ വികസിച്ച രണ്ട് മനുഷ്യത്വവാദ പ്രമാണങ്ങൾ ബുദ്ധിജീവി സമുദായത്തിനുള്ളിൽ ബൂർഷ്വാ-പ്രത്യയശാസ്ത്ര പരിസരത്തെ അരക്കിട്ടുറപ്പിക്കാൻ സഹായിച്ചു. ഒന്ന്, മറുലോകവാദത്തിൽ നിന്നും പ്രകൃത്യാതീതതയിൽനിന്നും ഈ ലോകത്തിലെ അസ്തിത്വപ്രശ്നങ്ങളിലേക്ക് മതചിന്തകളുടെ ഊന്നലുകൾക്കുണ്ടായ മാറ്റം. സാമ്രാജ്യത്വ പൂർവ്വകാലഘട്ടത്തിലെ മതപരമായ പ്രതിഷേധ, പരിഷ്കരണ പ്രസ്ഥാനത്തോടുകൂടി തുടങ്ങി, പതിനെട്ടാം നൂറ്റാണ്ടിലെ മതവിരുദ്ധ കൂട്ടങ്ങൾ വരെ, മോക്ഷത്തിന്റെ വഴികളെയും അവയുടെ ഉപാധികളെയം കുറിച്ച് വലുതായി ആശങ്കപ്പെട്ടിരുന്നു. അതിനുവിരുദ്ധമായി സാമ്രാജ്യത്വ ഇന്ത്യയിലെ മതപരിഷ്കരണങ്ങളാകട്ടെ ഈ പൂർവ്വമാതൃകകളിൽനിന്നും മിക്കവാറും വിഭിന്നമായിരുന്നു. ബങ്കിംചന്ദ്രചാറ്റർജിയെപ്പോലെയും വിവേകാനന്ദനെപ്പോലെയും മതത്തിന് പ്രാമുഖ്യമേറിയ പങ്ക് കല്പിച്ചിരുന്നവർ തന്നെ മതപരമായ ആവശ്യങ്ങളേക്കാളുപരി ഭൗതികമായ അസ്തിത്വത്തെ കണ്ടിരുന്നു എന്നത് വലിയ പ്രാധാന്യമർഹിക്കുന്നുണ്ട്.[35] പുത്തൻ ഹിന്ദുയിസത്തിന്റെ (Neo-Hinduism) ഉന്നത പ്രവാചകനായ വിവേകാനന്ദൻ ഭൗതികാവശ്യങ്ങളുടെ ഒരു വിവേചനാധികാര സീമയാക്കി ആത്മീയതയെ

മാറ്റിത്തീർക്കാൻ നിരന്തരം പരിശ്രമിച്ചു.[36]

അന്യലോകതയിൽനിന്നും ഊന്നൽ മാറ്റുന്നതിന്റെ ഭാഗമായി മതത്തിന്റെ പൗരസമൂഹോപയോഗം നിലവിൽ വന്നു. സമകാലീന സാമൂഹ്യരാഷ്ട്രീയാവശ്യങ്ങൾക്ക് ഉപയുക്തമായ തരത്തിൽ മതഗ്രന്ഥങ്ങളുടെയും മതപുരുഷന്മാരുടെയും പുതുവ്യാഖ്യാനങ്ങളും, സാമൂഹ്യപുരോഗതിക്ക് അനുയോജ്യമല്ലാത്ത സാമൂഹ്യ സ്ഥാപനങ്ങളെ ഇല്ലായ്മ ചെയ്യുന്നതിനായുള്ള മതതത്ത്വങ്ങളുടെ ഉപയോഗവും ഈ പ്രയോജനവാദത്തിന്റെ ഭാഗമായിരുന്നു. സ്ത്രീപ്രമുക്തിക്കായി വേദങ്ങളുടെ അംഗീകാരം തേടിയുള്ള റാം മോഹന്റെയും വിദ്യാസാഗറിന്റെയും പരിശ്രമങ്ങൾ, ഒരു വർഗ്ഗരഹിത സമൂഹത്തിന്റെ നിർമ്മാണത്തിനായി കേശബ് ചന്ദ്രസെന്നിന്റെ അദ്വൈതത്തിന്റെ ഉപയോഗം, ബങ്കിംചന്ദ്രന്റെ കൃഷ്ണവ്യാഖ്യാനം, തിലകന്റെ ഗീതാപാരായണം തുടങ്ങിയവ ഉദാഹരണങ്ങളാണ്. കേശബ് ചന്ദ്രസെന്നിന്റെ വർഗ്ഗരഹിത സമൂഹത്തിനായുള്ള കുറിപ്പടി നോക്കുക:

> ദൈവത്തിന്റെ പിതൃത്വത്തിൽ വിശ്വസിക്കുക എന്നതിനർത്ഥം മനുഷ്യന്റെ ഭ്രാതൃത്വത്തിൽ വിശ്വസിക്കുക എന്നതാണ്. അതിനാൽ ആരുതന്നെയായാലും സ്വന്തം ഹൃദയത്തിലും സ്വന്തം കുടുംബത്തിലും ശരിയായ ദൈവത്തെ പൂജിക്കുന്നുവോ അവൻ അവന്റെ സഹജീവികളെ സഹോദരങ്ങളായി തിരിച്ചറിയാൻ പഠിക്കും. അത്തരമൊരു സമൂഹത്തിൽ ജാതിയെന്നത് മാഞ്ഞുപോകും.[37]

ആത്മാവിന്റെയും മോക്ഷത്തിന്റെയും പ്രശ്നങ്ങളിൽനിന്ന് താരതമ്യേന വ്യത്യസ്തവും സാമൂഹ്യ യാഥാർത്ഥ്യത്തോട് പ്രതികരിക്കുന്നതുമായ വവിധതരത്തിലുള്ള പ്രതിബന്ധങ്ങളിൽനിന്നും വ്യക്തിയുടെ മോചനം കാംക്ഷിക്കുന്ന ഒരു പുതിയ മൂല്യബോധത്തെ സൂചിപ്പിക്കുന്നു. മോക്ഷമാർഗ്ഗത്തോട് ഒട്ടിച്ചേർന്ന മതപരമായ അന്ധവിശ്വാസങ്ങളെയും പുരോഹിതാധികാരത്തെയും ചോദ്യം ചെയ്യുകവഴി, അത് മനുഷ്യാന്തസ്സിന്റെ സംരക്ഷണത്തിനും വ്യക്തിവാദത്തിന്റെ വികാസത്തിനും വഴി തുറന്നു.

അസമത്വത്തിന്റെ സ്വഭാവത്തിലും അതിന്റെ പ്രതികരണങ്ങളിലും പ്രത്യേകിച്ച് ദാരിദ്ര്യത്തിലും ദുരിതങ്ങളിലും നടത്തിയ അന്വേഷണങ്ങളാണ് മാനവികതാവാദം താല്പര്യം കാണിച്ച രണ്ടാമത്തെ മണ്ഡലം. ഒരു കടുത്ത യുക്തിവാദിയും വളരെയധികം കാര്യങ്ങളിൽ വഴിവിളക്കു കാണിച്ചിട്ടുള്ളവനുമായ അക്ഷയ്കുമാർ ദത്താണ് ഒരുപക്ഷേ, ഈ പ്രശ്നത്തിലേക്ക് ആദ്യമായി ശ്രദ്ധ പതിപ്പിച്ചത്. ദാരിദ്ര്യത്തിനു കാരണം അദ്ധ്വാനത്തിന്റെ ഫലം സമൂഹത്തിലെ ഒരു വിഭാഗം മറ്റു വിഭാഗങ്ങളെക്കാൾ കൂടുതലായി കൈക്കലാക്കുന്നത് കൊണ്ടാണെന്ന് ചിത്രീകരിക്കാൻ അദ്ദേഹം ശ്രമിച്ചു.[38] 'പ്രാധാന്യമുള്ള മനുഷ്യർ' (Men of Consequence) എന്ന് അന്വർത്ഥമായി പേരുനല്കിയ ശക്തിമത്തായ ഒരു പ്രബന്ധത്തിൽ

കേശബ് ചന്ദ്രസെൻ ഒരു പടികൂടി മുന്നോട്ടു പോകുകയുണ്ടായി. സമ്പത്ത് പാവങ്ങളുടെ വർഗ്ഗം നിർമ്മിക്കുന്നതാണെന്നും അത് ഉപയോഗിക്കുന്നത് പണക്കാരാണെന്നും അദ്ദേഹം അതിൽ വാദിച്ചു. 'പ്രാധാന്യമുള്ള മനുഷ്യർ' എന്ന് വിവരിച്ച പാവങ്ങളോട് തങ്ങളുടെ സ്വന്തം ഇച്ഛയ്ക്കനുസരിച്ച് പ്രവർത്തിക്കാൻ അദ്ദേഹം ആഹ്വാനം ചെയ്തു.

> ആരാണോ കൃഷിക്കാരും കൈവേലക്കാരും – നിങ്ങൾ സംഘടിക്കുകയും നിവർന്നുനില്ക്കുകയും ചെയ്യുക. ജന്മിത്തത്തിന്റെ ഭീകരതയും ക്രൂരതയും അടിച്ചമർത്തലും ബലം പ്രയോഗിച്ച് നിർത്തലാക്കാനും നിങ്ങളുടെ നില മെച്ചപ്പെടുത്താനുംവേണ്ടി നിങ്ങൾ നിങ്ങളെത്തന്നെ മുഴുവനായും അർപ്പിക്കുവിൻ. ഇനിയും ഉറങ്ങാതെ, ഉണരാൻ സമയമായി. നിങ്ങൾക്കു വേണ്ടി സംസാരിക്കാൻ വേറെ ആരുമില്ല.[39]

അസമത്വത്തിന്റെ കുറച്ചുകൂടി സങ്കീർണ്ണമായ വെളിപ്പെടുത്തൽ ബങ്കിം ചന്ദ്രൻ തന്റെ 'സൗമ്യ' എന്ന, ആധുനിക ഇന്ത്യയുടെ ധിഷണാചരിത്രത്തിൽ നാഴികക്കല്ലായിത്തീർന്ന പ്രബന്ധത്തിൽ നടത്തുകയുണ്ടായി. റൂസ്സോ, പ്രൂദോൻ, മിൽ തുടങ്ങിയവരിൽനിന്നും ലൂയിബ്ലാങ്ക്, റോബർട്ട് ഓവൻ, സെയിന്റ് സൈമൺ തുടങ്ങിയവരിൽനിന്നും മാത്രമല്ല മറ്റ് നിരവധി സ്രോതസ്സുകളിൽനിന്നും ഊർജ്ജം സ്വീകരിച്ച് ബങ്കിം ചന്ദ്രൻ ഇന്ത്യൻ സമൂഹത്തിലെ അസമത്വത്തെയും അതിന്റെ പ്രവർത്തനത്തെയും കണ്ടെത്താൻ ശ്രമിച്ചു. പ്രകൃതിദത്തമായ അസമത്വത്തെ അദ്ദേഹം സ്വീകരിക്കുകയും ന്യായീകരിക്കുകയും ചെയ്തു. എന്നാൽ പ്രകൃതിദത്തമല്ലാത്ത അസമത്വത്തെ മനുഷ്യത്വത്തിന് 'അന്യായവും വിനാശവു'മായാണ് അദ്ദേഹം പരിഗണിച്ചത്.[40] ഇന്ത്യൻ പശ്ചാത്തലത്തിൽ അദ്ദേഹം മൂന്നുതരത്തിലുള്ള പ്രകൃതിദത്തമല്ലാത്ത അസമത്വങ്ങളെ തിരിച്ചറിഞ്ഞു: ബ്രാഹ്മണനും ശൂദ്രനുമിടയിലെ, വിദേശിക്കും ഇന്ത്യാക്കാരനുമിടയിലെ, എല്ലാറ്റിനുമുപരി പണക്കാർക്കും പാവപ്പെട്ടവർക്കുമിടയിലെ ഇന്ത്യയിലെ സാമൂഹ്യമായ പിന്നോക്കാവസ്ഥയ്ക്കും പുറകോട്ടടിക്കും കാരണം പ്രകൃതിദത്തമല്ലാത്ത അസമത്വങ്ങളാണ്.[41] സ്വത്തവകാശത്തെപ്പറ്റിയുള്ള തന്റെ താരതമ്യേന വിപ്ലവാത്മകമായ ആശയങ്ങളെയും സ്ത്രീപ്രമുക്തിയെയും കർഷകചൂഷണത്തെയും വിവരിച്ചതിനുശേഷം ബങ്കിം തന്റെ നിഗമനങ്ങളെ ഇങ്ങനെ വെളിവാക്കുന്നു.

> എല്ലാ മനുഷ്യരും ഒരേ അവസ്ഥയിലാണ് എന്ന് നാമൊരിക്കലും സമത്വവാദത്തെ വിശദീകരിച്ച് സ്ഥാപിക്കുവാൻ ശ്രമിക്കുന്നില്ല. അത് ഒരിക്കലും സാദ്ധ്യമല്ല. ബുദ്ധിയിലും മാനസികമായ കഴിവുകളിലും വിദ്യാഭ്യാസത്തിലും ശക്തിയിലും പ്രകൃതിദത്തമായ വ്യത്യാസങ്ങളുണ്ടെങ്കിൽ തീർച്ചയായും മനുഷ്യരുടെ അവസ്ഥകൾ തമ്മിൽ വ്യത്യാസമുണ്ടാകും. ആരും ഇതിനെ പ്രതിരോധിക്കുവാൻ

> തുനിയുകയില്ല. പക്ഷേ, അവകാശ സമത്വമെന്നത് അത്യന്താപേക്ഷിതമാണ്. ഒരുവന് അധികാരമുണ്ടെന്നിരിക്കട്ടെ. അവന് അതിന് അവകാശമില്ലെന്ന ചോദ്യത്തിനു മുന്നിൽ അവൻ വിഷമിക്കേണ്ട ആവശ്യമില്ല.[42]

പാവങ്ങൾക്കുവേണ്ടിയുള്ള വാചാലത മാറ്റിവച്ചാൽ അസമത്വത്തിന്റെയും ദാരദ്ര്യത്തിന്റെയും പൊതുവിമർശനം ഒരു ബൂർഷ്വാ വീക്ഷണത്തിൽ സീമിതമായിരിക്കുന്നു. കാരണം, അസമത്വത്തെ ഉല്പാദിപ്പിക്കുന്ന വ്യവസ്ഥയെ എങ്ങനെ പരിഷ്കരിക്കാമെന്നതിനെ ചൊല്ലിയാണ് ആശങ്കപ്പെടുന്നത്, മാറ്റിമറിക്കുന്നതിനെപ്പറ്റിയല്ല. എന്തായാലും സാധാരണ മനുഷ്യന്റെ ദുഃഖത്തെ വാചാലമായി വിവരിക്കുകയും വിശദാംശങ്ങൾ ചിത്രീകരിക്കുകയും ചെയ്തിരിക്കുന്നു. ഒന്നുകിൽ പ്രബുദ്ധതയിലോ അല്ലെങ്കിൽ വർഗ്ഗസഹകരണത്തിലോ പരിഹാരം അന്വേഷിക്കുന്നു. ഉദാഹരണത്തിന് കർഷകരോടും തൊഴിലാളികളോടും സ്വയം പ്രതിരോധിക്കുന്നതിന് ഉണർന്നെണീക്കാൻ ഉത്തേജിപ്പിച്ചതിനുശേഷം കേശബ് ചന്ദ്ര സെൻ താഴെപ്പറയുന്ന പരിഹാരം നിർദ്ദേശിക്കുന്നു:

> വികസിതരാജ്യങ്ങളിൽ ഇപ്പോൾത്തന്നെ വർഗ്ഗസമരം തുടങ്ങിക്കഴിഞ്ഞിരിക്കുന്നു.... തൊഴിലാളിവർഗ്ഗം അക്രമങ്ങൾ പ്രവർത്തിക്കണമെന്ന് ഞങ്ങൾ ആഗ്രഹിക്കുന്നില്ല. നിയമവിരുദ്ധമായ പ്രവൃത്തികൾ ചെയ്യാതെ തന്നെ ഭൂവുടമകളെ വിവേകത്തിലേക്കെത്തിക്കാൻ തൊഴിലാളിവർഗ്ഗം പരിശ്രമിക്കണമെന്ന് ഞങ്ങൾ ആഗ്രഹിക്കുന്നു. ദൈവം നിങ്ങളെ സൃഷ്ടിച്ചപ്പോൾ ബോധത്താലും വിവേകത്താലും നിങ്ങളെ അവൻ സജ്ജരാക്കിയില്ലേ. ഉദാസീനമായ മയക്കത്തിൽ എന്തുകൊണ്ടാണ് നിങ്ങൾ വീണ്ടും തുടരുന്നത്?.... സ്വയം അർപ്പിക്കൂ, പരിശ്രമിക്കൂ, പ്രബുദ്ധരാകൂ.[43]

അതുപോലെ ഭാവി ശുദ്രരുടേതാണെന്ന ദർശനത്തെയും ദൈവത്തെ പാവങ്ങളിൽ തിരിച്ചറിയുന്നതിനെയും മാറ്റിവച്ചാൽ വിവേകാനന്ദൻ ദാരിദ്ര്യത്തിന്റെ പരിഹാരം ജ്ഞാനസംഭരണവും ആത്മീയപ്രബുദ്ധതയുമാണെന്ന് ആവർത്തിച്ചാവർത്തിച്ച് പറയുന്നുണ്ട്.[44] 'സൗമ്യ'യുടെ വിപ്ലവാത്മകമായ ഭാഗങ്ങൾ, പ്രത്യേകിച്ചും കർഷകചൂഷണത്തെക്കുറിച്ചുള്ളവ, തുടർന്നുള്ള പതിപ്പുകളിൽ ബങ്കിംചന്ദ്രൻ തന്നെ നീക്കം ചെയ്തു.

ദാരിദ്ര്യപ്രശ്നത്തെക്കുറിച്ചുള്ള സാമ്രാജ്യത്വ ഇന്ത്യയിലെ ബുദ്ധിജീവികളുടെ ആശങ്കയെന്നത്, അതിനുള്ളിൽത്തന്നെ വലിയ പ്രാധാന്യം അർഹിക്കുന്നില്ല. കാരണം പശ്ചാത്തലകാരണങ്ങൾ ഇല്ലായിരുന്നെങ്കിൽ അവർ അതിനോട് പ്രതികരിക്കാതെയിരുന്നേനെ. പക്ഷേ, എങ്ങനെയാണ് അവർ അതിനെ കണ്ടത് എന്നതിനാണ് പ്രാധാന്യം. പാവങ്ങളുടെ പക്ഷത്തുനിന്നോ അതോ വിശേഷാധികാരമുള്ളവരുടെ പക്ഷത്തുനിന്നോ എന്നതിൽ. മിക്കവാറും അത് വിശേഷാധികാരമുള്ളവരുടെ പക്ഷത്തുനി

ന്നായിരുന്നു. അതിനാൽ പാവങ്ങൾ അപമാനിക്കപ്പെട്ടപ്പോൾ ഏതൊരു വ്യവസ്ഥയും ഘടനയുമാണാ ആ അപമാനത്തെ നിർമ്മിച്ചത്, അത് അപമാനത്തെ തടഞ്ഞില്ല. പരിഷ്കരണത്തിലോ, ട്രസ്റ്റീഷിപ്പിലോ പാവങ്ങൾക്ക് അവരുടെ നില മെച്ചപ്പെടുത്താൻ അവസരങ്ങൾ തുറന്നുകൊടുക്കുന്നതിലോ ആയിരുന്നു ഊന്നൽ നല്കിയിരുന്നത്. മറിച്ചായിരുന്നെങ്കിൽ മുൻഗണനാ വർഗ്ഗത്തിനുതന്നെ അത് ഹാനികരമായിത്തീരും എന്നതിനാൽ അത്തരം മൃദുലസഹാനുഭൂതികളുടെ പലതരത്തിലുള്ള രൂപങ്ങൾ 19-ാം നൂറ്റാണ്ടിലെ മിക്കവാറും എല്ലാ ബുദ്ധിജീവികളുടെയും സാമൂഹ്യചിന്തയിൽനിന്നു കണ്ടെടുക്കാൻ കഴിയും. അക്ഷയകുമാറിന്റെ 'ധർമ്മനീതി'യിൽ പ്രത്യേകിച്ചും. അതിന്റെ ഒരുഭാഗം സമൂഹത്തിന്റെ ജൈവപരമായ വളർച്ചയ്ക്കായുള്ള ആഹ്വാനമാണെങ്കിൽപ്പോലും, ദാരിദ്ര്യത്തിന്റെ ഫലങ്ങൾ മുൻഗണനാ വർഗ്ഗത്തെ എങ്ങനെ വിപരീതമായി ബാധിക്കുന്നു എന്ന് തുറന്നുകാണിക്കുന്നുണ്ട്.[45] ഇങ്ങനെ ഈ വർഗ്ഗൈക്യവീക്ഷണം, സാമ്രാജ്യത്വ ഇന്ത്യയിലെ ബുദ്ധിജീവികൾക്കുമേലുള്ള ബൂർഷ്വാ പ്രത്യയശാസ്ത്രത്തിന്റെ അധീശത്വം വ്യക്തമാക്കുന്നു.

ബൂർഷ്വാ-ലിബറൽ പൂർവ്വസങ്കല്പങ്ങൾക്ക് ഇത്തരം പ്രയോഗസ്വാധീനങ്ങളുമായി നേർബന്ധം ഉണ്ടായിരുന്നില്ല. ഇംഗ്ലീഷ് പഠിച്ചവർ മാത്രമായിരുന്നില്ല ഈ പ്രത്യയശാസ്ത്രവാഹകർ. പ്രാദേശികഭാഷകളിൽ വിദ്യാഭ്യാസം ചെയ്തവർ ഈ പ്രത്യയശാസ്ത്രത്തിന് പുറത്തായിരുന്നുമില്ല.[46] സാമൂഹികമാറ്റത്തിനുവേണ്ടിയുള്ള വ്യത്യസ്ത നയങ്ങൾ, 'പരിഷ്കരണ'വും 'പുനരുജ്ജീവന'വും പോലുള്ളവ ഇതേ പ്രത്യയശാസ്ത്രവ്യാപ്തിയിൽ തളയ്ക്കപ്പെട്ടു. അതിനാൽ പരിഷ്കരണവാദിയായ ഒരു റാം മോഹൻറോയിക്കും യാഥാസ്ഥിതികനായ ഒരു 'രാധാകാന്തദേബി'നും അല്ലെങ്കിൽ യുക്തിവാദിയായ ഒരു അക്ഷയകുമാർദത്തിനും പുനരുജ്ജീവനവാദിയായ ഒരു ദയാനന്ദ സരസ്വതിക്കും അതുമല്ലെങ്കിൽ ഇംഗ്ലീഷ് വിദ്യാഭ്യാസം നേടിയ റാനഡേയ്ക്കും പ്രാദേശിക വാമൊഴിയിൽ വിദ്യാഭ്യാസം നേടിയ നാരായണഗുരുവിനും തമ്മിൽ സമൂഹത്തിന്റെ ഘടനാപരവും പ്രത്യയശാസ്ത്രപരവുമായ മാറ്റങ്ങളെക്കുറിച്ച് അഭിപ്രായൈക്യമുള്ള ധാരാളം ഇടങ്ങൾ ഉണ്ടായിരുന്നു. അവർ വികസിച്ചുകൊണ്ടിരിക്കുന്ന ഒരു ബൂർഷ്വാക്രമത്തിന്റെ പ്രത്യയശാസ്ത്ര വക്താക്കളായിരുന്നു. മാത്രമല്ല, അവരുടെ സാമൂഹ്യ രാഷ്ട്രീയ പരിസരമെന്നത് ലിബറൽ ജനാധിപത്യമായിരുന്നു. കാലക്രമേണ ഈ ലിബറൽ ബുദ്ധിജീവിവർഗ്ഗം ബൂർഷ്വാ പ്രത്യയശാസ്ത്രത്തെ പുനരുല്പാദിപ്പിക്കുന്നതിനും അതിന്റെ അധീശത്വം സ്ഥാപിക്കുന്നതിനും ക്രിയാത്മകമായ പങ്കുവഹിച്ചു.

പാശ്ചാത്യ ബൂർഷ്വാസമൂഹത്തിന്റെ ഒരു പിൻഗാമി എന്ന നിലയിൽ ഇന്ത്യയിൽ നടന്ന സാമൂഹികമാറ്റം, സാംസ്കാരിക സവിശേഷതയിൽ നിന്ന് വേർപെട്ടുണ്ടായ പടിഞ്ഞാറൻ മാതൃകയുടെ ശരിപ്പകർപ്പായിരുന്നില്ല. മറിച്ച് ഈ സാംസ്കാരിക പൈതൃകം സമൂഹത്തിന്റെ ബൗദ്ധിക പരിണാമത്തിൽ പ്രധാനപ്പെട്ടൊരു ഘടകമാവുകയാണുണ്ടായത്.

സംസ്കാരവും ധിഷണാപരിണാമവും

സാമ്രാജ്യത്വ ഇന്ത്യയിലെ സ്വദേശി സംസ്കാരപാരമ്പര്യവും ധിഷണാപരിണാമവും സംസ്കാരങ്ങളുടെ പരസ്പര പ്രവർത്തനങ്ങളാൽ നിയന്ത്രിക്കപ്പെട്ടതും ഭരണകൂടസ്ഥാപനങ്ങൾ, സന്നദ്ധസംഘടനകൾ, മതക്രമങ്ങൾ എന്നിവയുടെ ക്രിയാത്മകമായ ഇടപെടലുകളിലൂടെ സംഭവിച്ചതുമാണ്. അതിനാൽ തടസ്സങ്ങളേതുമില്ലാത്ത ഒരു പരസ്പര പ്രവർത്തനത്തിൽ അധിഷ്ഠിതമായ ഒരു ജൈവബന്ധമായിരുന്നില്ല അത്. ബാഹ്യ സംസ്കാരത്തിന്റെ ഘടകങ്ങൾ ഈ ബന്ധത്തിൽ വളരെ നിർണ്ണായകമായി ഇടപെടുകയും ധിഷണാപരമായ പരിണാമത്തിന്റെ കാലയളവിനെയും സ്വഭാവത്തെയും സ്വാധീനിക്കുകയും ചെയ്തു. സാംസ്കാരിക പ്രതിപ്രവർത്തനം ഒരു ഒഴിവാക്കാഘടകമായി ഉൾച്ചേർന്നിട്ടുള്ള സാമ്രാജ്യത്വ സംസ്കാര അധീശത്വമാകട്ടെ സ്വദേശി സംസ്കാരത്തെ 'കളങ്കപ്പെടുത്താൻ' ശ്രമിച്ചുകൊണ്ടിരുന്നു. അതിനാൽത്തന്നെ വിധേയരാക്കപ്പെട്ടവർ തങ്ങളുടെ സ്വദേശി സ്ഥാപനങ്ങളെയും പാരമ്പര്യ സംസ്കാരത്തെയും കൂടുതൽ പ്രതിരോധിക്കാൻ തുടങ്ങി. ഭൂതത്തിന്റെ പുനരുജ്ജീവനം, പാരമ്പര്യത്തിനുള്ളിൽ ആധുനികതയുടെ താദാത്മ്യവല്ക്കരണം, പരമ്പരാഗതജ്ഞാനത്തിന്റെയും നേട്ടങ്ങളുടെയും ഔന്നത്യം സ്ഥാപിക്കുവാനുള്ള അന്വേഷണം – പൊതുവേ സ്വദേശിവല്ക്കരണത്തോടുള്ള ചായ്‌വ് – തുടങ്ങിയവയായിരുന്നു ഈ പ്രതികരണത്തിന്റെ സ്വഭാവസവിശേഷതകൾ. തീർച്ചയായും ധിഷണാപരമായ പരിണാമം ചരിത്രപരമായ ഈ അനിവാര്യതയാൽ തടയപ്പെടുകയുണ്ടായി. അത് ബാഹ്യമായി ഉത്തേജിക്കപ്പെടാവുന്ന ചിന്തയാലും സാംസ്കാരിക പ്രതിരോധത്താലും, വിഭാഗീയ മൂല്യങ്ങളെ ഈ പ്രക്രിയയിലേക്ക് കുത്തിവച്ചു. സാമ്രാജ്യത്വ സ്ഥാപനം തൽഫല പ്രതികരണം ഉണ്ടാക്കിയ മൂന്നു മണ്ഡലങ്ങൾ മതവും ഭാഷയും വിദ്യാഭ്യാസവുമാണ്.

സാമ്രാജ്യത്വ ഇന്ത്യയിലെ ഏറ്റവുമാദ്യത്തെ സാംസ്കാരിക പ്രതികരണങ്ങളിലൊന്ന് വിധേയരാക്കപ്പെട്ടവരുടെ മതങ്ങളിന്മേലുള്ള സാമ്രാജ്യത്വത്തിന്റെ ഇടപെടലാണ്. ഭരണകൂടം കൈക്കൊണ്ട വിവിധതരത്തിലുള്ള നടപടികൾ ജനതയുടെ മതപരമായ ബോധമണ്ഡലത്തെ ആഴത്തിൽ സ്പർശിക്കുകയും ഗണനീയമായ ഭീതി ഉളവാക്കുകയും ചെയ്തു. ക്രിസ്ത്യൻ മതപ്രവർത്തകരുടെ മതപ്രചാരണ ഉദ്യമങ്ങൾക്കെതിരെയുള്ള പ്രതികരണം സവിശേഷമായി മൂർച്ചയേറിയതായിരുന്നു.

മതപരമായ കാര്യങ്ങളിൽ ഇന്ത്യൻ സമൂഹം പൊതുവേ സഹിഷ്ണുത വച്ചുപുലർത്തുകയും അതിനാൽ വിവിധതരത്തിലുള്ള മതവിഭാഗങ്ങൾ അവരുടെ വിശ്വാസത്തെ പൊലിപ്പിച്ചു കാണിക്കുന്നതിനുള്ള സ്വാതന്ത്ര്യം ആസ്വദിക്കുകയും ചെയ്തിരുന്നു. യഥാർത്ഥത്തിൽ ദൈവശാസ്ത്രപരമായ തർക്കങ്ങളാണ് ഇന്ത്യൻ ധിഷണയുടെ അന്വേഷണമണ്ഡലത്തിലെ ഒരു പ്രധാന ഘടകത്തെ രൂപപ്പെടുത്തിയത്. അതിനാൽ ക്രിസ്ത്യൻ മതപ്രചാരകരുടെ പ്രവർത്തനം വലിയ എതിർപ്പുകളൊന്നും

കൂടാതെ നൂറ്റാണ്ടുകളോളം മുന്നോട്ടുപോയിരുന്നു. എങ്കിലും പത്തൊമ്പതാം നൂറ്റാണ്ടോടെ തികച്ചും ഒരു പുതിയമാനം ഈ വിഷയത്തിൽ കൈവന്നു. ക്രിസ്ത്യാനിവല്ക്കരണം സാമ്രാജ്യത്വ അജണ്ടയല്ലെങ്കിൽ കൂടിയും സാമ്രാജ്യത്വ അധികാരികളും ക്രിസ്ത്യൻ മിഷണറിമാരും തമ്മിൽ ഒരു പ്രത്യേകബന്ധം 19-ാം നൂറ്റാണ്ടോടെ നിലവിൽവന്നു. ഗവൺമെന്റിനുള്ളിൽ ക്രിസ്ത്യൻ മിഷണറിമാരെ പിന്തുണയ്ക്കുന്ന സുശക്തമായ ഒരു വിഭാഗം രൂപംകൊണ്ടു. അവർ മിഷണറിമാരെ സഹായിച്ചത് മതപരമായ ഒരു സംരംഭത്തിനുള്ള പ്രോത്സാഹനം എന്ന നിലയ്ക്കല്ല, മറിച്ച് മതപ്രചാരണം വിധേയത്വം ഉറപ്പുവരുത്തുമെന്നും അതുവഴി സാമ്രാജ്യത്വത്തിന്റെ സ്ഥിരമായ നിലനില്പിനെ അത് സാദ്ധ്യമാക്കുമെന്നും കരുതിയാണ്. ഇത്തരം ചില ഉദ്യോഗസ്ഥരുടെ പെരുമാറ്റം മിഷണറിമാർ ഗവൺമെന്റിനോട് ചേർന്ന് പ്രവർത്തിക്കുന്നവരാണെന്ന ധാരണ പരത്തി. ബോംബെയിലെയും പൂനയിലെയും അഹമ്മദ് നഗറിലെയും മതം മാറിയവർക്ക് പൊതുകിണർ ഉപയോഗിക്കാനുള്ള അവകാശം ബ്രിട്ടീഷ് അധികാരികൾ ഇടപെട്ട് നല്കിയത്,[47] തർക്കങ്ങളിൽ മിഷണറിമാരോടും മതം മാറിയവരോടും ഗവൺമെന്റ് കാണിച്ച അധികപരിഗണന,[48] വിദ്യാഭ്യാസത്തിൽ ഒരു ക്രിസ്ത്യൻ ഉള്ളടക്കം ഉൾപ്പെടുത്തുവാനുള്ള ഗവൺമെന്റിന്റെ ശ്രമങ്ങൾ,[49] തുടങ്ങിയവ ഈ പരസ്പരബന്ധത്തിനെ ശരിവയ്ക്കുന്ന ഉദാഹരണങ്ങളാണ്. മതം മാറിയവർക്ക് ഭാര്യയെയും മക്കളെയും കൈവശം വയ്ക്കാമെന്ന വിധിന്യായങ്ങൾ വഴി നീതിന്യായവ്യവസ്ഥ വിഭാഗീയമായി പ്രവർത്തിക്കുന്നതായി കാണപ്പെട്ടു.[50] വിദ്യാഭ്യാസത്തെ സംബന്ധിച്ച സാമ്രാജ്യവ്യവസ്ഥ തന്നെയും ക്രിസ്ത്യാനിവല്ക്കരണത്തെ പരോക്ഷമായി സഹായിക്കാനുള്ള ശ്രമമായാണ് കരുതപ്പെട്ടത്.[51] *ബോംബെ ഗസറ്റിൽ* വന്ന പത്രാധിപർക്കുള്ള കത്തുകളിലൊന്ന് ഗവൺമെന്റും മിഷണറിമാരും തമ്മിലുള്ള ബന്ധത്തെ അടിവരയിട്ടു കാണിക്കുന്നു.

> സൗഹൃദത്തിന്റെ പ്രച്ഛന്ന വേഷമണിഞ്ഞ ഒരാളേക്കാൾ ഒരു തുറന്ന ശത്രുവാണ് കൂടുതൽ നല്ലത്. യഥാർത്ഥത്തിൽ ബ്രിട്ടീഷ് ഗവൺമെന്റ് അതിന്റെ പ്രജകളോട് പ്രച്ഛന്നവേഷത്തിലെ സുഹൃത്തായി പെരുമാറുകയാണ്. അത് മതപരമായ കാര്യങ്ങളിൽ ഒരുതരത്തിലും കൈകടത്തുകയില്ല എന്ന് ഉപരിപ്ലവമായി അവകാശപ്പെടുന്നു. എന്നാൽ അതിനുവിരുദ്ധമായി ഉപദ്രവകാരിയായ ഒരു ഭൂതത്തെ ഉള്ളിലൂടെ സഹായിക്കുകയും ചെയ്യുന്നു. കുറച്ചു കൊല്ലങ്ങൾക്കു മുമ്പ് ഒരു കുട്ടിയെപ്പോലും മതം മാറ്റാൻ മിഷണറിമാർ ധൈര്യം കാട്ടിയിരുന്നില്ല. എന്നാൽ ഇക്കാലത്ത് അത്, പൊലീസ് സഹായത്തോടെ പൂർണ്ണമായും നടപ്പിലാക്കുന്നു.[52]

ഗവൺമെന്റുമായുള്ള ഈ ധാരണയുടെ വെളിച്ചത്തിൽ, ക്രിസ്ത്യൻ മതപരിവർത്തനത്തിന് ആക്കം കൂട്ടുന്നതിനായി നിലനില്ക്കുന്ന മതവി

ശ്വാസങ്ങളെ മുഴുവനായി ദഹിപ്പിച്ചില്ലെങ്കിൽക്കൂടി കുഴിച്ചുമൂടാനുള്ള ഒരു പദ്ധതിയുടെ ഭാഗം എന്ന നിലയ്ക്ക് ക്രിസ്ത്യൻ മിഷണറിമാരെ സാമ്രാജ്യത്വത്തിന്റെ പ്രചാരകരായി കണ്ടുതുടങ്ങുകയുണ്ടായി. ഇത് മിഷണറി പ്രചാരണത്തിനും പ്രവർത്തനത്തിനുമെതിരായ ഒരു ശക്തമായ ചെറുത്തുനില്പിലേക്കും അതേസമയം സ്വദേശി സംസ്കാരത്തിന്റെയും സ്ഥാപനങ്ങളുടെയും പ്രതിരോധത്തിലേക്കും നയിച്ചു. തമിഴ്നാട്ടിലെ മുത്തുക്കുട്ടി സ്വാമി, ബംഗാളിലെ ദേബേന്ദ്രനാഥ ടാഗോർ, മഹാരാഷ്ട്രയിലെ വിഷ്ണു ഭവബ്രഹ്മചാരി, കേരളത്തിലെ മക്തി തങ്ങൾ തുടങ്ങിയവരും രാജ്യത്തിന്റെ വിവിധ ഭാഗങ്ങളിലെ താരതമ്യേന അറിയപ്പെടാത്ത സാമൂഹ്യപ്രവർത്തകരും ഈ സാംസ്കാരികമായ അന്തർദ്ദാഹത്തിന് ആശയപ്രകാശനം നല്കി.

ഇത്തരം മിഷണറി പ്രവർത്തനത്തെ ഇല്ലായ്മ ചെയ്യുന്നതിനായുള്ള ആദ്യത്തെ പ്രതികരണം മതപരമായ തലത്തിലാണ് അരങ്ങേറിയത്. അത്തരം കൃത്യങ്ങളുടെ വിഫലത ക്രിസ്ത്യൻ മതഗ്രന്ഥങ്ങളെത്തന്നെ ആസ്പദമാക്കിക്കൊണ്ട് ചൂണ്ടിക്കാണിക്കുകയാണുണ്ടായത്. രണ്ടാമത്തേതാകട്ടെ, ഹിന്ദുമതത്തിലോ ഇസ്ലാം മതത്തിലോ ഉള്ള മതപരമായ സത്യങ്ങളെ പൊലിപ്പിച്ചു കാട്ടുകവഴി ബംഗാളിൽ ഇതിന് മുൻകൈയെടുത്തത് ദേബേന്ദ്രനാഥ ടാഗോറിന്റെയും അക്ഷയ്കുമാർ ദത്തിന്റെയും നേതൃത്വത്തിലുള്ള തത്ത്വബോധിനി സഭയാണ്. മിഷണറിമാർക്കെതിരെ സഭയുടെ അംഗങ്ങൾ നടത്തിയ കഠിനപ്രചാരണം വളരെ ഫലപ്രദമായിരുന്നു. അലക്സാണ്ടർ ഡഫ് സഭയെ 'ആക്രമണകാരിയായ ക്രിസ്തീയതയ്ക്കെതിരെയുള്ള മഹാപ്രതിപക്ഷമായി വിശേഷിപ്പിക്കുകയുണ്ടായി.[53] സഭയിലെ അംഗങ്ങൾ ഹിന്ദുമതത്തിലെ അടിസ്ഥാനതത്ത്വങ്ങളെ വിശദീകരിക്കുന്നതിനും പ്രതിരോധിക്കുന്നതിനും നിരവധി ലഘുലേഖകൾ പ്രസിദ്ധീകരിക്കുകയുണ്ടായി. അവയിൽ ഏറ്റവും പ്രധാനപ്പെട്ടതും സ്വാധീനശക്തിയുള്ളതും 'വേദാന്തലിഖിതങ്ങളെ സംരക്ഷിക്കുക' എന്നതായിരുന്നു.[54]

ഹിന്ദുമതത്തിനെതിരായ ക്രിസ്ത്യൻ പ്രചാരണം മഹാരാഷ്ട്രയിലും തത്തുല്യമായ പ്രതികരണമുണ്ടായി. ഹിന്ദു ദൈവശാസ്ത്രത്തെക്കുറിച്ചും മതാചാരങ്ങളെ സംബന്ധിച്ചുമുള്ള ജോൺ വിത്സന്റെ വിശദീകരണം എതിരില്ലാതെ മുന്നോട്ടുപോയില്ല. അതിലെ വളച്ചൊടിക്കലുകളെ എതിർത്തും ശാസ്ത്രങ്ങളാൽ നിറഞ്ഞ ഹിന്ദുമതത്തിന്റെ യഥാർത്ഥസത്ത ആവിഷ്കരിക്കാത്തതിനെതിരായും നിരവധി ലഘുലേഖകൾ എഴുതപ്പെടുകയുണ്ടായി. ഹിന്ദുമതത്തിന്റെ പ്രതിരോധത്തിനായി ബോംബെയിൽ ഒരു സംഘടന രൂപംകൊള്ളുകയും ഒരു മാസിക തുടങ്ങുകയും ചെയ്തു.[55]

വിഷ്ണുഭവബ്രഹ്മചാരി, എന്ന ഒരു ബ്രാഹ്മണസന്ന്യാസി, 'ജാതിരഹിത-വർഗ്ഗരഹിത സമൂഹത്തിനുവേണ്ടിയുള്ള ആഹ്വാനം' എന്ന് വാഴ്ത്തപ്പെട്ട, ഹിതകരമായ ഗവൺമെന്റ് എന്ന ലേഖനത്തിന്റെ കർത്താവ്, ഈ മതപരമായ പ്രതികരണത്തിന് കൂടുതൽ ജനകീയാടിത്തറ ഉണ്ടാക്കാൻ പ്രയത്നിച്ചു. എല്ലാ ശനിയാഴ്ച വൈകുന്നേരങ്ങളിലും

അദ്ദേഹം ചൗപ്പാത്തിയിൽ ഇതു സംബന്ധിച്ച ക്ലാസുകളും ചർച്ചകളും നയിച്ചു. അത് വളരെ വലിയൊരു വിഭാഗം ശ്രോതാക്കളെ ആവാഹിച്ചു. അത്തരമൊരു സമ്മേളനത്തെക്കുറിച്ച് ബോംബെ ഗസറ്റ് ഇപ്രകാരം റിപ്പോർട്ട് ചെയ്തു:

> ആ സ്ഥലം തിങ്ങിനിറഞ്ഞിരുന്നു. ഏതൊരുവനും പെട്ടെന്ന് വിചാരിക്കുംപോലെ വയസ്സരായ ഹിന്ദുക്കളെക്കൊണ്ടല്ല, മറിച്ച് സമുദായത്തിലെ പ്രബുദ്ധരും ജാഗരൂകരുമായ വിഭാഗങ്ങളാൽ.[56]

ഈ പ്രസംഗങ്ങളിൽ അദ്ദേഹം, ഹിന്ദുമതത്തിന് ക്രിസ്ത്യൻ മിഷണറിമാരിൽ നിന്നുണ്ടാകുന്ന ആക്രമണം, മിഷൻ സ്കൂളുകളുടെ അസ്തിത്വം, മതപരിവർത്തനങ്ങൾ, ഹിന്ദുക്കൾക്കിടയിലെ സ്വന്തം മതത്തെക്കുറിച്ചുള്ള ഉദാസീനത, ഹിന്ദുമതത്തിനുനേരെ ആക്രമണമുണ്ടാകുമ്പോൾ അവർ പുലർത്തുന്ന കഴിവില്ലായ്മ തുടങ്ങിയവയെ പരാമർശിക്കുകയും ഹിന്ദുമതത്തിനു നേരെയുള്ള വാദങ്ങളെ എങ്ങനെ തടയാമെന്ന് തെളിവുകൾ നിരത്തി കാണിക്കുകയും ചെയ്തു. അദ്ദേഹം കലയിലെയും ശാസ്ത്രത്തിലെയും അറിവുകളെയും ദൈവത്തെയും തമ്മിൽ വേർതിരിച്ചു. കലയിലും ശാസ്ത്രത്തിലും യൂറോപ്യൻ ജ്ഞാനത്തിന്റെ മേൽക്കോയ്മ സമ്മതിക്കുമ്പോൾതന്നെ ക്രിസ്തുമതത്തിനേക്കാൾ ഔന്നത്യത്തിലുള്ള ശരിയായ മതമായി ഹിന്ദുമതത്തെ ചിത്രീകരിച്ചു.[57] പിന്നീട് 1859 ൽ അദ്ദേഹം തന്റെ ആശയങ്ങളെയും വാദങ്ങളെയും 'വദോക്തധർമ്മ പ്രകാശ' എന്ന തലക്കെട്ടിൽ ഒരു പുസ്തകമായി ക്രോഡീകരിച്ചു.[58]

വിഷ്ണുഭവയുടെ പ്രചാരണം ബോംബെയിൽ കോളിളക്കം സൃഷ്ടിച്ചു. മിഷണറിമാർക്ക് അദ്ദേഹത്തിന്റെ വാദങ്ങളെ പൊതുസംവാദങ്ങളിലൂടെയും ലഘുലേഖകളിലൂടെയും ഖണ്ഡിക്കേണ്ടതായിവന്നു. അമേരിക്കൻ സഭകൾ 'കടലോരത്തെ ചർച്ചകൾ' എന്ന പേരിൽ ഒരു പുസ്തകം തന്നെ പ്രസിദ്ധീകരിച്ചു.[59] എങ്കിലും പൊതുചർച്ചകളിൽ പങ്കെടുത്ത ഹിന്ദു ശ്രോതാക്കൾ, മിഷണറിമാർ ഭവയ്ക്ക് തുല്യമല്ലെന്നും അദ്ദേഹത്തിന്റെ വാദങ്ങൾക്കുമുന്നിൽ അവർക്ക് മറുപടിയില്ലെന്നുമുള്ള മതിപ്പ് ഉള്ളിൽപ്പേറി.[60]

മറ്റു സമുദായങ്ങളുടെ പ്രതികരണവും ഇതേമട്ടിലായിരുന്നു. ഹാജി മുഹമ്മദ് ഹാഷിം, മക്തി തങ്ങൾ തുടങ്ങി പലരും ഇസ്ലാമികവിശ്വാസത്തിന്റെ പ്രതിരോധത്തിനായി മുന്നോട്ടുവന്നു.[61] മിഷണറി പ്രചാരണത്തിനെതിരെ പ്രതികരിക്കുന്നതിനും മതവിശ്വാസത്തിന്റെ യഥാർത്ഥ പ്രകൃതമെന്തെന്ന് പഠിപ്പിക്കുന്നതിനുമായി മക്തി തങ്ങൾ കേരളം മുഴുവൻ സഞ്ചരിച്ചു. മതപരമായ പ്രതികരണങ്ങളിൽ അടക്കം ചെയ്തിട്ടുള്ള സാംസ്കാരിക പ്രതിരോധം പത്തൊമ്പതാം നൂറ്റാണ്ടിലെ സംസ്കാരത്തിന്റെ ഏതാണ്ടെല്ലാ മണ്ഡലങ്ങളെയും ആശ്ലേഷിച്ചു. പ്രത്യേകിച്ചും സാമ്രാജ്യത്വത്തിന്റെ സാംസ്കാരിക കടന്നാക്രമണത്തിന്റെ പ്രതികരണങ്ങൾ ശക്തിപ്രാപിച്ച പത്തൊമ്പതാം നൂറ്റാണ്ടിന്റെ രണ്ടാം പകുതിയിൽ.

ഈ സാംസ്കാരിക പ്രതിരോധം രണ്ടുതരത്തിലാണ് വെളിപ്പെട്ടത്. ഒന്ന്, സാമ്രാജ്യത്വ സാംസ്കാരിക രീതികൾക്ക് ബദൽ സൃഷ്ടിച്ചുകൊണ്ട്. രണ്ട്, പാരമ്പര്യ സ്ഥാപനങ്ങളെ പുനരുർജ്ജവല്ക്കരിച്ചുകൊണ്ട്. വിദ്യാഭ്യാസ ത്തെയും ഭാഷയെയുംകുറിച്ചുള്ള ശ്രദ്ധ ആദ്യത്തേതിനെ കുറിക്കുന്നു. പരമ്പരാഗത ജ്ഞാനത്തെക്കുറിച്ചുള്ള അന്വേഷണവും അതിനെ സമ കാലത്തിലേക്ക് പരിവർത്തിപ്പിക്കാനുള്ള ശ്രമവും രണ്ടാമത്തേതിനെ ഉദാ ഹരിക്കുന്നു.

വിദ്യാഭ്യാസത്തെക്കുറിച്ച് ഇന്ത്യൻ ബുദ്ധിജീവികൾ കൈക്കൊണ്ട ആശയം സാമ്രാജ്യത്വവ്യവസ്ഥയുടെ ആശയത്തിൽനിന്ന് അടിസ്ഥാന പരി സരങ്ങളിലും ഉദ്ദേശ്യത്തിലും ഗുണപരമായി വിഭിന്നമായിരുന്നു.[62] ഈ ആശയങ്ങളുടെ ഒരു പ്രധാനമാനം ഇംഗ്ലീഷ് അദ്ധ്യയന മാധ്യമമായിട്ടുള്ള സാമ്രാജ്യത്വ വിദ്യാഭ്യാസത്തിന്റെ സംസ്കാരാന്തർഭാവത്തോടുള്ള പ്രതി കരണക്ഷമതയായിരുന്നു. ഒരു അന്യസംസ്കാരത്തിന്റെയും വ്യത്യസ്ത മായ നാഗരികതയുടെ ചരിത്രാനുഭവത്തിന്റെയും ഘടകങ്ങളിൽ ഊന്നി ക്കൊണ്ടുള്ള സാമ്രാജ്യത്വ വിദ്യാഭ്യാസത്തിന്റെ സ്വാധീനം പ്രാഥമിക മായും ദേശീയവിരുദ്ധമായിരുന്നു. കാരണം അത് വിദ്യാസമ്പന്നരായ മദ്ധ്യ വർഗ്ഗത്തിലെ അംഗങ്ങളെ അവരുടെ സംസ്കാര നങ്കൂരങ്ങളിൽ നിന്ന് അടർത്തിയെടുക്കുകയും 'മറ്റുള്ളവർ ചെയ്യുന്നതിനെ അന്ധമായി അനു കരിക്കുന്നവർ'[63] ആക്കിത്തീർക്കുകയും ചെയ്തു. ഇത് മനസ്സിന്റെ വികാ സത്തിന് ചാലകശക്തിയായി തീർന്നില്ല. മറിച്ച് ദേശീയവികാസത്തിന്റെ പാതയിൽ ഒരു വലിയ വിഘാതമായിത്തീരുകയാണുണ്ടായത്. *തത്ത്വബോ ധിനി പത്രിക*യിൽ പ്രസിദ്ധീകരിച്ച 'വിദ്യാഭ്യാസത്തിന്റെ വർത്തമാനാ വസ്ഥ' എന്ന ലേഖനം വ്യാപകമായി പങ്കുവയ്ക്കപ്പെട്ട വികാരത്തെ പ്രതി നിധാനം ചെയ്യുന്നു:

> നമ്മുടെ ചിന്തകളെ ഇംഗ്ലീഷ് സ്വാധീനിച്ചില്ലായിരുന്നെങ്കിൽ നമ്മുടെ ജ്ഞാനപ്രാപ്തികൾ സ്വതന്ത്രമായി വികസിക്കുകയും ദേശീയ വികാസം തുടങ്ങി വയ്ക്കപ്പെടുകയും ചെയ്യുമായിരുന്നു. സ്കൂളുകളിലും കോളേജുകളിലും നിർദ്ദേശിക്കുന്ന പുസ്തകങ്ങൾ യാതൊരു തരത്തിലുള്ള ദേശീയവികാരവും പേറാത്തവയാണ്... പ്രാചീന ഇന്ത്യൻ ചരിത്രത്തെക്കുറിച്ചുള്ള പുസ്തകങ്ങൾ വിദേ ശികളാണ് എഴുതിയിട്ടുള്ളത്. അവരാകട്ടെ സ്വന്തം വംശത്തോട് കൂറു പുലർത്തുകയും അതിനാൽ ഈ രാജ്യത്തിലെ ജനതയെ അനാവശ്യമായി വിമർശിക്കുകയും ചെയ്യുന്നു. ഈ പുസ്തകങ്ങൾ പഠിക്കുന്ന വിദ്യാർത്ഥി അവരുടെ യഥാർത്ഥ ഭൂതകാലത്തെപ്പറ്റി ഒന്നും തന്നെ മനസ്സിലാക്കുന്നില്ല.[64]

പ്രാദേശിക ഭാഷകളെ വികസിപ്പിക്കാനും പരിപോഷിപ്പിക്കാനുമുള്ള ശ്രമം ഈ ദേശീയ സാംസ്കാരിക പരിപ്രേക്ഷ്യത്തിന്റെ ഭാഗമായിരുന്നു. ഈ രാജ്യത്തിന്റെ 'ഇകഴ്ത്തപ്പെട്ട വർത്തമാനാവസ്ഥ'യ്ക്ക് ഒരു കാരണ

മായി ചൂണ്ടിക്കാണിച്ചത് പ്രാദേശികഭാഷകളോടുള്ള അവഗണനയും അവയെപ്പറ്റിയുള്ള അറിവില്ലായ്മയുമാണ്.[65] മാതൃഭാഷയിൽ വിദ്യാഭ്യാസം നടത്താത്ത ഇന്ത്യാക്കാർക്ക് അവരുടെ ബുദ്ധിപരവും വർഗ്ഗപരവുമായ കഴിവുകളെ തിരിച്ചറിയാൻ സാധിക്കുകയില്ല എന്നത് വ്യാപകമായി അംഗീകരിക്കപ്പെട്ട ഒരു വിശ്വാസമായിരുന്നു.[66] പ്രാദേശികഭാഷകളുടെ പരിപോഷണം അതിനാൽ ഇംഗ്ലീഷ് വിദ്യാഭ്യാസത്തിന്റെ 'നാശകാരിയായ സ്വാധീനങ്ങളെ' പ്രതിരോധിക്കാനുള്ള ഒരു സാംസ്കാരിക പദ്ധതിയായി ഏറ്റെടുക്കപ്പെട്ടു.

സാമ്രാജ്യത്വ സാംസ്കാരിക സഞ്ചയത്തിന്റെ ചില ഘടകങ്ങൾ പ്രാദേശിക സംസ്കാരമൂലകങ്ങൾക്ക് നല്കിയ പുരോഗമനാത്മകമായ സ്വാധീനങ്ങളിൽ നിന്നും ശ്രദ്ധ തിരിക്കുന്നതിനുവേണ്ടിയുള്ള ശ്രമം എന്ന നിലയിലാണ് പ്രാദേശികഭാഷകൾക്ക് ഊന്നൽ കൊടുത്തത്. കാരണം ആ സ്വാധീനങ്ങൾ സാമൂഹ്യ-രാഷ്ട്രീയ പുരോഗതിയെ സംബന്ധിച്ചിടത്തോളം പ്രധാനപ്പെട്ടതായിരുന്നു. പാരമ്പര്യ സ്ഥാപനങ്ങളുടെ തനിമയാർന്ന ഗുണങ്ങളിലേക്ക് ഒരു അന്വേഷണം നടത്തിയതും ഈ ഉദ്ദേശ്യത്തിന്റെ ഭാഗമായിട്ടാണ്. ആ അന്വേഷണം പുകഴ്ത്തലിനെയും കാല്പനികവല്ക്കരണത്തെയും ഒഴിവാക്കിയില്ലെങ്കിൽപ്പോലും. ഭൂതത്തെപ്പറ്റിയുള്ള ജ്ഞാനം ഏഷ്യാറ്റിക് ഗവേഷണങ്ങളിലൂടെ ഉല്പാദിപ്പിക്കപ്പെട്ടത്, അത് ഇരുണ്ട രാഷ്ട്രീയ സാഹചര്യങ്ങളിൽ'[67] ആണെങ്കിൽപ്പോലും സാദ്ധ്യതകളെ തുറന്നുവച്ചു. തത്ത്വബോധിനിസഭ ഇന്ത്യൻ ചരിത്രത്തെയും സംസ്കാരത്തെയുംകുറിച്ചുള്ള 'പൗരസ്ത്യവാദി'കളിൽനിന്നും വ്യത്യസ്തമായ വീക്ഷണക്കോണിലൂടെ നടത്തുന്ന അന്വേഷണങ്ങളെ പ്രോത്സാഹിപ്പിച്ചു. എങ്ങനെ 'ഇന്ത്യ ശരിയുടെയും മഹത്ത്വത്തിന്റെയും ഒരു പ്രതീകമായി മാറിയെന്നും എല്ലാ ജനതകളിലേക്കും ഹിന്ദുക്കൾ എങ്ങനെ ഉയർന്നുവെന്നും' ഉദാഹരിക്കുകയായിരുന്നു അവരുടെ ലക്ഷ്യം.[68] രാജേന്ദ്രലാൽ മിത്രയും ഭൂദേവ് മുഖർജിയും ബംഗാളിൽ, വിഷ്ണുശാസ്ത്രിപണ്ഡിറ്റും വിഷ്ണുനാരായണൻ മണ്ഡലിക്കും മഹാരാഷ്ട്രയിൽ, ദയാനന്ദസരസ്വതിയും പണ്ഡിറ്റ് ഗുരുദത്തും പഞ്ചാബിൽ; മറ്റനേകം പേർ രാജ്യത്തിന്റെ നാനാഭാഗങ്ങളിൽ ഈ ആദർശത്തെ പിന്തുടർന്നു.

'സ്വദേശിവാദ'ത്താൽ ശക്തമായി സ്വാധീനിക്കപ്പെട്ട് സാംസ്കാരിക പ്രതിരോധം ഒരു സങ്കീർണ്ണ പ്രതിഭാസമായിത്തീർന്നു. അത് മതപരമായ പൊലിമയ്ക്കും പുനരുജ്ജീവനത്തിനുംവേണ്ടിയുള്ള വെറുമൊരു ശ്രമം മാത്രമായിരുന്നില്ല, മറിച്ച് സാമൂഹിക, സാംസ്കാരിക, രാഷ്ട്രീയ ഉദ്യമങ്ങളിലെ മിക്കവാറും എല്ലാ മണ്ഡലങ്ങളേയും ആഞ്ഞുപുണർന്ന ഭൂതകാലത്തിലേക്കുള്ള ഒരു ധിഷണാപരമായ അന്വേഷണമായിരുന്നു. ഇന്ത്യൻ ചികിത്സാസമ്പ്രദായം, സാമ്രാജ്യത്വ പൂർവ്വ സാങ്കേതികവിദ്യയുടെ ഊർജ്ജങ്ങൾ, ഇന്ത്യൻസംഗീതം, ഹിന്ദുനാടകം, രാഷ്ട്രീയവ്യവസ്ഥ, സ്ത്രീയുടെ നില തുടങ്ങിയവയെല്ലാം, ഇന്ത്യൻ ഔന്നത്യം ഈ മണ്ഡല

ങ്ങളിലെല്ലാം തെളിയിക്കാനുള്ള ശ്രമമായിരുന്നു. മാത്രമല്ല ഇന്ത്യക്കാർക്ക് എന്തൊക്കെ കഴിവുകളുണ്ടെന്നുള്ളതിന്റെ സൂചികയായിരുന്നില്ല ഈ കാലഘട്ടം എന്നും. ഈ ഊർജ്ജവുമായി താദാത്മ്യപ്പെടാനുള്ള ഒരു മുന്നോടിയായിട്ടാണ് നിലനില്ക്കുന്ന സംസ്കാര സഞ്ചയത്തിന്റെ പുനരുജ്ജീവനവും പുനഃക്രമീകരണവും ആവിഷ്കരിച്ചത്.[69] അതിനാൽ ഇന്ത്യൻ മനസ്സ് കൂടുതൽ അകത്തേക്ക് തിരിഞ്ഞു.

സംസ്കാരവും പ്രത്യയശാസ്ത്രവും അങ്ങനെ രംഗാവിഷ്കാരം ചെയ്ത രീതി സാമ്രാജ്യത്വ ഇന്ത്യയിലെ ബുദ്ധിജീവി പരിണാമത്തിൽ ഒരു വൈരുദ്ധ്യത്തെ ജനിപ്പിച്ചു. തീർച്ചയായും സാമ്രാജ്യത്വത്തിന്റെ സാന്നിദ്ധ്യത്താൽ സാംസ്കാരിക സമരത്തിന്റെ ഇരട്ടസ്വഭാവം, ഭാവി ദർശനത്തെ ബൂർഷ്വാ പ്രത്യയശാസ്ത്രമോ പരമ്പരാഗത സംസ്കാരമോ മാത്രം ഉൾക്കൊള്ളുന്നതല്ലാതാക്കി. ഈ രണ്ടും തമ്മിലുള്ള തടസ്സപ്പെടാത്ത കൂടിക്കലർപ്പും സാമ്രാജ്യത്വ സംസ്കാരത്തിന്റെ ഇടപെടലോടെ ഇല്ലാതായി. സാമ്രാജ്യത്വത്തിന്റെ ബുദ്ധിജീവിപരിണാമം ഈ ചരിത്രപ്രക്രിയയുടെ ചാഞ്ചാട്ടത്തെയും വൈരുദ്ധ്യങ്ങളെയും പ്രതിഫലിപ്പിക്കുന്നു.

കുറിപ്പുകൾ

1. അമിൽകാർ കബ്രാൾ, *Return to the Sources: Selected Speeches of Amilcar Cabral,* ന്യൂയോർക്ക് 1973, പേജ് 63.
2. ബുദ്ധിജീവികളും ബുദ്ധിജീവിത പ്രവൃത്തിയിലേർപ്പെട്ടവരും തമ്മിലുള്ള വ്യത്യാസം അവർ ഏർപ്പെട്ടിട്ടുള്ള സവിശേഷമായ സാമൂഹിക മണ്ഡലത്തെ ആശ്രയിച്ചിരിക്കുന്നു. ഭൗതികവും സാമൂഹികവുമായ ലോകത്തിലെ പുതിയ ഉൾക്കാഴ്ചയായും പുതു സമതുലനശക്തിയായും ഗ്രാംഷി ഇതിനെ വിവരിക്കുന്നു. Antonio Gramsci, *Selections from the Prison Note Books,* New York, 1971, പേജ് 9.
3. ബാബു താർണി ചരൺ മിത്ര, മൃത്യുഞ്ജയ വിദ്യാലങ്കാർ, ബാബു രാധാകാന്ത ദേബ്, ബാബു റാം കമൽസെൻ തുടങ്ങിയവരായിരുന്നു ഹിന്ദുക്കൾ. മൗലവി അബ്ദുൾ ഹമീദ്, മൗലവി അബ്ദുൾ വാഹിദ്, മൗലവി കരീം ഹുസൈൻ, മൗലവി മുഹമ്മദ് റഷീദ് തുടങ്ങിയവരായിരുന്നു മുസ്ലീങ്ങൾ. *The First Report of the Calcutta School Book Society,* കൽക്കത്ത, 1818.
4. റാം ഗോപാൽ ഘോഷ്, *A Short Sketch of his Life & Speeches,* കൽക്കത്ത 1868, പേജ് 12, *ബോംബെ ഗസറ്റ്*, 30 ജൂലൈ 1857.
5. തദ്ദേശ ഗ്രന്ഥശാലകളെക്കുറിച്ചുള്ള ചർച്ച കാണുക. *ബോംബെ ടൈംസ്*, 1843 ആഗസ്ത് 9 മുതൽ 20 വരെ.
6. അമിതാഭ്മുഖർജി, *Reform and Regeneration in Bengal,* 1774-1828, കൽക്കത്ത, 1968, പേജ് 276–282.
7. ജെ സി ഘോഷ് (എഡി.), *The English Works of Rammohan*

Roy, അലഹബാദ് 1906, പേജുകൾ 325-329, 360-362.
8. അമിതാഭ്മുഖർജി, *Reform and Regeneration in Bengal,* പേജ് 282.
9. *Hindu lntelligencer,* 1849 ജൂലൈ 2.
10. Charles *Heimseth,lndian Nationalism and Hindu Social Reform,* Princeton, 1964, പേജ് 89.
11. 1851-55 കാലഘട്ടത്തിലെ *ബോംബെ ഗസറ്റ്* ഈ കൈമാറ്റത്തെക്കുറിച്ചുള്ള നിരവധി ഉദാഹരണങ്ങൾ ഉൾക്കൊള്ളുന്നു.
12. G G Jambhekar(ed.), *Memories and Writings of Acharya Balshastri Iambhekar,* രണ്ടാം വാല്യം, പൂന, 1950, പേജ് 76.
13. *The Bombay Darpun,* 1837, സെപ്തംബർ 8.
14. അതേ പത്രം
15. അതേ പത്രം
16. 'ശാസ്ത്രങ്ങളുടെ അംഗീകാരമുണ്ടെന്ന് ബോദ്ധ്യപ്പെടുംവരെ വിധവാ വിവാഹത്തിനനുകൂലമായി ഞാൻ എന്റെ തൂലിക ചലിപ്പിക്കില്ല,' വിദ്യാസാഗർ എഴുതി.
17. 'Discussion on Widow Marriage in Ahmednagar Debating Society,' *Bombay Gazette,* 1855 ജൂൺ 8, ഫെബ്രുവരി 23.
18. 'Brief Remarks Regarding Modem Encroachments on the Ancient Rights of Females, According to the Hindu law of Inheritance', *The English works of Rammohan Roy,* പേജുകൾ 375-384.
19. അതേ പുസ്തകം, പേജുകൾ 360-361.
20. *Hindu Patriot,* ഫെബ്രുവരി 1853.
21. *Hindu Intelligencer,* 19 ഫെബ്രുവരി 1855.
22. അതേ പത്രം.
23. അതേ പത്രം, 2 ജൂലൈ 1849.
24. *The Bombay Darpun,* 18 ആഗസ്ത് 1837.
25. S R Mehrotra, *The Emergence of the Indian National Congress,* Delhi, 1971, പേജ് 44.
26. *Bombay Witness,* 5 ജൂൺ 1845, *Bombay Gazette,* 10 ജുലായ് 1845.
27. S R Mehrotra, *The Emergence of the Indian National Congress,* പേജ് 48.
28. *Bombay Gazette,* 5 നവംബർ 1852.
29. Ghose(ed.), *The English Works of Raja Rammohan Roy,* പേജ് 234, *The Bengal Spectator,* മേയ് 1842, *Bombay Times,* 12 ജൂൺ 1838.
30. Shan Mohammad (ed.), *Writings and Speeches of Sir Sayyid Ahamad Khan.* Bombay, 1972, പേജ് 117.

31. 'Discussion in Ahmednagar Debating Society', *Bombay Gazette,* ഫെബ്രുവരി 1, 1855, ഫെബ്രുവരി 23.
32. Ghose(ed.), *English Works of Raja Rammohan Roy,* പേജ് 284.
33. അതേ പുസ്തകം, പേജ് 442.
34. M G Ranade, *The Miscellaneous Writings,* ബോംബെ 1915, പേജ് 116.
35. ബങ്കിം ഈ ചോദ്യം നാടകീയമായാണ് അവതരിപ്പിച്ചത്: 'ആളുകൾക്ക് രണ്ടുനേരം ചോറുകിട്ടുന്നില്ലെങ്കിൽ പിന്നെ എന്ത് മതം?'
36. Swami Vivekananda, *The Complete Works,* Volume IV, കൽക്കത്ത, 1971 പേജ് 362.
37. P S Basu(ed.), *Life and Works of Brahmanda Keshav,* കൽക്കത്ത, 1940 പേജ് 142.
38. B B Majumdar, *History of indian Social and Political Ideas,* കൽക്കത്ത, 1967, പേജ് 74.
39. Basu(ed.), *Life and Works of Brahmananda Keshav,* പേജ് 227.
40. Bankim Chandra Chatterji, 'Samya' in M.K.Halder(ed.), *Renaissance and Reaction in Nineteenth Century Bengal,* കൽക്കത്ത, 1977, പേജ് 166.
41. B N Ganguly, *Concept of Equality: The Nineteenth. Century Indian Debate,* 1975, പേജുകൾ 94–95.
42. Bankim Chandra Chatterji, 'Samya' in Haldar(ed.) *Renaissance and Reaction in Nineteenth Century Bengal,* പേജ് 203.
43. Basu(ed), *Life and Works of Brahmananda Keshav,* പേജ് 227.
44. Vivekananda, *The Complete works,* Vol.II,പേജ് 362–363, 460–69, വോള്യം 5, പേജ് 222–23.
45. Majumdar, *History of Indian Social and Political Ideas,* പേജ് 67.
46. അതേ പുസ്തകം.
47. *Bombay Gazette,* 8 April 1857, *Poona Observer,* 17 ജനുവരി 1861, ഏപ്രിൽ 1861.
48. K.N.Panikkar, 'Historiographical and Conceptual Questions' in *Culture, Ideology and Hegemony.*
49. *Bombay Gazette,* 8 April 1857 .Mehrotra, *The Emergence of the India || National Congress,* പേജ് 40.
50. Mohammed Mohar Ali, *The Bengali Reactions to Christian Missionary Activities,* Chittagong, 1965, പേജ് 101–116.
51. Kylash Chunder Ghose, *A Brief Memories of Baboo Durga Churen Banerjee,* കൽക്കത്ത, 1871, പേജ് 4.

52. *Bombay Gazette,* 8 ഏപ്രിൽ 1857.
53. K N Panikkar (ed.), *Studies in History, Special Issue. Intellectual History of Colonial India,* 3-ാം വാല്യം, ജനുവരി-ജൂൺ, 1987.
54. Dilip Kumar Biswas, *Maharshi Debendranatb Tagore and the Tattwabodhini Sabha,* Atul Chandra Gupta(ed.), *Studies in Bengal Renaissance,* Jadavpur, 1958, പേജ് 4 1, *Tattwabodhini Patrika,* Phalgun, Saka 1766, No: 19 ഉം' Chaitra, Saka, 1766, No. 20.
55. *Bombay Gazette,* 9 മെയ്, 26 ജൂലൈ, 23 ഡിസംബർ 1851.
56. *Bombay Gazette,* 6 ഒക്ടോബർ 1856.
57. അതേ പുസ്തകം.
58. Majumdar, *History of Indian Social and Political Ideas,* പേജ് 206.
59. ബോംബെ ഗസറ്റ്, 31 ഒക്ടോബർ 1857.
60. ബോംബെ ഗസറ്റ്, 1, 22 ഒക്ടോബർ 1856.
61. *The Oriental Christian Spectator,* May 1833. കെ കെ മുഹമ്മദ് അബ്ദുൾ കരീം (ed.) മക്തി തങ്ങളുടെ സമ്പൂർണ്ണകൃതികൾ, തിരൂർ, 1981.
62. K N Panikkar, Presidential Address, Modern Indian History *Section, Indian History Congress Proceedings,* 1975.
63. *Tattwabodhini Patrika,* Agrabayan, 1798, No. 440, *Samprakash,* Kartik 16, Bikram Sarnvat *1293, Bengal Spectator,* ഒന്നാം വാല്യം, ജൂൺ 1842, പേജ് 42-44.
64. *Tattwabodhini Patrika,* Magh, Saka 1978 No. 402, Bengal Spectator, വാല്യം 2, 24 ഒക്ടോബർ 1843, പേജ് 4-5.
65. Uday Chandra Adhya, 'A Proposal for the Proper Cultivation of the Bengali Language & its Necessity for the Natives of this Country,' Goutam Chadhopadhyay (ed.), *Awakening* in *Bengal in the Nineteenth Century,* കൽക്കത്ത, 1965, പേജ് 26.
66. *Hindu Intelligencer,* 9 January 1854, *The Reformer,* 24 March 1833, *Tattwabodhini patrika,* Shrawan, Saka, 1770, No. 61, *Som Prakash,* Badra 12, Bikrem Samvat 1271, നമ്പർ 43.
67. Edward.W.Said, *Orientalism,* London, 1978, പേജ് 10.
68. *Tattwabodhini Patrika, Jaishta,* Saka 1878, No.58.
69. Bhudev Mukherjee, *Acharprabhandat* Bengali), Hugli, Bikram Samvat 1301.

സാംസ്കാരിക ദേശീയതയുടെ രാഷ്ട്രീയം: രണ്ട് പ്രക്ഷേപ പഥങ്ങൾ

സംസ്കാരത്തെയും ദേശീയതയെയും ബന്ധപ്പെടുത്തുന്ന അന്വേഷണങ്ങൾക്ക് സമകാല സാഹചര്യത്തിൽ അക്കാദമികവും രാഷ്ട്രീയവുമായ പ്രാധാന്യമുണ്ട്. ഇന്ത്യൻ ദേശീയതയുടെ ആവിർഭാവം, അധിനിവേശവിരുദ്ധ മനോഭാവങ്ങളുടെ ഫലമായുള്ള ഒരു രാഷ്ട്രീയനിർമ്മിതി എന്ന നിലയിലാണ് പലപ്പോഴും വിലയിരുത്തപ്പെട്ടിട്ടുള്ളത്. ദേശീയതയുടെ മറ്റു ഘടകങ്ങൾ - അവയിൽ രാഷ്ട്രത്തെ നിർവ്വചിക്കുന്നതിലും ദേശീയബോധം ഉരുവപ്പെടുത്തുന്നതിലും സംസ്കാരത്തിന് പ്രധാന പങ്കാണുള്ളത് - സാധാരണയായി വിസ്മരിക്കപ്പെടുന്നു. ഉല്പാദനക്ഷമമായ രാഷ്ട്രീയത്തിന്റെ നാലതിരുകൾക്കുള്ളിൽ, ദേശീയതയുമായി ബന്ധപ്പെടുത്തി സംസ്കാരം ചർച്ച ചെയ്യപ്പെടുമ്പോൾ, ഒരനുബന്ധ പ്രതിഭാസമെന്ന നിലയിലാണ് സംസ്കാരത്തെ കൈകാര്യം ചെയ്യാറ്. ഈ വീക്ഷണത്തിൽ, സംസ്കാരം ദേശീയതയുടെ വാഹനമോ, ദേശീയതയുടെ വ്യാപനത്തിനായുള്ള ഉപാധിയോ ആണ്. സംസ്കാരത്തിന്റെ ഇത്തരം മാനങ്ങൾക്ക് സാഹിത്യത്തിലും, ദൃശ്യ അനുഷ്ഠാനകലകളിലും ഉദാഹരണങ്ങൾ ഏറെയാണ്. രാഷ്ട്രത്തെ സാക്ഷാൽക്കരിക്കുകയെന്ന പ്രക്രിയയിൽ, സംസ്കാരവും ദേശീയതയും തമ്മിലുള്ള ബന്ധം എന്തുകൊണ്ടും സങ്കീർണ്ണമാണ്.

സ്വാതന്ത്ര്യത്തിന് മുമ്പും പിമ്പുമുള്ള മതാത്മക രാഷ്ട്രീയവ്യവഹാരങ്ങൾ സാംസ്കാരിക ദേശീയതയ്ക്ക്, തീർത്തും വിഭിന്നങ്ങളായ അർത്ഥതലങ്ങളാണ് നിർമ്മിച്ചുവെച്ചിരിക്കുന്നത്. മതവും സംസ്കാരവും തമ്മിലെ അനന്യതയാണ് ഈ നിർമ്മിതിയുടെ കേന്ദ്രതലം. ദേശീയ വിമോചന ഘട്ടത്തിൽ, ഹിന്ദു-മുസ്ലീം മതങ്ങളിലെ വർഗ്ഗീയവിഭാഗങ്ങൾ രാഷ്ട്രീയ മുന്നേറ്റങ്ങൾക്കായി മത-സംസ്കാരബന്ധങ്ങളെ ഉപയോഗിച്ചിരുന്നു. ദേശീയതയുടെ മതേതരവും പ്രാദേശികവുമായ മൂല്യങ്ങളെ തമസ്കരിച്ചു

കൊണ്ട്, സമീപകാലത്ത് ഹിന്ദുത്വവാദികൾ മത–സംസ്കാരബന്ധങ്ങളെ തങ്ങളുടെ വിശ്വാസപ്രമാണമായി ഉൾക്കൊണ്ടിരിക്കുന്നു. അവർക്ക്, മതാത്മക വ്യവസ്ഥകളാൽ സമ്പന്നമായ സാംസ്കാരിക ദേശീയത സത്യവും അനുകൂലാത്മകവുമായ ഇന്ത്യൻ ദേശീയതയാണ്. അതിനോടു തുലനപ്പെടുത്തുമ്പോൾ അധിനിവേശവിരുദ്ധ ദേശീയത ദേശവിരുദ്ധവും പ്രതിലോമകരവുമാണ്. ഇത്തരം വിധിപ്രസ്താവങ്ങളിലൂടെ അധിനിവേശവിരുദ്ധ ദേശീയത തമസ്കരിക്കപ്പെടുന്നു. വ്യവഹാരത്തിലെത്തുന്ന ദേശീയതയുടെ ഇത്തരം അർത്ഥതലങ്ങൾ രാഷ്ട്രത്തെക്കുറിച്ചുള്ള ഉച്ചാടനബോധത്തിൽനിന്നും ഉരുവപ്പെട്ടതാണ്.

രണ്ട് പ്രരൂപങ്ങൾ

അധിനിവേശിത രാഷ്ട്രങ്ങളിലെ ദേശീയാവബോധ നിർമ്മിതിയിൽ സംസ്കാരത്തിന്റെ പങ്കിനെക്കുറിച്ചുള്ള ചർച്ചകൾ രണ്ടു പ്രധാന പ്രരൂപങ്ങളെ പിൻപറ്റുന്നു. സാംസ്കാരിക ഉറവുകളെത്തന്നെ അധിനിവേശവിരുദ്ധ സമരങ്ങൾക്ക് പ്രചോദനമാക്കാമെന്നു മനസ്സിലാക്കിയ നേതാക്കളാണ് അവയിൽ ഒന്നിന്റെ സ്രഷ്ടാക്കൾ. ഉൾക്കൊണ്ടോ, അധീശത്വം സ്ഥാപിച്ചോ, സംസ്കാരം അധിനിവേശികൾ കീഴടക്കാൻ യത്നിക്കുന്ന ഒരു പ്രധാനമേഖലയാണെന്ന് അവർ വിശ്വസിച്ചു. അധിനിവേശ പദ്ധതിയോടുള്ള സമീപനമെന്ന നിലയിലാണ് ഇവരിൽ പ്രതിരോധവും പുനർനിർമ്മാണവും സജ്ജമായത്. ഫിലിപ്പൈൻസിലെ ഹോസേറിസാൽ (1861–1896), ഗിനിബിസ്സോവിലെ അമിൽകർ കാബ്രാൾ (1924–73) എന്നിവരാണ് അധിനിവേശ വിരുദ്ധ സമരങ്ങളിൽ സംസ്കാരത്തെ ഒരായുധമായി കണ്ടെത്തിയത്. ദേശീയാവബോധത്തിന്റെ നിർമ്മിതിയിൽ പ്രമുഖമായൊരു സ്ഥാനം സംസ്കാരത്തിന് അവർ നല്കി. ഹോസേറിസാൽ തന്റെ സമൂഹത്തിന്റെ ചരിത്ര–സംസ്കാരങ്ങളെ തന്റെ സാഹിതീയവും ബൗദ്ധികവുമായ കൃതികളിലൂടെ വ്യാഖ്യാനിക്കുകയുണ്ടായി. സംസ്കാരത്തിന്റെ പുനരുല്പാദനം ദേശീയതയിലെ അവിഭാജ്യഘടകമാണെന്ന് അദ്ദേഹം വിലയിരുത്തി.[1] അതേസമയം, സംസ്കാരത്തെ അധിനിവേശവിരുദ്ധ അവബോധങ്ങൾ നിർമ്മിക്കുന്നതിനായാണ് കാബ്രാൾ ഉപയോഗിച്ചത്. അദ്ദേഹം എഴുതി:

> വിമോചനസമരങ്ങൾക്കേതിനും മുന്നോടിയായി സാംസ്കാരിക അവകാശങ്ങളുടെ ഒരുള്ളുണർവ്വ് സംഭവിച്ചിട്ടുള്ളതായി ചരിത്രം പഠിക്കുമ്പോൾ മനസ്സിലാവുന്നു. അധിനിവേശിതന്റെ സാംസ്കാരിക വ്യക്തിത്വത്തിനായുള്ള ഉള്ളുണർവ്വുകളാണ്, വിജയകരമോ പരാജയപരമോ ആയ വിമോചന സമരങ്ങളായിത്തീരുന്നത്. ഇത്തരം സമരങ്ങൾ മർദ്ദകരുടെ സംസ്കാരത്തെ നിരാകരിച്ചുകൊണ്ട് അധിനിവേശിതരുടേതായ സാംസ്കാരിക സ്വത്വത്തെ സ്ഥിരീകരിക്കുവാനുള്ള യത്നങ്ങളാണ്. വൈദേശികാധിപത്യത്തോട് ഒരു ജനത പുലർത്തുന്ന വിധേയത്വത്തിന്റെ സ്വഭാവം

> എന്തുമാകട്ടെ, ആധിപത്യത്തിന്റെ സാമ്പത്തികവും സാമൂഹികവും രാഷ്ട്രീയവുമായ സ്വാധീനങ്ങൾ എന്തുമാകട്ടെ, വിമോചന മുന്നേറ്റത്തെ രൂപീകരിക്കുകയും വികസിപ്പിക്കുകയും ചെയ്യുന്ന വെല്ലുവിളിയുടേതായ സ്വരം സാംസ്കാരിക ഘടകത്തിലാണ് സാധാരണയായി നമുക്കു കാണുവാനാവുന്നത്.[2]

സർവ്വഭക്ഷകമായ പ്രതിഭാസമെന്ന നിലയിലാണ് അധിനിവേശത്തെ റിസാലും കാബ്രാളും ഉൾക്കൊണ്ടത്. രാഷ്ട്രീയാവകാശങ്ങളെ ഇല്ലായ്മ ചെയ്യുന്നതുപോലെത്തന്നെ അത് സാംസ്കാരിക അവകാശങ്ങളിലും ആക്രമണങ്ങൾ നടത്തുന്നു. അധിനിവേശത്തിന്റെ പ്രഭാവം, ജനാധിപത്യത്തിന്റെ അഭാവമുണ്ടായിരുന്ന അധിനിവേശപൂർവ്വ രാഷ്ട്രങ്ങളിൽ രാഷ്ട്രീയ മണ്ഡലത്തേക്കാൾ എളുപ്പത്തിലും പ്രത്യക്ഷത്തിലും സാംസ്കാരിക മണ്ഡലങ്ങളിലാണ് അനുഭവപ്പെട്ടത്. കാരണം, ജനങ്ങളുടെ ദൈനംദിന ജീവിതവുമായി ഏറ്റവുമധികം ബന്ധം സാംസ്കാരിക മണ്ഡലത്തിനായിരുന്നു. അതുകൊണ്ട്, അധിനിവേശവിരുദ്ധ മനോഭാവങ്ങൾ ഉരുവപ്പെടുന്നത് രാഷ്ട്രീയ കാരണങ്ങളാലല്ല, സാംസ്കാരിക കാരണങ്ങളാലാണ്,[3] എന്ന് കാബ്രാൾ അഭിപ്രായപ്പെടുകയുണ്ടായി. സാംസ്കാരിക പുനഃക്രമീകരണം അധിനിവേശിതാധിപത്യത്തിന് അത്യന്താപേക്ഷിതമാണ് എന്ന തിരിച്ചറിവാണ് ഈ കാഴ്ചപ്പാടിനു പിന്നിൽ. സാംസ്കാരിക പുനഃക്രമീകരണങ്ങൾ സാക്ഷാൽക്കരിക്കപ്പെടുന്നത് അസംഖ്യം വഴികളിലൂടെയാണ്. രാഷ്ട്രവും അതിന്റെ വക്താക്കളും ഇത്തരം പ്രവർത്തനങ്ങളിൽ സജീവമാകുന്നു. അധിനിവേശ പദ്ധതികൾ നിലവിലുള്ള സാംസ്കാരിക ധാരണകളെ തകിടം മറിക്കുകയും, പുതിയ ബോധങ്ങളാൽ അത്തരം ഇടങ്ങളെ നിറയ്ക്കുവാൻ ശ്രമിക്കുകയും ചെയ്യുന്നു. അധിനിവേശിതരുടെ സാംസ്കാരിക സ്വത്വത്തെയും, അവകാശങ്ങളെയും അധിനിവേശ പദ്ധതികൾ നിഷേധിക്കുന്നു. അധിനിവേശത്തിനെതിരായ ആദ്യപ്രതിരോധങ്ങൾ ഉരുവപ്പെട്ട ഈ സാംസ്കാരിക ഭൂമികയാണ് ദേശീയത സ്വായത്തമാക്കിയത്. ആധിപത്യവാസനകളും ആധിപത്യവിരുദ്ധ തൃഷ്ണകളും ഒരുപോലെ അരങ്ങുവാഴുന്ന സംസ്കാരവും ദേശീയതയും തമ്മിൽ പുലർത്തുന്ന ബന്ധങ്ങൾ ഏറെ സങ്കീർണ്ണമാണ്.

താരതമ്യേന പുതിയ ഒരു സമീപനരീതി ഈ ബന്ധത്തെ വിപരീതമായൊരു തലത്തിലാണ് വിലയിരുത്തുന്നത്. സാംസ്കാരിക ഭൂമികയിലാണ് ദേശീയത ആദ്യമുരുവപ്പെട്ടത് എന്ന് ഇക്കൂട്ടർ കരുതുന്നു. ആ തലത്തിൽ കാബ്രാളിനെ അവരംഗീകരിക്കുന്നു. പാർത്ഥചാറ്റർജിയാണ് ഈ വീക്ഷണം മുന്നോട്ടുവെച്ചത്. 'ദേശീയതാ വിചാരവും അധിനിവേശിത ലോകവും' (Nationalist Thought and the Colonial World), എന്ന രചനയിൽ. ഇതിലെ വീക്ഷണം പിന്നീട്, 'സ്ത്രീ പ്രശ്നത്തിന്റെ ദേശീയ പ്രമേയം' (The Nationalist Resoultion of the Women's question), 'രാഷ്ട്രവും അതിന്റെ ഘടകങ്ങളും' (The Nation and its Fragments) എന്നീ രചനകളിൽ വിപുലീകരിക്കപ്പെട്ടു.[4] ചാറ്റർജി സാംസ്കാരിക ഭൂമികയെ രണ്ടു തലങ്ങളായി വിഭജിക്കുന്നു – ഭൗതികം, ആത്മീയം. ഭൗതിക

മണ്ഡലത്തിൽ 'പടിഞ്ഞാറ്' അതിന്റെ മേല്ക്കോയ്മ സ്ഥാപിക്കുകയും, കിഴക്ക് കീഴടങ്ങുകയും ചെയ്തു. പക്ഷേ, 'ആന്തരികവും പ്രാധാന്യമർഹിക്കുന്നതുമായ കിഴക്കിന്റെ അനന്യതകളെ കീഴടക്കുന്നതിൽ പടിഞ്ഞാറ് പരാജയപ്പെട്ടു. 'ഈ അനന്യതകൾ പ്രത്യേകവും ഉന്നതവുമായ ആത്മീയ സംസ്കാരത്തിൽ നിക്ഷിപ്തമാണ്. അവിടെയാണ് കിഴക്ക് വിധി രചിച്ചത്.'[5] ആന്തരിക ഇടങ്ങളെ കീഴടക്കുന്നതിൽ അധിനിവേശ പദ്ധതികൾ പരാജയപ്പെട്ടതിന് കാരണം, ചാറ്റർജി പറയുന്നു, ദേശീയത 'ആത്മീയ മണ്ഡലത്തെ പരമാധികാര പ്രദേശമായി കണക്കാക്കി. അധിനിവേശ സ്വാധീനങ്ങൾ ആ മണ്ഡലത്തിലെത്തുന്നതിനെ ഫലപ്രദമായി തടയുകയും ചെയ്തു. യഥാർത്ഥവും അത്യന്താപേക്ഷിതവുമായ ഈ മണ്ഡലങ്ങളിൽ, 'രാഷ്ട്രം സ്വഭാവേന പരമാധികാരമുള്ളതായിരുന്നു; രാഷ്ട്രം, അധിനിവേശാധികാരത്തിനു കീഴിലായിരുന്നപ്പോൾ പോലും.'[6]

തന്റെ വാദമുഖങ്ങളെ സാധൂകരിക്കുന്നതിന് ചാറ്റർജി മൂന്ന് മണ്ഡലങ്ങളെ എടുത്തുകാട്ടുന്നു: സാമൂഹിക പരിഷ്കരണം, ഭാഷ, കുടുംബം. ചാറ്റർജിയുടെ അഭിപ്രായത്തിൽ സാമൂഹിക നവോത്ഥാനം രണ്ടു പ്രത്യേക ഘട്ടങ്ങളുള്ളതാണ്. ആദ്യഘട്ടത്തിൽ ഇന്ത്യയിലെ പരിഷ്കരണവാദികൾ പരമ്പരാഗത സ്ഥാപനങ്ങളിലും ആചാരങ്ങളിലും മാറ്റങ്ങൾ വരുത്തുന്നതിന് അധിനിവേശ രാഷ്ട്രത്തെ മാതൃകയാക്കി. രണ്ടാം ഘട്ടത്തിൽ, ദേശീയ സംസ്കാരവുമായി ബന്ധപ്പെടുന്ന അധിനിവേശ ഇടപെടലുകൾ ചെറുക്കപ്പെട്ടു. ഈ ഘട്ടത്തിൽ ദേശീയത സജീവ സാന്നിദ്ധ്യമായി എന്ന് അദ്ദേഹം വിലയിരുത്തുന്നു.[7] അതുപോലെതന്നെ, ഭാഷയിൽനിന്നും കുടുംബത്തിൽനിന്നും 'അധിനിവേശ നുഴഞ്ഞു കയറ്റക്കാരൻ' ഉച്ചാടനം ചെയ്യപ്പെട്ടു. അങ്ങനെ, ദേശീയ പദ്ധതികളുമായി മുന്നോട്ടുപോകുവാൻ സഹായകമായ ഒരന്തരീക്ഷം ഈ മണ്ഡലങ്ങളിലുണ്ടായി. എങ്കിലും, അവ മാറ്റങ്ങൾക്ക് വിധേയമായില്ല എന്ന് ചാറ്റർജി അഭിപ്രായപ്പെടുന്നില്ല. പടിഞ്ഞാറനല്ലാത്ത ആധുനിക ദേശീയ സംസ്കൃതിയുടെ നിർമ്മിതിക്കുതകും വിധം, ഈ മണ്ഡലങ്ങളിൽ ദേശീയത അതിന്റെ ഏറ്റവും ശക്തവും നിർമ്മാണാത്മകവും ചരിത്രപ്രാധാന്യമുള്ളതുമായ പദ്ധതികൾ വിക്ഷേപിച്ചു.[8]

ദേശീയതയുടെ പദ്ധതികളിൽ ആധുനിക സംസ്കാരം രൂപപ്പെടുത്തുന്നതിനുള്ള ശ്രമങ്ങൾ ഉണ്ടായിരുന്നു. അവ അധിനിവേശ സ്വാധീനങ്ങളിൽനിന്നു മുക്തമായ ഇടങ്ങളിലാണോ സാദ്ധ്യമായത് എന്ന കാര്യത്തിൽ സന്ദേഹമുണ്ട്. ദേശീയവാദികളുടെ സാംസ്കാരിക പദ്ധതി തീർച്ചയായും ദ്വന്ദ്വമാനമുള്ള സമരങ്ങളിലൂന്നിക്കൊണ്ടുള്ളതായിരുന്നു. അവർക്ക് ഒരേസമയം അധിനിവേശികളെയും പാരമ്പര്യവാദികളെയും നേരിടണമായിരുന്നു. അധിനിവേശികളോടെതിരിടുമ്പോൾ പ്രതിരോധത്തിലായിരുന്നു ഊന്നൽ. കാരണം സാംസ്കാരികമണ്ഡലം അടിസ്ഥാനപരമായി അധിനിവേശ ഇടപെടലുകളാൽ ബാധിക്കപ്പെട്ടിരുന്നു. വാസ്തവത്തിൽ, അധിനിവേശ സ്വാധീനങ്ങൾ എത്തിച്ചേർന്നിട്ടില്ലാത്ത ആന്തരികമോ ബാഹ്യമോ ആയ ഒരിടവും സംസ്കാരത്തിൽ അവശേഷിച്ചിട്ടില്ലായിരുന്നു.

വ്യത്യാസങ്ങൾ സ്വഭാവത്തിലും അളവിലും മാത്രമായിരുന്നു. അത്തരം ഇടപെടലുകളെ അംഗീകരിക്കാതിരിക്കുവാൻ ദേശീയതയ്ക്ക് കഴിയുമായിരുന്നില്ല. ചെറുക്കുവാനോ നേരിടുവാനോ മാത്രമേ കഴിയുമായിരുന്നുള്ളൂ. സംസ്കാരമെന്ന പരമാധികാര പ്രവിശ്യയിൽ സ്വഭാവേന സ്ഥിതി ചെയ്ത ഒന്നായിരുന്നു ദേശീയത എന്നതിനാലല്ല പ്രതിരോധങ്ങൾ സംഭവിച്ചത്. നിലനില്ക്കുന്ന സാംസ്കാരിക ചിഹ്നങ്ങളെ പുനരുജ്ജീവിപ്പിക്കുന്ന തരത്തിലെ അധിനിവേശ ഇടപെടലുകളാണ് പ്രതിരോധത്തെ സാക്ഷാൽക്കരിച്ചത്.[9]

'സാമൂഹിക പരിഷ്കാരങ്ങളിൽ ഉൾച്ചേർന്നിരുന്നത് ആധുനികതയ്ക്കായുള്ള അന്വേഷണങ്ങളായിരുന്നു,' എന്ന് ചാറ്റർജി ശരിയായി ത്തന്നെ നിരീക്ഷിക്കുന്നു. പരമ്പരാഗത സാംസ്കാരിക സമൂഹത്തെ, അതി സങ്കീർണ്ണമായി പ്രത്യക്ഷമായ പ്രാദേശിക പ്രത്യേകതകളോടെ പുനർ നിർമ്മിക്കുവാനുള്ള ശ്രമങ്ങളായിരുന്നു പരിഷ്കാരങ്ങൾ. പക്ഷേ, സാമൂഹിക പരിഷ്കാരങ്ങളുടെ കാലം, അദ്ദേഹം പറയുന്നതുപോലെ, രണ്ടു വ്യത്യസ്ത ഘട്ടങ്ങളുള്ളതല്ല. യഥാർത്ഥത്തിൽ, മാറ്റത്തിനായുള്ള രണ്ട് അടവുകളും – ആന്തരികമായ പരിഷ്കാരശ്രമങ്ങളും ഭരണകൂടത്തിന്റെ ഇടപെടലുകളും – പരിഷ്കാര പ്രവർത്തനങ്ങളുടെ എല്ലാ ഘട്ടത്തിലും ഒരുപോലെ പ്രത്യക്ഷപ്പെട്ടിരുന്നു. അതുപോലെതന്നെയാണ് പാരമ്പര്യത്തിലെ ചില ഘടകങ്ങളോടുള്ള സംഘർഷങ്ങളും. സാംസ്കാരിക ദേശീയത ഊർജ്ജം സംഭരിച്ചത് രണ്ടു സ്രോതസ്സുകളിൽ നിന്നുമായിരുന്നു – അധിനിവേശ സംസ്കാരത്തോടുള്ള പ്രതിരോധങ്ങളിൽനിന്ന്, തദ്ദേശീയ സംസ്കൃതിയുമായുള്ള സംഘർഷങ്ങളിൽനിന്ന്.

സാംസ്കാരിക പ്രവർത്തനങ്ങൾ

പരമ്പരാഗത സാംസ്കാരിക ക്രമങ്ങളിൽനിന്നും തെരഞ്ഞെടുത്ത് ഉൾക്കൊള്ളുക, തമസ്കരിക്കുക എന്നിവ നീതീകരണം നേടുന്നതിനായി അധിനിവേശികൾ ആവിഷ്കരിച്ച ബഹുമുഖ തന്ത്രങ്ങളുടെ ഭാഗമായിരുന്നു. രണ്ടും അധിനിവേശിതരുടെ പ്രതിഷേധങ്ങൾ ക്ഷണിക്കുകയുണ്ടായി. തിരഞ്ഞെടുപ്പ്, തദ്ദേശീയ സംസ്കൃതിയുടെ ആധികാരികതയെ ഇടിച്ചുതാഴ്ത്തുന്നതായിരുന്നു. തമസ്കരണം, സാംസ്കാരികാവകാശങ്ങളെ ആക്രമിക്കുകയായിരുന്നു. ദൈനംദിന ജീവിതത്തിലെ വിവിധമേഖലകളിൽ ആധിപത്യം പുലർത്തിയ അത്തരം പ്രതിരോധങ്ങളിലാണ് സാംസ്കാരികദേശീയതയുടെ അധിനിവേശ വിരുദ്ധ നിലപാടുകൾ ആദ്യമായി പ്രത്യക്ഷപ്പെട്ടത്. തദ്ദേശീയരിൽ വസ്ത്രനിയന്ത്രണങ്ങൾ അടിച്ചേല്പിക്കുന്നതിനായി അധിനിവേശികൾ നടത്തിയ ശ്രമങ്ങളോട് പ്രതികരിച്ചുകൊണ്ട്, ഇന്ത്യൻ ബുദ്ധിജീവികളിലുണ്ടായ സാംസ്കാരികമായ ഉണർവ്വുകൾ ഒരുദാഹരണമാണ്.

വസ്ത്രനിയന്ത്രണം, വിവാദവിഷയമായി. സൂറത്തിലെ 'ഫൗജ്ദാരി അദാലത്തി'ലെ ജഡ്ജിയും മനോക്ജീ കോവാസ്ജി എൻറ്റീ എന്ന പാഴ്സിയും തമ്മിൽ നടന്ന ശണ്ഠ വിവാദത്തെ മൂർച്ഛിപ്പിച്ചു. മനോക്ജീ

1862 മാർച്ച് 24-ാം തീയതി ജഡ്ജിയുടെ സഹായി എന്ന നിലയിലാണ് കോടതിയിൽ ഹാജരായത്. പാദുകങ്ങൾ ഊരിവെക്കാത്തതിനാൽ കോടതിമുറിയിൽ പ്രവേശിക്കുവാൻ അയാൾക്ക് ജഡ്ജി അനുമതി നല്കിയില്ല. മതപരവും രാഷ്ട്രീയവുമായ കാരണങ്ങളാൽ പാദുകം ഊരുന്നതിനെ മനോക്ജീയും എതിർത്തു.[10] ഇതിനെക്കുറിച്ച് ഇന്ത്യയിലെല്ലായിടത്തും പൊതുചർച്ചകൾ നടന്നു. വൃത്താന്തപത്രങ്ങൾ അതിനെ 'സംഭവബഹുലമായ പാദുകപ്രശ്നം' എന്ന് വിശേഷിപ്പിച്ചു. ഈ ചർച്ചകൾ സാംസ്കാരിക ദേശീയാവബോധങ്ങളോടു ബന്ധപ്പെട്ട പല ചോദ്യങ്ങളെ മുന്നോട്ടുവെക്കുന്നവയായിരുന്നു.

സൂറത്ത് സംഭവം 1854 ലെ ഭരണകൂട തീരുമാനത്തിന്റെ ഫലമായുണ്ടായതാണ്. 'ഭരണകൂടമന്ദിരത്തിലോ കോടതിയിലോ ദർബാറിൽ പങ്കെടുക്കുന്ന എല്ലാ തദ്ദേശീയരും തങ്ങളുടെ ആചാരങ്ങൾക്കനുരൂപമായി പെരുമാറുകയും, തങ്ങളുടെ പാദുകങ്ങൾ വാതിലിൽ ഊരിവെക്കുകയും വേണം'[11] എന്നതായിരുന്നു തീരുമാനം. ആഘോഷവേളയിൽ ഈ നിയമം പാലിക്കുന്നതിൽ ഇളവുകൾ അനുവദിക്കപ്പെട്ടിരുന്നു. അതും ഇന്ത്യക്കാർ യൂറോപ്യൻ സമ്പ്രദായങ്ങൾ സ്വീകരിക്കുകയും യൂറോപ്യൻ പാദുകങ്ങളും കാലുറകളും ധരിക്കുകയാണെങ്കിലും മാത്രം. ഗവർണർ ജനറലിന്റെ ദർബാറിൽ പ്രാവർത്തികമാക്കുന്നതിനായാണ് ഈ നിയന്ത്രണം ആദ്യം ഏർപ്പെടുത്തിയത്. പിന്നീട് ബ്രിട്ടീഷ് മേല്ക്കോയ്മയുള്ള ഇടങ്ങളിലെ സർക്കാർ സ്ഥാപനങ്ങളിലെല്ലാം ഈ രീതി സ്വീകരിക്കപ്പെട്ടു. ഇത് 'പാദുകബഹുമാനം' (Shoe respect) എന്ന പേരിൽ അറിയപ്പെട്ടുതുടങ്ങി. മനോക്ജീ സൂറത്തിൽ ചെയ്തപോലെ ചില ഇന്ത്യക്കാർ സർക്കാർ ഓഫീസുകളിലേക്കും കോടതികളിലേക്കുമുള്ള ഈ നിയമത്തിന്റെ വ്യാപനത്തെ ചോദ്യം ചെയ്തു. അതോടെ ഔദ്യോഗിക സന്ദർഭങ്ങളിൽ മാത്രമല്ല, അർദ്ധ ഔദ്യോഗിക സന്ദർഭങ്ങളിൽ പോലും ബ്രിട്ടീഷ് ഉദ്യോഗസ്ഥരുടെ മുന്നിൽ പ്രത്യക്ഷപ്പെടുന്ന ഇന്ത്യക്കാർ ഈ നിയമം പാലിക്കണമെന്നായി.[12]

തങ്ങളുടെ അനുഭവങ്ങളാണ് അധിനിവേശികളെ ഈ നിയന്ത്രണം ഏർപ്പെടുത്തുവാൻ പ്രേരിപ്പിച്ചത്. ശുചിത്വമോ സൗകര്യമോ ബഹുമാനമോ – ഈ ആചാരത്തിന്റെ തുടക്കം എന്തുതന്നെയാവട്ടെ, ഇന്ത്യൻ ഭരണാധികാരികളുടെ ദർബാറിൽ പ്രവേശിക്കുന്നതിനുമുമ്പ് പാദുകങ്ങൾ നിർബ്ബന്ധമായും ഊരിവെക്കണമായിരുന്നു. അതിൽനിന്നും ബ്രിട്ടീഷുകാരെയും ഒഴിവാക്കിയിരുന്നില്ല. റസിഡന്റുകളോ ദൂതന്മാരോ മാത്രമല്ല, സന്ദർശകരായി എത്തുന്നവർപോലും പാദുകങ്ങൾ ഊരിവെക്കണമായിരുന്നു. ഇന്ത്യൻ ഭരണാധികാരികളുടെ അധികാരത്തെയും ആധികാരികതയെയും അംഗീകരിക്കുന്നതിന്റെ ഭാഗമായിരുന്നു ഈ ആചാരം. തങ്ങളുടെ രാഷ്ട്രീയപരമായ കീഴായ്മയായാണ് ബ്രിട്ടീഷ് ഉദ്യോഗസ്ഥർ ഈ ആചാരത്തെ വീക്ഷിച്ചത്. അതുകൊണ്ടുതന്നെ ബ്രിട്ടീഷുകാർ പരമാധികാരികളായപ്പോൾ, അവർ ഈ ആചാരത്തെ സ്വാംശീകരിച്ചു. ബ്രിട്ടീഷുകാരുടെ ആധിപത്യത്തെ സ്ഥാപിക്കുന്നതിനും അവരോടുള്ള ബഹുമാനം പ്രകടിപ്പിക്കുന്നതിനും, യൂറോപ്യൻ വഴക്കങ്ങളിൽ തൊപ്പിയൂരുന്നതിനു

സമാനമായ ഒരു ചിഹ്നമായി പാദുകമൂരൽ. ന്യായവാദമെന്ന നിലയിൽ ഇന്ത്യയിലെ തങ്ങളുടെ അനുഭവങ്ങളെ മാത്രമല്ല അവർ നിരത്തിയത്. ഏകദേശം മൂവായിരം കൊല്ലങ്ങളായി ആചരിക്കപ്പെട്ട പുരാതന സമ്പ്രദായ[13]മാണിതെന്ന് ഘോഷിക്കുകയും ചെയ്തു.

ബ്രിട്ടീഷ് ഉദ്യോഗസ്ഥരുടെ വാദഗതികളെ ഇന്ത്യക്കാർ ഖണ്ഡിക്കുകയുണ്ടായി. പൊതുഇടങ്ങളിലും സ്വകാര്യ ഇടങ്ങളിലും പാദുകങ്ങളൂരിവെക്കുന്ന പതിവ് ഇന്ത്യയൊട്ടുക്ക് ആചരിക്കുന്നില്ല. സാർവ്വജനീനമായി അംഗീകരിക്കപ്പെട്ട ഒരു കാര്യമല്ല അത്. പാദുകങ്ങൾ ഊരിവെക്കുന്നതിൽ ബഹുമാന സൂചനയൊന്നുമില്ലായിരുന്നു. ഈ ആചാരത്തിന്റെ ഉത്ഭവത്തിനു പിറകിൽ സാമൂഹികവും മതപരവുമായ കാരണങ്ങളാണുള്ളത്. പ്രത്യേക ജീവിതസജ്ജീകരണ ശൈലികളോ അശുദ്ധിയെയും ശുദ്ധിയെയുംകുറിച്ച് മതസംഹിതകളിൽ ഉന്നയിച്ചിരിക്കുന്ന നിയമങ്ങളോ ആവാം ഈ ആചാരത്തിനു പിറകിൽ എന്ന് അവർ അഭിപ്രായപ്പെട്ടു. *ദ ഹിന്ദു ഇന്റലിജെൻസർ* എന്ന കൽക്കത്ത പത്രം, 'മറ്റുള്ളവരെ ബഹുമാനിക്കുന്നതിനായി തലയോ പാദങ്ങളോ മറ്റേതെങ്കിലും ശരീരഭാഗങ്ങളോ മറയ്ക്കാതിരിക്കുന്ന ആചാരം ഞങ്ങൾക്കില്ല' എന്ന് വാദിച്ചു.'[14] അതുകൊണ്ടുതന്നെ സർക്കാർ നടപടി 'ദേശീയരായ ജനങ്ങളെ ചൊടിപ്പിച്ചിരിക്കുന്നു.' ഇത് 'ഇന്ത്യൻ ബുദ്ധിജീവികൾക്കിടയിൽ അടക്കാനാവാത്ത രോഷമാണ് ഉളവാക്കിയിരിക്കുന്നത്.'[15] 'അപമാനിക്കുന്നതിന്റെ, നാണിപ്പിക്കുന്നതിന്റെ, അടിച്ചമർത്തുന്നതിന്റെ ഒരു ചിഹ്ന'മെന്ന[16] നിലയിലാണ് അവരതിനെ സമീപിച്ചത്.

പാദുക നിയന്ത്രണത്തിന്റെ സാംസ്കാരിക സ്വാധീനങ്ങൾ അനുഭവവേദ്യമായതും വ്യാഖ്യാനവിധേയമായതും വിവിധ നിലകളിലാണ്. പാർസികൾക്ക് തങ്ങളുടെ മതബോധങ്ങൾ നേരിട്ടാക്രമിക്കപ്പെട്ടതായി അനുഭവപ്പെട്ടു. അവരുടെ മതതത്ത്വങ്ങൾ പാദുകങ്ങളില്ലാതെ സഞ്ചരിക്കുവാൻ അവരെ അനുവദിച്ചിരുന്നില്ല. ആരാധനാലയങ്ങളിൽപോലും പാദുകങ്ങളില്ലാതെ അവർക്ക് പ്രവേശിക്കുവാനാവുമായിരുന്നില്ല.[17] പരമ്പരാഗത ആചാരങ്ങളിൽ പുതിയ അർത്ഥങ്ങൾ ആരോപിക്കുന്നതിൽ ചിലർ രോഷാകുലരായി.[18] മറ്റുള്ളവർ അധിനിവേശികളുടെ സംസ്കാരത്തെയും അതിന്റെ ഉല്പന്നങ്ങളെയും ഉദാത്തവല്ക്കരിക്കുന്നതിനെ വിമർശിച്ചു.[19] പാദുകനിയന്ത്രണത്തോടുള്ള പ്രതികരണങ്ങളിൽ സാംസ്കാരിക ദേശീയതയുടെ മതാത്മകവും മതേതരവുമായ മാനങ്ങൾ ഉൾച്ചേർന്നിരുന്നു.

സാംസ്കാരികദേശീയത പൂർണ്ണമായും പ്രതിരോധാത്മകമായിരുന്നില്ല. അത് നിലവിലുള്ള സാംസ്കാരിക മാമൂലുകളെ പരിവർത്തന വിധേയവുമാക്കി. സാംസ്കാരികമായ നിലനില്പിന്റെ പല മണ്ഡലങ്ങളിലും ദേശീയതയ്ക്ക് (പലപ്പോഴും ദേശീയമായവ മാത്രമാവണമെന്നില്ല)— വേണ്ടിയുള്ള അന്വേഷണങ്ങളുണ്ടായി. വസ്ത്രവിധാനം അവയിലൊന്നാണ്. ഇന്ത്യക്കാരുടെ തയ്പു സമ്പ്രദായങ്ങൾ, പ്രത്യേകിച്ചും ഉപരിവർഗ്ഗത്തിന്റെ, വികസിതമായത് രാഷ്ട്രത്തിൽ അധിവസിക്കുന്ന വിവിധ സാംസ്കാരിക വിഭാഗങ്ങൾ തമ്മിലുള്ള ബാന്ധവങ്ങളിലൂടെയാണ്. അവ

യിൽ പലതും തദ്ദേശീയമല്ല. കുടിയേറ്റങ്ങളുടെയോ ആക്രമണങ്ങളുടെയോ കീഴടക്കലുകളുടെയോ ഫലമായി ചരിത്രത്തിന്റെ വിവിധ ഘട്ടങ്ങളിൽ സമൂഹത്തിന്റെ ഭാഗമായവയാണ് പുതിയ സാംസ്കാരിക ഘടകങ്ങളോടുള്ള പ്രതികരണങ്ങൾ വിവിധങ്ങളായിരിക്കും: തിരസ്കാരം, അനുകരണം, സംശ്ലേഷണം. അധിനിവേശ ഭരണം പ്രചാരം നല്കിയ യൂറോപ്യൻ വേഷവിധാനങ്ങളോട് മൂന്നു തരത്തിലുള്ള പ്രതികരണങ്ങളുമുണ്ടായി. ബുദ്ധിജീവികളിൽ ഒരു വിഭാഗം അതിന്റെ ഉപയോഗത്തോടനുകൂലമായ നിലപാടല്ല എടുത്തത്. പരിഷ്കരണവാദിയായ ബ്രഹ്മസമാജനേതാവ്, കേശബ്ചന്ദ്രസെൻ, അവരിലൊരാളായിരുന്നു. അദ്ദേഹം 'സ്ഥിരീകരിക്കപ്പെട്ട ഇന്ത്യൻ' (Confirmed Indian) എന്ന നിലയിൽ ഇംഗ്ലണ്ടിൽനിന്നും തിരിച്ചുവന്നവനായിരുന്നു. ഇംഗ്ലീഷ് വേഷവും വസ്ത്രധാരണരീതിയും അദ്ദേഹത്തിൽ അപ്രിയമുളവാക്കിയിരുന്നു. ഈശ്വരചന്ദ്ര വിദ്യാസാഗർ ബലപൂർവ്വമായ അനുകരണത്തിന്റെ നിരർത്ഥകത ബോദ്ധ്യപ്പെട്ട ആളായിരുന്നു. ലഫ്റ്റനന്റ് ഗവർണർ ആതിഥ്യം നല്കിയ ഒരു ചടങ്ങിൽ യൂറോപ്യൻ വസ്ത്രങ്ങൾ ധരിച്ച് അദ്ദേഹത്തിന് പങ്കെടുക്കേണ്ടിവന്നു. അതിൽ സ്വാഭാവികമായി ചില ബുദ്ധിമുട്ടുകൾ അദ്ദേഹത്തിനനുഭവപ്പെട്ടു. ആകയാൽ അത്തരം ചടങ്ങുകളിൽനിന്ന് വിട്ടുനില്ക്കുവാൻതന്നെ അനുവദിക്കണമെന്ന് അദ്ദേഹം അപേക്ഷിച്ചു. അതിനുശേഷം, 'ചട്ടി–ചദ്ദർ' ധരിക്കുവാൻ അദ്ദേഹത്തിന് അനുമതി ലഭിച്ചു. മറ്റൊരു സാഹചര്യത്തിൽ മഹാരാഷ്ട്രത്തിലെ പരിഷ്കർത്താവായ ജോതിറാവ് ഫുലെ തന്റെ സഹജമായ കർഷകവേഷത്തിൽ രാജകുമാരന്റെ ഡർബാറിൽ പങ്കെടുത്തുകൊണ്ട് വഴക്കം തെറ്റിക്കുകയുണ്ടായി.

തങ്ങൾ സ്വീകരിച്ച യൂറോപ്യൻ മാതൃകയിലുള്ള വസ്ത്രങ്ങളെക്കുറിച്ച് ഇന്ത്യൻ ബുദ്ധിജീവികൾ സംശയാലുക്കളായി. അത് കുറ്റബോധത്തിൽ അധിഷ്ഠിതവുമായിരുന്നു. രാജ്നാരായണൻ ബോസ് എന്ന ആദ്യകാല ദേശീയനേതാവിന്റെ ആത്മകഥയിൽ 1857 ലെ കലാപകാലത്ത് വസ്ത്രങ്ങളെപ്പറ്റിയുള്ള മനോഭാവത്തെക്കുറിച്ച് വെളിപ്പെടുത്തലുകളുണ്ട്. അവ ഇക്കാര്യം വിശദീകരിക്കുന്നു. രാജ്നാരായണൻ മിദ്നാപുരിൽ ഒരു സ്കൂൾ അദ്ധ്യാപകനായിരുന്നു. ഇംഗ്ലീഷ് വിദ്യാഭ്യാസം ലഭിച്ച മറ്റു പലരെപ്പോലെ അദ്ദേഹം ഷർട്ടും ട്രൗസറും ധരിച്ചു. ശിപായികൾ ഉടനെത്തുമെന്ന കിംവദന്തി വസ്ത്രധാരണരീതി മാറ്റുവാൻ അദ്ദേഹത്തെ നിർബ്ബന്ധിതനാക്കി. ട്രൗസറിനുള്ളിൽ ധോത്തി ധരിച്ചു, അദ്ദേഹം, ശിപായികൾ വരികയാണെങ്കിൽ ട്രൗസർ ഉപേക്ഷിച്ച് ശരിയായ 'ദേശീയ'നായി പ്രത്യക്ഷപ്പെടുവാനുള്ള സജ്ജീകരണം.[20]

19–ാം നൂറ്റാണ്ടിൽ ഇന്ത്യൻ ബുദ്ധിജീവികളിൽ ചിലർ സ്വീകരിച്ച വസ്ത്രധാരണരീതിയിൽ സംശയത്തിന്റെ വേറെ ചില മാനങ്ങളും സംശ്ലേഷണത്തിനായുള്ള ത്വരയും പ്രത്യക്ഷമായിരുന്നു. ഇന്ത്യൻ നാഷണൽ കോൺഗ്രസിന്റെ ആദ്യത്തെ ചില യോഗങ്ങളിലെ പ്രതിനിധികളിൽ പലരുടെയും വസ്ത്രവിധാനം ഇക്കാര്യത്തെ സാക്ഷ്യപ്പെടുത്തുന്നു. ധോത്തിയും കോട്ടും തൊപ്പിയും ചേർന്ന ഒരു സങ്കര വസ്ത്രവിധാനം.

ഒരലങ്കാരമെന്ന നിലയിൽ ചിലർ ടൈയും ധരിച്ചിരുന്നു. പടിഞ്ഞാറിന്റെയും കിഴക്കിന്റെയും കുറ്റമറ്റ മിശ്രിതമായിരുന്നു ഈ വസ്ത്രക്കൂട്ടെങ്കിലും, ഇന്ത്യനും യൂറോപ്യനുമായ വസ്ത്രധാരണരീതികളെ തഴഞ്ഞുകൊണ്ടുള്ള ഈ പുതുരീതിക്ക് പ്രചാരം നേടാനായില്ല. സംശ്ലേഷണത്തിന്റേതായ അത്തരമൊരു ശ്രമം രബീന്ദ്രനാഥന്റെ ജ്യേഷ്ഠനായ ജ്യോതീന്ദ്രനാഥ ടാഗോർ ആവിഷ്കരിച്ചു. ഇന്ത്യനും യൂറോപ്യനുമായ വേഷവിധാനങ്ങളുടെ മിശ്രിതമായ ഒരു വസ്ത്രധാരണ രീതി അദ്ദേഹം വികസിപ്പിച്ചു. ധോത്തിയുടെ മാതൃകയിൽ ട്രൗസറിന്റെ മുന്നിലും പിന്നിലും ഞൊറിവുകൾ തീർത്ത് അലങ്കാരമേകി. ടർബനു മുകളിൽ തൊപ്പി കൂടിച്ചേർത്ത് പൊതുജനമദ്ധ്യത്തിൽ ജ്യോതീന്ദ്രനാഥ് ആ വേഷത്തിൽ പ്രത്യക്ഷപ്പെട്ടു. അരോചകമായിരുന്നു ആ വേഷവിധാനം. 'സാധാരണ ധൈര്യമുള്ള ഒരാളും അതുപയോഗിക്കുവാൻ ധൈര്യപ്പെടുമായിരുന്നില്ലെന്ന്' രബീന്ദ്രനാഥ് പറയുന്നു.[21]

അപ്രായോഗികമായിരുന്നെങ്കിലും, ജ്യോതീന്ദ്രനാഥിന്റെ ശ്രമങ്ങൾ ഇന്ത്യൻ ബുദ്ധിജീവികളിൽ ചരിത്രപരമായി ഉൾച്ചേർക്കപ്പെട്ട വിവിധ രീതികളെ ഉൾക്കൊള്ളിച്ചുകൊണ്ട്, ഒരു ദേശീയ വസ്ത്രം മെനയുന്നതിനായുണ്ടായിരുന്ന ആത്മാർത്ഥമായ ത്വരയെ വെളിപ്പെടുത്തുന്നു. രവീന്ദ്രനാഥനാണ് കൂടുതൽ യഥാർത്ഥവും പ്രായോഗികവുമായ ഒരു വസ്ത്രരീതി ആവിഷ്കരിച്ചത്. അന്നത്തെ അന്തരീക്ഷത്തിൽ സാദ്ധ്യമായ സാധാരണ വസ്ത്രമായിരുന്നു, ചപ്കൻ. അതിനെ ന്യായീകരിച്ചുകൊണ്ട് അദ്ദേഹമെഴുതി:

> ചപ്കൻ ഹിന്ദുക്കളുടെയും മുസ്ലീങ്ങളുടെയും വസ്ത്രധാരണരീതികളുടെ മിശ്രിതമാണ്. അതിന്റെ വർത്തമാന രൂപമാവിഷ്കരിക്കുന്നതിൽ ഇരുവിഭാഗങ്ങളും കാര്യമായ സംഭാവനകൾ നല്കിയിട്ടുണ്ട്. പടിഞ്ഞാറെ ഇന്ത്യയിൽ, വിവിധ രാജഭരണപ്രദേശങ്ങളിൽ, പലപ്പോഴും ചപ്കന്റെ വിവിധ മാതൃകകൾ കാണാവുന്നതാണ്. വിവിധങ്ങളായ ഈ മാതൃകകളിൽ മുസ്ലീങ്ങളുടെ പരീക്ഷണത്വര മാത്രമല്ല ദൃശ്യമാകുന്നത്. ഹിന്ദുക്കളുടെ ഉല്പാദനക്ഷമതയും സ്വാതന്ത്ര്യവും കൂടിയാണ്.... ഇന്ത്യൻ വംശമെന്ന് വിളിക്കാവുന്ന തരത്തിൽ ഒരു വംശം രൂപപ്പെടുകയാണെങ്കിൽ, ഒരു തരത്തിലും ആ വംശത്തിലെ മുസ്ലീം ഘടകങ്ങൾ തിരസ്കരിക്കപ്പെട്ടുകൂടാ.... ആകയാൽ നമ്മുടെ ദേശീയ വസ്ത്രം എല്ലാതരത്തിലും ഒരു ഹിന്ദു-മുസ്ലീം വസ്ത്രമാകണം.[22]

ചപ്കൻ, പക്ഷേ, രബീന്ദ്രനാഥ് പ്രതീക്ഷിച്ചതുപോലെ ഒരു ദേശീയ വസ്ത്രമായില്ല. എന്നിരുന്നാലും അതിന്റെ ഉദ്ധാരണവും ഉപയോഗവും സാംസ്കാരിക ദേശീയതയെ നിർവ്വചിക്കുവാനുള്ള ശ്രമങ്ങളിൽ പ്രമുഖമാണ്. സാംസ്കാരിക ദേശീയതയുടെ മതേതര നിർവ്വചനം സാദ്ധ്യമാക്കുകയായിരുന്നു രബീന്ദ്രനാഥ്.

ബൗദ്ധിക വിശദീകരണങ്ങൾ: മതേതരവും മതാത്മകവും

മുൻചൊന്ന രണ്ടു സംഭവങ്ങളും അധികാരത്തിന്റെയും പാരമ്പര്യത്തിന്റെയും നീതീകരണത്തിന്റെയും തലങ്ങളിൽ വിവിധങ്ങളായ വായനകളെ സാദ്ധ്യമാക്കുന്നവയാണ്. അവയിലെല്ലാംതന്നെ സാംസ്കാരികാവബോധങ്ങൾ കേന്ദ്രപ്രമേയമായി വരുന്നു. ദേശീയ വിമോചനസമരത്തിന്റെ കാലത്ത് സാംസ്കാരികാവബോധങ്ങളുടെ സ്പഷ്ടത അനിശ്ചിതമായിരുന്നില്ല. ദേശീയതയെ സംബന്ധിക്കുന്ന സമഗ്രവീക്ഷണത്തിന്റെ അവിഭാജ്യ ഘടകമാണ് അത്തരം സ്പഷ്ടതകൾ. അവ അധിനിവേശവിരുദ്ധ അവബോധങ്ങളെ മറികടക്കുന്നവയുമാണ്. അവ മൗലികമായ രണ്ടു ചോദ്യങ്ങളെ മുന്നോട്ടു വെക്കുന്നുണ്ട്. ഒന്ന്, അധിനിവേശ ആധിപത്യത്തിൽനിന്നും രാഷ്ട്രീയ വിമോചനം നേടുന്ന ഇന്ത്യൻ ദേശീയതയുടെ ഭാവി എന്തായിരിക്കും? രണ്ട്, അധിനിവേശ വിരുദ്ധതയല്ലാതെ, ദേശീയതയെ രൂപീകരിക്കുന്ന ഘടകങ്ങളെന്തെല്ലാം? ഗാന്ധിജിതന്നെ, ബ്രിട്ടീഷുകാരിൽനിന്നുള്ള സ്വാതന്ത്ര്യം 'സ്വരാജ്' സുരക്ഷിതമാക്കുകയില്ലെന്ന് പ്രഖ്യാപിച്ചത് ഇത്തരുണത്തിൽ ഓർക്കുന്നതു നന്നാവും.[23]

ഇന്ത്യൻ ജനതയും ബ്രിട്ടീഷ് അധിനിവേശവും തമ്മിലെ വൈരുദ്ധ്യങ്ങളെ മാത്രം അടിസ്ഥാനമാക്കിക്കൊണ്ട് ദേശീയതയെക്കുറിച്ച് സങ്കല്പനങ്ങൾ മെനയുമ്പോൾ ദേശീയതയിൽ ഉൾക്കൊള്ളുന്ന വിവിധ ധാരകളെ ഉൾക്കൊള്ളുവാനാവാതെ വരുന്നു. ജനതയും അധിനിവേശവും തമ്മിലെ വൈപരീത്യമായി ഈ സങ്കല്പനത്തെ മനസ്സിലാക്കുമ്പോൾ തെറ്റിദ്ധാരണകൾ സംഭവിക്കും. അധിനിവേശ ചൂഷണത്തിന്റെ സ്വാധീനത്തോടു ബന്ധപ്പെടുത്തി വ്യത്യസ്തതകളില്ലാത്തവരും അസംഘടിതരുമായ ഒരു കൂട്ടമായി ജനത മനസ്സിലാക്കപ്പെടുന്നു. 19-ാം നൂറ്റാണ്ടിന്റെ തുടക്കത്തിൽ അധിനിവേശത്തിനെതിരായുണ്ടായ രാഷ്ട്രീയ-സാമ്പത്തിക വിമർശനങ്ങളും ദേശീയതയുടെ സാമാന്യം വലിയ ചരിത്ര പഠന സമാഹാരങ്ങളും ഇതേ യുക്തി പിന്തുടർന്നവയാണ്. തദ്ദേശീയ വ്യവസായങ്ങളെ തകർത്തും നിഷ്ഠുരവും അയവില്ലാത്തതുമായ റവന്യൂ സംവിധാനങ്ങളിലൂടെ കർഷകരെ ദരിദ്രരാക്കിയും സമ്പത്തു ചോർത്തിയും അധിനിവേശ ഭരണകൂടം സ്വീകരിച്ച മറ്റനേകം നടപടികൾ രാഷ്ട്രത്തെ ദരിദ്രവും തരിപ്പണവുമാക്കുകയായിരുന്നു എന്ന് ദാദാഭായ് നവ്റോജിയും അധിനിവേശ ഭരണമാണ് ഇന്ത്യൻ ജനതയുടെ ദാരിദ്ര്യത്തിന് പ്രമുഖ കാരണമെന്ന് ആർ സി ദത്തും പറഞ്ഞു. ബംഗാളിപത്രമായ *സുലഭ് സമാചാർ* അധിനിവേശ ഭരണത്തിന്റെ പ്രതിലോമഫലങ്ങളെ കുറെക്കൂടി നാടകീയമായി അവതരിപ്പിച്ചു.

> ഇന്ത്യൻ പൗരന് അവന്റെ സ്വാഭാവികത നഷ്ടമായി. അവനിൽ സത്താനഷ്ടം സംഭവിച്ചിരിക്കുന്നു. അവന്റെ ജീവരക്തം വരണ്ടുണങ്ങി. സാമ്പത്തികമായി സംസാരിക്കുമ്പോൾ, അവൻ ഉണങ്ങിയ അസ്ഥികളുടെ സഞ്ചിയെക്കാൾ ഒട്ടും മീതെയല്ല. അർദ്ധപട്ടിണിക്കാരനും അർദ്ധനഗ്നനുമാണ് അവൻ. കുറച്ച് ചോറും കുറേ കിഴ

> ങ്ങുകളും ഇലകളുമാണ് അവന്റെ നിത്യഭക്ഷണം. സ്വാദിഷ്ഠമായ ഒരു വിഭവം ജീവിതത്തിലൊരിക്കലും രുചിച്ചിട്ടില്ലവൻ. അവന്റെ വസ്ത്രങ്ങൾ കീറിപ്പറിഞ്ഞിരിക്കുന്നു. പരിതാപകരമാണവന്റെ പുരയിടത്തിന്റെ സ്ഥിതി. അതവനെ കാലാവസ്ഥകളുടെ പാരുഷ്യങ്ങളിൽനിന്നും രക്ഷിക്കുന്നില്ല.[24]

റാം മോഹൻറായ് മുതൽ ജവാഹർലാൽ നെഹ്റു വരെയുള്ളവരിലെ മുഖ്യധാരാ അധിനിവേശവിരുദ്ധത തിടം വെച്ചത് ഈ ദേശീയ ദുഃസ്ഥിതിക്കു ചുറ്റുമാണ്. റവന്യൂസമ്പ്രദായത്തെക്കുറിച്ച് റാം മോഹൻ റായിയുടെ, പാക്സ് ബ്രിട്ടാനിയയെ നിരസിക്കുന്ന ഭാസ്കർ പാണ്ഡുരംഗ് തർകാദ്കറുടെ, സമ്പത്തിന്റെ ചോർച്ച തുറന്നു കാട്ടുന്ന ദാദാഭായ് നവ്റോജിയുടെ, ജനങ്ങളുടെ ദാരിദ്ര്യത്തെക്കുറിച്ചുള്ള ബാലഗംഗാധര തിലകന്റെയെല്ലാം അഭിപ്രായങ്ങൾ ഈ പൊതുധാരണകളെ ഉൾക്കൊള്ളുന്നവയായിരുന്നു. അധിനിവേശവും ജനതയും തമ്മിലുള്ള ബന്ധങ്ങളെ സംബന്ധിക്കുന്ന സമഗ്രവീക്ഷണം ബഹുഭൂരിപക്ഷം വരുന്ന ജനതയെ രാഷ്ട്രത്തിലെ വിഭവങ്ങളിൽനിന്നും ഉച്ചാടനം ചെയ്യുന്ന സാമ്പത്തികവും സാംസ്കാരികവും സാമൂഹികവുമായ ചൂഷണത്തിന്റെ ആന്തരഘടനകളെ വിശകലനം ചെയ്യുകയുണ്ടായി. ഈ ഉച്ചാടനത്തെ കാര്യമായെടുക്കാതെ രാഷ്ട്രത്തിന് സ്വന്തമായ നിലനില്പുണ്ടാക്കാനാവുമോ എന്ന അന്വേഷണം, ജനതയും രാഷ്ട്രവും തമ്മിലെ ബന്ധത്തിന്റെ പ്രശ്നത്തെ മൗലികമായ രീതിയിൽ അവതരിപ്പിക്കുകയാണുണ്ടായത്. നിലവിലുണ്ടായിരുന്ന ഉച്ചാടനത്തിന്റെ സ്വഭാവം വൈവിദ്ധ്യവും സങ്കീർണ്ണതയും നിറഞ്ഞതായിരുന്നു. സമ്പത്തിന്റെയും സാമൂഹിക-സാംസ്കാരിക വ്യാപാരങ്ങളുടെയും മണ്ഡലങ്ങളിൽ അത് വ്യത്യസ്ത രീതികളിലാണ് പ്രത്യക്ഷപ്പെട്ടത്. നേരിട്ടോ അല്ലാതെയോ ഈ പ്രശ്നമുന്നയിക്കുകയും, അങ്ങനെ ദേശീയതയ്ക്ക് വിപുലമായൊരർത്ഥതലം നിർമ്മിക്കുകയും ചെയ്തവരിൽ, ജ്യോതിബാ ഫുലെ, രാമസ്വാമിനായ്ക്കർ, ഭീംറാവ് അംബേദ്കർ എന്നിവർ ഒരു പക്ഷത്തും സോഷ്യലിസ്റ്റുകളും കമ്യൂണിസ്റ്റുകളും മറുപക്ഷത്തും നിലയുറപ്പിച്ചു. ആദ്യത്തെ കൂട്ടർ പ്രധാനമായും ശ്രദ്ധകേന്ദ്രീകരിച്ചത് സാമൂഹിക-സാംസ്കാരിക അടിച്ചമർത്തലുകളിലാണ്. മറുപക്ഷത്തുള്ളവർ സാമ്പത്തിക ചൂഷണത്തിലൂന്നിയ അന്വേഷണങ്ങളെ ശ്രദ്ധിച്ചവരാണ്.

വൈരുദ്ധ്യങ്ങളിൽ ഏതെങ്കിലും ഒന്നിന് – ആദ്യത്തേതിനാവട്ടെ രണ്ടാമത്തേതിനാവട്ടെ – പ്രാമുഖ്യം നല്കുന്നത് രാഷ്ട്രത്തിന്റെ ഭാഗികവും വികൃതവുമായൊരു നിർവ്വചനത്തിന്റെ സൃഷ്ടിയിലേക്കാണ് നയിക്കുക. ജാതി-വർഗ്ഗ-ലിംഗ അസമത്വങ്ങളിലൂന്നി ആഭ്യന്തര വൈഭിന്ന്യങ്ങളെ മുന്നോട്ടു വെച്ചവർ സമൂഹത്തിലെ അടിച്ചമർത്തപ്പെട്ടവരും അതിരുകളിലേക്ക് ആട്ടിയകറ്റപ്പെട്ടവരുമായവരുടെ അവകാശങ്ങൾ നേടിയെടുക്കുന്നതിനാണ് ശ്രദ്ധിച്ചത്. തമിഴകത്ത് ബ്രാഹ്മണവിരുദ്ധ മുന്നേറ്റങ്ങളെ നയിക്കുകയും പ്രചോദിപ്പിക്കുയും ചെയ്ത ഇ വി രാമസ്വാമിനായ്ക്കർ തന്റെ പ്രസംഗങ്ങളിൽ ഉച്ചാടനത്തിന്റെ തലങ്ങളെ വ്യക്തമാക്കുകയുണ്ടായി: 'പറയന് ബ്രാഹ്മണന്റെ ഭരണം സ്വരാജ്യമാകുമോ? എലിക്ക് പൂച്ച

യുടെ ഭരണം സ്വരാജ്യമാകുമോ? കർഷകന് ഭൂവുടമയുടെ ഭരണം സ്വരാജ്യമാകുമോ? തൊഴിലാളിക്ക് മുതലാളിയുടെ ഭരണം സ്വരാജ്യമാകുമോ?' 'സമൂഹത്തിലെ അധഃസ്ഥിത വിഭാഗങ്ങൾക്ക് സ്ഥിതിസമത്വം ഉണ്ടാവുന്ന നിമിഷത്തിൽ മാത്രമാണ്, രാഷ്ട്രത്തിന്റെ ആവിർഭാവത്തിന് സാംഗത്യമുണ്ടാവൂ.'[25] എന്ന് രാമസ്വാമിനായ്ക്കർ വ്യക്തമാക്കി.

അന്റോണിയോ ഗ്രാംഷിയുടെ പരികല്പന കടമെടുത്താൽ, ദേശീയവും ജനകീയവും തമ്മിൽ അനന്യത സ്ഥാപിക്കുവാനാണ് ആഭ്യന്തര വൈഭിന്ന്യങ്ങളെ അടിവരയിട്ട രാമസ്വാമിനായ്ക്കരും അദ്ദേഹത്തെപ്പോലുള്ളവരും ശ്രമിച്ചത്. മാത്രമല്ല, അധിനിവേശ വിരുദ്ധ സമരങ്ങളുടെ പ്രാധാന്യത്തെ താഴ്ത്തിക്കെട്ടാനും അവർ ശ്രമിച്ചു. എപ്പോഴുമല്ലെങ്കിലും, ചിലപ്പോൾ, അവർ തിരഞ്ഞെടുപ്പിന്റേതായ, ഇതല്ലെങ്കിൽ മറ്റൊന്ന് എന്ന വീക്ഷണം പുലർത്തുകയും ചെയ്തു.

സമൂഹത്തിലെ ആന്തരിക വൈഭിന്ന്യങ്ങൾ, പ്രത്യേകിച്ചും ജാതിയുടെയും മതത്തിന്റെയും വൈരുദ്ധ്യങ്ങൾ, ദേശീയ നിർമ്മിതിയിൽ സംസ്കാരത്തിന്റെ ബന്ധമെന്ത് എന്ന് ചോദ്യം ഉയർത്തി. സംസ്കാരം ദേശീയതയിലെ പ്രധാനഘടകമാണെന്ന ധാരണ പരക്കെ അംഗീകരിക്കപ്പെട്ടു. ഉദാഹരണത്തിന് ആനന്ദകുമാരസ്വാമിയും രാധാകുമുദ് മുഖർജിയും ഇന്ത്യൻ സംസ്കൃതിയുടെ സ്വഭാവത്തെ പ്രതി തികച്ചും വിഭിന്നമായ അഭിപ്രായങ്ങളാണ് പുലർത്തിയിരുന്നതെങ്കിലും, ദേശീയതയുടെ ആവിർഭാവത്തിൽ സംസ്കാരത്തിന്റെ പങ്കിനെക്കുറിച്ച് ഏകാഭിപ്രായമുള്ളവരായിരുന്നു. കുമാരസ്വാമി ദേശീയതയെ പ്രതി പ്രധാനമായും സാംസ്കാരികമായ ഒരു വീക്ഷണമാണ് പുലർത്തിയത്. രാഷ്ട്രങ്ങൾ 'കലാകാരന്മാരാലും കവികളാലുമാണ്, കച്ചവടക്കാരാലും രാഷ്ട്രീയക്കാരാലുമല്ല നിർമ്മിക്കപ്പെടുന്നത്' എന്ന അഭിപ്രായമായിരുന്നു അദ്ദേഹത്തിന്. രാഷ്ട്രീയവും സാമ്പത്തികവുമായ വിജയങ്ങൾ, 'പകുതി വിജയമാണ്', കാരണം യഥാർത്ഥ വിജയം നേടിയെടുക്കുന്നത് ആത്മീയവും ബൗദ്ധികവുമായ സ്വാതന്ത്ര്യം ലഭിക്കുമ്പോൾ മാത്രമാണ്. ദേശീയ ഐക്യത്തിന് 'രാഷ്ട്രീയ ശരികേടുകളുടെ ഇന്ദ്രിയാവബോധങ്ങളെക്കാൾ അഗാധമായ അടിത്തറയാണ് വേണ്ടത്.' അത്തരം അടിത്തറ ഇന്ത്യൻ സംസ്കാരത്തിലെ മഹത്തായ സാമൂഹികാദർശങ്ങളിലാണ് സ്ഥിതിചെയ്യുന്നത്. അവ പ്രകാശിപ്പിക്കപ്പെടുന്നതാകട്ടെ സംസ്കാരത്തിലെ അനേകങ്ങളായ പാരമ്പര്യങ്ങളിലൂടെയും. പ്രാചീന ഇന്ത്യൻ കലയും സംസ്കാരവുമായി പണ്ഡിതോചിതമായ ഇടപെടലുകൾ നടത്തിയിട്ടുപോലും, അദ്ദേഹം ഇന്ത്യയും ഹിന്ദുവും ഒന്നുതന്നെയെന്നു സ്ഥാപിക്കുവാൻ യത്നിച്ചില്ല. സാംസ്കാരിക ബഹുത്വമാണ് ഇന്ത്യൻ പാരമ്പര്യത്തിന്റെ ശേഷി എന്ന് സ്ഥാപിക്കുവാനായിരുന്നു കുമാരസ്വാമിയുടെ ശ്രമങ്ങൾ.

> ഏതോ മാന്ത്രികചതുരത്തിന്റെ ഭാഗങ്ങളെപ്പോലെയാണ് ഇന്ത്യയിലെ വിഭിന്ന ജനവിഭാഗങ്ങൾ. കാഴ്ചയിൽ കൂട്ടിച്ചേർക്കുക അസാദ്ധ്യമെന്നു തോന്നും. പക്ഷേ, അടിസ്ഥാന ജ്ഞാനം ലഭിക്കുന്ന മാത്രയിൽ സ്വസ്ഥാനങ്ങളിൽ സംയോജിക്കുമവർ. ഘടകങ്ങളെ

> ഒന്നുചേർക്കുന്ന ആ അടിസ്ഥാനജ്ഞാനത്തെ നമുക്ക് ദേശീയ സ്വാത്മബോധമെന്നു വിളിക്കാം.... മഹാന്മാരായ മുഗളർ ഭരിക്കാത്ത, താജ് പണിയപ്പെടാത്ത, പേർഷ്യൻ കലയും സാഹിത്യവും പൂർണ്ണമായും വൈദേശികമായി നിലനില്ക്കുന്ന ഒരു ഇന്ത്യയെക്കുറിച്ച് ചിന്തിക്കുകതന്നെ അസാദ്ധ്യം.[26]

കുമാരസ്വാമി മുന്നോട്ടുവെച്ച ഇന്ത്യൻ സംസ്കാരത്തിന്റെ ബഹുത്വമുള്ളതും വൈവിദ്ധ്യമുള്ളതുമായ സ്വഭാവവും ദേശീയതയുമായി അതിനുള്ള ബന്ധവും ഒരുപാടുപേർ ഉൾക്കൊണ്ടതാണ്. ബുദ്ധിജീവികളും രാഷ്ട്രീയപ്രവർത്തകരും അക്കൂട്ടത്തിൽ പെടും. ജവാഹർലാൽ നെഹ്റു ഈ വീക്ഷണത്തോട് അഗാധമായ അനുഭാവം പുലർത്തി. ഇന്ത്യൻ സംസ്കാരത്തെ മേലെഴുത്തുകളുള്ള ഒരു ഫലകമായാണദ്ദേഹം വിശദീകരിച്ചത്. ഇന്ത്യൻ ദേശീയതയുടെ ബഹുസംസ്കാരിക അടിത്തറകളാണ് അതുവഴി സൂചിപ്പിക്കപ്പെട്ടത്.[27] അവരെല്ലാം ദേശത്തെ സംബന്ധിച്ച് ഭൗതികവും മതേതരവുമായ വീക്ഷണങ്ങൾ പുലർത്തിയവരാണ്.

സമാന്തരമായ ഒരു വീക്ഷണം മതവും സംസ്കാരവും തമ്മിൽ അനന്യത സ്ഥാപിക്കുവാൻ ശ്രമിച്ചുകൊണ്ടുള്ളതായിരുന്നു. ദേശീയതയെ മതാത്മകമാനങ്ങളിൽ സ്ഥാപനവല്ക്കരിക്കുവാൻ ശ്രമിക്കുന്നതായിരുന്നു അത്. 1920 കളിൽ സംഘടനാ സ്വഭാവത്തോടെയും താത്ത്വികഭാവത്തോടെയും അത് ബൗദ്ധികവും രാഷ്ട്രീയവുമായ വ്യവഹാരങ്ങളിൽ നിറഞ്ഞുനിന്നു. അതിനുശേഷവും ആ വീക്ഷണം പ്രചരിപ്പിക്കപ്പെട്ടു. രാധാകുമുദ് മുഖർജി 1921 ൽ നടത്തിയ പ്രസംഗപരമ്പര പിന്നീട് *ഹൈന്ദവ സംസ്കൃതിയിലെ ദേശീയത* (*Nationalism in Hindu Culture*) എന്ന പേരിൽ പുസ്തകമായി പ്രസിദ്ധീകരിക്കപ്പെട്ടു. ഹൈന്ദവ സംസ്കാരവും മതാചാരങ്ങളും ഇന്ത്യൻ ദേശീയതയുമായി ബന്ധപ്പെടുന്നതെങ്ങനെ എന്ന് അന്വേഷിക്കുന്നു. അദ്ദേഹത്തിന്റെ അഭിപ്രായത്തിൽ, ഇന്ത്യയെ രാഷ്ട്രമാക്കുന്ന സംജ്ഞകൾ, ദേശീയതയുടെ ആധാരശിലകളായ തത്ത്വങ്ങൾ, ഋഗ്വേദമന്ത്രങ്ങളിലടങ്ങിയിരിക്കുന്നു. അവ 'മാനവീയതയുടെ ആദ്യനിമന്ത്രണങ്ങളാണ്.[28] ആധുനികകാലത്ത് അതിന്റെ ചരിത്രപരമായ വികാസവും സാന്ദർഭികപ്രകാശവും സാദ്ധ്യമാക്കുന്നത്, മതപരമായ സ്ഥാപനങ്ങളും അനുഷ്ഠാനങ്ങളുമാണ്. തീർത്ഥയാത്രയുടെ പ്രാമുഖ്യത്തിന് ഊന്നൽ നല്കിയിരുന്നു അദ്ദേഹം. വിവിധ ഉദ്ദേശ്യങ്ങൾ നിറവേറ്റുന്നു തീർത്ഥയാത്ര. അത് ഭൂമിശാസ്ത്രപരിചയം വർദ്ധിപ്പിക്കുന്നു; രാഷ്ട്രസ്നേഹത്തെ സുദൃഢമാക്കുന്നു, നിലനിർത്തുന്നു; ദേശസ്നേഹമെന്ന വികാരത്തെ വികസിപ്പിക്കുന്നു; രാഷ്ട്രത്തിന്റെ സാദ്ധ്യതകളിലേക്കും ക്രിയാത്മകളിലേക്കും ജനങ്ങളെ ഉയർത്തുന്നു. അതിന്റെ അഭാവത്തിൽ ജനതയുടെ 'ചക്രവാളങ്ങൾ സീമിതമായും, സ്വന്തം ഇടങ്ങളുടെ അതിരുകൾക്കു ചുറ്റും ഞെരുങ്ങിയും അപരിഷ്കൃതമായും അവശേഷിക്കുന്നു. ഇന്ത്യൻ ദേശീയാവബോധത്തിലെ നിർമ്മാണാത്മക ഘടകങ്ങളിൽ മുഖ്യമായ രാഷ്ട്രത്തെക്കുറിച്ചുള്ള വിപുലമായ ഒരവബോധം, ഉരുവപ്പെടുത്തുന്നത് മതാനുഷ്ഠാനങ്ങളാണ്' – മുഖർജി അഭിപ്രായപ്പെട്ടു.

സംസ്കൃതത്തെ 'ഇന്ത്യയിലെ ദേശീയ സാഹിത്യ'മായി മുഖർജി കണ്ടെത്തി. രാഷ്ട്രനിർമ്മാണമെന്ന 'വിശുദ്ധദൗത്യം' പരിപൂർണ്ണമാക്കുവാൻ സംസ്കൃത സാഹിത്യത്തിലെ ശക്തികളെയാണദ്ദേഹം ചികഞ്ഞത്. സംസ്കൃത സാഹിത്യത്തിൽ 'ദേശീയ ജീവിതത്തിന്റെ വിഭിന്നമായ താല്പര്യങ്ങളെ വികസിപ്പിക്കുവാനാവശ്യമായ ബൗദ്ധികവും സാന്മാർഗ്ഗികവും പ്രായോഗികവും ആയ എല്ലാ ഘടകങ്ങളും അടങ്ങിയിരിക്കുന്ന' തായി അദ്ദേഹം നിരീക്ഷിച്ചു.[29] അഥർവ്വവേദത്തിലെ പൃത്ഥിസൂക്തത്തിൽ മാതൃഭൂമിയെ വാഴ്ത്തുന്ന മന്ത്രങ്ങളെ ഉദാഹരണമായി അദ്ദേഹം ചൂണ്ടിക്കാട്ടി. സംസ്കാര (Culture) വും പരിഷ്കൃതി (Civilization) യും ഒന്നു തന്നെയെന്നു കരുതി, ഇന്ത്യൻ ദേശീയതയിൽ അദ്ദേഹം വ്യക്തമായ ഒരു ഹൈന്ദവസ്വഭാവം ആരോപിച്ചു. ഇന്ത്യയെ ഒരു 'പരിഷ്കൃത രാഷ്ട്ര' (Civilization State) മായി ദർശിക്കുന്ന സമകാലിക ദർശനത്തിൽ ഉൾച്ചേർന്നിരിക്കുന്നത് ഏതാണ്ട് ഇതേ സങ്കല്പനമാണ്.

സംസ്കാരവും ദേശീയതയും തമ്മിലുള്ള ബന്ധത്തെ സ്ഥാപനവല്ക്കരിക്കുന്ന രണ്ടു ധാരകളുണ്ടായിരുന്നു. ഒന്ന്: വിവിധ സാംസ്കാരിക ധാരകളോട് ദേശീയതയെ ബന്ധപ്പെടുത്തി. മറ്റൊന്ന്: ദേശീയതയെ മതവുമായി സാത്മ്യപ്പെടുത്തുന്ന സംസ്കാരത്തോട് ഐക്യപ്പെടുത്തി. ആദ്യത്തെ ധാര മതേതരവും ഭൗമികവുമായ ഒരു ദേശീയതാബോധത്തെ സാദ്ധ്യമാക്കി. രണ്ടാമത്തേത്, മതാത്മക ദേശീയതയെയും വർഗ്ഗീയതയെയും പ്രചരിപ്പിക്കുന്നതിൽ വ്യാപൃതമായി.

വർഗ്ഗീയ രാഷ്ട്രീയം

ഇന്ത്യയിലെ ഹിന്ദുക്കൾക്കും മുസ്ലീങ്ങൾക്കുമിടയിലെ വർഗ്ഗീയ രാഷ്ട്രീയത്തിന്റെ പ്രത്യയശാസ്ത്രം മത-സംസ്കാരങ്ങളുടെ കലർപ്പിൽനിന്നും ഉരുവംകൊണ്ട ദേശീയതാബോധത്തിൽ നിന്ന് ആർജ്ജിച്ചതാണ്. ഈ ബാന്ധവത്തിനും അതിനെ ആധാരമാക്കിക്കൊണ്ടുള്ള സ്വത്വ നിർമ്മിതിക്കും നീണ്ട ചരിത്രമുണ്ട് - ചുരുങ്ങിയത് 19-ാം നൂറ്റാണ്ടിന്റെ മദ്ധ്യത്തോളമെങ്കിലും. 20-ാം നൂറ്റാണ്ടിൽ ബൗദ്ധിക വ്യാഖ്യാനങ്ങളിലൂടെയും രാഷ്ട്രീയപ്രയോഗങ്ങളിലൂടെയും അത് സജീവ സാന്നിദ്ധ്യമാവുകയായിരുന്നു. ഹിന്ദുക്കൾക്കും മുസ്ലീങ്ങൾക്കുമിടയിൽ ഉണ്ടായ ഇത്തരം വികാസങ്ങൾ പരസ്പര ബന്ധമുള്ളവയായിരുന്നില്ല. അതാതു വിഭാഗങ്ങൾക്കിടയിൽത്തന്നെ വർഗ്ഗീയവല്ക്കരണ പ്രക്രിയ സംജാതമാവുകയായിരുന്നു.[30]

ഹൈന്ദവ ദേശീയതയുടെ ആധാര പ്രമാണങ്ങളായ തത്ത്വങ്ങൾ നിർമ്മിച്ചത് വിനായക് ദാമോദർ സവർക്കറാണെന്ന് എല്ലാവർക്കുമറിവുള്ളതാണ്. ഹിന്ദുത്വമെന്ന സങ്കല്പനം കണ്ടെത്തുകയും വികസിപ്പിക്കുകയും ചെയ്തു എന്നതിൽ ഒതുങ്ങുന്നില്ല അദ്ദേഹത്തിന്റെ പങ്കാളിത്തം. അദ്ദേഹം മുന്നോട്ടുവെച്ചത് ഹൈന്ദവദേശീയതയുടെ ആന്തരസത്തയും ആപേക്ഷികതയുമായിരുന്നു. സാംസ്കാരികസ്വത്വത്തിൽ അധിഷ്ഠിതമായ ആന്തരസത്ത. ഹൈന്ദവ ദേശീയതയുടെ ആപേക്ഷികത അതിന്റെ

രാഷ്ട്രീയ മുന്നേറ്റങ്ങളെ വിഭാവനം ചെയ്യുന്നതായിരുന്നു. 1923 ൽ പ്രസിദ്ധീകരിക്കപ്പെട്ട *ഹിന്ദുത്വ* എന്ന ഗ്രന്ഥത്തിൽ ഹൈന്ദവ ദേശീയതയുടെ ആന്തരസത്തയാണ് ചർച്ച ചെയ്യപ്പെട്ടത്. ഹൈന്ദവദേശീയതയുടെ രാഷ്ട്രീയ മുന്നേറ്റങ്ങൾ, അധികം പ്രചാരം നേടാതെപോയ, എന്നാൽ പ്രധാനപ്പെട്ട, *ഇന്ത്യാചരിത്രത്തിലെ ആറ് തേജോമയ ഘട്ടങ്ങൾ* (*Six Glorious Epochs of Indian History*) എന്ന ചരിത്രഗ്രന്ഥത്തിൽ പ്രതിപാദ്യമായി. ഹൈന്ദവരാഷ്ട്രത്തിന്റെ പൗരാണികതയും രാഷ്ട്രത്തിന്റെ മതാത്മകവും സാംസ്കാരികവുമായ അടിത്തറകളുമാണ് ആദ്യഗ്രന്ഥത്തിൽ അന്വേഷണവിധേയമായത്. അതേസമയം, 'തേജോമയ ഘട്ടങ്ങ' ളിൽ ഹിന്ദുക്കൾ എങ്ങനെ വിദേശികളുമായുള്ള സംഘർഷ പരമ്പരകളിലൂടെ ദേശീയാവബോധം രൂപപ്പെടുത്തി എന്ന് അന്വേഷിക്കുകയായിരുന്നു. ദേശീയതയുടെ ഇരുധാരകളും, സാംസ്കാരികവും രാഷ്ട്രീയവും ഒത്തുചേർന്നുകൊണ്ട് ഇന്ത്യയെ എങ്ങനെ ഹിന്ദുരാഷ്ട്രമാക്കിത്തീർത്തു എന്ന് ചിത്രീകരിക്കുകയാണ് ഈ ഗ്രന്ഥത്തിൽ.

സംസ്കാരമാണ് രാഷ്ട്രത്തെ നിർമ്മിക്കുന്നതിൽ കേന്ദ്രസ്ഥാനം വഹിക്കുന്നതെന്നായിരുന്നു സവർക്കറിന്റെ പക്ഷം. ബാക്കിയെല്ലാ ഘടകങ്ങളും അതുകഴിഞ്ഞു വരുന്നവയാണ്. പൊതുവായ പിതൃഭൂമിയുടെയും രക്തത്തിന്റെയും അവകാശം ഇന്ത്യയിലെ മുസ്ലീം – ക്രിസ്ത്യൻ വിഭാഗങ്ങൾ ഉന്നയിച്ചേക്കാം. അത്തരം അവകാശവാദങ്ങൾക്ക് പക്ഷേ, ഹിന്ദുത്വം ആവശ്യപ്പെടുന്ന മാനദണ്ഡങ്ങളെ സാധൂകരിക്കുവാൻ സാധിക്കുകയില്ല. കാരണം ഹിന്ദുക്കളെ ഒരു രാഷ്ട്രമാക്കുന്നത് പൊതുവായൊരു സാംസ്കാരിക സ്വത്വമാണ്. സവർക്കർ നിരീക്ഷിക്കുന്നു:

> പൊതുവായൊരു പിതൃഭൂമിയോ സിരകളിലൂടെ പായുന്ന, ഹൃദയത്തെ മിടിപ്പിക്കുന്ന, വികാരങ്ങളെ ഊഷ്മളമാക്കുന്ന, രക്തമോ മാത്രമല്ല, നമ്മൾ ഹിന്ദുക്കളെ ഒന്നായി നിർത്തുന്നത്. നമ്മുടെ ഹൈന്ദവ സംസ്കൃതിയോട് – നമ്മുടെ പരിഷ്കൃതിയോട്, നാം പുലർത്തുന്ന ആദരവുകൂടി നമ്മെ ഒന്നിപ്പിക്കുന്നു. 'സംസ്കൃതി' എന്ന വാക്കുകൊണ്ടല്ലാതെ അതിനെ കൂടുതൽ മനോഹരമായി വ്യക്തമാക്കുക വയ്യ. സംസ്കൃത ഭാഷയെ സൂചിപ്പിക്കുന്നുണ്ടത്. സംസ്കൃതം ആ സംസ്കാരത്തെ പ്രകാശിപ്പിക്കുന്നതിനും സംരക്ഷിക്കുന്നതിനുമായി തിരഞ്ഞെടുക്കപ്പെട്ട് മഹനീയ ഭാഷയാണ്. ചരിത്രത്തിൽ നമ്മുടെ വംശത്തെ നിലനിർത്തുക – എല്ലാറ്റിലും ശ്രേഷ്ഠവും അതാണ്. നാം ഒന്നാണ്. കാരണം, നാം ഒരു രാഷ്ട്രമാണ്. ഒരു വംശമാണ്. ഒരു പൊതു സംസ്കൃതിയുടെ അവകാശികളാണ്.[31]

ഹൈന്ദവ ദേശീയാവബോധം വികസിതമായത് ചരിത്രാനുഭവങ്ങളിലൂടെയാണ്. ചരിത്രാനുഭവങ്ങൾക്ക് മതാത്മക സ്വഭാവങ്ങളാണുണ്ടായിരുന്നത്. ഇന്ത്യാ ചരിത്രത്തിലെ ആറ് തേജോമയ ഘട്ടങ്ങളെന്ന സവർക്കറുടെ വിവക്ഷകളാണ് മതാത്മക ചരിത്രാനുഭവങ്ങളുടെ ഉറവുകളായത്.

'തേജോമയ ഘട്ടങ്ങ'ളെ മറ്റുള്ളവയിൽനിന്നും അദ്ദേഹം വിവേചിക്കുന്നുണ്ട്. 'അവ കാവ്യസൗന്ദര്യങ്ങളുടെ, സംഗീതത്തിന്റെ, ഐശ്വര്യത്തിന്റെ, താത്ത്വികോന്നതിയുടെ, മതബോധത്തിന്റെ ആഴങ്ങളുടെ എല്ലാം പരീക്ഷണങ്ങളെ അതിജീവിക്കുന്നു.' "യുദ്ധസന്നദ്ധരായ തലമുറകളുടെ, ധീരനായകരുടെ, വിജയികളായ യോദ്ധാക്കളുടെ ചരിത്രം' അതിൽ മുഴുകുന്നവരെ, 'ഉത്തേജിപ്പിക്കുകയും വൈദേശികാധിപത്യത്തിനു കീഴിൽ ഞെരുങ്ങുന്ന രാഷ്ട്രത്തെ മോചിപ്പിക്കുവാനുള്ള വിമോചനസമരത്തിന് മാർഗ്ഗതത്ത്വമാവുകയും ചെയ്യുന്നു.'[32] വൈദേശിക അക്രമികളെ – യവനരെ, ശകരെ, കുഷാണരെ, ഹൂണരെ, മുസ്ലിങ്ങളെ, ബ്രിട്ടീഷുകാരെ ഹിന്ദുക്കൾ ഫലപ്രദമായി നേരിട്ട ആറ് ഘട്ടങ്ങൾ സവർക്കർ ഇന്ത്യാചരിത്രത്തിൽ കണ്ടെത്തി. ഈ യുദ്ധങ്ങളാണ് ഹിന്ദുക്കളുടെ ദേശീയാവബോധം ഉണർത്തിയത്. ഒരു രാഷ്ട്രമായി അവരെ ഒന്നിപ്പിച്ചു നിർത്തിയത്.

ഇന്ത്യാചരിത്രത്തെ സംബന്ധിച്ച് തീർത്തും വിഭിന്നമായ ഒരു കാഴ്ചപ്പാടാണ് അദ്ദേഹത്തിന്റെ ഹിന്ദുത്വപൂർവ്വ ഘട്ടത്തിൽ സവർക്കർക്കുണ്ടായിരുന്നത്. ഇക്കാര്യം ശ്രദ്ധേയമാണ്. 1857 ലെ കലാപത്തെക്കുറിച്ചുള്ള അദ്ദേഹത്തിന്റെ വിഖ്യാതഗ്രന്ഥത്തിൽ ഹിന്ദുക്കളും മുസ്ലീങ്ങളുമായ ജനത ബ്രിട്ടീഷുകാരെ തുരത്തുവാൻ നടത്തിയ വീരോചിത ശ്രമങ്ങൾ അദ്ദേഹം വർണ്ണിച്ചിട്ടുണ്ട്. പില്ക്കാല ഹൈന്ദവകേന്ദ്രിത ദർശനത്തിനു വിരുദ്ധമായി കലാപത്തെ മതത്തിന്റെ കൂട്ടിക്കെട്ടലുകളില്ലാതെ, ജനങ്ങളുടെ സാമാന്യ ഇടപെടലായാണ് അദ്ദേഹം ദർശിച്ചത്. കലാപത്തിന്റെ ആദ്യനാളുകളെ അദ്ദേഹം വർണ്ണിച്ചിരിക്കുന്നതിങ്ങനെയാണ്:

> ഹിന്ദുക്കളും മുഹമ്മദീയരും ഇന്ത്യ തങ്ങളുടെ രാഷ്ട്രമാണെന്നും, തങ്ങളെല്ലാം സഹോദരരാണെന്നും പ്രഖ്യാപിച്ച ആ അഞ്ചുദിനങ്ങൾ. ദൽഹിയിൽ ദേശീയ സ്വാതന്ത്ര്യത്തിന്റെ പതാക ഹിന്ദുക്കളും മുഹമ്മദീയരും ഒരുമിച്ചുയർത്തിയ ആ ദിനങ്ങൾ. ആ ഉജ്ജ്വലദിനങ്ങൾ ഹിന്ദുസ്ഥാനിന്റെ ചരിത്രത്തിൽ ചിരപ്രതിഷ്ഠ നേടട്ടെ.[33]

ഭൂതകാലത്തെക്കുറിച്ചുള്ള മതേതരമായ കാഴ്ചപ്പാടുകളിൽനിന്ന് മതാത്മക കാഴ്ചപ്പാടുകളിലേക്കുള്ള ചുവടുമാറ്റം, ഇന്ത്യൻ ബുദ്ധിജീവികളിലെ ഒരു വിഭാഗത്തിനിടയിൽ വന്ന ബൗദ്ധിക രോഗലക്ഷണമാണ്. രാഷ്ട്രത്തെ മതാത്മകമായി നിർമ്മിക്കണമെങ്കിൽ, ഭൂതകാലത്തെ തീർച്ചയായും മതത്തിന്റെ മൂശയിൽ വാർത്തെടുക്കേണ്ടതുണ്ട്. ഇത്തരമൊരു സാഹചര്യത്തിലാണ് ഹൈന്ദവ ദേശീയതയുടെ വക്താവായി സവർക്കർ രംഗപ്രവേശം ചെയ്യുന്നത്. തന്റെ തന്നെ വിപ്ലവാത്മകവും മതേതരവുമായ ഭൂതകാലത്തെ തള്ളിപ്പറഞ്ഞുകൊണ്ടായിരുന്നു ആ രംഗപ്രവേശം.[34]

ഇരുപതാം നൂറ്റാണ്ടിലുടനീളം സവർക്കർ രൂപപ്പെടുത്തിയ മതസാംസ്കാരിക ദേശീയത ഹൈന്ദവവർഗ്ഗീയതയുടെ മൂലതത്ത്വമായി ഘനീഭവിച്ചു. മതത്തിന്റെ വ്യവഹാരതലത്തിൽ കൈകാര്യം ചെയ്യപ്പെട്ട സംസ്കാരം, രാഷ്ട്രീയത്തേക്കാൾ പ്രാമുഖ്യം കല്പിക്കപ്പെട്ടതായി. ഈ പ്രക്രിയയുടെ പ്രായോജകൻ എം എസ് ഗോൾവാൾക്കർ ആയിരുന്നു. ആ ആശ

യത്തെ വികസിപ്പിച്ചുകൊണ്ട് ഗോൾവാൾക്കർ അവകാശപ്പെട്ടു: 'ഹിന്ദു മതമെന്നത് സർവ്വാഗിരണശേഷിയുള്ള തത്ഥ്യയും..... ഹിന്ദുസ്ഥാനിന്റെ ആത്മാവുമാകുന്നു. നമ്മുടെ ജീവിതത്തിൽ, വൈയക്തികമോ, സാമൂഹികമോ രാഷ്ട്രീയമോ ആയ ഏതു പ്രവൃത്തിയിലും മതത്തിന്റെ ഉല്പന്നമാണ്, അതിന്റെ ദേഹത്തിലെ ഒരു ഭാഗം, അതിൽനിന്നും വിവേചിച്ചെടുക്കാനാവാത്തത്.'[35] സാംസ്കാരിക ദേശീയതയെ ഹൈന്ദവദേശീയതയായി കണ്ടെത്തുകയാണുണ്ടായത്. ദേശീയ ജീവിതത്തിലെ സവിശേഷതകളത്രയും ഹൈന്ദവമായി ഗണിക്കപ്പെട്ടു. രാഷ്ട്രത്തിൽനിന്നും അഹിന്ദുക്കളെ ഒഴിവാക്കുക എന്നത്, ഗോൾവാൾക്കർ പറഞ്ഞതുപോലെ, അതിനുശേഷമുള്ള വർഗ്ഗീയ രാഷ്ട്രത്തിന്റെ അവിഭാജ്യഘടകമായി.[36]

മുസ്ലീം വിഘടന പ്രസ്ഥാനങ്ങൾക്കും 20–ാം നൂറ്റാണ്ടിൽ മുന്നേറ്റങ്ങൾ നടത്തുവാനായിട്ടുണ്ട്. മതാത്മകതയെ അടിസ്ഥാനപ്പെടുത്തിക്കൊണ്ടുള്ള സാംസ്കാരികദേശീയതയുടെ ഒരു തലം അവരിലുണ്ട്. ദ്വിരാഷ്ട്രവാദത്തെ തൊട്ടുണർത്തിയ മുഹമ്മദ് അലി ജിന്ന, രാഷ്ട്രീയ അധികാരത്തെ സാക്ഷാൽക്കരിക്കുന്നതിനായുള്ള ത്വരയിൽ അവകാശപ്പെടുകയുണ്ടായി: 'ഏതു നിർവ്വചനപ്രകാരവും മുസ്ലീം ജനത ഒരു രാഷ്ട്രമാണ്. അവർക്ക് അവരുടേതായി ആവാസഭൂമികളും സാമ്രാജ്യവും രാഷ്ട്രവും വേണം.'[37] മുസ്ലീം ലീഗിന്റെയും ഹിന്ദുമഹാസഭയുടെയും രാഷ്ട്രീയം മതദേശീയതയിൽ അധിഷ്ഠിതമായിരുന്നു. മുസ്ലീംലീഗിന് എടുത്തുപറയത്തക്ക നേട്ടങ്ങളുമുണ്ടായിരുന്നു. എങ്കിലും പലരും അതിന്റെ ചരിത്രപരവും പ്രായോഗികവുമായ ദൗർബല്യങ്ങളെ വ്യക്തമാക്കിയിട്ടുണ്ട്. ഇന്ത്യൻ നാഷണൽ കോൺഗ്രസിന്റ രാംഘഡ് സമ്മേളനത്തെ അഭിസംബോധന ചെയ്ത് മൗലാനാ അബ്ദുൾകലാം ആസാദ് പറഞ്ഞു:

> പതിനൊന്ന് നൂറ്റാണ്ടുകളായുള്ള പൊതുചരിത്രം ഇന്ത്യയെ നമ്മുടെ പൊതുനേട്ടങ്ങളെക്കൊണ്ട് സമ്പന്നമാക്കി. നമ്മുടെ സംസ്കാരം, കല, സ്വഭാവങ്ങൾ, ആചാരങ്ങൾ, ദൈനംദിന ജീവിതത്തിലെ ആകസ്മിക സംഭവങ്ങൾ. എല്ലാത്തിലും നമ്മുടെ പൊതുപ്രയത്നങ്ങളുടെ സാന്നിദ്ധ്യമുണ്ട്... ഈ ആയിരം വർഷത്തെ നമ്മുടെ പൊതുജീവിതം ഒരു പൊതു ദേശീയതയായി പരിണമിച്ചിരിക്കുന്നു.[38]

ദ്വിരാഷ്ട്രവാദത്തിനെതിരായി ആസാദ് ഉന്നയിച്ച വിമർശനത്തെ പിന്തുണയ്ക്കാൻ മുസ്ലീങ്ങൾക്കും ഹിന്ദുക്കൾക്കുമിടയിൽ ഏറെപ്പേരുണ്ടായി. വ്യക്തികൾ മാത്രമല്ല, പല മുസ്ലിം സംഘടനകളും, പ്രത്യേകിച്ചും തെന്നിന്ത്യയിലുള്ളവ, മതത്തിന്റെ അടിസ്ഥാനത്തിൽ ജനങ്ങളെ വിഭജിക്കുന്നതിനെ എതിർത്തു. കോൺഗ്രസ് നേതാക്കളിൽ ഗാന്ധിജിയായിരുന്നു ഏറ്റവും ശക്തിയായി വിഭജനത്തെ എതിർത്തത്. 'ഹൈന്ദവതയും ഇസ്ലാമും രണ്ടു വിരുദ്ധ സംസ്കൃതികളെയും തത്ത്വസംഹിതകളെയും പ്രതിനിധാനം ചെയ്യുന്നു എന്ന ആശയത്തിനെതിരെ എന്റെ ആത്മാവ്

കലഹിക്കുന്നു.... ഹിന്ദുക്കളായിരുന്ന ദശലക്ഷക്കണക്കിന് ഇന്ത്യക്കാർ ഇസ്ലാം മതാനുഭാവികളാവുന്നതോടെ, തങ്ങളുടെ ദേശീയതയെ തിരസ്കരിച്ചു എന്ന വാദം എനിക്ക് ഉൾക്കൊള്ളാനാവുന്നില്ല.[39] രാഷ്ട്രത്തെ മതാത്മബന്ധങ്ങളില്ലാത്ത, മതേതര സാകല്യമായാണ് ഗാന്ധിജി ഉൾക്കൊണ്ടത്. മതാത്മകദേശീയത ഏറെ ചാലകശക്തിയുള്ളതായിരുന്നു. അതിന്റെ സ്വാധീനത്തെ വ്യക്തമാക്കുകയാണ്, മുസ്ലീങ്ങളുടെ ജന്മദേശം യാഥാർത്ഥ്യമായത് 1947 ലാണ്, എന്ന ജിന്നയുടെ പ്രസ്താവന.

മതാധിഷ്ഠിതമായ സാംസ്കാരിക ദേശീയത എത്ര ദുർബ്ബലമാണെന്ന് വ്യക്തമാക്കുന്നതാണ് കഴിഞ്ഞ 50 വർഷത്തെ ഉപഭൂഖണ്ഡത്തിന്റെ ചരിത്രം. ഉദാഹരണമായി ഒരു പൊതു മതസ്വത്വമുണ്ടായിട്ടുകൂടി പാകിസ്ഥാന് അതിന്റെ വിവിധ പ്രദേശങ്ങളെ ഒന്നിച്ചു നിർത്തുവാനായില്ല. ബംഗ്ലാദേശത്തിന്റെ വിട്ടുപോകൽ മതവും സംസ്കാരവും തമ്മിലെ വ്യതിരേകം വ്യക്തമാക്കുന്നു. വേർപിരിയുന്നതിനായുള്ള മുന്നേറ്റത്തെ പ്രചോദിപ്പിച്ചത് പ്രധാനമായും സാംസ്കാരിക പ്രശ്നങ്ങളാണ്. പാകിസ്ഥാന്റേതിൽ നിന്നു വിപരീതമാണ് ഇന്ത്യൻ അനുഭവം. അത് സംസ്കാരവും മതവും തമ്മിലെ വ്യത്യാസങ്ങളെ ആഴത്തിൽ ഉറപ്പിക്കുന്നു. ബഹുമതാത്മകവും ബഹുസാംസ്കാരികവുമായ ജനസംഖ്യാചിത്രമാണ് ഉള്ളതെങ്കിലും , ആഭ്യന്തര സംത്രാസങ്ങളെ അതിജീവിച്ച് ഒരു ജനാധിപത്യ രാഷ്ട്രമായി നിലനില്ക്കുവാൻ ഇന്ത്യക്ക് കഴിഞ്ഞിരിക്കുന്നു. ഇതു സാദ്ധ്യമായത് മതേതരവും പ്രവിശ്യാ സംബന്ധിയുമായ ദേശീയതയുടെ തത്ത്വങ്ങളുടെ അടിസ്ഥാനത്തിലാണ് ഇന്ത്യൻ രാഷ്ട്രതന്ത്രം വികസിപ്പിക്കപ്പെട്ടത് എന്നതിനാലാണ്.

വിഭജനത്തിന്റെ അനുഭവങ്ങളെ വവെയ്ക്കാതെ മതേതരവും പ്രവിശ്യാ സംബന്ധിയുമായ ദേശീയതയെ 1950 ൽ തെരഞ്ഞെടുത്തതിലൂടെ, മതാത്മക ദേശീയതയെ ശക്തമായി നിഷേധിക്കുകയായിരുന്നു ഇന്ത്യൻ ജനത. ലോകത്തിലെ ഒരുവിധം എല്ലാ മതവിഭാഗത്തിലെയും അംഗങ്ങൾ അധിവസിക്കുമ്പോൾ, രാഷ്ട്രത്തിന് ഏതെങ്കിലും പ്രത്യേക മതത്തോട് ആത്മൈക്യം പുലർത്തുവാൻ സാധിക്കുകയില്ല. ഗാന്ധിജി പറഞ്ഞിട്ടുണ്ട്: 'ഇന്ത്യയിൽ ഹിന്ദുക്കൾ മാത്രമേ ഉണ്ടാകാവൂ എന്ന് ഹിന്ദുക്കൾ ആഗ്രഹിക്കുന്നുവെങ്കിൽ, അവർ ജീവിക്കുന്നത് ഒരു സ്വപ്നലോകത്താണ്. കാരണം ഒരു ബഹുസാംസ്കാരിക ബഹുമത സമൂഹത്തിന്റെ ഒസ്യത്താണ് ചരിത്രം ഇന്ത്യക്കാർക്ക് നല്കിയിട്ടുള്ളത്.[40] വിഭജനം ഈ ചരിത്രത്തെ മായ്ച്ചുകളഞ്ഞില്ല. അതിനുപകരം, മതേതര പാരമ്പര്യത്തെ അത് ഉറപ്പിക്കുകയും പ്രത്യക്ഷപ്പെടുത്തുകയും ചെയ്തു.

ഇരുപതാം നൂറ്റാണ്ടിന്റെ പകുതിയോടെ, ആക്രമണോത്സുക ദേശീയതയിൽ ലീനമായ മതാത്മകതയുടെയും ഫാസിസത്തിന്റെയും അപകടങ്ങളെക്കുറിച്ച് ഇന്ത്യൻ ബുദ്ധിജീവികൾ തികച്ചും ബോധവാന്മാരായി. ആക്രമണോത്സുക ദേശീയതയാൽ പ്രചോദിതമാക്കപ്പെട്ട 'ആത്മസ്നേഹം' ഹിംസാത്മകതയിലും അടിച്ചമർത്തലിലും വെറുപ്പിലും കലാശിക്കുന്നു. ഇന്ത്യയും ഇവയിൽനിന്നു മുക്തമായിരുന്നില്ല. ഈ അനുഭവ

ത്തിന്റെ വെളിച്ചത്തിൽ, സാന്മാർഗ്ഗികതയാൽ പരിപക്വമാക്കപ്പെടാത്ത ദേശീയതയ്ക്ക് ഇന്ത്യയിൽ ജനപിന്തുണ നേടാനായില്ല. 'നാശം, ശാപം' എന്നു വിധിച്ച് ജവാഹർലാൽ നെഹ്റു അതിനെ തള്ളിക്കളഞ്ഞപ്പോൾ, 'വലിയ ഭീഷണി'യെന്ന് ടാഗോർ അതിനെ വിശേഷിപ്പിച്ചു.[41] ദേശീയ വിമോചന സമരകാലത്തു തന്നെ വ്യക്തമായിത്തുടങ്ങിയതും, ഭരണഘടനാ സമിതിയിൽ ഇഴചികഞ്ഞുള്ള ചർച്ചകൾക്കു വിധേയമായതും, മാനവികാടിത്തറയുള്ള ബദൽ ദേശീയതയായിരുന്നു. അതിൽ രാഷ്ട്രീയ സ്വാതന്ത്ര്യത്തിനും സാമ്പത്തിക നീതിക്കും സാമൂഹിക ഐക്യത്തിനും സ്ഥാനം കല്പിച്ചിരുന്നു. മതത്തെയും സംസ്കാരത്തെയും വ്യാമിശ്രമാക്കുന്ന വർഗ്ഗീയ രാഷ്ട്രീയത്തിന്റെ പുനരുത്ഥാനത്തോടെ, ഇന്നു ബലിക്കല്ലിൽ കിടക്കുന്നത്, സദ്ഗുണങ്ങളുള്ള ദേശീയാവബോധമാണ്. അത്തരം ദേശീയാവബോധത്തിന്റെ അഭാവത്തിൽ ഇന്ത്യക്ക് രാഷ്ട്രമെന്ന രീതിയിൽ നിലനില്ക്കുക ഏറക്കുറെ അസാദ്ധ്യമാണ്.

കുറിപ്പുകൾ

1. *Proceedings of the International Congress on Jose Rizal,* മനില, 1971, പേജ് 125. അദ്ദേഹത്തിന്റെ സാഹിത്യകൃതികളിൽ *Note me tangere*, എന്ന നോവൽ ഫിലിപ്പൈൻസിലെ ദേശീയ മുന്നേറ്റത്തെ ഏറെ സ്വാധീനിച്ചിട്ടുണ്ട്.
2. അമിൽകാർ കാബ്രാൾ, *Unity and Struggle,* ലണ്ടൻ, 1980, പേജ് 143.
3. അമിൽകാർ കാബ്രാൾ, *The Role of Culture in the Struggle for Independence,* യുനെസ്കോ കോൺഫറൻസിൽ അവതരിപ്പിച്ച പ്രബന്ധം, പാരിസ്, 3–7 ജൂലൈ 1972.
4. പാർത്ഥചാറ്റർജി, *Nationalist Thought and the Colonial World: A Derivative Discourse,* ദില്ലി, 1986; കുങ്കും സങ്കാരി, സുധേഷ് വെയ്ദ്, *(ed.) Recasting Women* ലെ The Nationalist Resolution of the Women's Question', ദില്ലി, 1989; *The Nation and its Fragments,* ദില്ലി 1995.
5. *The Nation and its Fragments,* പേജ് 6.
6. ടി.
7. ടി.
8. ടി.
9. ഈ ആശയത്തിന്റെ വികസിതരൂപത്തിന് കെ എൻ പണിക്കരുടെ, *Culture, Ideology and Hegemony: Intellectuals and Social Consciousness* ill *Colonial India,* ദില്ലി, 1995.
10. മനോക്ജിയും ജഡ്ജും തമ്മിൽ നടന്ന സംഭാഷണങ്ങളുടെ ദൃക്സാക്ഷി വിവരണം, *ബോംബെ ഗസറ്റ്*, 2 ഏപ്രിൽ, 1862.
11. ഫോറിൻ ഡിപ്പാർട്ട്മെന്റ്, 22 ഡിസം. 1854, നമ്പ്ര് 263–65, നാഷണൽ ആർക്കൈവ്സ് ഓഫ് ഇന്ത്യ, ദില്ലി.

12. ആഭ്യന്തരവകുപ്പ്, പൊതുവിഭാഗം, 4 ഏപ്രിൽ 1968, നമ്പ്ര് 23.
13. *ദ ടൈംസ് ഓഫ് ഇന്ത്യ*, 15 ഏപ്രിൽ, 1862.
14. *ദ ഹിന്ദു ഇന്റലിജെൻസർ*, 12 ജൂൺ, 1854.
15. ടി., 9 മാർച്ച്, 1854.
16. ബോംബെ ഗസറ്റ്, 15 ഏപ്രിൽ 1862, *ദ ടൈംസ് ഓഫ് ഇന്ത്യ*, 16 ഏപ്രിൽ 1862; *ദ ഹിന്ദു ഇന്റലിജെൻസർ*, 9 മാർച്ച് 1957, ബോംബെ ഗസറ്റ്.
17. മനോക്ജീ കോവാസ്ജീ എൻറ്റീ, *Memorial to Sir Battle Frere, the Governor of Bombay,* 5 ജൂൺ 1862.
18. *ദ ടൈംസ് ഓഫ് ഇന്ത്യ*, 16 ഏപ്രിൽ 1852; *ദ ഹിന്ദു ഇന്റലിജെൻസർ*, 7 മാർച്ച് 1857; *ബോംബെ ഗസറ്റ്*, 15, 23 ഏപ്രിൽ 1862.
19. *ദ ടൈംസ് ഓഫ് ഇന്ത്യ*, 6 മെയ് 1862.
20. മഞ്ജുചതോപാദ്ധ്യായ ഉദ്ധരിച്ചത്, *Petition to Agitation: Bengal,* 1857–1885, കല്ക്കത്ത, 1985, പേജ് 8.
21. എമ്മ താർലോ, *Clothing Matters,* ദില്ലി, 1996, പേജ് 58–59.
22. എമ്മ താർലോ ഉദ്ധരിച്ചത്, പേജ് 60.
23. *മഹാത്മാഗാന്ധിയുടെ സമാഹൃത കൃതികൾ*, Vol X, 1909–11, പേജ് 60, ദില്ലി, 1977.
24. ബിപിൻചന്ദ്ര ഉദ്ധരിച്ചത് *The Rise and Growth of Economic Nationalism in India,* ദില്ലി, 1969, പേജ് 10.
25. എം എസ് എസ് പാണ്ഡിയൻ, 'Denationalising the Past: Nation in E.V. Ramaswamy's Political Discourse', *EPW,* Vol. XXVII, ലക്കം 42, 1993.
26. ആനന്ദ കെ കുമാരസ്വാമി, *Essays in National Idealism,* കൊളംബോ, 1909, പേജ് 11.
27. ജവഹർലാൽ നെഹ്റു, 'India was like some ancient palimpsest on which layer upon layer of thought and reverie has been inscribed, and yet no succeeding layer has completely hidden or erased what had been hidden previously', *Discovery of India,* ലണ്ടൻ, 1956, പേജ് 46.
28. രാധാകുമുദ് മുഖർജി, *Nationalism in Hindu Culture,* ലണ്ടൻ, 1921, പേജ് 52.
29. ടി. പേജ് 9.
30. ഒരു സമുദായത്തിലെ വർഗ്ഗീയത മറ്റൊന്നിലേതിനോടുള്ള പ്രതികരണമെന്ന നിലയിൽ ഉരുവപ്പെട്ടതാണെന്ന് സ്ഥാപിക്കുന്നതാണ് ചരിത്രരചനയിലെ പൊതുപ്രവണത. ഒരു തരത്തിൽ ഉജ്ജ്വലമായ ഗ്യാനേന്ദ്രപാണ്ഡയുടെ പഠനം 1920 ലെ ഹിന്ദു വർഗ്ഗീയ പ്രത്യയശാസ്ത്രം ഉരുവപ്പെട്ടത് മുസ്ലീം അതിക്രമങ്ങളോടുള്ള പ്രതികരണമെന്ന നിലയിലാണെന്നു വിലയിരുത്തുന്നു. ഇരുവിഭാഗങ്ങളിലും സ്വാഭാവികമായി സംഭവിച്ച വർഗ്ഗീയവല്ക്കരണ പ്രക്രിയയെ ഇതു

തമസ്കരിക്കുന്നു. ഗ്യാനേന്ദ്രപാണ്ഡേ, The Construction of Communalism in Colonial India, ദില്ലി, 1990.

31. വിനായക് ദാമോദർ സവർക്കർ, ഹിന്ദുത്വ, ദില്ലി, 1989, പേജ് 91–92.

32. ടി – *Six Glorious Epochs of Indian History,* പൂന, 1885, പേജ് 2.

33. ടി – *The Indian War of Independence,* ദില്ലി, 1970, പേജ് 26.

34. സവർക്കർ എങ്ങനെ ഇത്തരം മാറ്റത്തിനു വിധേയനായി എന്നത് അവ്യക്തമാണ്. 1911 നും 1921 നും ഇടയിലെ ആന്തമാൻ തടവിനിടയിൽ മാറ്റം സംഭവിച്ചിരിക്കാനാണു സാദ്ധ്യത. അക്കാലത്ത്, ജർമ്മനിയിലെ വംശീയ ദേശീയതയുടെ ആചാര്യനായിരുന്ന ബ്ലൂൺചിലിന്റെ കൃതികൾ അദ്ദേഹം വായിക്കുകയുണ്ടായി. ക്രിസ്റ്റഫർ ജാഫ്രിലോട്ട്, *The Hindu Nationalist Movement in India,* ദില്ലി, 1993, പേജ് 32.

35. എം എസ് ഗോൾവാൾക്കർ, *We or the Nationhood Defined,* നാഗ്പൂർ, 1947, പേജ് 51–52.

36. ഹിന്ദു യൂത്ത് കോൺഫറൻസിന്റെ ലഖ്നൗ സമ്മേളനത്തെ അഭിസംബോധന ചെയ്തുകൊണ്ട്, ബി എസ് മൂഞ്ഞ്ജേ, ഹിന്ദു മഹാസഭാ അദ്ധ്യക്ഷൻ പറഞ്ഞു: 'Hindus constitute the national community and create and formulate the nationalism of the nation .... in this land there is only one nation, that is the Hindu nation and there is only one nationalism, that is only Hindu Nationalism'. *ദ പയനീർ*, 5 മാർച്ച് 1940.

37. എം എ ജിന്ന (ed.) *India's Problem of Her Future Constitution,* ലാഹോർ, 1940, പേജ് 1–15. അയേഷ ജലാൽ, *The Sole Spokesman: Jinnah, the Muslim League and the Demand for Pakistan,* *കാമ്പ്രിഡ്ജ്*, 1985, പേജ് 57–58.

38. മൗലാനാ അബ്ദുൾകലാം ആസാദ്, അദ്ധ്യക്ഷപ്രസംഗം രാംഘഡ് സമ്മേളനം, 19 മാർച്ച് 1940.

39. *ഹരിജൻ*, 13 ഏപ്രിൽ 1940.

40. *മഹാത്മാഗാന്ധിയുടെ സമാഹൃതകൃതികൾ*, Vol X, 1990–11, ദില്ലി, 1994, പേജ് 29.

41. *രബീന്ദ്രനാഥ ടാഗോറിന്റെ ഇംഗ്ലീഷ് കൃതികൾ*, Vol II, ദില്ലി, 1996, പേജ് 458.

പൊതുമണ്ഡലവും മതനിരപേക്ഷതയും

ആധുനികതയുടെയും നവോത്ഥാന പ്രവർത്തനങ്ങളുടെയും ഭാഗമായിട്ടാണ് ഇന്ത്യയിൽ പൊതുമണ്ഡലം രൂപപ്പെട്ടത്. ഇന്ത്യയിൽ വളർന്നു വികസിച്ച ജനാധിപത്യ-മതേതര ആശയങ്ങളുമായി പൊതുമണ്ഡലത്തിന് അഭേദ്യബന്ധമുണ്ട്. ഇന്ത്യൻ സമൂഹത്തിൽ സംവാദാത്മക സാദ്ധ്യതകൾ തുറന്നുവെച്ചത് പൊതു ജനാധിപത്യ സ്ഥലി എന്നു വിശേഷിപ്പിക്കാവുന്ന പൊതുമണ്ഡലമാണ്. സാമൂഹിക-രാഷ്ട്രീയ-സാംസ്കാരിക മണ്ഡലങ്ങളിൽ രൂപപ്പെടാറുള്ള ഒട്ടേറെ പ്രശ്നങ്ങൾ കൂട്ടായി ചർച്ച ചെയ്ത് പരിഹരിക്കുവാൻ ഇത്തരം പൊതുമണ്ഡലങ്ങൾക്ക് മുൻകാലങ്ങളിൽ കഴിഞ്ഞിരുന്നു. എന്നാൽ ഇന്ന് നമ്മുടെ പൊതുമണ്ഡലം അതിന്റേതായ ധർമ്മം നിർവ്വഹിക്കുന്നുണ്ടോ? പൊതുമണ്ഡലം ആരോഗ്യകരമായ അവസ്ഥയിലാണോ നിലകൊള്ളുന്നത്? ഉത്തരം തേടേണ്ട പ്രസക്തമായ ചോദ്യങ്ങളാണിവ.

പൊതുമണ്ഡലത്തിന്റെ സ്വഭാവം

പൊതുമണ്ഡലത്തിന്റെ പ്രധാന സ്വഭാവങ്ങളിൽ ഒന്ന് ഭരണകൂടത്തെ വിമർശനാത്മകമായി സമീപിക്കുക എന്നതാണ്. "സമൂഹവും ഭരണകൂടവും തമ്മിലുള്ള വിനിമയത്തിന് മാധ്യസ്ഥം വഹിക്കുന്ന മണ്ഡലം. ഇവിടെ പൊതുജനം പൊതു അഭിപ്രായത്തിന്റെ വാഹകർ എന്ന നിലയിൽ സംഘടിക്കപ്പെടുന്നു" എന്ന് ഹേബർ മാസ് പൊതുമണ്ഡലത്തെ നിർവ്വചിച്ചിട്ടുണ്ട്.

ഇന്ത്യയെ സംബന്ധിച്ചിടത്തോളം കൊളോണിയൽ കാലഘട്ടത്തിന്റെ ആരംഭത്തിൽ, ഭരണകൂടത്തെ വിമർശിക്കുക എന്നത് ഏറെ പ്രയാസകരമായ കാര്യമായിരുന്നു. 19-ാം നൂറ്റാണ്ടിന്റെ അന്തിമഘട്ടത്തിൽ ഇന്ത്യയിൽ നിരവധി ചെറിയ ചെറിയ പൊതുമണ്ഡലങ്ങൾ രൂപപ്പെട്ടതായി കാണാം.

അവ ഒരേസമയം ദ്വിമുഖ സ്വഭാവത്തോടെയാണ് പ്രവർത്തിച്ചിരുന്നത്. അതിൽ ചില ഗ്രൂപ്പുകളുടെ നേതൃത്വത്തിൽ ക്രിയാത്മകമായ ചർച്ചകളും സംവാദങ്ങളും സംഘടിപ്പിക്കപ്പെട്ടു. ഇവർ സാമൂഹിക അനാചാരങ്ങളെയും ഭരണകൂടത്തെയും നിശിതമായി വിമർശിച്ചു. തീർച്ചയായും സമൂഹത്തിൽ അവ ഒട്ടേറെ മാറ്റങ്ങൾക്ക് വഴിതെളിച്ചു. ഇങ്ങനെ 19-ാം നൂറ്റാണ്ടിന്റെ ആരംഭത്തിൽ സന്നദ്ധ സംഘടനകൾ രൂപപ്പെടുത്തിയ പൊതുമണ്ഡലം വഴി ഇവിടെ ശക്തമായ മതേതര ഇടം രൂപംകൊള്ളുകയുണ്ടായി.

ഇതേ കാലഘട്ടത്തിൽ ആരംഭിച്ച പത്ര മാധ്യമങ്ങളും പൊതുമണ്ഡലത്തിന്റെ ദൗത്യം നിർവ്വഹിച്ചിരുന്നതായി കാണാം. *ബംഗാൾ ഗസറ്റ്* ബ്രിട്ടീഷ് ഭരണത്തെ അതിനിശിതമായി വിമർശിച്ചുകൊണ്ട് എഴുതുകയുണ്ടായി. അതേ കാലത്ത് പ്രസിദ്ധീകരിച്ച മറ്റു ചില പത്രങ്ങളും ഇതേ ധർമ്മം നിർവ്വഹിച്ചിരുന്നു. അതിന്റെ ഫലമായി ബ്രിട്ടീഷ് സർക്കാരിൽ നിന്നുള്ള ശക്തമായ എതിർപ്പുകൾ അവ നേരിട്ടു. ചില പത്രസ്ഥാപനങ്ങൾ അടച്ചുപൂട്ടുക പോലുമുണ്ടായി.

പൊതുമണ്ഡലത്തെ രൂപപ്പെടുത്തിയ മറ്റൊരു ഘടകം വിദ്യാഭ്യാസ മേഖലയാണ്. ഭരണകൂടം നേരിട്ടു നടത്തിയിരുന്ന വിദ്യാഭ്യാസ സ്ഥാപനങ്ങളും സ്വകാര്യ വ്യക്തികളുടെ മേൽനോട്ടത്തിൽ പ്രവർത്തിച്ചിരുന്ന വിദ്യാലയങ്ങളും അന്ന് നിലനിന്നിരുന്നു. ഇവ സൃഷ്ടിച്ച മതേതര – ജനാധിപത്യ അവബോധ രൂപീകരണം പൊതുമണ്ഡലത്തിന്റെ രൂപീകരണത്തിൽ ചെറുതല്ലാത്ത പങ്ക് വഹിക്കുകയുണ്ടായി. വിദ്യാസമ്പന്നരായ ആളുകൾ എല്ലാ വിഭാഗങ്ങൾക്കിടയിലും മുമ്പില്ലാത്ത വിധം വർദ്ധിച്ചത് സമൂഹങ്ങൾക്കിടയിൽ ഉണ്ടായിരുന്ന അകലം കുറയ്ക്കുകയും എല്ലാ വിഭാഗം ജനങ്ങൾക്കും ഒത്തുചേരാനുള്ള ഇടം സൃഷ്ടിക്കുകയും ചെയ്തു.

ഇത്തരത്തിൽ രൂപപ്പെട്ട സ്ഥലികൾ ജനാധിപത്യത്തിന് പ്രവർത്തിക്കാനുള്ള ഇടമായി മാറി. ജനാധിപത്യത്തിന് സാദ്ധ്യതയുള്ള മേഖലകൾ മതേതര മൂല്യങ്ങൾക്ക് വളരുവാൻ സാഹചര്യമൊരുക്കുക സ്വാഭാവികമാണ്. ജനാധിപത്യ സ്ഥലി അർത്ഥവത്താകുന്നതുപോലും മതേതര മൂല്യങ്ങൾക്ക് ഇടം ലഭിക്കുന്നതോടെയാണല്ലോ.

മതേതരത്വം രാഷ്ട്രീയപരം, സാമൂഹികപരം എന്നിങ്ങനെ രണ്ടുതരത്തിലാണ് നിലകൊള്ളുന്നത്. ഇവ രണ്ടും പൂരകവുമാണ്. രാഷ്ട്രീയ മതേതരത്വത്തിന്റെ പ്രധാനപ്പെട്ട ഉപകരണം ഭരണകൂടമാണ്. ഭരണകൂടം മതേതരത്വം ഉയർത്തിപ്പിടിച്ചാൽ മാത്രമേ രാഷ്ട്രീയ മതേതരത്വം പൂർണാർത്ഥത്തിൽ സഫലമാവുകയുള്ളൂ. കാരണം, മതേതര മൂല്യങ്ങൾ സംരക്ഷിക്കേണ്ട സ്ഥാപനങ്ങൾ മതേതര വിരുദ്ധമായാൽ അത് സമൂഹത്തെ ആകമാനം ബാധിക്കും. വിദ്വേഷത്തിന്റെ ഇരുളിമ സമൂഹത്തിലെങ്ങും പരക്കാൻ അതിടയാക്കും. ഗുജറാത്തിലെ സംഭവങ്ങൾ അതാണ് ചൂണ്ടിക്കാണിക്കുന്നത്.

മതേതരത്വം രാഷ്ട്രീയ മേഖലയിൽ മാത്രം ഒതുങ്ങിയാൽ പോര,

നമ്മുടെ വൈയക്തിക, സാമൂഹിക ജീവിതത്തിലും ഒരു ചര്യയായി മാറേണ്ടതുണ്ട്. അതിനായുള്ള ചിന്തകളും ചർച്ചകളും മുമ്പ് ഏറെ നടന്നിട്ടുണ്ട്. അത്തരം പ്രവർത്തനങ്ങൾ അവബോധ രൂപീകരണങ്ങൾക്ക് ഇടയാക്കുകയും ചെയ്തിട്ടുണ്ട്. അതേ സമയം ആ ദിശയിൽ അധികമൊന്നും മുന്നോട്ടുപോകാൻ ഇന്ത്യൻ നവോത്ഥാനത്തിന് കഴിഞ്ഞിട്ടില്ല. അത് ഒരുപക്ഷേ, ഇന്ത്യൻ നവോത്ഥാനത്തിന്റെ പരിമിതിയെയാണ് ചൂണ്ടിക്കാണിക്കുന്നത്.

ജാതി, മത, സാമൂഹിക പരിഷ്കരണ പ്രസ്ഥാനങ്ങളുമായി ബന്ധപ്പെട്ടാണ് ഏറിയ പങ്കും നവോത്ഥാന പ്രവർത്തനങ്ങൾ ഇവിടെ അരങ്ങേറിയിട്ടുള്ളത്. അതിന്റെ ഫലമായി നവോത്ഥാന പ്രവർത്തനങ്ങളുടെ അതിരുകൾ പലപ്പോഴും ജാതിയുടെയും മതത്തിന്റെയും അതിരുകളിൽ തളച്ചിടപ്പെട്ടു. നവോത്ഥാന പ്രസ്ഥാന നായകരുടെ ജീവിതം പോലും സൂക്ഷ്മാർത്ഥത്തിൽ ഈ അതിരുകൾക്ക് അപ്പുറത്തേക്ക് ഏറെയൊന്നും വളർന്നിരുന്നില്ല.

നവോത്ഥാന പ്രവർത്തനങ്ങൾ ശക്തിപ്പെട്ടിരുന്ന കാലത്തുതന്നെ ഇന്ത്യയിലെങ്ങും ജാതി, മത ദൃഢീകരണ പ്രസ്ഥാനങ്ങൾ വളർന്നുവന്നിരുന്നതായി കാണാം. എൻ എസ് എസും എസ് എൻ ഡി പിയും അതിന്റെ മികച്ച ഉദാഹരണങ്ങളാണ്. ഇവയെല്ലാം തെളിയിക്കുന്നത് നവോത്ഥാന സംരംഭങ്ങൾക്ക് അകത്തുതന്നെ അതിന്റെ അടിസ്ഥാന ആശയങ്ങൾക്ക് എതിരായ പ്രവണതകളും ശക്തിപ്പെട്ടിരുന്നുവെന്നാണ്. ഇത് ഇന്ത്യൻ നവോത്ഥാനത്തിനകത്ത് നിലനിന്ന വൈരുദ്ധ്യമാണ്.

നവോത്ഥാനം ഉയർത്തിപ്പിടിച്ച ആശയങ്ങളുടെ അടിസ്ഥാനം മാനവികതയാണ്; ജാതി, മത സങ്കുചിതത്വങ്ങൾക്കതീതമായ വിശാല മാനവികത. എന്നാൽ ഇതിൽനിന്ന് ഭിന്നമായി ജനതയെ വിഭാഗീയമായി തെളിച്ചു കൊണ്ടുപോകാനുള്ള പ്രവണത നവോത്ഥാനത്തിന്റെ ഭാഗമായി തന്നെ ഇവിടെ നടന്നതായി കാണാം. നവോത്ഥാനത്തെക്കുറിച്ചു പറയുമ്പോൾ പലപ്പോഴും ഇത്തരം പ്രതിപ്രവർത്തനങ്ങളെയും നവോത്ഥാനത്തിന്റെ ഭാഗമെന്നോണം പറയാറുണ്ട്. കേരളത്തിലെ പൊതുമണ്ഡല സൃഷ്ടിയെക്കുറിച്ചും ജനാധിപത്യവല്ക്കരണത്തെപ്പറ്റിയും പറയുമ്പോൾ നാം ആദ്യം പറയുന്ന സംരംഭങ്ങളിലൊന്ന് ജി പരമേശ്വരൻപിള്ളയുടെ മലയാളി മെമ്മോറിയലിനെപ്പറ്റിയാണ്. കേരള ചരിത്രത്തെപ്പറ്റിയുള്ള കൃതികളിലും പ്രാധാന്യപൂർവ്വം ഇതിനെക്കുറിച്ച് പറയുന്നതു കാണാം. മറ്റൊരു സംരംഭം, ഈഴവ മെമ്മോറിയലാണ്. നവോത്ഥാനം മുന്നോട്ടുവെച്ച മാനവൻ എന്ന സങ്കല്പത്തിൽനിന്ന് ഭിന്നമായി നായർ-ഈഴവൻ എന്ന ജാതീയ സ്വത്വ സങ്കല്പങ്ങളാണ് ഇവർ മുന്നോട്ടുവെച്ചത്. ഇന്ത്യയിൽ ദേശീയബോധം ശക്തിപ്പെട്ടുകൊണ്ടിരുന്ന കാലത്ത് രൂപംകൊണ്ട മലയാളി മെമ്മോറിയൽ 'തിരുവിതാംകൂർ' എന്ന ദേശബോധത്തെയാണ് പ്രചരിപ്പിച്ചത്. ഇത്തരം ജാതീയ മുന്നേറ്റ പ്രവർത്തനങ്ങളും അവയുടെ സങ്കുചിത വീക്ഷണങ്ങളും നവോത്ഥാനപ്രവർത്തനങ്ങളിലും പൊതു

മണ്ഡലത്തിലും സംഭവിച്ച ഒരു അപാകത ആയിരുന്നോ എന്ന അന്വേഷണം പ്രസക്തമാണ്. ശക്തിപ്പെട്ടുകൊണ്ടിരുന്ന സാമൂഹിക-രാഷ്ട്രീയ അവബോധത്തെ ഇവ എത്രമാത്രം നിശ്ചലമാക്കുകയും പിന്നോട്ടടിപ്പിക്കുകയും ചെയ്തിട്ടുണ്ടാകാം? പൊതുമണ്ഡല അവബോധ രൂപീകരണത്തിൽ പലതരത്തിലുള്ള തടസ്സങ്ങളും തിരിച്ചടികളും സ്വാഭാവികമാണ്. എന്നാൽ മുന്നോട്ടുള്ള പ്രയാണത്തെ അവ എത്രമാത്രം സ്വാധീനിക്കുന്നു എന്നത് വളരെ പ്രധാനപ്പെട്ട അന്വേഷണ വിഷയമാണ്.

ജാതി ദൃഢീകരണ പ്രസ്ഥാനങ്ങളുടെ അനന്തര ഫലങ്ങളിലൊന്ന് കേരളീയ പൊതുമണ്ഡലത്തിൽ അവ നേടിയ മേല്ക്കോയ്മയാണ്. വലിയൊരു ശതമാനം ജനത ഇന്ന് ജാതി–മത സങ്കുചിതത്വങ്ങൾക്ക് അടിമപ്പെട്ടത് ഇത്തരം ജാതി പ്രസ്ഥാനങ്ങളുടെ പൊതുമണ്ഡലത്തിലെ സ്വീകാര്യതമൂലമാണ്.

വർത്തമാന അവസ്ഥ

കേരളത്തിൽ ഇന്ന് നമുക്ക് കാണാൻ കഴിയുന്നത് എന്താണ്? മതേതരത്വത്തിന്റെ കേരളത്തിലെ പൊതുമണ്ഡലം ഒരർത്ഥത്തിൽ 'നിഷ്പക്ഷത' നടിക്കുകയാണോ? ഇതിനുദാഹരണമായി ഞാൻ കാണുന്നത് കേരളത്തിലെ പത്രങ്ങളെയാണ് തീർച്ചയായും മലയാള പത്രങ്ങൾ പൊതുമണ്ഡലം സൃഷ്ടിക്കുന്നതിനും അതിന്റെ സക്രിയമായ പ്രവർത്തനങ്ങൾക്കും വലിയ സംഭാവനകൾ അർപ്പിച്ചവയാണ് മതേതര–ജനാധിപത്യ മൂല്യസംരക്ഷണത്തിൽ അവ എന്നും മുൻപന്തിയിൽ നിന്നിട്ടുണ്ട്. എന്നാൽ ഇന്ന് മുൻ നിലപാടിൽനിന്നു വ്യത്യസ്തമായി, മതേതരത്വത്തിന്റെ പ്രശ്നം വരുമ്പോൾ ഒരുതരം നിഷ്പക്ഷത നടിക്കുകയാണ് കേരളത്തിലെ ബുദ്ധിജീവികൾക്കും നിർണ്ണായക ഘട്ടങ്ങളിൽ ഈ രോഗം വരാറുണ്ട്. ഈ നിഷ്പക്ഷത 'സ്വതന്ത്രമാണ്' എന്നു വിശ്വസിക്കുന്ന പത്ര സംസ്കാരം വളർന്നുവന്നിട്ടുണ്ട്. ജനാധിപത്യത്തിന്റെയും മതേതരത്വത്തിന്റെയും പ്രശ്നത്തിൽ നിഷ്പക്ഷതയില്ല; പക്ഷപാതിത്വമേയുള്ളൂ.

ഗുജറാത്തിലെ വംശഹത്യാ നാളുകളിൽ കേരളത്തിലെ പ്രധാനപ്പെട്ട ചില പത്രങ്ങൾ ആദ്യം നിശ്ശബ്ദത പാലിക്കുകയാണുണ്ടായത് അങ്ങനെയൊരു സംഭവം നടക്കുന്നു എന്ന് പറയാൻപോലും അവ തയ്യാറായിരുന്നില്ല. നിശ്ശബ്ദത അവസാനിച്ചപ്പോൾ ഗുജറാത്ത് കലാപത്തെത്തന്നെ നിഷേധിക്കുന്ന തരത്തിലായിരുന്നു ആ പത്രങ്ങളുടെ നിലപാടുകൾ. വംശഹത്യയെ ലഘൂകരിച്ചു സംസാരിക്കുന്ന ബുദ്ധിജീവികളെയും അക്കാലത്തു നാം കണ്ടു. അപ്പോൾ ഈ നിഷ്പക്ഷത എന്നു പറഞ്ഞാൽ മൗനം പാലിക്കലാണോ? സത്യത്തിൽ ഈ നിഷ്പക്ഷതയും മൗനവുമെല്ലാം ആത്യന്തികമായി ഫാസിസത്തിന് വളമാകുകയാണ് ചെയ്യുന്നത്.

മാധ്യമങ്ങൾ ക്രിയാത്മകമായ ജനാധിപത്യ, മതേതര കാഴ്ചപ്പാടുള്ള നിലപാട് എടുക്കാതിരിക്കുകയാണെങ്കിൽ പൊതുമണ്ഡലത്തിന്റെ സ്വഭാവം

തന്നെ തകർന്ന് അനാശാസ്യമായ സ്വഭാവത്തിലേക്ക് മാറാൻ സാദ്ധ്യതയുണ്ട്. അത്തരമൊരു സ്ഥിതി വിശേഷം കേരളത്തിൽ സംഭവിച്ചുകൊണ്ടിരിക്കുകയാണ്.

ആരോഗ്യകരവും സ്വതന്ത്രവുമായ ചർച്ചകളും സംവാദങ്ങളും ഇന്ന് കുറഞ്ഞുകൊണ്ടിരിക്കുകയാണ്. പകരം വിവാദങ്ങളും ഉപരിപ്ലവമായ വാചകക്കസർത്തും മാത്രമാണ് നടക്കുന്നത്. തുറന്ന ചർച്ചകൾക്കുപകരം ആഘോഷങ്ങളാണ് നടക്കുന്നത്. ഗൗരവപൂർവ്വമായ ചർച്ചകൾ ഇല്ലെന്നു തന്നെ പറയാം. പ്രഭാഷണങ്ങൾപോലും വീര്യം കുറഞ്ഞ നിലവാരത്തിലാണിപ്പോൾ. പുസ്തക പ്രകാശന വേളകൾ മറ്റൊരു ഉദാഹരണമാണ്. പുസ്തകത്തെക്കുറിച്ച് പലപ്പോഴും അവിടെ വിശകലനങ്ങൾ നടക്കാറില്ല.

പൊതുമണ്ഡലം ഇന്ന് എല്ലാ അർത്ഥത്തിലും ആഘോഷത്തിന് അടിമപ്പെട്ടിരിക്കുന്നു. അതുകൊണ്ട് ജാതി–മത–വർഗ്ഗീയ സംഘടനകൾക്ക് പൊതുമണ്ഡലത്തെ എളുപ്പത്തിൽ കീഴ്പ്പെടുത്താൻ സാധിച്ചുകൊണ്ടിരിക്കുകയാണ്. ആത്യന്തികമായി പൊതുമണ്ഡലത്തിന്റെ അടിസ്ഥാന സ്വഭാവത്തെ ഇതു നശിപ്പിക്കും.

ഇന്നു നാം അടിയന്തരമായി ചർച്ച ചെയ്യേണ്ടത് ഇതാണ്. ഇന്നത്തെ ഒരു പൊതുമണ്ഡലത്തിന്റെ സ്വഭാവം എന്തായിരിക്കണം? അതിന്റെ പ്രവർത്തനങ്ങൾ എങ്ങനെയുള്ളതാകണം? നിലവിലുള്ള പൊതുമണ്ഡലത്തിന് സംഭവിച്ച അപചയങ്ങൾ എന്തൊക്കെയാണ്? അതിന്റെ കാരണ ങ്ങൾ എന്തൊക്കെ? തീർച്ചയായും അർത്ഥവത്തായ ഇത്തരം അന്വേഷണങ്ങളിലൂടെ പൊതുമണ്ഡലത്തെ തിരിച്ചുപിടിക്കാനും തെറ്റുതിരുത്തി മുന്നോട്ടുപോകുവാനും സാധിക്കും.

മുൻപ് പൊതുമണ്ഡല രൂപീകരണത്തെ സഹായിച്ച ഘടകങ്ങൾ ഇന്ന് എത്രമാത്രം ശക്തമാണ് എന്ന് പരിശോധിക്കേണ്ടതുണ്ട്. സന്നദ്ധ സംഘടനകൾ പൊതുമണ്ഡല രൂപീകരണത്തിൽ നിർണ്ണായക പങ്കു വഹിച്ച കാര്യം തുടക്കത്തിൽ ഞാൻ പറഞ്ഞു. ഇന്ന് അത്തരം സംഘടനകൾ കുറഞ്ഞുവരുകയാണ് പകരം സർക്കാരിതര സംഘടനകൾ (എൻ ജി ഒ) വർദ്ധിക്കുകയും ചെയ്യുന്നു. എൻ ജി ഒകൾ വിമർശനാത്മകമായ ചില നിലപാടുകൾ ചിലപ്പോഴെങ്കിലും എടുക്കാറുണ്ടെങ്കിലും ആത്യന്തികമായി ഗവൺമെന്റുകളുടെ ആശയങ്ങളെയും പദ്ധതികളെയും നടപ്പിലാക്കുകയാണ് ചെയ്യുന്നത്. എൻ ജി ഒകൾ പൊതുമണ്ഡലം സൃഷ്ടിക്കുകയല്ല, മറിച്ച് അവിടെ ഭരണകൂടത്തിന്റെ സ്വാധീനം സൃഷ്ടിക്കുകയാണ് ചെയ്യുന്നത്.

പൊതുമണ്ഡലത്തെക്കുറിച്ചുള്ള ഒരു തെറ്റിദ്ധാരണ, അരാഷ്ട്രീയമാണ് അതിന്റെ സ്വഭാവം എന്നുള്ളതാണ്. പൊതുമണ്ഡലത്തിന് തീർച്ചയായും രാഷ്ട്രീയമുണ്ട്. അത് കക്ഷിരാഷ്ട്രീയം എന്ന അർത്ഥത്തിലല്ല, ആദർശ രാഷ്ട്രീയം എന്ന നിലയിലാണ്. മാനവികതയുമായി ബന്ധപ്പെട്ട രാഷ്ട്രീയമാണത് അത്തരമൊരു രാഷ്ട്രീയം സൃഷ്ടിക്കാനുതകുന്നതാവണം സത്യത്തിൽ പൊതുമണ്ഡലം. അതേസമയം, പൊതുമണ്ഡലത്തെ

അരാഷ്ട്രീയവല്ക്കരിക്കാനുള്ള തകൃതിയായ ശ്രമങ്ങളും ഇന്നു നടക്കുന്നുണ്ട്.

'രാഷ്ട്രീയം' എന്ന പരികല്പനയെ മോശമായി കാണുന്ന പ്രവണത ഇന്നെല്ലാ മേഖലയിലുമുണ്ട്. രാഷ്ട്രീയം മോശമായ ഒരു കാര്യമല്ല. രാഷ്ട്രീയത്തിന് പ്രാധാന്യം കല്പിക്കാത്ത ഒരു സമൂഹം ആരോഗ്യകരമല്ല. ഇതു പറയുമ്പോൾത്തന്നെ അടിവരയിട്ടു സൂചിപ്പിക്കേണ്ട ഒരു കാര്യം, രാഷ്ട്രീയത്തിന്റെ ഇന്നത്തെ അവസ്ഥയെക്കുറിച്ചാണ്. തീർച്ചയായും അതിന്റെ സ്വഭാവവും ഉള്ളടക്കവും ആദർശാധിഷ്ഠിതവും സംശുദ്ധവുമാകേണ്ടതുണ്ട്. അല്ലാത്തപക്ഷം പൊതുമണ്ഡലം ജീർണ്ണിക്കും.

ജീർണ്ണമാകുന്ന പൊതുമണ്ഡലത്തിലേക്ക് വർഗ്ഗീയശക്തികൾ അടക്കമുള്ള പ്രതിലോമകാരികൾ വേഷപ്രച്ഛന്നരായി കടന്നുകൂടാൻ സാദ്ധ്യതയുണ്ട്. ഇത് പൊതുമണ്ഡലത്തിന്റെ സ്വഭാവത്തെ തകർക്കും. ഇത്തരം അപകടകരമായ പ്രവണത പലേടത്തും തലപൊക്കി തുടങ്ങിയിട്ടുണ്ട്. പുരോഗമന ശക്തികൾ ഇതു തിരിച്ചറിയുകയും ഇതിനെതിരെ ശക്തമായി പ്രവർത്തിക്കുകയും ചെയ്യേണ്ടതുണ്ട്.

പൊതുമണ്ഡലത്തിൽ ഇടം കിട്ടാത്തവർ

സമൂഹത്തിലെ എല്ലാ വിഭാഗങ്ങൾക്കും ഇടം ലഭിക്കുന്നതാവണം പൊതുമണ്ഡലം. 'പൊതുമണ്ഡലം' എന്ന പരികല്പനയിൽ തന്നെ ഈയൊരു ആശയം നിലകൊള്ളുന്നുണ്ട്. എല്ലാവർക്കും അർഹമായ ഇടം ലഭിക്കുമ്പോഴാണ് പൊതുമണ്ഡലം ജനാധിപത്യപരമാകുന്നത്. എന്നാൽ മുൻകാലങ്ങളിൽ ദളിതുകൾക്കും ആദിവാസികൾക്കും സ്ത്രീകൾക്കും ന്യൂനപക്ഷ വിഭാഗങ്ങൾക്കും പൊതുമണ്ഡലത്തിൽ അർഹമായ ഇടം ലഭിച്ചിരുന്നില്ല. ഈ വിഭാഗങ്ങളെല്ലാം ഒരുതരം അന്യതാത്വം അനുഭവിച്ചിരുന്നു. ഇന്നും അവസ്ഥകൾ ഏറെ ഭിന്നമല്ല. മംഗലാപുരത്തും മറ്റും സ്ത്രീകളെ പബ്ബുകളിൽനിന്നും കോഫീ ഹൗസുകളിൽനിന്നും തീവ്ര ഹിന്ദുത്വവാദികൾ ആട്ടിയോടിച്ചത് സമീപ ദിവസങ്ങളിലാണ്. സ്ത്രീകൾ പൊതു ഇടങ്ങളിൽനിന്നും ആട്ടിയിറക്കപ്പെടുന്ന അവസ്ഥ ഒരു സാംസ്കാരിക പ്രശ്നത്തിനപ്പുറം ഒരു മനുഷ്യാവകാശ പ്രശ്നം കൂടിയാണ്. ജാതീയമായി അകറ്റിനിർത്തപ്പെട്ട വിഭാഗങ്ങൾക്ക് സമീപകാലം വരെ പൊതു ഇടങ്ങളിൽ പ്രവേശനം ലഭിച്ചിരുന്നില്ല. പ്രവേശനത്തിനു വേണ്ടി നിരവധി സമരങ്ങളും പ്രക്ഷോഭങ്ങളും കേരളത്തിൽ മുമ്പ് നടന്നിട്ടുണ്ട്. ക്ഷേത്രപ്രവേശന പ്രക്ഷോഭം മുതൽ വഴി നടക്കാനുള്ള അവകാശത്തിനു വേണ്ടി ദളിതുകൾ നടത്തിയ സമരങ്ങൾവരെ ഇന്ത്യൻ നവോത്ഥാന സമര ചരിത്രത്തിലെ തിളക്കമുള്ള അദ്ധ്യായങ്ങളാണ്. ജാതീയമായ ഉച്ച നീചത്വങ്ങൾ ശക്തമായി നിലനിന്നിരുന്ന പഴയ കേരളത്തിൽ, കീഴാള ജനതയെ സകലമേഖലകളിൽനിന്നും അകറ്റിനിർത്തുകയും അന്യവല്ക്കരിക്കുകയും ചെയ്തിരുന്നു. ഇതിനെതിരെ നടന്ന സമരങ്ങൾ

ഏറക്കുറെ വിജയിച്ചെങ്കിലും പൊതുമണ്ഡലത്തിൽ ഇന്നും അവർക്ക് അർഹമായ സ്ഥാനം ലഭിച്ചിട്ടില്ല. മംഗലാപുരത്തും സമീപ പ്രദേശങ്ങളിലും സ്ത്രീകൾക്കെതിരെ നടന്ന കൈയേറ്റങ്ങൾ അതാണ് സൂചിപ്പിക്കുന്നത്.

ഫാസിസം വളർന്നാൽ പൊതുമണ്ഡലം അസ്തമിക്കും. ഗുജറാത്തിലും മറ്റു ചില സംസ്ഥാനങ്ങളിലും അതാണ് സംഭവിച്ചുകൊണ്ടിരിക്കുന്നത്. രാഷ്ട്രീയ, സാമൂഹിക, മതേതര ആശയങ്ങൾ അരക്കിട്ടുറപ്പിക്കേണ്ടതിന്റെ അനിവാര്യതയാണ് ഇതൊക്കെ അടിവരയിടുന്നത്. കാരണം ഭരണകൂടം മതേതരത്വത്തെ ബലികഴിക്കാവുന്ന അവസ്ഥ ഇവിടെ നിലനില്ക്കുന്നുണ്ട്. മറ്റൊരു രീതിയിൽ പറഞ്ഞാൽ വർഗ്ഗീയതയെ ഉപകരണമാക്കുന്ന രാഷ്ട്രീയ പാർട്ടികൾ ഇന്ത്യയിലുണ്ട്. അവർ ഏതു സമയവും അധികാരത്തിൽ വരാനുള്ള സാദ്ധ്യത തള്ളിക്കളയാനാവില്ല. അധികാരം കിട്ടിക്കഴിഞ്ഞാൽ വിദ്യാഭ്യാസ മേഖലയടക്കം അവരുടെ വർഗ്ഗീയ ആശയങ്ങൾ അടിച്ചേല്പിക്കാനുള്ള ഉപകരണമാക്കും. 1999 മുതൽ 2004 വരെയുള്ള കാലഘട്ടം ഗഹനമായി പരിശോധിച്ചാൽ ഇന്ത്യയിൽ ഇത്തരത്തിലുള്ള വർഗ്ഗീയ ഫാസിസ്റ്റുവല്ക്കരണം എല്ലാ മേഖലയിലും നടന്നതായി കാണാൻ കഴിയും. വിദ്യാഭ്യാസമേഖല മുതൽ ചരിത്ര കൗൺസിൽ വരെ ഇത്തരത്തിൽ ഭരിക്കുന്നവരുടെ ആശയങ്ങൾ പ്രചരിപ്പിക്കുവാനുള്ള വേദിയാക്കുകയുണ്ടായി. ഭരണകൂടം വർഗ്ഗീയമായാൽ ഇതായിരിക്കും അവസ്ഥ. ഭരണകൂടത്തിന്റെ ഈ നെറികേടുകൾക്കെതിരെ ശക്തമായി പ്രതികരിക്കുവാനും സാദ്ധ്യമായ മേഖലകളിൽ ചെറുത്തുനില്പുകൾ സംഘടിപ്പിക്കുവാനും ഇന്ത്യൻ പൊതുമണ്ഡലം അന്ന് തയ്യാറാവുകയുണ്ടായി.

മതേതര-ജനാധിപത്യ മൂല്യസംരക്ഷണം എന്നത് ദീർഘകാലം ഭാവിയെ മുൻപിൽ കണ്ടുകൊണ്ടുള്ള വിപുലമായ പ്രവർത്തനമായിരിക്കണം. ഭാവി തലമുറയെ വാർത്തെടുക്കുന്ന വിദ്യാഭ്യാസ മേഖലയെ ഇതിന് ഉപയോഗപ്പെടുത്താവുന്നതാണ്. പൊതുമണ്ഡലം രൂപപ്പെടുത്തുന്ന ഒരു മേഖലകൂടിയാണല്ലോ അത്. സമൂഹത്തിന്റെ അവബോധ രൂപീകരണത്തിൽ വിദ്യാഭ്യാസത്തിന് നിർണ്ണായ പങ്കുണ്ട്.

സാമൂഹിക, രാഷ്ട്രീയ പ്രശ്നങ്ങളെ വിമർശനാത്മകമായി സമീപിക്കുവാനുള്ള ത്രാണി വിദ്യാഭ്യാസത്തിലൂടെ പകരുവാൻ സാധിക്കേണ്ടതുണ്ട്. നിലവിലുള്ള വിദ്യാഭ്യാസം ഇതിന് പൂർണ്ണാർത്ഥത്തിൽ പര്യാപ്തമല്ല. വിദ്യാർത്ഥികളുടെ ചോദ്യം ചെയ്യുവാനുള്ള കഴിവിനെ അത് വളർത്തുന്നില്ല. സ്കൂൾ വിദ്യാഭ്യാസത്തിൽ ചില ശ്രമങ്ങൾ നടന്നിട്ടുണ്ടെങ്കിലും ഉന്നത വിദ്യാഭ്യാസ മേഖല ഇക്കാര്യത്തിൽ ഒട്ടും പര്യാപ്തമല്ല. മറ്റു സംസ്ഥാനങ്ങളുമായി താരതമ്യം ചെയ്യുമ്പോൾ കേരള ത്തിലെ അവസ്ഥ പുരോഗമനപരമായി ഏറെ മുന്നിലാണെന്ന് പറയാൻ നാം മടിക്കേണ്ടതില്ല. പക്ഷേ, ഇതുമതിയോ എന്ന് നാം വീണ്ടും വീണ്ടും ചോദിക്കേണ്ടതുണ്ട്.

(2009)

ഇനി ഒരു 'അയോദ്ധ്യ' ഉണ്ടാകരുത്

ഇന്ത്യയുടെ സമകാലീന ചരിത്രത്തിൽ രണ്ടു നാഴികക്കല്ലുകളാണ് 1947 ലെ വിഭജനവും 1992 ലെ ബാബ്റി മസ്ജിദ് തകർക്കലും. വിഭജനം മുസ്ലിം ജനവിഭാഗത്തിലുണ്ടായ വർഗ്ഗീയവല്ക്കരണത്തിന്റെ ഫലമായാണ് ഉണ്ടായതെങ്കിൽ പള്ളി പൊളിക്കൽ ഹിന്ദുവർഗ്ഗീയതയുടെ ശക്തി പ്രകടനമായിരുന്നു. വിഭജനം ഇന്ത്യൻ ഭൂഖണ്ഡത്തെ രണ്ടു സ്വതന്ത്രരാഷ്ട്രങ്ങളായി വേർതിരിച്ചു എന്നുമാത്രമല്ല, ജനങ്ങളുടെ മനസ്സിൽ പരസ്പരവിദ്വേഷം കുത്തിവെക്കുകയുമുണ്ടായി. സ്വാതന്ത്ര്യാനന്തര ഇന്ത്യയിൽ വളർന്നുവന്ന ഹിന്ദുവർഗ്ഗീയതയ്ക്ക് വിഭജനം വളരെ സഹായകമായി. വിഭജനാനന്തരം പഞ്ചാബിലും ഡൽഹിയിലും ഉത്തർപ്രദേശിലും നിവാസികളായിരുന്ന ഹിന്ദുക്കൾക്ക് സംഭവിച്ച നാശനഷ്ടങ്ങളെ ഏറ്റവും ഫലപ്രദമായി ഉപയോഗിച്ചത് ഹിന്ദു ഫാസിസ്റ്റ് സംഘടനയായ രാഷ്ട്രീയ സ്വയംസേവക് സംഘമായിരുന്നു. 1925 ൽ രൂപംകൊണ്ട് ഇത്രയും കാലം വഴിമുട്ടിനിന്നിരുന്ന ഈ സംഘടനയ്ക്ക് ഒരു പുതുജീവൻ നല്കാൻ വിഭജനം ഉപകരിച്ചു. ഒരു സാംസ്കാരികസംഘടനയായി സ്വയം വിശേഷിപ്പിക്കുന്ന ആർ എസ് എസ് ഇരുപതാം നൂറ്റാണ്ടിൽ വളർന്നുവന്ന ഹിന്ദുമത രാഷ്ട്രീയത്തിന് പ്രത്യയശാസ്ത്രവും സംഘടനാടിത്തറയും പ്രദാനം ചെയ്തു. ഇന്ത്യയുടെ ആദ്യകാല രാഷ്ട്രീയത്തിന് മതവർഗ്ഗീയ സ്വഭാവം നല്കുന്നതിൽ മുസ്ലിംലീഗും ആർ എസ് എസും വ്യത്യസ്തമായ രീതിയിലാണെങ്കിലും ഒരേപോലെ ഉത്തരവാദികളാണ്.

ഇന്ത്യൻ ദേശീയ പ്രസ്ഥാനവും അതിനെ നയിച്ച ഇന്ത്യൻ നാഷണൽ കോൺഗ്രസും മതേതരത്വത്തിൽ വിശ്വസിച്ചവയായിരുന്നു. 1906 ൽ മുസ്ലിംലീഗിന്റെയും 1914 ൽ ഹിന്ദുമഹാസഭയുടെയും രൂപീകരണത്തോടെയാണ് ഇന്ത്യൻ രാഷ്ട്രീയത്തിൽ മതസാന്നിദ്ധ്യത്തിന് തുടക്കം

കുറിച്ചത്. ഇതിന് മുമ്പുതന്നെ മതാവബോധം നിലനിന്നിരുന്നെങ്കിലും, ഹിന്ദു-മുസ്ലിം എന്ന തിരിച്ചറിവ് ഉണ്ടായിരുന്നെങ്കിലും, ഹിന്ദുക്കളോ മുസ്ലി ങ്ങളോ ഒരു സമുദായമായി നിലനിന്നിരുന്നില്ല. സമുദായ രൂപീകരണം സംഭവിക്കുന്നത് പത്തൊമ്പതും ഇരുപതും നൂറ്റാണ്ടുകളിലാണ്. മുസ്ലിം ലീഗിനെയും ഹിന്ദുമഹാസഭയെയും വർഗ്ഗീയകക്ഷികളായി പരിഗണി ക്കുന്നത് അവ രണ്ടും മതാധിഷ്ഠിത രാഷ്ട്രീയത്തിൽ വിശ്വസിച്ചിരുന്നു എന്നതുകൊണ്ടും മതത്തെ അധികാരം നേടുന്നതിനുള്ള നിദാനമായി ഉപയോഗിച്ചു എന്നതുകൊണ്ടുമാണ്. എങ്കിലും ഹിന്ദുമഹാസഭയോ മുസ്ലിംലീഗോ അക്രമത്തിലോ ബലപ്രയോഗത്തിലോ വിശ്വസിച്ചിരുന്നില്ല. ഇവയ്ക്ക് രണ്ടിനും ഒരു ഫാസിസ്റ്റ് സ്വഭാവമുണ്ടായിരുന്നില്ല, അവയുടെ ശ്രദ്ധ സമുദായതാല്പര്യങ്ങളിൽ ഊന്നിയതായതുകൊണ്ടാണ് അവയെ പലരും പരിഷ്കരണസ്വഭാവമുള്ള കക്ഷികളായി വിലയിരുത്തുന്നത്.

ആർ എസ് എസിന്റെയോ ജമാഅത്തെ ഇസ്ലാമിയുടെയോ സ്വഭാവം ഇതിൽനിന്ന് തികച്ചും വ്യത്യസ്തമാണ്. അവ മതരാഷ്ട്ര സൃഷ്ടിയിൽ തല് പരരായിരുന്നു എന്നുമാത്രമല്ല, മറ്റു മത സമുദായങ്ങൾക്ക് അവർ വിഭാവനംചെയ്ത രാഷ്ട്രത്തിൽ സ്ഥാനമില്ലായിരുന്നു. ആർ എസ് എസി ന്റെയും ജമാഅത്തെ ഇസ്ലാമിയുടെയും അജൻഡയിൽ സാദൃശ്യം അതു കൊണ്ടാണ്. ഒരു ജനാധിപത്യവ്യവസ്ഥയ്ക്ക് നിരക്കാത്തതാണ് ഇവരുടെ കർമ്മപരിപാടികൾ. അത്തരമൊരു കർമ്മപരിപാടിയുടെ പ്രായോഗിക ഉദാ ഹരണമാണ് അയോദ്ധ്യയിൽ 1992 ൽ നടന്ന ശക്തി പ്രകടനം. ഹിന്ദു വർഗ്ഗീയശക്തികൾക്ക് രാഷ്ട്ര താല്പര്യങ്ങളോട് യാതൊരു പ്രതിബദ്ധത യുമില്ല എന്നതിന്റെ മകുടോദാഹരണമാണ് അയോദ്ധ്യ.

വർഗ്ഗീയശക്തികളുടെ നൈരാശ്യത്തിൽനിന്നാണ് അയോദ്ധ്യ 'പ്രസ്ഥാനം' ഉടലെടുക്കുന്നത്. ഹിറ്റ്ലറെയും മുസോളിനിയെയും ആദർശ പുരുഷന്മാരായി സ്വീകരിച്ച ആർ എസ് എസ് അവരുടെ സംഘടനാ രൂപങ്ങളുടെ ചുവടുപിടിച്ചുകൊണ്ട് ഒരു വർഗ്ഗീയ പട സൃഷ്ടിക്കാൻ ശ്രമിച്ചു. പക്ഷേ, ഏകദേശം എഴുപത്തഞ്ചു കൊല്ലത്തെ പ്രവർത്തനത്തിനു ശേഷവും അധികാരം പിടിച്ചുപറ്റാൻ കഴിഞ്ഞില്ല. ചില സംസ്ഥാനങ്ങളിൽ ഭരണത്തിലേറിയെങ്കിലും കേന്ദ്രഭരണം കൈയാളാൻ സാദ്ധ്യ തയില്ലായിരുന്നു. അതിനൊരു കാരണം അവരുടെ രാഷ്ട്രീയത്തിനും പരിപാടികൾക്കും ഇന്ത്യയിലെ ഭൂരിപക്ഷത്തെ സ്വാധീനിക്കാൻ കഴിവുണ്ടായിരുന്നില്ല എന്നതാണ്. തങ്ങൾക്ക് അനുകൂലമായ ഒരു വൈകാരിക അന്തരീക്ഷം സൃഷ്ടിച്ചാൽ മാത്രമേ വിജയിക്കാൻ സാധിക്കൂ എന്ന് അവർ തിരിച്ചറിഞ്ഞു. ആയിരത്തിത്തൊള്ളായിരത്തി എൺപതു കൾ മുതൽ ബി ജെ പിയുടെ കർമ്മപദ്ധതി അത്തരം ഒരു വൈകാരികത സൃഷ്ടിക്കുകയായിരുന്നു, അതിന് മുൻകൈയെടുത്തതും നേതൃത്വം നല് കിയതും ലാൽകൃഷ്ണ അദ്വാനിയും ഉമാഭാരതിയും സാധ്വി റിതംബര യുമായിരുന്നു. അവരുടെ പ്രസംഗങ്ങളുടെ ഭാഷയും ഉള്ളടക്കവും അഹി ന്ദുക്കൾക്കെതിരെ ആക്രമണത്തിന്, പ്രേരിപ്പിക്കുന്നതായിരുന്നു.

അതുകൊണ്ട് ജനങ്ങൾക്കിടയിൽ ഭീതിപടർന്നു. സംഘപരിവാരങ്ങൾ ആകാവുന്നിടത്തൊക്കെ കൊല്ലും കൊലയും നടത്തി. ഭയം ഒരു സാമൂഹ്യവികാരമായി പരിണമിച്ചു.

അക്രമം ഫാസിസത്തിന്റെ മുഖമുദ്രയാണ്. ആക്രമിക്കാനുള്ള സന്നദ്ധതയും കഴിവും ചെറുത്തുനില്പിനെ ദുർബ്ബലമാക്കുന്നു. ആർ എസ് എസിന്റെ പരിശീലനം ബൗദ്ധികവും കായികവുമാണ്. ബൗദ്ധിക പരിശീലനത്തിന്റെ ലക്ഷ്യം വർഗ്ഗീയ മനസ്സുകളെ സൃഷ്ടിക്കുക എന്നതാണ്. ഇന്ത്യയുടെ ചരിത്രം ഹൈന്ദവ ചരിത്രമാണെന്നും ഇന്ത്യൻ നാഗരികത ഹിന്ദുനാഗരികതയാണെന്നും അവർ ഉദ്ഘോഷിക്കുന്നു. അഹിന്ദുക്കൾ മ്ലേച്ഛന്മാരും സംസ്കാരശൂന്യരുമാണെന്ന് സ്ഥാപിക്കുകയും അവർക്കെതിരെ വിദ്വേഷം സൃഷ്ടിക്കുകയും ചെയ്യുക എന്നതാണ് ബൗദ്ധിക പ്രവർത്തനത്തിന്റെ ലക്ഷ്യം. ഇത് സാദ്ധ്യമാക്കാൻ അഹിന്ദുക്കളുടെ സാംസ്കാരിക സംഭാവനകളെ നിഷേധിക്കുന്നു. ആർ എസ് എസിനോട് ആഭിമുഖ്യമുള്ള ഒരു പണ്ഡിതൻ ഇന്ത്യാ ചരിത്രത്തെ മൂന്നുഘട്ടങ്ങളായി വിഭജിച്ചിട്ടുണ്ട് – ഹിന്ദു രാജാക്കന്മാർ ഭരിച്ചിരുന്ന സുവർണ്ണകാലം, മുസ്ലീം ചക്രവർത്തിമാരുടെ കീഴിലെ അധഃപതനകാലം, ബ്രിട്ടീഷുകാരുടെ സാന്നിദ്ധ്യത്തിലുണ്ടായ ഉയിർത്തെഴുന്നേല്പിന്റെ കാലം (Period of glory, period of decline and period of regeneration). ഹിന്ദുഭൂതകാലത്തിന്റെ നേട്ടങ്ങളിൽ അഭിമാനം ജനിപ്പിക്കുകയാണ് ഈ രീതിയിലുള്ള ചരിത്രരചനയുടെ ലക്ഷ്യം. അധികാരമോഹികളായ ചില ചരിത്രകാരന്മാരും വർഗ്ഗീയപാളയത്തിലേക്ക് ചേക്കേറിയത് ആർ എസ് എസ് പ്രഭൃതികൾക്ക് ഈ വാദഗതി മുന്നോട്ടുവെക്കാൻ കുറേയെറെ സഹായകമായി. ഹിന്ദുവർഗ്ഗീയശക്തികളുടെ പരാജയത്തെത്തുടർന്ന് അവർ വർഗ്ഗീയ പാളയം വിടുകയും ചെയ്തു. ഇപ്പോൾ അവർ കോൺഗ്രസിന്റെ പടിപ്പുരയിൽ കാതോർത്തു കാത്തുകിടക്കുകയാണ്. സത്യസന്ധതയും ധൈഷണിക സംസ്കാരവുമില്ലാത്ത ഈ പ്രച്ഛന്ന വേഷധാരികൾ നിഷ്പക്ഷതയുടെ മുഖംമൂടി ധരിച്ച് ജനങ്ങളെ കബളിപ്പിക്കാനുള്ള വ്യഥാശ്രമം നടത്തുന്നു. ഇവർ പടിയിറങ്ങിയതുകൊണ്ട് ആർ എസ് എസിന് നഷ്ടമൊന്നുമില്ല. കാരണം ബൗദ്ധികവ്യവഹാരങ്ങളിൽ അവർക്ക് വലിയ താല്പര്യമില്ല. ഓരോ ഘട്ടത്തിലും ഈ 'ബുദ്ധിജീവികളെ' അവർ ഉപയോഗിക്കുന്നു എന്നുമാത്രം. പക്ഷേ, ചുരുക്കം ചില ഭിക്ഷാംദേഹികളെയല്ലാതെ എണ്ണപ്പെട്ട ബുദ്ധിജീവികളെയൊന്നും അവർക്ക് സ്വാധീനിക്കാൻ കഴിഞ്ഞില്ല.

ആർ എസ് എസിന്റെ ശ്രദ്ധ മുഴുവൻ കായികപരിശീലനത്തിലായിരുന്നു. ശാരീരിക ആക്രമണത്തിന് സന്നദ്ധരും കഴിവുമുള്ളവരുടെ ഒരു, സംഘം സൃഷ്ടിക്കുകയാണ് ഉദ്ദേശ്യം. ഈ ആക്രമണം അഹിന്ദുക്കൾക്ക് നേരെയാണ് ലക്ഷ്യമിട്ടിരുന്നത്. അതുകൊണ്ടാണ് മുസ്ലിം ചക്രവർത്തിമാർക്കെതിരായി പടവെട്ടിയ ശിവജിയെയും റാണാപ്രതാപനെയും ആദർശപുരുഷന്മാരായി അവതരിപ്പിച്ചത്. ലാത്തി മാത്രമല്ല തോക്കും

ഉപയോഗിക്കാൻ സ്വയം സേവകരെ പരിശീലിപ്പിച്ചു. ആർ എസ് എസ് പരിശീലനം കിട്ടിയവർ എത്രമാത്രം മനുഷ്യത്വമില്ലാത്തവരായി മാറുന്നു എന്നതിന്റെ ഉദാഹരണമാണ് ഗാന്ധിജിയുടെ വധം. ആർ എസ് എസ് കൂടുതൽ കൂടുതൽ തീവ്രവാദത്തിലേക്ക് നീങ്ങിക്കൊണ്ടിരിക്കുകയാണ്. അടുത്തിടെ ഉണ്ടായ ബോംബ് സ്ഫോടനങ്ങളിലും ഹിന്ദുമത തീവ്ര വാദികൾക്ക് പങ്കുണ്ടെന്ന് തെളിയിക്കപ്പെട്ടിരിക്കുന്നു. മതമൗലികവാദം സ്വാഭാവികമായും തീവ്രവാദത്തിലേക്കും ബലപ്രയോഗങ്ങളിലേക്കും എത്തുമെന്നതിന് ആർ എസ് എസ് സാക്ഷ്യംവഹിക്കുന്നു.

പ്രതീക്ഷിച്ചപോലെ ആർ എസ് എസിന് വളരാൻ കഴിഞ്ഞിട്ടില്ല. അവരുടെ പ്രവർത്തനശൈലിയിൽ മാറ്റം വരാതെ വളരാൻ കഴിയുകയുമില്ല. ദ്രുതഗതിയിൽ മാറിക്കൊണ്ടിരിക്കുന്ന സാമൂഹ്യ പരിതഃസ്ഥിതിയിൽ സംഘത്തിന്റെ പ്രവർത്തനങ്ങൾക്ക് ജനങ്ങളെ ആകർഷിക്കാൻ വിഷമമാണ്. അതിനൊരു പരിഹാരമായാണ് വിവിധമേഖലകളിൽ പ്രവർത്തിക്കുന്ന സംഘടനകൾ ആവിഷ്കരിച്ചത് വിശ്വഹിന്ദുപരിഷത്തും ബജ്രംഗ്ദളും ക്ഷേത്രപുനരുദ്ധാരണ സമിതികളും വിദ്യാഭാരതിയുമൊക്കെ ആർ എസ് എസിന്റെ ഉപസംഘടനകളാണ്. മതപ്രശ്നങ്ങളെ കൈകാര്യം ചെയ്യുന്ന വിശ്വഹിന്ദു പരിഷത്ത് വളരെവേഗം വളർന്നു. ഇന്ന് ഒരുപക്ഷേ, വിശ്വഹിന്ദുപരിഷത്തിന് ആർ എസ് എസിനെക്കാൾ അനുയായികളുണ്ട് . കൂടുതൽ സാമൂഹ്യസാന്നിദ്ധ്യവുമുണ്ട്. സാമൂഹ്യസാന്നിദ്ധ്യത്തെ സഹായിച്ചത് അയോദ്ധ്യ 'പ്രസ്ഥാന'മാണ്. പക്ഷേ, വിശ്വഹിന്ദുപരിഷത്തിന്റെ നേതൃത്വവും കാഴ്ചപ്പാടും ഒരു ആധുനിക സമൂഹത്തെ സ്വാധീനിക്കാൻ പര്യാപ്തമല്ല. അതുകൊണ്ട് ആർ എസ് എസിനെപ്പോലെ ത്തന്നെ വിശ്വഹിന്ദു പരിഷത്തും വളരെയൊന്നും മുന്നോട്ടുപോകാനുള്ള സാദ്ധ്യതയില്ല.

ഹിന്ദുവർഗ്ഗീയതയ്ക്ക് ആർജ്ജിക്കാൻ കഴിഞ്ഞ ഏറ്റവും വലിയ നേട്ടമായിരുന്നു ബാബ്റി മസ്ജിദിനെ തകർക്കാൻ കഴിഞ്ഞത് 1949 മുതൽ അവർ പടുത്തുയർത്തിയ അക്രമാസക്തിയായിരുന്നു അതിനുപിന്നിൽ. ഇതിനെ തടയാൻ ഇന്ത്യൻ ഭരണകൂടം വേണ്ടത്ര ആർജ്ജവം പ്രകടിപ്പിച്ചില്ല എന്നതാണ് ഈ വിജയത്തിന്റെ പ്രധാന കാരണങ്ങളിലൊന്ന് അതുകൊണ്ട് കുറ്റക്കാരായ, ശിക്ഷ അർഹിക്കുന്നവർ നേതൃസ്ഥാനം അലങ്കരിക്കുന്നു. പരിഷ്കൃത സമൂഹങ്ങളിൽ അദ്വാനിമാർക്കും മുരളീമനോഹർ ജോഷിമാർക്കും ഉമാഭാരതിക്കുമൊന്നും ഇടമുണ്ടായിക്കൂട.

ഭരണകൂടത്തിന്റെ പരാജയത്തിന്റെ ഏറ്റവും ഒടുവിലുണ്ടായ ഉദാഹരണമാണ് അലഹബാദ് ഹൈക്കോടതിയുടെ വിധി. കോടതി തീരുമാനമെടുക്കുന്നത് തെളിവുകളുടെ അടിസ്ഥാനത്തിലല്ല, വിശ്വാസത്തെമാത്രം കണക്കിലെടുത്തുകൊണ്ടാണെന്ന് പരസ്യമായി പ്രഖ്യാപിക്കാനുള്ള ധൈര്യം അത്ഭുതാവഹമാണ്. കോടതി ചെയ്തത് ഹിന്ദുവർഗ്ഗീയതയുടെ ബലപ്രയോഗത്തെ ന്യായീകരിക്കുകയാണ്. പതിനഞ്ചുകൊല്ലങ്ങൾക്ക് മുൻപ് ആരും തൊടാൻ ഇഷ്ടപ്പെടാത്ത വർഗ്ഗീയതയ്ക്ക്, അതിന്റെ

ഹീനമായ ആക്രമണത്തിന്, ഉദാരസ്വഭാവമുള്ള ന്യായവ്യവസ്ഥയിൽനിന്ന് അംഗീകാരം ലഭിച്ചിരിക്കുന്നു. ഇതിന്റെ പരിണതഫലം എന്താകും എന്നത് ഭയത്തോടെ മാത്രമേ ചിന്തിക്കാൻ കഴിയുകയുള്ളൂ.

മൂവായിരത്തോളം പള്ളികൾ ക്ഷേത്രങ്ങൾ പൊളിച്ചുനിർമ്മിച്ചവയാണെന്ന് വിശ്വഹിന്ദുപരിഷത്ത് അവകാശപ്പെടുന്നു. അവയെല്ലാം ക്ഷേത്രങ്ങളാക്കണമെന്നാണ് അവരുടെ ആവശ്യം. ലിസ്റ്റിലെ ആദ്യ സ്ഥലങ്ങൾ മഥുരയും കാശിയുമാണ്. അയോദ്ധ്യ കഴിഞ്ഞാൽ ഈ ക്ഷേത്രങ്ങളെ "മോചിപ്പി"ക്കാനുള്ള സമരം ആരംഭിക്കുമെന്ന് അശോക് സിംഗാളും പ്രവീൺതൊഗാഡിയായും പ്രഖ്യാപിച്ചുകഴിഞ്ഞിട്ടുണ്ട്. ഇവ ഹിന്ദു വർഗ്ഗീയത, അയോദ്ധ്യയിൽനിന്ന് ലഭിച്ച ആനുകൂല്യത്തിന്റെ അടിസ്ഥാനത്തിൽ തുടങ്ങുകയാണെങ്കിൽ വ്യാപകമായ വർഗ്ഗീയ കലാപങ്ങളുണ്ടാവാനിടയുണ്ട്.

സമുദായങ്ങൾ തമ്മിൽ ഐക്യവും സമാധാനവും സൃഷ്ടിക്കാൻ ബാദ്ധ്യസ്ഥമായ ഭരണകൂടം ഇനിയെങ്കിലും ഇടപെടേണ്ടതാണ്. കേസിൽ കക്ഷികളായവർ ഹിന്ദുക്കളെയും മുസ്ലിങ്ങളെയും പ്രതി നിധാനം ചെയ്യുന്നില്ല; അവർക്ക് അവകാശവുമില്ല. അവകാശവാദങ്ങൾക്ക് കൈയേറ്റത്തിന്റെ പ്രാബല്യം മാത്രമേയുള്ളൂ. അതുകൊണ്ട് അയോദ്ധ്യ ജനങ്ങൾക്കേല്പിച്ചുകൊടുക്കുക. ഹിന്ദുക്കളും മുസ്ലിങ്ങളും ക്രിസ്ത്യാനികളും ജയിനന്മാരും ബൗദ്ധ മതാനുയായികളുമടങ്ങുന്ന ജനം. അവിടെ ഒരു സർവ്വമത സംവാദ കേന്ദ്രം പണിയുക; മതസാർവ്വലൗകികതയുടെ പ്രതീകമായി. ഇന്ത്യയിൽ ആവശ്യമായ മതസൗഹാർദ്ദത്തിന്റെയും മതേതരത്വത്തിന്റെയും കേന്ദ്ര സ്ഥാനമായി അയോദ്ധ്യയെ രൂപാന്തരപ്പെടുത്തുക.

(2010)

ഇന്ത്യൻ നവോത്ഥാനത്തിന്റെ അപൂർണ്ണ കർമ്മപദ്ധതി

കൊളോണിയലിസത്തിന്റെ ആദ്യകാലത്ത് ഉരുവംചെയ്ത ബൗദ്ധികവും സാംസ്കാരികവും സാമൂഹികവുമായ നവീകരണത്തെയാണല്ലോ പൊതുവായി നവോത്ഥാനം എന്നു പറയുന്നത്. ഇതിന് ആധുനികതയുമായി ഉണ്ടായിരുന്ന ബന്ധങ്ങളാണ്, അതിനെ കൊളോണിയൽ പൂർവ്വകാല പരിഷ്കരണ പ്രസ്ഥാനങ്ങളിൽനിന്ന് വ്യതിരിക്തമാക്കുന്നത്. അതത് കാലഘട്ടത്തിലെ സാമൂഹ്യവും മതപരവുമായ നടപ്പുകളെയും രീതികളെയും പരിഷ്കരിക്കുവാനുള്ള ഉദ്യമം എല്ലാ സംസ്കാരങ്ങളിലും സർവ്വസാധാരണമാണ്. സംസ്കാരാന്തരികമായ വിഭവങ്ങളെ പരിഷ്കരിക്കുകയും തേച്ചുമിനുക്കുകയും ചെയ്യുകയെന്നത് നവോത്ഥാനകാല പരിഷ്കരണ പ്രവർത്തനങ്ങളുടെ ഭാഗവുമായിരുന്നു. അത്തരം നവീകരണ ശ്രമങ്ങളിലൂടെയാണ് എല്ലാ സംസ്കാരങ്ങളും അവയുടെ ആഭ്യന്തരമായ മുരടിപ്പിനെയും ബാഹ്യമായ വെല്ലുവിളികളെയും നേരിട്ടുപോന്നത്.

ഇന്ത്യയിൽ ഹിന്ദുക്കൾക്കിടയിൽ സാമൂഹ്യപരിഷ്കരണചരിത്രം എ ഡി അഞ്ചാംനൂറ്റാണ്ടിലെ ബൗദ്ധിക ഉണർവ്വ് മുതൽ പതിനെട്ടാം നൂറ്റാണ്ടിലെ മതവിരുദ്ധതയുൾപ്പെടെയുള്ള മുന്നേറ്റങ്ങൾവരെ നീളുന്നതാണ്. നവോത്ഥാനത്തിന്റെ ഇന്ത്യൻ രൂപമെന്നോ, നവസാമൂഹ്യ പരിഷ്കരണ പ്രസ്ഥാനങ്ങളുടെ അടിവേരുകൾ രൂപപ്പെട്ട കാലമെന്നോ ഒക്കെയാണ് ഈ കാലഘട്ടത്തെ പൊതുവായി വിശേഷിപ്പിച്ചു പോരുന്നത്. മേല്പറഞ്ഞ പ്രസ്ഥാനങ്ങളുടെ ചരിത്രപരമായ പ്രത്യേകതകളെ ഇത്തരം വർഗ്ഗീകരണങ്ങൾ കണക്കിലെടുക്കുന്നില്ലെന്നതിനാൽ, ഇവ രണ്ടും യുക്തമായ വിശേഷണങ്ങളായി കരുതുക വയ്യ. മേല്പറഞ്ഞ പ്രവർത്തനങ്ങളുടെ അനന്തരഫലവും വ്യത്യസ്തമായിരുന്നുവെന്നു കാണാം. ഒരു കാര്യം വ്യക്തമാണ്, അതിശക്തമായ ഒരു സാമൂഹ്യ മാറ്റത്തിന്

ഉതകിയിട്ടില്ലെങ്കിലും സമൂഹത്തിൽ നിലവിലിരുന്ന അധികാര ബന്ധങ്ങളെ അവ ചോദ്യം ചെയ്തിരുന്നു. ചിലർക്ക് വർത്തമാനകാലം പൂർണ്ണമായും നന്മയില്ലാത്തതായിരുന്നില്ല. അതിനാൽ അവരുടെ അന്വേഷണം നിലവിലുണ്ടായിരുന്ന സാമൂഹ്യസംഘടനകളിൽ തന്നെയുള്ള നവീകരണമായിരുന്നു. എന്നാൽ മറ്റു ചിലർ പ്രതിഷേധ സമരങ്ങളിലൂടെയുള്ള മാറ്റത്തിനു വേണ്ടിയായിരുന്നു നിലകൊണ്ടത്. ഇനിയും ചിലരാകട്ടെ നിലവിലുണ്ടായിരുന്ന വ്യവസ്ഥിതിയെ പാടേ നിരസിച്ച് ബദലായി മറ്റൊരു ലോകത്തെ കെട്ടിപ്പടുക്കാനുള്ള അന്വേഷണമായിരുന്നു നടത്തിയത്. ബുദ്ധന്റെ കാലം മുതൽ ഈ പ്രവണതകൾ ദൃശ്യമായിരുന്നു. അത്, മദ്ധ്യകാലങ്ങളിലൂടെ വളർന്ന് സൂഫി – ഭക്തിപ്രസ്ഥാനങ്ങളിൽ ആവിഷ്കൃതമായി. കൊളോണിയൽ പൂർവ്വകാലത്തെ പരിഷ്കരണപ്രസ്ഥാനത്തെ അപേക്ഷിച്ച് ഗുണപരമായി വ്യത്യസ്ത ഉള്ളടക്കമുള്ളതായിരുന്നു പത്തൊമ്പതാം നൂറ്റാണ്ടിലെ സാമൂഹ്യ നവീകരണം എന്നും കാണാവുന്നതാണ്.

കൊളോണിയൽ പൂർവ്വകാല പരിഷ്കരണം

സമൂഹത്തിൽ വരുന്ന മാറ്റത്തിനനുസരിച്ച് ബൗദ്ധിക വിഭവങ്ങളെയും സാംസ്കാരിക ഘടകങ്ങളെയും കൂട്ടിച്ചേർക്കാനുള്ള ശ്രമം കൊളോണിയൽ പൂർവ്വപരിഷ്കരണങ്ങളിലുണ്ടായിരുന്നു. ഉദാഹരണമായി ഭക്തി പ്രസ്ഥാനം തന്നെയെടുക്കാം. ഈ കാലഘട്ടത്തിൽ അദ്വൈതവാദം പ്രചരിപ്പിച്ചതിനു പിന്നിൽ മത–ജാതി വൈജാത്യങ്ങളെ പുറന്തള്ളുകയെന്ന ലക്ഷ്യമുണ്ടായിരുന്നു. സാധാരണക്കാർക്ക് ഗ്രഹിതമാകുംവിധം സാമൂഹ്യ സമത്വവാദവും പ്രചരിപ്പിക്കുകയുണ്ടായി. കാവ്യാത്മകമായ ശൈലിയിലുള്ള ഇത്തരം ആശയപ്രചാരണങ്ങൾവഴി ഭക്തി–സൂഫിവര്യന്മാർ ജനകീയരായെന്നുമാത്രമല്ല, അവർക്ക് സാധാരണക്കാരിൽ ആത്മീയമായ ഉണർവ്വുണ്ടാക്കാനും കഴിഞ്ഞു. എന്നാൽ ഇതേ കാലഘട്ടത്തിൽ നിലനിന്ന ഫ്യൂഡൽ ആചാര വിചാരങ്ങളെ ഉച്ചാടനംചെയ്യാൻ ഭക്തി–സൂഫി പ്രസ്ഥാനങ്ങൾക്ക് കഴിഞ്ഞില്ല. പിന്നീട് വന്ന പുരോഗമന പ്രസ്ഥാനങ്ങളുടെ മുൻഗാമിയാകാനും അതിനു കഴിഞ്ഞില്ല. ഭക്തി–സൂഫി പ്രസ്ഥാനങ്ങൾ ഏതൊരു ഉച്ചനീചത്വങ്ങളെയാണോ ചോദ്യംചെയ്യാൻ ശ്രമിച്ചത് അവ കൂടുതൽ ശക്തമാവുകയും ചെയ്തു. അക്കാരണത്താൽത്തന്നെ പറയട്ടെ, കൊളോണിയൽ പൂർവ്വ സ്വദേശി പരിഷ്കരണ പ്രസ്ഥാനങ്ങളുടെ പ്രവർത്തനം ഒരു സാമൂഹ്യമാറ്റത്തിന് വഴിവച്ചില്ലെന്നു മാത്രമല്ല, അത് പൊതുസമൂഹവുമായി സംവദിക്കാതെ ചില വ്യക്തിഗത കോണുകളിൽ ഒതുങ്ങുകയും ചെയ്തു. അക്കാലത്തെ പ്രവർത്തനങ്ങളിൽ ഏറ്റവും പ്രധാനമെന്ന് ചൂണ്ടിക്കാട്ടാവുന്നത് വാർഷികയോഗങ്ങളാണ്. എന്നാൽ ആവർത്തനപരവും ആചാരപരവുമായ ഇത്തരം യോഗങ്ങളുടെ സ്വാധീനം സമൂഹത്തിൽ ക്രമേണ കുറഞ്ഞുവന്നു. പതിനെട്ടാം നൂറ്റാണ്ടിന്റെ അവസാനത്തോടെ ഭക്തി പ്രസ്ഥാനത്തിന്റെ പ്രക്ഷോഭപരമായ

ഉന്മേഷം നഷ്ടമാവുകയും, സൂഫികളുടെ സ്വാധീനം ചില കോണുകളിൽ ഒതുങ്ങുകയും, മതവിരുദ്ധമായ മുന്നേറ്റശ്രമങ്ങൾക്ക് തുടർച്ച നഷ്ടപ്പെടുകയും ചെയ്തു. ഇത്തരത്തിൽ നവാന്വേഷണങ്ങളും വിമർശനാത്മകതയും നഷ്ടമായതോടെ യാഥാസ്ഥിതിക-വിജ്ഞാനവിരുദ്ധ ശക്തികൾ കൂടുതൽ കരുത്തുനേടി സമൂഹത്തിന്റെ ഉന്നതശ്രേണിയിൽ വിരാജിക്കാൻ തുടങ്ങി. ഏതായാലും, പ്രതിഷേധങ്ങൾക്കും ആഹ്വാനങ്ങൾക്കും പഞ്ഞമുണ്ടായില്ലെങ്കിലും കൊളോണിയൽ പൂർവ്വകാല പരിഷ്കരണ ശ്രമങ്ങൾ പ്രത്യയശാസ്ത്രപരമായ പ്രചോദനം പ്രദാനം ചെയ്യാനോ, അതിന് ഫ്യൂഡൽ ആചാരങ്ങളുടെ മോചകപാതയാകാനോ കഴിഞ്ഞില്ല എന്നതാണ് യാഥാർത്ഥ്യം.

പത്തൊമ്പതാം നൂറ്റാണ്ട് സാക്ഷ്യംവഹിച്ച സാമൂഹ്യവും മതപരവുമായ പരിഷ്കരണങ്ങൾ മുൻകാല ശ്രമങ്ങളുടെ തുടർച്ചയോ സമകാലീന വെല്ലുവിളികളെ നേരിടാനുള്ള പുനഃസംബോധനയോ ആയിരുന്നില്ല. കൊളോണിയൽ പൂർവ്വ പരിഷ്കരണങ്ങൾ ഫ്യൂഡൽമൂല്യങ്ങളാൽ തളയ്ക്കപ്പെടുകയായിരുന്നുവെങ്കിൽ, കൊളോണിയൽ ഭരണത്തിന്റെ പ്രത്യയശാസ്ത്രപരമായ ഉപകരണങ്ങളിലൂടെ സ്വീകരിക്കപ്പെട്ട, പടിഞ്ഞാറൻ സമൂഹങ്ങളുടെ ചരിത്രത്തിൽ നിന്നുള്ള രാഷ്ട്രീയ വിശ്വാസവും സാംസ്കാരിക മൂല്യങ്ങളും സാമൂഹിക വീക്ഷണവും ഉൾക്കൊണ്ട ഒരു മദ്ധ്യവർഗ്ഗത്തിന്റെ ഉദയത്തിന്റെ പശ്ചാത്തലത്തിലാണ് പത്തൊമ്പതാം നൂറ്റാണ്ടിലെ നവീകരണം സാദ്ധ്യമായത്.

യൂറോപ്യൻ നവോത്ഥാനം മാനുഷികത എന്ന മൂല്യത്തിന്റെ കണ്ടെത്തലും അതിന്റെ വിജയവുമായിരുന്നു. അതിൽ മനുഷ്യൻ ചരിത്രത്തിന്റെ കേന്ദ്രമായിത്തീർന്നു. ഇപ്രകാരം മുൻനിരയിലേക്കു വന്ന മനുഷ്യന്റെ ക്രിയാത്മകതയ്ക്ക് യൂറോപ്യൻ നവോത്ഥാനം ഊന്നൽ നല്കി. മനുഷ്യ ശരീരത്തെ ആഘോഷിച്ച നവോത്ഥാനകാല ചിത്രങ്ങൾ മനുഷ്യന്റെ ഈ പുനർജനനത്തെയാണ് പ്രതിഫലിപ്പിക്കുന്നത്. മനുഷ്യൻ ചരിത്രത്തിന്റെ ക്രേന്ദ്രമായിത്തീർന്നതോടെ, അത് സാമൂഹ്യ കെട്ടുപാടുകളിൽനിന്നും മതപരമായ ചങ്ങലക്കെട്ടിൽനിന്നുമുള്ള മനുഷ്യന്റെ മോചനവും സാദ്ധ്യമാക്കി, ഇത് മതപരിഷ്കരണ പ്രസ്ഥാനത്തിനും ജ്ഞാനോദയത്തിനുള്ള ബൗദ്ധിക സ്വാതന്ത്ര്യത്തിനും പ്രചോദനം നല്കി. അങ്ങനെ ശാസ്ത്രീയ വിജ്ഞാനത്തിന്റെയും സാമൂഹ്യചിന്തയുടെയും ഒരു പുതിയ ലോകം അവന്റെ മുന്നിൽ തുറന്നു. നവോത്ഥാനം, പരിഷ്കരണം, ജ്ഞാനോദയം എന്നീ പരസ്പരബന്ധിതമായ ത്രിത്വങ്ങളിൽനിന്നാണ് ആധുനികത ശക്തി നേടിയതും അതിന്റെ സ്വഭാവവീക്ഷണങ്ങൾ രൂപപ്പെട്ടതും.

നവോത്ഥാനവും ആധുനികതയും

ഇന്ത്യയിൽ ആധുനികതയ്ക്ക് വ്യത്യസ്തമായ വിക്ഷേപസ്വഭാവമാണുണ്ടായിരുന്നത്. സ്വദേശീയമായ ബൗദ്ധിക-സാംസ്കാരിക ഭൂമി

കയിൽ നിന്നല്ല മറിച്ച് കൊളോണിയൽ ഭരണവും അവരുടെ ഇടനില ക്കാരും വിതച്ച വിത്തിന്റെ സ്വാധീനത്തിൽനിന്നാണ് അതിന്റെ ഉത്ഭവം. ആധുനികതയുടെ ഉപഭോക്താക്കളും പ്രചാരകരും കൊളോണിയൽ ഭരണവുമായി ബന്ധമുള്ള, പുതുതായി ഉയർന്നുവന്ന മദ്ധ്യവർഗ്ഗമായതി നാൽ അവർ പാശ്ചാത്യസംസ്കാരത്തെയാണ് ഉയർത്തിക്കാട്ടിയത്. കൊളോണിയൽ ഭരണക്കാരും അവരുടെ വാണിജ്യ ഇടനിലക്കാരും മറ്റുമായുള്ള ബന്ധം വഴി ഈ മദ്ധ്യവർഗ്ഗം ഒരു പുതിയ സാംസ്കാരിക സാഹചര്യത്തിലേക്ക് നീങ്ങി. ഇത്തരമൊരു സ്ഥിതിവിശേഷം പ്രസി ഡൻസി നഗരങ്ങളായിരുന്ന കൽക്കത്ത, ബോംബെ, മദ്രാസ് എന്നിവിട ങ്ങളിലും രാജ്യത്തിന്റെ മറ്റു ഭാഗങ്ങളിലും ഇന്ത്യയിൽ പുതിയൊരു വിഭാഗത്തെ ഉയർത്തിക്കൊണ്ടുവന്നു. ആശയപരമായും ജീവിത രീതികൾകൊണ്ടും തനി പാശ്ചാത്യരായ ഇവർ ആധുനികരായി ജീവിക്കു കയും സ്വന്തം പാരമ്പര്യത്തെ വിമർശനാത്മകമായി അന്വേഷിക്കുകയും ചെയ്തു. കൊളോണിയൽ ആധുനികതയും പാരമ്പര്യവും തമ്മിൽ സംവാദാത്മകമായ ബന്ധമായിരുന്നില്ല, മറിച്ച് ഒന്നിന് മറ്റൊന്നിന്മേലുള്ള ആധിപത്യമായിരുന്നു ഉണ്ടായിരുന്നത്. മത-ജാതി ബന്ധങ്ങളാൽ കെട്ടപ്പെട്ടവരും എന്നാൽ കൊളോണിയൽ ആധുനികതയാൽ ആകർഷി ക്കപ്പെട്ടവരുമായ ഈ വിഭാഗങ്ങൾ തങ്ങളുടെ പാരമ്പര്യ ജീവിതരീതിയും പുതിയകാല ജീവിതവും തമ്മിലുള്ള സംഘർഷത്തിലൂടെ കടന്നു പോന്നു.

സാമൂഹിക സാംസ്കാരിക ജീവിതത്തിൽ ഉണ്ടായിക്കാണാൻ അവർ ആഗ്രഹിച്ച മാറ്റങ്ങൾ ഈ സംഘർഷത്തിൽനിന്നും പിറവിയെടുത്തു. കൊളോണിയൽ ചട്ടപ്രകാരമുള്ള ജീവിതക്രമം നിലവിലുണ്ടായിരുന്ന സാമൂഹ്യലോകത്തിന്റെ പുനഃക്രമീകരണം ആവശ്യപ്പെട്ടു. അതേസമയം പാരമ്പര്യത്തെ കൈവിടാതിരിക്കാനുള്ള സംഘർഷവും നിലനിന്നു. മദ്ധ്യവർഗ്ഗത്തിന്റെ സാംസ്കാരിക ലോകവും പുതിയകാല ജീവിതത്തിന്റെ ആവശ്യങ്ങളും പരസ്പരം പൊരുത്തപ്പെടുത്താനുള്ള ശ്രമത്തിന്റെ ഭാഗമായി ഈ ഘട്ടത്തിൽ പത്തൊമ്പതാം നൂറ്റാണ്ട് സാക്ഷ്യം വഹിച്ച സാമൂഹ്യ പരിഷ്കരണങ്ങൾ ഉദയം ചെയ്തു. യൂറോപ്പിലുണ്ടായ തിൽനിന്ന് വ്യത്യസ്തമായി ഇന്ത്യയിൽ നവോത്ഥാനത്തിനു മേൽ പരിഷ്കരണം മേൽക്കൈ നേടുകയായിരുന്നു ഫലം.

സാംസ്കാരികമായ സർഗ്ഗാത്മകതയും ബൗദ്ധികമായ ഉണർവ്വും യൂറോപ്യൻ നവോത്ഥാനത്തിലെ മികവിന്റെ അടയാളമായിരുന്നുവെങ്കിൽ, ഇന്ത്യൻ സാഹചര്യം അവയുടെ അഭാവംകൊണ്ടു ശ്രദ്ധേയമായി. ക്രിയാത്മകത്വത്തിന്റെ പേരിൽ മാത്രമല്ല ഇവിടെ നവോത്ഥാനം അറി യപ്പെട്ടത്. മതവുമായി കൂടിച്ചേർന്ന് പ്രവർത്തിച്ചപ്പോഴാണ് നവോത്ഥാ നവും പരിഷ്കരണവും ഊർജ്ജസ്വലത്തായത്, ബദൽ ആധുനികതയെ വര വേറ്റത്. ഏറെക്കാലം അടയിരുന്നശേഷമാണ് ഇന്ത്യൻ ബുദ്ധിജീവിവർഗ്ഗം തങ്ങളുടെ ബൗദ്ധികവും സാംസ്കാരികവുമായ വേരുകളന്വേഷിച്ചത്

എന്നും കാണാം. ആ അന്വേഷണമാകട്ടെ മതത്തിന്റെ വലയിൽ കുടുങ്ങി വിഭാഗീയമായ മാനങ്ങളിലേക്ക് നയിക്കപ്പെടുകയും മത സാർവ്വലൗകികത പോലുള്ള നവോത്ഥാനമൂല്യങ്ങളെ തുരങ്കം വയ്ക്കുകയും ചെയ്തു. രാജാറാം മോഹൻ റോയ്, ദേവേന്ദ്രനാഥ് ടാഗോർ, കേശബ് ചന്ദ്രസെൻ, ശ്രീനാരായണഗുരു തുടങ്ങി നവോത്ഥാന നായകർ ഏകദൈവ വിശ്വാസത്തിനും സാർവ്വലൗകീകമായ ഐക്യത്തിനുംവേണ്ടി നിലകൊണ്ടുവെന്നു പറയുമ്പോൾത്തന്നെ ബഹുമത സ്വാധീനവും വേദാന്തവും മറ്റും ഇവരുടെ ആശയ വ്യാപനത്തിന് തടസ്സമായി എന്നതും എടുത്തു പറയേണ്ടതാണ്. പരിഹരിക്കപ്പെടാതെ പോയ ഈ വൈരുദ്ധ്യം സ്വാതന്ത്ര്യാനന്തര ഇന്ത്യൻ മതേതരത്വത്തിന് ഗുരുതരമായ പ്രത്യാഘാതമാണ് സൃഷ്ടിച്ചത്.

പാരമ്പര്യത്തിന്റെ ബന്ധനത്തിൽ

മാറുന്ന സാമൂഹ്യ, സാംസ്കാരിക ലോകത്തിന്റെ ആവശ്യങ്ങളുടെയും മദ്ധ്യവർഗ്ഗത്തിന്റെ ജീവിതാനുഭവങ്ങളുടെയും അടിസ്ഥാനത്തിൽ നിലവിലുണ്ടായിരുന്ന സാമൂഹികവും സാംസ്കാരികവുമായ സ്ഥിതിഗതികളെ പുനഃക്രമീകരിക്കാനുള്ള ശ്രമത്തെയാണ് ഇന്ത്യയിൽ നവോത്ഥാനം എന്ന് നാം ആഘോഷപൂർവ്വം വിളിച്ചുപോന്നത്. വിജ്ഞാനവിരോധികളും പരിഷ്കരണങ്ങളോട് എതിർപ്പുള്ളവരും മാനുഷികതപോലും തൊട്ടുതീണ്ടാത്തവരും സക്രിയമായിരുന്ന ലോകത്തായിരുന്നു ഈ ശ്രമങ്ങൾ നടന്നത്. ബുദ്ധിജീവികൾകൂടി ഉൾപ്പെട്ടിരുന്ന ബദൽശ്രമങ്ങൾ പഴയ കാലത്തെ അർത്ഥവത്തായി പുനർവ്യാഖ്യാനിക്കുന്നതിലേക്കോ പഴയ കാലത്തിന്റെ പുനർ നിർമ്മിതിയിലേക്കോ നയിച്ചില്ല. പകരം, പാരമ്പര്യത്തെ കൂട്ടുപിടിച്ച് പുതിയ സാംസ്കാരിക-താത്വിക അവസ്ഥകൾക്ക് സാധുത തേടുന്നതിലേക്കാണ് അവ നയിച്ചത്. സതി, ശൈശവ വിവാഹം എന്നിവ തടയുന്നതിന് നടത്തിയ സംവാദങ്ങൾതന്നെ ഉദാഹരണം. പഴയ കാലത്തോടു സ്വീകരിച്ച അത്തരമൊരു മുന്നേറ്റശ്രമത്തിൽനിന്നുണ്ടായ സാമൂഹികവും സാംസ്കാരികവുമായ മുന്നേറ്റം ഉപരിപ്ലവമാണെന്നു പറയാം. കാരണം, പാരമ്പര്യത്തിന്റെ നിരൂപകർ അതിന്റെ താത്വിക അടിത്തറയെ ചോദ്യം ചെയ്തില്ല.

പാരമ്പര്യത്തെ ആസ്പദമാക്കിയോ പാശ്ചാത്യ വിഭവങ്ങളുടെ അടിസ്ഥാനത്തിലോ അവയുടെ അനന്തരഫലമായോ അല്ല, ഒരുവശത്ത്. സ്വന്തം പാരമ്പര്യത്തെക്കുറിച്ചുള്ള അവ്യക്തമായ കാഴ്ചപ്പാടും മറുവശത്ത് കൊളോണിയൽ ആധുനികതയും എന്ന സ്ഥിതിവിശേഷം ഉണ്ടായത്. എന്നാൽ, ഇതിന്റെ ഫലമായി സ്വനൈപുണ്യത്തേക്കാൾ അനുകരണാത്മകത്വമാണ് നവോത്ഥാനം കൊണ്ടുവരാൻ ശ്രമിച്ച ആധുനികതയിൽ മുന്നിട്ടുനിന്നത്. കൊളോണിയൽ കാലഘട്ടത്തിൽ നടന്നതിനെ സൂചിപ്പിക്കാൻ 'നവോത്ഥാനം' എന്ന പദമുപയോഗിക്കുന്നത് ഉചിതമല്ല. കാരണം, യൂറോപ്പിലെ സ്ഥിതിഗതികളിൽനിന്ന് അകന്നുനില്ക്കുന്നു

എന്നതുകൊണ്ടല്ല, അതിന്റെ ആശയങ്ങൾ ഒന്നുകിൽ പടിഞ്ഞാറുനിന്ന് കടംകൊണ്ടതോ വിഭാഗീയ മതസ്രോതസ്സുകളിൽനിന്ന് സ്വീകരിച്ചതോ ആണ് എന്നതുകൊണ്ടാണ്. പാരമ്പര്യത്തോടുള്ള മനോഭാവം പ്രയോഗപരം എന്നതിനേക്കാൾ വേദപ്രോക്തമായിരുന്നു മിക്ക പരിഷ്കർത്താക്കളും വേദങ്ങൾ, ഉപനിഷത്തുക്കൾ, *ഖുർആൻ* എന്നിവയെ പരാമർശിക്കുന്നു; അതേസമയം അവരിലാരുംതന്നെ ഭക്തി-സൂഫി സമ്പ്രദായങ്ങളുടെ പാരമ്പര്യത്തെ കൂട്ടുപിടിച്ചില്ല.

നവോത്ഥാനം മുന്നോട്ടുവച്ച, മനുഷ്യന്റെ പുനർജ്ജന്മം എന്ന സങ്കല്പം ഇന്ത്യയിൽ സംഭവിച്ചു എന്നു പറയുക വയ്യ. ഇത് ഒരു ചോദ്യമുയർത്തുന്നു. യഥാർത്ഥത്തിൽ നവോത്ഥാനം എന്തെന്ന് ഇന്ത്യയിലെ സമൂഹത്തിന് അനുഭവവേദ്യമായോ, അത് പിന്നീട് ജ്ഞാനോദയംകൊണ്ട് പരിപുഷ്ടമായോ? ഇന്ത്യയിലെ സമൂഹം കണ്ടത് പരിഷ്കരണമാണ് - സാമൂഹികവും മതപരമായതും. പാരമ്പര്യത്തിനും കൊളോണിയൽ ആധുനികതയ്ക്കും ഇടയിൽപ്പെട്ട ഈ പരിഷ്കരണത്തിന് അതിന്റെ ചരിത്രപരമായ ദൗത്യം പൂർത്തിയാക്കാൻ കഴിഞ്ഞില്ല. റാം മോഹൻ റോയ് മുതൽ നാരായണഗുരുവരെ ഇതിൽ ഉൾപ്പെട്ടിരുന്ന ബുദ്ധിജീവികൾ മനുഷ്യത്വപൂർണ്ണമായ ഒരു സമൂഹം എന്ന അവരുടെ സ്വപ്നത്തിന്റെ സാഫല്യത്തിനുവേണ്ടി വീറോടെ പോരാടി. പക്ഷേ, തങ്ങളുടെ അധീനതയിലല്ലാത്ത ശക്തികൾ അവരെ തോല്പിച്ചു. റാംമോഹൻ റോയ് ചെയ്തതുപോലെ, അവർ ഒന്നുകിൽ കൊളോണിയലിസത്തിന്റെ നന്മകളിൽ വിശ്വസിച്ചു, അല്ലെങ്കിൽ നാരായണഗുരു ചെയ്തതുപോലെ അതിനെ കാണാതെ പോയി. കൊളോണിയലിസത്തിന്റെ സാംസ്കാരിക -താത്വിക ആധിപത്യത്തെ നേരിടാനുള്ള അവരുടെ കഴിവില്ലായ്മ അതിനെ കൂടുതൽ കൂടുതൽ അപ്രസക്തമാക്കി.

തൽഫലമായി രാഷ്ട്രീയ പോരാട്ടങ്ങൾ സജീവമായിത്തീർന്നപ്പോൾ സാമൂഹിക പരിഷ്കരണ പ്രസ്ഥാനങ്ങൾ പിന്തള്ളപ്പെട്ടു. 20-ാം നൂറ്റാണ്ടിന്റെ ആദ്യത്തോടെ ബ്രഹ്മസമാജത്തിന്റെയും പ്രാർത്ഥനാസമാജത്തിന്റെയും പ്രഭാവം നഷ്ടപ്പെടുകയും ആര്യസമാജം ഒരു സാമൂഹ്യശക്തിയല്ലാതാകുകയും ചെയ്തു. സത്യശോധക സമാജത്തിന് അതിന്റെ വിപ്ലവാത്മകത നിലനിർത്താൻ കഴിഞ്ഞില്ല. ശ്രീനാരായണ പ്രസ്ഥാനമാകട്ടെ അതിന്റെ പരിഷ്കരണേച്ഛ കൈവെടിയുകയും ചെയ്തു. ഈ പ്രസ്ഥാനങ്ങൾ ഒഴിച്ചിട്ട സാമൂഹികസ്ഥാനങ്ങൾ യാഥാസ്ഥിതിക ശക്തികൾ കൈവശമാക്കി. പരിഷ്കരണം ഉന്മൂലനം ചെയ്യാനുദ്ദേശിച്ച സാമൂഹികവും മതപരവുമായ ആചാരങ്ങൾക്ക് തിരിച്ചു വരാൻ അങ്ങനെ വഴിയൊരുക്കുകയും ചെയ്തു.

സാമൂഹിക പരിഷ്കാരങ്ങൾ

ഫ്യൂഡലിസത്തിൽനിന്ന് കൊളോണിയൽ ആധുനികതയിലേക്കുള്ള മാറ്റം നിലവിലുള്ള മതാചാരങ്ങളോട് വിമർശനാത്മകമായാണ്

പ്രതികരിച്ചത് പരിശോധനയുടെ മാനദണ്ഡം പൂർണ്ണമായും പാശ്ചാത്യമോ മുഴുവനായും തദ്ദേശീയമോ ആയിരുന്നില്ല. പാശ്ചാത്യ ലിബറലിസത്തിന്റെ സന്തതിയായി നവോത്ഥാനത്തെ കാണുന്നവരുണ്ട്. കാരണം അത് തീർച്ചയായും നവോത്ഥാനത്തിനുമേൽ നിർണ്ണായക സ്വാധീനം ചെലുത്തിയിട്ടുണ്ട്. പാശ്ചാത്യ പ്രഭാവത്തിന്റെ മാത്രം ഫലമായിരുന്നില്ല നവോത്ഥാനം എന്നാണ് കൊളോണിയൽ ചരിത്രം പറയുന്നത്. നവോത്ഥാന കാലത്ത് കൈവരുത്താനുദ്ദേശിച്ച മാറ്റങ്ങളുടെ സ്വഭാവവും അജൻഡയും നിർണ്ണയിക്കുന്നതിൽ തനതു ബൗദ്ധിക സ്രോതസുകൾ പങ്കുവഹിച്ചു. പാരമ്പര്യത്തെ കൂട്ടുപിടിച്ചുള്ള രീതി നവോത്ഥാനത്തിന് വിപുലമായ അംഗീകാരം നേടിക്കൊടുക്കുകയും സാമൂഹിക സാധുത നല്കുകയും ചെയ്തു. ജാതിപരമായ ബന്ധങ്ങൾക്കതീതമായി വേദാന്തത്തിന് അവരുടെ മതതത്ത്വചിന്തയിൽ കേന്ദ്രസ്ഥാനമുണ്ടാവാൻ അത് കാരണമായി.

യാഥാസ്ഥിതികരും ഉല്പതിഷ്ണുക്കളും ഒരുപോലെ സതി, ബാലവിവാഹം, വിധവാവിവാഹം എന്നിവയെക്കുറിച്ച് വേദങ്ങളിലെ അനുശാസനങ്ങളനുസരിച്ച് സംവാദം നടത്തി. പാശ്ചാത്യവും പാരമ്പര്യവുമായ മൂല്യങ്ങളുമായുള്ള ഇടപെടലുകൾ, പാരമ്പര്യമൂല്യങ്ങളും വിശ്വാസങ്ങളും ആധുനികതയുമായി കണ്ണിചേർക്കപ്പെടാനുള്ള ശ്രമങ്ങളിലേക്കു നയിച്ചില്ല. നവോത്ഥാനത്തിൽ അങ്ങനെ രണ്ടു സരണികളുണ്ടായി - ഒന്ന് പാരമ്പര്യത്തിനും മറ്റേത് ആധുനികതയ്ക്കും പ്രാമുഖ്യം നല്കി. ക്രമേണ രണ്ടും എതിർദിശയിലേക്കു നീങ്ങി. ആധുനികതയെ വരിച്ചവർ പാരമ്പര്യത്തെ ത്യജിക്കാനുള്ള ശ്രമം നടത്തി. ഇപ്രകാരമുള്ള ദ്വന്ദം പാരമ്പര്യത്തിലെ സൃഷ്ട്യുന്മുഖ സാദ്ധ്യതകളുടെ വീണ്ടെടുപ്പിനെ വിപരീതമായി ബാധിച്ചു. ഒപ്പം ഒരു സമാന്തര ആധുനികതാ സരണി–കൊളോണിയൽ ആധുനികതയിൽനിന്നും പാരമ്പര്യ ആധുനികതയിൽ നിന്നും വ്യത്യസ്തമായി–കണ്ടെത്തുന്നതിനെയും അത് ദോഷകരമായി ബാധിച്ചു,

19, 20 നൂറ്റാണ്ടുകളിൽ പ്രധാനപ്പെട്ട മതപരിഷ്കരണ പ്രസ്ഥാനങ്ങളെല്ലാം (ബ്രഹ്മസമാജം, ആര്യസമാജം, പ്രാർത്ഥനാസമാജം, സത്യശോധക സമാജം, ശ്രീനാരായണ ധർമ്മ പരിപാലന സംഘം, സാധുജന സമാജം, നിവർത്തന പ്രസ്ഥാനം) നിലവിലുണ്ടായിരുന്ന ആരാധനക്രമങ്ങളെ പൊളിച്ചെഴുതുക എന്ന ലക്ഷ്യത്തോടെയാണ് പ്രവർത്തിച്ചത്. കാരണം, ഈ ആരാധനക്രമങ്ങളിലൂടെയാണ് പുരോഹിതവർഗ്ഗം വിഗ്രഹത്തിന്റെ മറവിൽ നിന്ന് വിശ്വാസികളെ അടിമകളാക്കിയിരുന്നത്. പ്രധാന പരിഷ്കരണം എന്നു പറയുന്നത് ഇടനിലക്കാരനായി പുരോഹിതർ നിലനില്ക്കുന്ന സ്ഥിതിയും വിഗ്രഹാരാധനയും ഒഴിവാക്കി സമൂഹപ്രാർത്ഥനയെന്ന നിലയിലെത്തിച്ചുവെന്നതാണ്.

അനാചാരങ്ങളിൽ ബന്ധിക്കപ്പെട്ട അനവധി പേരെ അതു മോചിപ്പിച്ചു. പരമ്പരാഗത ക്ഷേത്രസമ്പ്രദായത്തെ മാറ്റി സമൂഹപ്രാർത്ഥനയ്ക്ക് സ്ഥാനം ലഭിച്ചു. ദൈവവുമായി സംവദിക്കാൻ പുരോഹിതനും

വിഗ്രഹവും വേണമെന്ന സ്ഥിതി പാടെ നീക്കി. വിഗ്രഹാരാധനയുടെയും ക്ഷേത്രാചാരങ്ങളുടെയും അംശങ്ങൾ വിശ്വാസികളിൽ നിന്ന് തുടച്ചുനീക്കാനായില്ലെങ്കിലും ദൈവത്തിന്റെ പേരിൽ നടന്ന ക്രൂരമായ ആചാരങ്ങളെ ചോദ്യംചെയ്യാൻ നവോത്ഥാന ശ്രമങ്ങൾ മൂലം സമൂഹത്തിനു കഴിഞ്ഞു.

സ്ത്രീകളുടെ പ്രശ്നം

സ്ത്രീകൾ, ദളിതർ തുടങ്ങി അടിച്ചമർത്തപ്പെട്ടവരും തിരസ്കൃതരുമായവരുടെ വിമോചനമാണ് സാമൂഹ്യ പരിഷ്കരണ പ്രസ്ഥാനങ്ങൾ മുഖ്യമായും സംബോധന ചെയ്തത്. പിതൃഅധികാര ശ്രേണിയുടെ ഫലമായി സാമൂഹ്യമായി ഒറ്റപ്പെടുകയും അക്രമങ്ങൾക്കിരയാവുകയും ചെയ്യുകയെന്നതായിരുന്നു സ്ത്രീകളുടെ ജീവിതം. അവരുടെ ജീവിക്കാനുള്ള അവകാശം പുരുഷന്റെ ഔദാര്യമായിരുന്നു. ശിശുഹത്യയും സതിയും മറ്റും അവരെ നിസ്സഹായരാക്കി. പരിഷ്കർത്താക്കൾ ആദ്യം ചെയ്തത് ജീവിക്കാനുള്ള അവകാശം ഉറപ്പുവരുത്തുകയും തെരഞ്ഞെടുക്കാനുള്ള സ്വാതന്ത്ര്യം നല്കുകയുമായിരുന്നു. സതി നിർത്തലാക്കിയതിലൂടെ ആദ്യത്തേതും വിധവാവിവാഹത്തിലൂടെ രണ്ടാമത്തേതും നടപ്പിലാക്കാൻ ശ്രമിച്ചു. പ്രചോദകാത്മകമായ സ്ത്രീസൗഹൃദങ്ങളുണ്ടായിരുന്നവർ ആഗ്രഹിച്ച, അന്വേഷിച്ച പരിഷ്കർത്താക്കളായ മനുഷ്യരാണ് ഇത്തരം ശ്രമങ്ങൾ നടത്തിയത്. എന്നാൽ, പരിഷ്കർത്താക്കൾ സ്ത്രീജീവിതത്തിൽ മുന്നോട്ടുവച്ച മാറ്റങ്ങൾ പിതൃദായകാധികാരത്തിനെ അതിലംഘിക്കാൻ പര്യാപ്തമായില്ല. കുടുംബാന്തരീക്ഷത്തിൽ സ്ത്രീകൾക്ക് തുല്യാവകാശം നല്കിയില്ലെന്നു മാത്രമല്ല സ്വാതന്ത്ര്യവും നല്കിയില്ല. കുടുംബത്തിലെ ചോദ്യംചെയ്യാനാവാത്ത വ്യക്തിയായി പുരുഷൻ നിലകൊണ്ടു. എല്ലാ തീരുമാനങ്ങളും അവനെടുത്തു. പരിഷ്കരണവാദികൾക്കുപോലും ഇത്തരം പരമ്പരാഗത സമ്പ്രദായങ്ങൾക്ക് വഴിപ്പെടേണ്ടിവന്നു. ദേശീയപ്രസ്ഥാന നേതാവും പരിഷ്കരണവാദിയുമൊക്കെയായിരുന്ന മഹാദേവ് ഗോവിന്ദ് റാണെഡിന്റെ ഭാര്യ രമാഭായി റാണെഡിന്റെ ജീവിതംതന്നെ ഉദാഹരണമാണ്. ഇതൊക്കെയാണെങ്കിലും സ്ത്രീയുടെ ജീവിത സാഹചര്യം മെച്ചപ്പെടുത്താനുള്ള ശ്രമങ്ങൾക്ക് തുടക്കമിടാൻ നവോത്ഥാനത്തിനു കഴിഞ്ഞു.

സാമൂഹ്യ മാന്യത തിരിച്ചുപിടിക്കാൻ

നവോത്ഥാനകാല സാമൂഹ്യ പരിഷ്കരണങ്ങൾക്ക് രണ്ടു ദിശകൾ കാണാം. മരണം, ജനനം, വിവാഹം തുടങ്ങിയ അവസരങ്ങളിൽ ഇത്തരമൊരു ചടങ്ങുകളുടെ ലാളിത്യവല്ക്കരണമാണ് ആദ്യത്തേത്. വലിയ പുരോഹിതരെയും മറ്റും കൊണ്ടുവന്നും വൻതോതിൽ പണം ചെലവഴിച്ചുമാണ് ഇത്തരം ചടങ്ങുകൾ നടത്തിയിരുന്നത്. പുരോഹിതർ തങ്ങളുടെ അവകാശം ഉറപ്പിക്കാനായിരുന്നു ഇത്തരം ചടങ്ങുകളെ ഉപ

യോഗപ്പെടുത്തിയിരുന്നത്. ഇത്തരം അവസരങ്ങളിൽ എന്ത് ചടങ്ങാണ് നടത്തേണ്ടത് എന്നതു സംബന്ധിച്ച് ഒരു പൊതുമാനദണ്ഡത്തിലെത്താൻ കഴിഞ്ഞത് നവോത്ഥാനത്തിന്റെ പ്രധാന നേട്ടമാണ്. ദേവേന്ദ്രനാഥ് ടാഗോർ, തന്റെ പിതാവിന്റെ നിര്യാണത്തെ തുടർന്നുണ്ടായ അവസരത്തിലാണ് ഇത്തരത്തിലൊരു നീക്കത്തിന് തുടക്കമിട്ടത്. മറ്റെല്ലാ പരിഷ്കരണങ്ങൾക്കും ഇതൊരു നാന്ദിയാവുകയായിരുന്നു.

ഉയർന്ന ജാതിയിലുള്ളവരുടെ ആധുനികരാവാനുള്ള ഉൽക്കണ്ഠ എന്ന നിലയിലാണ് ഇന്ത്യയിൽ ഏറെക്കാലം നവോത്ഥാനം അറിയപ്പെട്ടത്. പരിഷ്കരണത്തിനുള്ള ഇവരുടെ ശ്രമം നവോത്ഥാനത്തിന്റെ പര്യായമായിപ്പോലും പറയപ്പെട്ടു. അതേസമയം, സാമൂഹ്യ ഉച്ചനീചത്വങ്ങളുടെ ഫലമായുണ്ടായ മനുഷ്യത്വഹീനമായ എല്ലാ ദുരനുഭവങ്ങളും ഹിന്ദുക്കളിൽ മാത്രമായിരുന്നില്ല, മുസ്ലിങ്ങളിലും ക്രിസ്ത്യാനികളിലും കാണാമായിരുന്നു. താഴ്ന്ന ജാതിയിലുള്ളവരാകട്ടെ, അതായത് തൊട്ടുകൂടാത്തവർ, ഹരിജൻ, പട്ടികജാതി, ദളിതർ എന്നൊക്കെ വിളിക്കപ്പെട്ടവരെ സമൂഹത്തിന്റെ മുഖ്യധാരയിൽ പങ്കെടുപ്പിച്ചിരുന്നില്ല. ക്ഷേത്രങ്ങളിൽ കയറാനോ, റോഡിലൂടെ നടക്കാനോ, കിണറുകളിൽനിന്ന് വെള്ളം കോരാനോ അവരെ അനുവദിച്ചില്ല. ഗ്രാമത്തിന്റെ ഏതെങ്കിലും പ്രത്യേക സ്ഥലത്ത് കൂട്ടത്തോടെ കഴിയാൻ അവർ നിർബ്ബന്ധിക്കപ്പെട്ടു. ഈ മനുഷ്യത്വഹീന സമീപനങ്ങളെ ജാതിക്കുള്ളിൽ നിന്നുതന്നെ ഉയർന്ന പരിഷ്കരണ ശ്രമങ്ങൾ ചോദ്യംചെയ്തു. മഹാത്മാഫൂലെ, നാരായണഗുരു, പെരിയോർ ഇ വി രാമസ്വാമി, അയ്യങ്കാളി, അയോത്തീദാസ്, ഭീംറാവു അംബേദ്കർ തുടങ്ങിയവരാണ് ഇതിൽ പ്രധാനികൾ. സാമൂഹ്യമായ മാന്യതയും രാഷ്ട്രീയ അവകാശങ്ങളും നേടുകയെന്നതായിരുന്നു, സാമ്പത്തിക അവകാശങ്ങളായിരുന്നില്ല ഇവരുടെയെല്ലാം ലക്ഷ്യം. സാമൂഹികവും മതപരവുമായ പരിഷ്കരണങ്ങൾ ജാതി–മത പരിധിക്കുള്ളിൽ ഒതുങ്ങിനിന്നു എന്നതായിരുന്നു ഇവയുടെ വലിയ ദൗർബല്യം. ഉയർന്ന ജാതിയിലെ പ്രശ്നങ്ങളെയാണ് ബ്രഹ്മസമാജം നേരിട്ടത്. അതുതന്നെയാണ് പടിഞ്ഞാറൻ ഇന്ത്യയിൽ പ്രാർത്ഥനാസമാജവും ചെയ്തത്. ഇടനില ജാതിക്കാരുടെ പ്രശ്നങ്ങളെയാണ് ആര്യസമാജം കൈകാര്യം ചെയ്തത്. ഈ മൂന്നു പ്രധാന പരിഷ്കരണ പ്രസ്ഥാനങ്ങളും ജാതീയതയെയും മറ്റും എതിർത്തെങ്കിലും അത് ഉയർന്ന ജാതിക്കാരുടെ ഇടയിൽമാത്രം ഒതുങ്ങിനിന്നു, തൊട്ടുകൂടാത്തവരുടെയും മറ്റും പ്രശ്നങ്ങൾ ചർച്ചചെയ്യപ്പെടാതെ കിടന്നു. ദളിതരിൽനിന്നുതന്നെ പ്രസ്ഥാനങ്ങൾ ഉയർന്നുവന്നതോടെയാണ് ഈ തൊട്ടുകൂടായ്മയെ ചോദ്യം ചെയ്തുതുടങ്ങിയത്, പൗരാവകാശത്തിനും ആരാധനയ്ക്കും വിദ്യാഭ്യാസത്തിനും വേണ്ടിയുള്ളതായിരുന്നു മുഖ്യമായും അവരുടെ പോരാട്ടം. ഇതിന്റെ ഫലമായി ഏത് ക്ഷേത്രത്തിൽനിന്നാണോ തങ്ങളെ അകറ്റിനിർത്തിയത് അവിടെ കയറാനും പൊതുനിരത്തുകൾ ഉപയോഗിക്കാനും ഗ്രാമീണ കിണറുകളിൽനിന്ന് വെള്ളം കോരാനും അവരുടെ

കുട്ടികളെ സ്കൂളിൽ വിടാനും മറ്റുമുള്ള ആവശ്യങ്ങളെ മുൻനിർത്തി പ്രക്ഷോഭങ്ങൾ സംഘടിപ്പിക്കപ്പെട്ടു.

ജാതിമത ഐക്യപ്രസ്ഥാനമെന്ന നിലയിലേക്ക് മാറുംവിധം അതത് ജാതി-മത പരിധിക്കുള്ളിൽ നിലകൊള്ളുന്നതായിരുന്നു പരിഷ്കരണ പ്രസ്ഥാനങ്ങൾ. അവയുടെ നിലനില്പുപോലും പിന്നീട് ഈ ജാതി ബന്ധംമൂലമായി. ഇത്തരം ബന്ധങ്ങളില്ലാതിരുന്ന ബ്രഹ്മസമാജം, ആര്യ സമാജം, പ്രാർത്ഥനാസമാജം തുടങ്ങിയവ ക്ഷയിക്കുകയും ജാതിബന്ധ ങ്ങളുണ്ടായിരുന്ന കായസ്ഥസഭയും നായർ സർവ്വീസ് സൊസൈറ്റിയും എസ് എൻ ഡി പിയും നിലനില്ക്കുകയും ചെയ്തു, സാമൂഹ്യ പരിഷ് കരണ പ്രസ്ഥാനമെന്നതിൽനിന്ന് ജാതിപ്രസ്ഥാനം എന്ന നിലയിലേ ക്കുള്ള മാറ്റം സിഖ്, മുസ്ലിം മതങ്ങളിലും യാഥാർത്ഥ്യമായിരുന്നു. ഇവ യാകട്ടെ സാമൂഹ്യപരിഷ്കരണ സമിതികളായല്ല, രാഷ്ട്രീയവും സാമൂ ഹ്യവുമായ സമ്മർദ്ദ സംഘങ്ങളായാണ് പ്രവർത്തിച്ചത്. വാസ് തവത്തിൽ സാമൂഹ്യ പരിഷ്കരണ സംഘടനകളുടെ പേരിലാണ് ഇവ സ്വാധീനമു ണ്ടാക്കാൻ ശ്രമിക്കുന്നതെങ്കിലും, അതിന്റെ പൈതൃകം യഥാർത്ഥത്തിൽ അവർക്ക് അവകാശപ്പെടാൻ അർഹതയില്ല.

ആഭ്യന്തര ക്ഷയം

പെരിയോറും അയ്യങ്കാളിയും അംബേദ്കറും മറ്റും നേതൃത്വം കൊടുത്ത പരിഷ്കരണ പ്രസ്ഥാനങ്ങൾ പ്രധാനമായും പ്രവർത്തിച്ചത് സാമൂഹ്യ സമത്വത്തിനും രാഷ്ട്രീയ അവകാശങ്ങൾക്കും വേണ്ടിയായി രുന്നു. ഇത് നവോത്ഥാനത്തിന്റെ തന്നെ ആഭ്യന്തരമായ പോരായ്മയായി ചൂണ്ടിക്കാണിക്കാവുന്നതാണ്. ഈ സംഭവവികാസങ്ങളുടെ മേൽ പ്രക ടമായ രണ്ടു പ്രവണതകൾ, 19, 20 നൂറ്റാണ്ടുകളിൽ വേരുപിടിക്കുന്നതു കാണാം. രാഷ്ട്രീയവും സാംസ്കാരികവുമായ പരിഗണനകളുടെ വേർ പിരിയൽ ആണ് ആദ്യത്തേത്. സാമൂഹ്യവും മതപരവുമായ ആചാരാനു ഷ്ഠാനങ്ങളിൽ ഉൾച്ചേർന്ന മാനുഷിക ദുരിതങ്ങളോടുള്ള പ്രതികരണ മായിരുന്നു ഇന്ത്യയിൽ നവോത്ഥാനം. അത് രാഷ്ട്രീയ അടിമത്തത്തിന്റെ പ്രശ്നത്തോട് പക്ഷേ, പ്രതികരണക്ഷമമായിരുന്നില്ല. നവോത്ഥാനകാല നേതാക്കൾക്ക് ഫ്യൂഡൽ വ്യവസ്ഥിതിയോടും കൊളോണിയൽ ഭരണ ത്തോടുമുള്ള സമീപനം സന്ദിഗ്ദ്ധമായിരുന്നു എന്നു കാണാം. ദയാനന്ദ സരസ്വതിയും സ്വാമി വിവേകാനന്ദനും മറ്റും ഇന്ത്യയിലെ ഭരണാധികാരി കളുമായി സൗഹൃദപരമായ ബന്ധമാണ് പുലർത്തിയിരുന്നത്. കൊളോ ണിയൽ വിരുദ്ധ നീക്കങ്ങളോടോ, ഫ്യൂഡൽ വ്യവസ്ഥിതിക്കെതിരായ സമരങ്ങളോടോ ഇവർ സഹകരിച്ചില്ല. ഇതിന്റെ ഫലമായി കൊളോണി യൽ വിരുദ്ധ സമരം ശക്തിപ്പെട്ടപ്പോൾ മേല്പറഞ്ഞ സാമൂഹ്യ-സാംസ് കാരിക പ്രക്ഷോഭങ്ങൾ ദുർബ്ബലമാവുകയും അവ രാഷ്ട്രീയ മുഖ്യ ധാരയിൽനിന്ന് ഒറ്റപ്പെടുകയും ചെയ്തു. അങ്ങനെ, ഐക്യത്തിനായി

തങ്ങളുടെതന്നെ ജാതിയിലേക്കും മതത്തിലേക്കും തിരിയുക എന്ന സാദ്ധ്യതയിലേക്ക് അവർ എത്തി.

രണ്ടാമതായി, പാരമ്പര്യം എന്നത് മതപരമായ മാനദണ്ഡങ്ങളിൽ മാത്രമായി മനസ്സിലാക്കപ്പെടുകയും, മാറ്റങ്ങളെ സ്വീകരിക്കുന്നതിനും എതിർക്കുന്നതിനും ഒരുപോലെ, മതപരമായ പാഠങ്ങളെ ആശ്രയിക്കുകയും ചെയ്തു. മാറ്റത്തിനുള്ള ഏതു ശ്രമത്തെയും അനുകൂലിക്കുന്നവരും എതിർക്കുന്നവരും തമ്മിലുള്ള സംവാദം-സതിയുടെയും ശിശുഹത്യയുടെയും നിരോധനമാകട്ടെ വിധവാവിവാഹത്തിനുള്ള അനുമതിയാകട്ടെ - പ്രാമാണികഗ്രന്ഥങ്ങളുടെ വ്യാഖ്യാനങ്ങളുടെ അടിസ്ഥാനത്തിലായി. ഹിന്ദുക്കളിലും മുസ്ലിങ്ങളിലും സർവ്വപ്രമുഖമായ മതപാരമ്പര്യം പരിഷ്കരണത്തെ ചുരുക്കിക്കളഞ്ഞു. പരിഷ്കരണപ്രസ്ഥാനങ്ങൾക്കുള്ളിൽത്തന്നെ വൈരുദ്ധ്യമുയർത്തിയ ഈ സാഹചര്യം മതപരമായ മാറ്റങ്ങൾ സംബന്ധിച്ച് അവ്യക്തതകളുമുണ്ടാക്കി. എതിർക്കാനായാലും അനുകൂലിക്കാനായാലും മതത്തെ ആനയിക്കുന്ന പ്രവണത മത വ്യതിരിക്തവാദത്തിലേക്കു വളർന്നു. ഇത് ഇതര മതങ്ങൾ തമ്മിലുള്ള, സമൂഹങ്ങൾ തമ്മിലുള്ള നികത്താനാവാത്ത വിടവ് തീർത്തു. ഇത് നവോത്ഥാന ചിന്തയുടെ മുഖ്യ ഊന്നലായ മതസാർവ്വലൗകികത എന്ന ആശയത്തിനു തുരങ്കം വച്ചു. എല്ലാ മതങ്ങളുടെയും ഐക്യത്തെ പ്രഖ്യാപനം ചെയ്ത മത സാർവ്വലൗകികതയിൽനിന്ന് മതവിഭാഗീയതയിലേക്കുള്ള ഈ പരിവർത്തനം സെക്കുലർ മൂല്യങ്ങൾ വികസിക്കുന്നതിനെ ഗുരുതരമായി ബാധിച്ചു.

പരിഷ്കരണത്തിനായി പാരമ്പര്യത്തെ ഉപയോഗിച്ചരീതിയും മതങ്ങളുടെ സവിശേഷതയും വ്യതിരിക്തതയും വിഭാഗീയതയുമാണ് വളർത്തിയത്. റാം മോഹൻറോയ്, നാരായണഗുരു തുടങ്ങി നവോത്ഥാന നായകരെല്ലാംതന്നെ സാമൂഹ്യ വീക്ഷണത്തിനുള്ള പ്രചോദനം നല്കിയ തത്ത്വചിന്ത എന്ന നിലയിലാണ് വേദാന്തത്തെ കണ്ടത്. വേദാന്തത്തിന്റെ സ്വാധീനത്തിൽനിന്നാണ് ഇവരുടെ ഏകദൈവ-സാർവ്വലൗകിക മത വിശ്വാസങ്ങൾ പിറന്നത്. നവോത്ഥാനം ഇന്ത്യയിൽ പാരമ്പര്യത്തെ നിഷേധിച്ചുകൊണ്ടല്ല അടിസ്ഥാനമിട്ടത്, മറിച്ച് അതിനെ ആവശ്യമാംവിധം ഉൾച്ചേർത്തുകൊണ്ടായിരുന്നു.

പാരമ്പര്യത്തെ ഗ്രഹിച്ചുപോന്നത് മതപരമായാണ്, മറിച്ച് മതനിരപേക്ഷമായല്ല എന്നു നാം കണ്ടു. ഇതിന് ഉപോൽബലകമായ രണ്ടു പ്രവണതകൾ പത്തൊൻപതും ഇരുപതും നൂറ്റാണ്ടുകളിൽ സ്ഥാനം നേടിയിരുന്നതായി കാണാം. ദൈവികമായ ഏകത്വം അംഗീകരിച്ചുവെങ്കിലും മതേതരപാരമ്പര്യത്തെ വഴികാട്ടിയാവാൻ അനുവദിച്ചില്ല. പരിഷ്കരണ ശ്രമങ്ങൾ അംഗീകാരത്തിനായി വേദങ്ങളെ ആശ്രയിക്കുന്ന സ്ഥിതിയുണ്ടായിരുന്നു. മാത്രമല്ല, നവോത്ഥാനകാല നേതാക്കൾ ഒട്ടുമിക്കവരും വേദാന്താശയങ്ങൾ ഉയർത്തിപ്പിടിക്കുകയും ചെയ്തു. ഉപനിഷത്തുക്കളെ ബംഗാളിയിലേക്കും ഇംഗ്ലീഷിലേക്കും പരിഭാഷപ്പെടുത്തുകയാണ്

റാംമോഹൻ ചെയ്തതെങ്കിൽ തനിക്ക് ബോധോദയമുണ്ടാക്കിയ വേദാന്ത ശകലങ്ങളുടെ സാരം പ്രചരിപ്പിക്കുകയെന്നത് ജീവിതദൗത്യമായി ഏറ്റെടുക്കുകയാണ് ദേവേന്ദ്രനാഥ് ചെയ്തത്. താഴ്ന്ന ജാതിയിൽ ജനിക്കുകയും കീഴാള മോചനത്തിനാവശ്യമായ ശക്തിപകരുകയുംചെയ്ത ശ്രീനാരായണഗുരുവിനും വേദാന്തം പ്രചോദനമായി.

മുസ്ലിങ്ങളിലും മതപ്രമാണങ്ങളുടെ സ്വാധീനം ദൃശ്യമായിരുന്നു. കേരളത്തിലെ മക്തി തങ്ങളായാലും വടക്കേ ഇന്ത്യയിലെ സയ്യിദ് അഹമ്മദ് ഖാനായാലും പരിഷ്കരണ ശ്രമങ്ങൾക്ക് ആശ്രയിച്ചത് മതപ്രമാണങ്ങളെയാണ്. പക്ഷേ, ആധുനിക കാലത്തെ മനുഷ്യൻ ഉൾക്കൊള്ളാൻ കഴിയുംവിധമാണ് അവർ മതപ്രമാണങ്ങളെ വ്യാഖ്യാനിച്ചത്. ആധുനികതയുമായി ഇസ്ലാമിനെ യോജിപ്പിക്കാൻ ശ്രമിച്ച സയ്യിദ് അഹമ്മദ്ഖാനിലും ഭാഷകളെക്കുറിച്ച് പഠിച്ച മക്തി തങ്ങളിലും ഈ കാഴ്ചപ്പാട് കാണാം.

വിശ്വാസത്തിന്റെ തേരോട്ടം

പാരമ്പര്യത്തോടുള്ള ഈ പ്രവണത നവോത്ഥാനത്തിന്റെ രണ്ടു പ്രധാന ആശയങ്ങളായ യുക്തിവാദത്തിനും സാർവ്വലൗകികതാവാദത്തിനും എതിരായിരുന്നു. ഇത് യുക്തിയെയും വിശ്വാസത്തെയും ഒരുപോലെ നിലനില്ക്കുന്നതിലേക്കെത്തിച്ചു. വിജയിക്കുവാനായില്ലെങ്കിലും, നവോത്ഥാനത്തിനുള്ളിൽത്തന്നെ ഇവയെ യോജിപ്പിക്കാനുള്ള ആഭ്യന്തരമായ ശ്രമം ഉണ്ടായിരുന്നു.

യുക്തിയുടെ അടിസ്ഥാനത്തിൽ സാമൂഹ്യ പ്രവർത്തനം നടത്തുന്നതിനുള്ള പ്രതിബദ്ധത പിന്നോട്ട് വലിക്കപ്പെടുകയും വിശ്വാസം സുപ്രധാന മാനദണ്ഡമാവുകയും ചെയ്തു. പാരമ്പര്യത്തിന്റെ ഉല്പന്നമല്ല ആധുനികതയെന്നതിനാൽ അവ പരസ്പരം പിരിയുകയും ചെയ്തു. ആധുനികതയെന്നപോലെ യുക്തിവാദവും കൊളോണിയൽ ഏജന്റുമാർ വഴി പാശ്ചാത്യരിൽനിന്ന് കടംകൊണ്ട ആശയമാണല്ലോ. അതേസമയം സ്വദേശ സംസ്കാരത്തിൽത്തന്നെ വേരുള്ളതാണ് ദൈവവിശ്വാസം. നവോത്ഥാനം ചെയ്യാൻ ശ്രമിച്ച കാര്യങ്ങളെ അപ്രസക്തമാക്കിയാണ് യുക്തിക്കുമേൽ വിശ്വാസം വിജയിച്ചുകയറിയത്.

നവോത്ഥാന ചിന്തയുടെ രണ്ടു പ്രധാന അപ്പോസ്തലന്മാരായ റാംമോഹനും അക്ഷയ്കുമാർ ദത്തയും മത-സാമൂഹ്യാചാരങ്ങളെ യുക്ത്യാത്മകമായി വിമർശിക്കുകയും വിശ്വാസത്തിനുമേൽ യുക്തി സ്ഥാപിക്കാൻ ശ്രമിക്കുകയും ചെയ്തുവെന്നത് വസ്തുതയാണ്. എന്നാൽ, രസകരമെന്നു പറയട്ടെ, ഇവരിൽ അക്ഷയ്കുമാർ പാശ്ചാത്യ ചിന്തയിൽ നിന്നാണ് പ്രചോദനമുൾക്കൊണ്ടതെങ്കിൽ റാംമോഹൻ സ്വദേശി പാഠങ്ങളിൽ നിന്നാണ്. വ്യത്യസ്ത അളവിലാണെങ്കിലും ഏതാണ്ടെല്ലാ നവോത്ഥാന നായകരിലും യുക്തിയുടെ അംശം നിലകൊണ്ടിരുന്നു. എന്നാൽ,

ഇവർക്കോ, ഇവരെ പ്രചോദിപ്പിച്ച പ്രസ്ഥാനത്തിനോ യുക്തിയോടുള്ള പ്രതിബദ്ധത നിലനിർത്താനായില്ല.

ബിംബാരാധനയെക്കുറിച്ചു തന്നെയെടുക്കാം. ബിംബം ദൈവത്തെ പ്രതിനിധീകരിക്കുന്നുവെന്നും അതുകൊണ്ട് ബിംബത്തെ ആരാധിക്കുന്നത് ദൈവത്തെ ആരാധിക്കുന്നതിനു തുല്യമാണ് എന്നുമായിരുന്നു ബഹുഭൂരിപക്ഷം ജനങ്ങളുടെയും വിശ്വാസം. നവോത്ഥാനം ഈ വിശ്വാസത്തെയും ഇതുമായി ബന്ധിപ്പിച്ച് പുരോഹിതർ നടത്തിയിരുന്ന ചൂഷണത്തെയും ചോദ്യംചെയ്തു. അടിമത്തത്തിന്റെ കേന്ദ്രമാണ് ക്ഷേത്രം എന്ന് വിശേഷിപ്പിച്ചു. അതുകൊണ്ട് പരിഷ്കരണത്തിന്റെ പ്രധാന ഊന്നൽ ബദൽ ആരാധനാക്രമം ഉണ്ടാക്കുക എന്നതായിരുന്നു.

ബ്രഹ്മസമാജവും ആര്യസമാജവും തങ്ങളുടെ ആരാധനാലയങ്ങളിൽനിന്ന് വിഗ്രഹങ്ങൾ നീക്കംചെയ്യുകയുണ്ടായി. വിശ്വാസികളെ പ്രാർത്ഥനാ സംഘങ്ങളിൽ ചേർത്തു. ഇങ്ങനെ പരിഷ്കരിച്ച പ്രാർത്ഥനാ സംവിധാനത്തിൽ പുരോഹിതർക്ക് സ്ഥാനമുണ്ടായിരുന്നില്ല. ദൈവവുമായി സംവദിക്കാൻ ക്ഷേത്രത്തിന്റെ ആവശ്യമേയില്ലെന്ന് സ്ഥാപിച്ച് ക്ഷേത്രങ്ങളുടെ സാംഗത്യത്തെ തന്നെ ചോദ്യംചെയ്തു. സ്വയം വിഗ്രഹം സ്ഥാപിച്ച് നാരായണഗുരു നിലവിലിരുന്ന ആരാധനാ സമ്പ്രദായത്തെയും പുരോഹിതരുടെ അപ്രമാദിത്വത്തെയും ചോദ്യംചെയ്തു.

യുക്തി അങ്ങനെ ഇഴഞ്ഞുനീങ്ങിയത് ബലി പീഠത്തിലേക്കായിരുന്നു. കൊളോണിയൽ ഭരണസംവിധാനവും വാണിജ്യവുമായി ബന്ധപ്പെട്ടു വളർന്നുവന്ന നഗരത്തിലെ ഒരു ചെറിയ മദ്ധ്യവർഗ്ഗത്തിനിടയിൽ മാത്രമായി നവോത്ഥാനത്തിന്റെ സ്വാധീനം ചുരുങ്ങി. തങ്ങളുടെ പുതിയ ജീവിത ബന്ധങ്ങളും സാഹചര്യവും വിശ്വാസവ്യവസ്ഥയും ആചാരാനുഷ്ഠാനവുമായി ബന്ധപ്പെടുത്തിമാത്രമേ അവർ നവോത്ഥാനത്തെ കണ്ടുള്ളൂ. അതിനാൽ, നവോത്ഥാനത്തിന് ശക്തമായൊരു അടിത്തറയാകാൻ അവർക്കായില്ല. അങ്ങനെ, നവോത്ഥാനം കേവലം ചില പരിഷ്കരണങ്ങൾ എന്ന നിലയിലുള്ള അനുകരണമായി ചുരുങ്ങി, അതും ജാതിയുടെയും മതത്തിന്റെയും വൃത്തത്തിനുള്ളിൽ.

ഇത്തരമൊരു സാഹചര്യം നവോത്ഥാനത്തിന്റെ സാർവ്വലൗകികതയുടേതായ കാഴ്ചപ്പാടിനെ ആഴത്തിൽ സ്വാധീനിച്ചു. ഏകദൈവ വാദത്തിന്റെയും അദ്വൈതത്തിന്റെയും അടിസ്ഥാനത്തിൽ നവോത്ഥാന ചിന്തകർ വ്യത്യസ്ത മതങ്ങളുടെ പ്രാധാന്യത്തെക്കാളുപരിയായി ഒരു പ്രാപഞ്ചിക സത്യത്തിന്റെ ദേശീയ സാക്ഷാൽക്കാരത്തിന് പ്രചാരം നല്കി. വ്യത്യസ്ത മതങ്ങൾ തങ്ങളുടെ പ്രാദേശിക വ്യത്യാസങ്ങൾ മാറ്റിവച്ച് മേല് പറഞ്ഞ ആശയങ്ങളോട് യോജിക്കുകയും ചെയ്തു. പക്ഷേ, നവോത്ഥാനത്തിന് ഈ ആശയത്തെ സാമൂഹ്യ രാഷ്ട്രീയ യാഥാർത്ഥ്യവുമായി കൂട്ടിയിണക്കാനായില്ല. ഇതേത്തുടർന്ന് മതേനിരപേക്ഷതയേക്കാൾ സ്ഥാനം നേടിയത് സാമുദായിക വൈജാത്യങ്ങളാണ്.

ഇതാണ് വാസ്തവത്തിൽ ഇന്ത്യൻ നവോത്ഥാനത്തിന്റെ ദുരന്തമായി

പരിണമിച്ചത്. അതിന്റെ മൂല്യങ്ങൾ എന്നു വിശേഷിപ്പിക്കാവുന്ന മനുഷ്യത്വം, യുക്തിവാദം, സാർവ്വലൗകികത തുടങ്ങിയവയെല്ലാം ഇക്കാലത്തും പ്രസക്തമാണ്; ജാതിമത പരതയും സാമൂഹ്യ ഹിംസയും സമൂഹത്തെ ഭരിക്കുന്ന ഇപ്പോൾ പ്രത്യേകിച്ചും. ആക്രമണോത്സുകമായിരുന്ന മുതലാളിത്തത്തിന്റെ ആശയങ്ങളെ ചോദ്യംചെയ്യാനാവാതെ വന്നതോടെ നവോത്ഥാന മൂല്യങ്ങളുടെ വീര്യം നഷ്ടപ്പെട്ടു. അവയെ തിരിച്ചുപിടിക്കുകയെന്നത് അസാദ്ധ്യമല്ലെങ്കിലും ബുദ്ധിമുട്ടേറിയതാണ്. നിലവിലുള്ള സാംസ്കാരിക മൂല്യങ്ങളുമായി അവയ്ക്ക് ബന്ധമില്ല എന്നത് ഒരു കാരണം. അധീശവർഗ്ഗത്തിന്റെ പ്രത്യയശാസ്ത്ര ലോകത്തിൽ അവ ഉൾപ്പെടുന്നില്ല എന്നത് മറ്റൊന്ന്.

ഇന്ത്യയെ സംബന്ധിച്ചിടത്തോളം നവോത്ഥാനം വളർന്നുവന്ന മദ്ധ്യവർഗ്ഗ സമൂഹത്തിന്റെ ആവശ്യങ്ങളെ തൃപ്തിപ്പെടുത്തുന്നതിനാവശ്യമായ സാംസ്കാരിക ഭൂമിക ഒരുക്കുന്നതിന്റെ ഭാഗമായിരുന്നു. അതിലൂടെ ഫ്യൂഡൽ വ്യവസ്ഥിതിയുടെ വിലക്കുകളിൽനിന്ന് ഏറക്കുറെ അതിന് സ്വയം മോചിതമാകാനും കഴിഞ്ഞു. സതി, ശിശുബലി, മനുഷ്യബലി, തൂക്ക് തുടങ്ങി പല ക്രൂരമായ അനാചാരങ്ങളെയും ഒരു പരിധിവരെ നിയന്ത്രിക്കാനുമായി. പിതൃദായക്രമത്തിൽനിന്ന് കുറെയൊക്കെ സ്വാതന്ത്ര്യം നേടാൻ സ്ത്രീകൾക്കുമായി.

ജീവിതക്രമത്തിലും കാഴ്ചപ്പാടിലും അടിസ്ഥാനപരമായ മാറ്റമുണ്ടാക്കാനും നവോത്ഥാനത്തിന് കഴിഞ്ഞിട്ടുണ്ടെങ്കിലും അതിന്റെ സ്വാധീനം വളരെ കുറച്ചു പേരിൽ മാത്രമായി ചുരുങ്ങി. എന്നിരുന്നാലും, അത് സാംസ്കാരികവും ധൈഷണികവുമായ ഒരു വിച്ഛേദനം കൊണ്ടുവന്നു. ഇതു സംഭവിക്കാതെ പില്ക്കാല പ്രസ്ഥാനങ്ങളൊന്നും സാദ്ധ്യമാകില്ലായിരുന്നു. 19-ാം നൂറ്റാണ്ടിൽ നടന്ന ഈ പുനഃക്രമീകരണം ഇന്ത്യയിലെ ആധുനികതയുടെ പൂർവ്വഗാമിയായിരുന്നുവെന്ന് നിസ്സംശയം പറയാം. ഇത്തരത്തിൽ ഗുണപരമായ വശങ്ങൾ നിലനില്ക്കെത്തന്നെ, കൊളോണിയൽ ബുദ്ധിജീവിവർഗ്ഗം മുന്നോട്ടുവച്ച നവോത്ഥാനം, സമൂഹത്തിന്റെ സാംസ്കാരികമായ പിന്നോക്കാവസ്ഥയെ മറികടക്കാൻ കഴിയുംവിധം ശക്തമായിരുന്നില്ല. ഇന്നത്തെ ഇന്ത്യാ സമൂഹത്തിലെ പല സാമൂഹ്യരോഗാവസ്ഥകളുടെയും പിന്നിൽ നവോത്ഥാനത്തിന്റെ അപൂർണ്ണമായ അജണ്ടയെ കണ്ടെത്താവുന്നതാണ്.

(2011)

www.ingramcontent.com/pod-product-compliance
Lightning Source LLC
LaVergne TN
LVHW100254051026
849517LV00006B/2085
* 9 7 8 9 3 9 3 4 6 8 7 9 6 *